AF885620

जातिव्यवस्थेची नवी समीक्षा

जातिव्यवस्थेची नवी समीक्षा

पवित्रतेकडून अपवित्रतेकडे

हीरा सिंह

SAGE | bhasha

Los Angeles | London | New Delhi
Singapore | Washington DC | Melbourne

Copyright © Hira Singh, 2019

All rights reserved. No part of this book may be reproduced or utilized in any form or by any means, electronic or mechanical, including photocopying, recording or by any information storage or retrieval system, without permission in writing from the publisher.

Originally Published in 2014 in English by
SAGE Publications India Pvt Ltd as *Recasting Caste: From the Sacred to the Profane*

This edition published in 2019 by

SAGE | bhasha

SAGE Publications India Pvt Ltd
B1/I-1 Mohan Cooperative Industrial Area
Mathura Road, New Delhi 110 044, India
www.sagepub.in

Published by SAGE Publications India Pvt Ltd and Translation Project Coordinated by TranslationPanacea, Pune.

ISBN: 978-93-532-8473-2 (PB)

Translator: Sudhir Yashvant Raikar
SAGE Team: Mahesh Sachane, Sharvari Mhapankar

माझे कुटुंबीय
रघुनाथ सिंह आणि धनवंती सिंह (आई-वडील);
अलख नारायण सिंह (बंधू);
छबी, श्यामा आणि मुलहुरा (भगिनी); आणि फरहिवत (पत्नी)
यांना समर्पित

Thank you for choosing a SAGE product!
If you have any comment, observation or feedback,
I would like to personally hear from you.

Please write to me at **contactceo@sagepub.in**

Vivek Mehra, Managing Director and CEO, SAGE India.

Bulk Sales
SAGE India offers special discounts
for purchase of books in bulk.
We also make available special imprints
and excerpts from our books on demand.

For orders and enquiries, write to us at

Marketing Department
SAGE Publications India Pvt Ltd
B1/I-1, Mohan Cooperative Industrial Area
Mathura Road, Post Bag 7
New Delhi 110044, India

E-mail us at **marketing@sagepub.in;**
sagebhasha@sagepub.in

Subscribe to our mailing list
Write to **marketing@sagepub.in**

This book is also available as an e-book.

अनुक्रमणिका

प्रस्तावना

जातींतील जडणघडण, जातीचा अभ्यास करताना— एक वैयक्तिक आणि व्यावसायिक अनुभव

माझा जन्म पूर्व उत्तर प्रदेशातील एका बहुजातीय गावात झाला. तेथील वातावरणात माझे बालपण गेले आणि माझ्या जातीबद्दलच्या समजासही तिथेच सुरुवात झाली. आमच्या गावातील सर्वच्या सर्व परस्परसंबंध जातीच्याच आधारे प्रमाणित केले गेले होते. जमीनदार असो, न्हावी असो की परीट, पुरोहित असो, कारागीर असो वा शेतकरी, प्रत्येक जण एका विशिष्ट जातीचा सदस्य होता: जात हीच गावातील लोकांची ओळख होती आणि त्या वातावरणात वाढत असताना मीसुद्धा जातीच्याच आधारे सर्वांना ओळखत असे. आम्हाला सांगितले जायचे की आपल्याला असेच (देवाच्या कृपेने) घडवले गेले आहे आणि अर्थातच ते त्यांचे कर्म (मागील जन्मातील बऱ्या-वाईट कृत्यांचा परिणाम) आणि त्यांचा धर्म होता (प्रारब्धात लिहिलेली या जन्मातील कर्मे). हाच जातीबद्दलचा प्रबळ दृष्टिकोन होता, माझे जातीचे आकलनही असेच होते. तेच ज्ञान मी आत्मसात केले होते. त्या वेळी मला पुसटसेदेखील कळले नाही की हा जातीविषयक प्रबळ दृष्टिकोन खरंतर प्रभुत्वशाली जातींचा दृष्टिकोन होता. जातीच्या ओळखीमागे दडलेल्या ठोस भौतिक स्वार्थापासून मी तेव्हा पूर्णपणे अनभिज्ञ होतो, असा स्वार्थ जो प्रबळ आर्थिक-राजकीय संबंधांमध्ये कोरला गेला होता, यात मुख्यत्वे जमिनीशी निगडित परस्परसंबंध होते जे प्रत्येक जातीचे समाजातील स्थान आणि भूमिका निर्धारित करीत असत. आमच्या जातीविषयीच्या आंतरिक जाणिवा अशा तऱ्हेने रुजवल्या जात होत्या. दुसऱ्या शब्दांत सांगायचे झाले तर जातीविषयीची चेतना जातींच्या संरचनेतून निर्माण झाली होती आणि जातींच्या रचनेचा पाया रचला होता जमिनीशी निगडित संबंधांनी.

गावाचे अलगीकरण निवासी वसाहतींप्रमाणे केले गेले होते. केंद्रस्थानी तीन रजपूत परिवार होते. एक ब्राह्मण कुटुंबांचा समूह होता. मधोमध बनिया, सोनार, लोहार, न्हावी, कहर लोकांचे परिवार आणि एक कायस्थ कुटुंब होतं, त्या शिवाय अहीर (शेतकरी) आणि गडेरीया (मेंढपाळ) परिवार राहत असत. या साऱ्या समूहांपासून विलग अशा चर्मकारांच्या दोन वसाहती होत्या, त्यांना चामरौती म्हणत असत. गावात आम्हाला जवळजवळ सगळीकडे मुक्त संचार करण्याची मुभा होती, चामरौतीचा भाग मात्र याला अपवाद होता. यात एक विशेष उघड बाब अशी होती की आम्ही रजपूत आणि गैर-रजपूत मुलांबरोबर खेळायचो-बागडायचो, पण चर्मकार जमातीतील मुलांबरोबर कधीच नाही, जरी ते आम्हाला जवळजवळ

रोज दिसत असत; कारण ते सहसा आमच्या घराभोवती आपल्या आईवडिलांबरोबर किंवा थोरल्या भावाबहिणींसोबत वावरायचे. आम्ही त्यांच्यासोबत खेळत नव्हतो यामुळे आम्हाला कधीच अवघडल्यासारखं झालं नाही. श्वेतवर्णाच्या मक्तेदारीवरील आपल्या महत्त्वाच्या अभ्यासात फ्रँकेनबर्ग (१९९३) असे मत मांडते की अमेरिकेतील काळ्या आणि गोऱ्या जमातींमधील भौतिक अंतर हेच त्यांच्यातील सामाजिक अंतराचे द्योतक आहे. भौतिक सीमाच प्रतीकात्मक सीमा होत्या. तिच्या अभ्यासात फ्रँकेनबर्गने असे दाखवून दिले आहे की बालपणीचे सामाजिक चित्र बालमनाच्या आंतरिक जाणिवा घडवतं ज्यात वंशाच्या सीमा–भौतिक तशाच प्रतीकात्मक–स्वाभाविकपणे आखल्या जातात. हेच जातीच्या बाबतीतही दिसून येतं. गावात लहानाचं मोठं होतानाच्या सामाजिक चित्राने माझी जातीविषयक चेतना रुजविली ज्यात जातीच्या भौतिक आणि प्रतीकात्मक सीमारेषा स्वाभाविकपणे कोरल्या गेल्या.

गावात लहानाचा मोठा होत असताना मी असे पाहिले की रजपूत आणि ब्राह्मण शारीरिक श्रम करीत नसत, खासकरून गावचा प्रमुख आर्थिक व्यवसाय आणि उदरनिर्वाहाचे मुख्य स्रोत असलेले शेती उत्पादनातील घडणारे श्रम. ब्राह्मण आणि रजपूत दोघेही नांगराला हात लावत नसत. त्याउलट अहीर आणि चर्मकार सदैव नांगराचा वापर करीत असत; अहीर मालकीच्या किंवा भाडेकरारावर असलेल्या जमिनीवर नांगर चालवत तर चर्मकार रजपूत आणि ब्राह्मण यांच्या मालकीच्या जमिनीवर. ही व्यवस्था अगदी 'स्वाभाविक' आहे असे दाखविले जाई आणि माझा समजदेखील तसाच झाला होता. अंगमेहनत करणे हे ब्राह्मण आणि रजपूत जातीच्या प्रतिष्ठेच्या विरुद्ध होते; पण इतर जातींसाठी मात्र ते अंगवळणीचे मानले जाई. पुढे कालांतराने जेव्हा मी मॅक्स वेबरचा अभ्यास केला, तेव्हा कुठे मला उलगडले की अंगमेहनत करणे किंवा ना करणे हा जातीची योग्यता–अयोग्यता ठरवण्याचा निकष होता, 'अप्रतिष्ठा' वा 'प्रतिष्ठा' यांच्याशी अन्वित असलेला. त्या काळी मला हे कधीच जाणवले नाही की रजपूत आणि ब्राह्मण यांचा, मुख्यत्वे रजपुतांचा, गावच्या बहुतांश जमिनीवर मालकी हक्क होता आणि यात सार्वजनिक जमिनीचा भागदेखील सामील होता. त्यामुळे त्यांना कुठलेही शारीरिक श्रम टाळणे सहज शक्य होते, याउलट चर्मकारांच्या मालकीची कुठलीच जमीन नव्हती त्यामुळे त्यांना पोटापाण्यासाठी रजपूत आणि ब्राह्मणांच्या जमिनींवर काम करणे गरजेचे होते.

मी अतिशय धार्मिक अशा परिवारात वाढलो. आमच्या घरात तीन देवांची प्रतिष्ठापना केली गेली होती–पहिले होते घरातले ठाकूरजी. घरातली वयस्क मंडळी ठाकूरजींची पूजा झाल्याशिवाय अन्नाला हात लावीत नसत. मग, विहिरीलगत असलेल्या विशाल पिंपळाखाली शंकराचे छोटे मंदिर होते. तिथून थोडे पुढे गेल्यावर मारुतीचे मंदिर होते. दसरा, दिवाळी आणि होळीच्या उत्सवांशी संबंधित अनेक आख्यायिका होत्या; तसेच धार्मिक विधी असायचे. घरातील पुस्तकांमध्ये केवळ धार्मिक ग्रंथांचा समावेश होता–रामचरितमानस (रामायणाचा

हिंदी अनुवाद), महाभारत, प्रेम सागर आणि भगवद्गीता. वर्षातून एकदा आम्ही सारे दुर्गामातेच्या मंदिराची वारी करीत असू. हे मंदिर आमच्या गावापासून २० किलोमीटर दूर जिल्ह्याच्या ठिकाणी होते. वर्षातून एकदा आमच्या घराण्याचे पुरोहित आठवडाभर मुक्कामाला असत. त्याशिवाय अनेक भटके साधू-संत घरी येत, आम्ही पुरवलेला शिधा वापरून स्वतः जेवण बनवित, देवी-देवता आणि स्वर्ग-नरक, पाप-पुण्य या विषयांवर बोलत असत. या वातावरणात वाढताना मी जे जे म्हणून ऐकले ते खरे मानले. मी वाचलेली पहिली पुस्तकं होती: रामचरितमानस आणि महाभारत, त्यामुळे राम आणि कृष्ण हे देवाचे अवतार आहेत, असेच मी मानत आलो. इंद्रदेवाच्या कृपेने पाऊस पडतो आणि पवन देव (मारुतीचे आध्यात्मिक पिता) वारा निर्माण करतात, असे आम्हाला सांगितले गेले होते. पुढे शाळेत शिकताना जेव्हा पावसाचे वैज्ञानिक स्पष्टीकरण माझ्या कानी पडले, तेव्हा त्यावर विश्वास ठेवणे मला खूप जड गेले. धर्माची कथा आजच्या काळातही प्रस्तुत ठरते; कारण जातीला धर्माच्या परिभाषेत अंतःस्थापित केलं गेलं आहे. ब्राह्मणाचा मान राखणे, त्यांच्यापुढे नतमस्तक होणे, हेच आम्हाला शिकवले गेले होते. रजपुतांचा (क्षत्रिय) जन्म इतर जातींवर आधिपत्य गाजवण्यासाठी झाला आहे, असे आम्हाला सांगण्यात आले होते. जातींतर्गत असलेले हक्क आणि कर्तव्ये दैवी सत्तेने निर्धारित केल्या आहेत, असं आमच्यावर ठसवण्यात आलं होतं. या साऱ्या समजुतींवर अविश्वास दाखवण्याचे कारण नव्हते. धर्माने साऱ्या जातींना घट्ट एकवटून ठेवलं आहे, असं मला बालपणी वाटणं स्वाभाविकच होतं. कारण, वेगवेगळ्या जातींचे हक्क आणि परस्परांतील जबाबदाऱ्या धार्मिक परिभाषांच्या चौकटीत चपखल बसवण्यात आल्या होत्या आणि अर्थातच जमीन आणि त्यावरील हक्क जातीच्या कहाणीपासून वंचित नव्हतेच. जसे वेगवेगळ्या जातींचे हक्क आणि कर्तव्ये देवानं निर्धारित केली होती, तसे रजपुतांचे जमीन हक्क (बहुतांश जमिनींवर असलेला मालकी हक्क, सार्वजनिक भाग धरून) तसेच खालच्या जातींची भूमिहीनता परमेश्वराचीच योजना होती.

गाव सुटले तरी जात सुटत नसे. प्राथमिक शाळेतही मला जातीशी दोन हात करावे लागले. ही शाळा दुसऱ्या गावी असल्यामुळे आम्हाला (वेगवेगळ्या जातीच्या मुलांना) एक किलोमीटर पायपीट करावी लागे. एकाच गावचे रहिवासी अशा सामूहिक ओळखीचे भान जरी आमच्या ठायी असले तरी आमच्यातील भिन्न भिन्न जातींच्या वेगवेगळ्या अस्मिताच आमच्यातील परस्परसंबंध निर्धारित करत असत. उच्च जातींच्या मुलांना एक प्रकारच्या अधिकाराची जाणीव असे. असं वाटण्याला कोणत्याच औपचारिक परिभाषेचा आधार नव्हता पण तसे गृहीत धरलं जाई. शाळेच्या वर्गात, प्रांगणात आणि मधल्या सुट्टीत जातिभेदाचे अनुभव सर्रास दिसून येत. जातींची अनेक ज्ञापके होती. गुरुजनांना उद्देशून केलेल्या संबोधनांनादेखील जातीचे भेद लागू होते. ब्राह्मण शिक्षकांना *पंडितजी* म्हटले जाई. रजपूत

अध्यापकांना *बाबूसाहेब* म्हणून पुकारले जाई आणि इतर साऱ्या शिक्षकांना *मुंशीजी* असे संबोधन होते. मुस्लीम शिक्षकांना मौलवी साहेब म्हणत तर ख्रिश्चन शिक्षकांना मास्टर साहेब.

प्राथमिक शालेय जीवनातील जातीच्या अनुभवासंबंधी एका घटनेचा उल्लेख मला करावासा वाटतो ज्याने माझ्या जाणिवेवर खोल ठसा उमटवला. एकदा शाळेतून घरी आल्यावर मी डोक्यावर पट्ट्या बांधलेली काही रजपूत जातीतील मंडळी घराबाहेर बसलेली पाहिली. (एक नियम म्हणून गावातील रजपूत पुरुष सामान्यतः घराबाहेर वावरत तर स्त्रिया घराच्या आत) त्या मंडळीभोवती रजपूत जातीच्याच इतर माणसांचा गराडा होता. वातावरण तणावग्रस्त होतं. काहीशा उत्सुकतेने मी भीतभीतच घरात प्रवेश केला. तिथले वातावरण तर अधिकच गंभीर होते आणि कोणीही मला काही सांगण्याच्या मनःस्थितीत दिसत नव्हते. काही वेळाने मला कळले की त्या भांडणाचे मूळ कारण एक जमिनीविषयीचा विवाद होता, अशी जमीन ज्यावर एका रजपूत परिवाराने वडिलोपार्जित हक्क दाखवला होता. ह्या परिवाराच्या विरोधात त्या जागेवरील एका खालच्या जातीच्या माजी खंडकरीनं स्वतंत्र मालकी हक्क मागितला होता. याला आधार होता ब्रिटिश राजवटीच्या अस्तानंतर उदयास आलेल्या नवीन सरकारचा जमीनदारी निर्मूलन कायदा. जेव्हा त्या रजपूत परिवारातील माणसे आपल्या जातीतील इतर बांधवांना सोबत घेऊन त्या विवादित जागेचा ताबा मिळवण्यास गेली तेव्हा त्यांना मोठा धक्का बसला. त्यांना स्वाभाविकपणे अपेक्षित असलेला मानसन्मान तर दूरच राहिला, उलटपक्षी त्या खालच्या जातीच्या खंडकरीनं आपल्या बांधवाच्या मदतीनं रजपुतांना जबर मारहाण केली. अपमानित आणि घायाळ अवस्थेतल्या त्या रजपुतांनी दुसऱ्याच दिवशी सूड घेतला. त्या घटनेला दशकं उलटूनही त्याची स्मृती माझ्या मनात अजूनही ताजी आहे. ह्या घटनेचे त्याचप्रमाणे अशाच स्वरूपाच्या दुसऱ्या एका घटनेचे वर्णन सहाव्या प्रकरणात केले आहे.

पुढे माध्यमिक शाळेत तसेच उच्च माध्यमिक शाळेत शिकत असतानादेखील जात एक प्रबळ घटक ठरली. ब्राह्मण आणि रजपूत जातीतील विद्यार्थ्यांमध्ये आधिपत्य गाजवण्यावरून अधूनमधून वाद होत असत, कधी छुपे, तर कधी उघड, ज्याची परिणीती कधी कधी मारामारीत होत असे. पाच वर्षांच्या माझ्या शालेय जीवनात मी वसतिगृहातच राहत होतो. तिथे आम्ही सर्व विद्यार्थी एकाच खानावळीत जेवत असू. खानावळीचा आचारी नेहमीच ब्राह्मण जातीचा असे. आम्ही त्याला आदराने पंडितजी म्हणत असू. वसतिगृहात खालच्या जातीचा विशेषतः मागासवर्गीय जातीचा एकही विद्यार्थी नव्हता. पण हे स्वाभाविकच असल्यामुळे आम्हाला त्यात काही वावगं वाटलं नाही.

पुढं विद्यापीठात शिकतानाही जातीनं माझा पाठलाग केला. माझ्या शैक्षणिक प्रवासात एक महत्त्वाचा घटक म्हणून जात कायम राहिली, अगदी लखनऊ, जयपूर, दिल्ली अशा वेगवेगळ्या विद्यापीठात शिकवायला लागल्यानंतरही, एवढेच नव्हे तर राजस्थानातील

संस्थानांचा अभ्यास करताना आणि दक्षिण आफ्रिकेतील भारतीय वंशाच्या वेठबिगारी मजुरांचा अभ्यास करतानादेखील.

माझ्या बालपणाच्या आणि शालेय जीवनाच्या वेगवेगळ्या टप्प्यांवर आलेला जातीचा अनुभव जात हे भारतीय जीवनाचे वास्तव आहे, हे अधोरेखित करण्याच्या उद्देशाने थोडक्यात मांडला आहे. त्यामुळे माझा सवाल 'जात वास्तवात आहे का?' हा नसून, 'जातीचे वास्तव काय?' हा आहे; तसेच जात पुरातन काळापासून आजच्या काळापर्यंत समाजशास्त्राच्या मुख्य प्रवाहात कशी काय सामावण्यात आली, हादेखील आहे.

मी कळत नकळत समाजशास्त्रज्ञ झालो

माझे शालेय जीवन वासाहतिक सत्तेच्या नंतर आलेल्या स्वतंत्र भारताच्या सुरुवातीच्या काळात घडले. तेव्हा वैद्यकीय आणि अभियांत्रिकी शाखांमध्ये प्रवेश मिळविण्याच्या उद्देशाने प्राकृतिक विज्ञानाला विशेष महत्त्व होते. माध्यमिक शाळेत असताना मी सामान्य विज्ञान आणि कृषिविज्ञान हे विषय निवडले होते आणि उच्च माध्यमिक शाळेत कृषिविज्ञानाच्या सोबत भौतिकशास्त्र, रसायनशास्त्र आणि गणित हे माझे जोडविषय होते. लवकरच माझ्या लक्षात आले की मी कृषिविज्ञान, सामान्य विज्ञान आणि गणित यांच्या अभ्यासात बराच मागे पडत चाललो होतो; इतका की मला एकंदर शाळेचाच कंटाळा येऊ लागला. विज्ञान आणि गणिताला डच्चू द्यायचा म्हणजे अभियांत्रिकी किंवा वैद्यकीय क्षेत्रातल्या भवितव्यावर पाणी सोडण्यासारखे होते. मात्र माझ्यापुढे दोन पर्याय होते. एक–विज्ञान आणि गणिताला डच्चू देणे किंवा दोन–शाळेलाच राम राम ठोकणे. विज्ञानाच्या वर्गात दररोज हरवल्यासारखे बसण्याची कल्पना दिवसेंदिवस असह्य होत चालली होती. माझ्या मनाला रुचेल असे काहीतरी शिकावे यासाठी भविष्याची चिंता न करता मी लिबरल आर्टस्‌ची शाखा निवडली; अर्थातच घरच्या मंडळींच्या इच्छेविरुद्ध. हा निर्णय सोपा नव्हता कारण माझा परिवार माझ्या सामाजिक, आर्थिक आणि भावनिक आधाराचा एकमेव स्रोत होता. पण मी कसातरी माझ्या निर्णयाप्रत पोहोचलो. माझ्या कुटुंबीयांच्या मदतीने हे शक्य झाले, हे वेगळे सांगणे नको. लखनऊ विद्यापीठातल्या निम्न पदवीधर अभ्यासक्रमासाठी मी मानवशास्त्र या विषयाची निवड केली. पण पुढे मास्टर्सला पोहोचेपर्यंत मी तो विषय सोडून दिला. त्या घटकेला विद्यापीठातील सामाजिक शास्त्राच्या संदर्भात एकच पर्याय उरला होता. तो म्हणजे समाजशास्त्र आणि अशा रीतीने मी कळत नकळत समाजशास्त्रज्ञ झालो.

समाजशास्त्र ते राजकीय अर्थव्यवस्था: एक संक्रमण

लखनऊ विद्यापीठात शिकवण्यात येणाऱ्या समाजशास्त्राचा भर पारंपरिक सिद्धान्तावर (मुख्यत्वे डर्खाईम आणि वेबर) आणि सामाजिक तत्त्वज्ञानावर होता. याला जोड होती हिंदू

सामाजिक सिद्धान्ताच्या घटकांची. आम्हाला केनचे *धर्मशास्त्र*, राधाकृष्णांचे *हिंदुइजम*, ए. के. कुमारस्वामींचे हिंदुइजम अँड बुद्धिजम यांच्याबरोबर मनुस्मृतीवरील भाष्यांचा अभ्यास करावा लागे. पुढे राजस्थान विद्यापीठात प्राध्यापक म्हणून रुजू झाल्यावर मला विकासाच्या अभ्यासात रुची निर्माण झाली. राजस्थानातून मी मॅकगिल येथे विकासाच्या क्षेत्रात पदवीचा अभ्यास (Developmental studies) करावयास गेलो. पण वर्षभरातच मला तो अभ्यास थांबवावा लागला. माझ्या शैक्षणिक (आणि राजकीय) जाणिवा तयार होण्याच्या दृष्टीने हा एक कलाटणी देणारा बिंदू ठरला. माझ्या एकंदर समाजशास्त्रीय अभिमुखतेवर माझी मलाच शंका येऊ लागल्याची ही सुरुवात होती. यानंतर बऱ्याच जाणिवांकडे, त्या जसजशा मूळ धरू लागल्या, मी शंका घेऊ लागलो. तोपर्यंत मला राजकीय अर्थव्यवस्थेची पुसटशीदेखील ओळख नव्हती. कारण माझा या विषयाशी कधीच संबंध आला नव्हता. मात्र दिल्ली स्कूल ऑफ इकॉनॉमिक्स येथे प्रथम नॅशनल फेलो आणि मग प्राध्यापक म्हणून रुजू झाल्यावर मी समाजशास्त्र सोडून राजकीय अर्थव्यवस्थेकडे वळू लागलो. आणीबाणीच्या काळात आलेला अनुभव आणि त्याचे झालेले परिणाम या दोहोंमुळे मी आपसूक राजकीय अर्थव्यवस्थेच्या प्रवासाला सज्ज झालो. असा प्रवास जेथून मागे फिरणे शक्य नव्हते. आणीबाणीने मला समाज, इतिहास आणि समाजशास्त्राच्या मुख्य प्रवाहाचे निरीक्षण करण्यासाठी उपयुक्त असा चिकित्सक दृष्टिकोन तसेच सैद्धान्तिक साधने पुरवली. माझे हे पुस्तक म्हणजे राजकीय अर्थव्यवस्थेच्या चष्म्यातून केलेले जातीच्या मुख्य प्रवाहातील समाजशास्त्राचे तटस्थ विश्लेषण होय.

कॅनडास प्रयाण

समाजशास्त्राच्या अभ्यासाच्या सुरुवातीसच जाती या विषयात मला रुची निर्माण झाली. लखनऊ विद्यापीठात समाजशास्त्राची पदवी मिळवण्याकरिता मला जातीचा अभ्यास करावा लागला. माझे जातीविषयीचे कुतूहल 'संस्कृतीकरण आणि पाश्चात्त्यीकरण' हा पदव्युत्तर पातळीवरील प्रबंध लिहिताना आणखीनच सखोल झाले. माझा पहिला प्रकाशित प्रबंध जाती या विषयावरच होता. त्यानंतर दुसऱ्या एका लेखकाच्या जातीवरील अभ्यासावर टिप्पणी केली. जसजसा काळ पुढे गेला, माझे जातीविषयक लिखाण सुरूच राहिले. असे असूनही मला जाती या विषयावर पुस्तक लिहावे असे वाटले नाही. भारतातून कॅनडा येथे पोहोचल्यावर आणि तिथे शैक्षणिक क्षेत्रात नोकरी मिळवण्यासाठी कराव्या लागलेल्या संघर्षामुळे माझ्या जातीबद्दलच्या कुतूहलावर अपायकारक परिणाम झाला. कॅनडातील विद्यापीठांत भारतीय जातींसकट समाजाच्या सर्वच पैलूंबाबत अनास्था दिसून आली. त्याच वेळी मला अतिशय पाश्चात्त्य स्वरूपाचा (कॅनडाशी निगडित) एक ज्वलंत प्रश्न आढळला. हा प्रश्न होता वांशिकता आणि वंश यांच्याशी संबंधित. मेरीटाईम येथील एका विद्यापीठातल्या माझ्या

पहिल्याच नोकरीत मला वंश हा विषय शिकवण्याची संधी प्राप्त झाली. हा एक चित्तवेधक अनुभव ठरला. मेरीटाईमच्या दोन विद्यापीठांत मी सलग तीन वर्षे अध्यापन केलं आणि प्रत्येक वर्षी वंश/खंडकरी हे विषय शिकवले. पुढे व्हिक्टोरिया, विल्फ्रिड लॉरियर आणि सरतेशेवटी यॉर्क अशा तीन विद्यापीठांत शिकवताना मी प्रत्येक ठिकाणी तेथील पहिली पाच वर्षे वंश आणि वांशिकता या विषयांचा अभ्यासक्रम राबविला. तोवर मला वंश, वांशिकता आणि जात यांचा तुलनात्मक अभ्यास करण्यासाठी लागणाऱ्या अनुभवाचे (आणि थोड्या स्थैर्याचे) पाठबळ लाभले होते. मात्र, मी जात हा विषय माझ्या अध्यापनात पहिल्यांदा (आणि थोडेसे कचरतच) तेव्हाच सामील केला जेव्हा मी सामाजिक स्तरीकरण हा विषय शिकवण्यास सुरुवात केली आणि हाही एक रंजक अनुभव ठरला. सर्वांत महत्त्वाचे म्हणजे त्यामुळे माझी जातीविषयीची रुची पुन्हा जागी झाली.

संशोधनातील योगायोग

दक्षिण आफ्रिकेला प्रयाण करण्याच्या मुहुर्तावर टोरोंटो येथील दीपंकर गुप्ता यांच्याशी घडलेला संवाद आजही माझ्या स्मरणात आहे. त्यांनी त्या वेळी म्हटलं होतं की वेळ आणि साधन यांच्या अभावी मला दक्षिण आफ्रिकेत भारतीयांविषयी फारशी माहिती मिळणार नाही; पण भारताविषयी मात्र अचंबित करणारे बरेच ज्ञान मिळण्याचा संभव आहे. हे विधान भविष्यसूचक ठरले. दक्षिण आफ्रिकेत मला भारतीय मजुरांची वेठबिगारी लागू असताना तसेच रद्द झाल्यावर जात आणि जातसंरचनेवर झालेल्या परिणामांचे सखोल ज्ञान मिळाले. मी दक्षिण आफ्रिकेला जातीचा अभ्यास करायला गेलो नव्हतो; पण योगायोगाने नेमके तेच माझ्या हातून घडले (प्रकरण ७ वे).

माझ्या पुस्तकाचे प्रयोजन

काही काळापूर्वी माझे मित्र आणि माजी सहकारी अब्दुल कलाम (तेव्हाचे मद्रास विद्यापीठातील मानवशास्त्राचे मान्यवर प्राध्यापक आणि अध्यक्ष) मला एका परिषदेत भेटले आणि आम्ही जातीच्या समाजशास्त्राविषयी विचारांची देवाण-घेवाण केली, विशेषत: जातीच्या प्रादेशिक आणि ऐहिक वैविध्याविषयी, समाजशास्त्रीय वृत्तान्तातून ज्यांचा उल्लेख उघडपणे वगळण्यात येतो. याचे कारण असे की त्या वृत्तान्तांचा कल काही विशिष्ट संकल्पनांचा आधार घेऊन जातीवर समानता प्रक्षेपित करण्याकडे असतो. या तसेच जातीच्या समाजशास्त्रीय अभ्यासाच्या इतर बाबींवर प्रकाश टाकण्यासाठी आम्ही एक लेख लिहायचा ठरवला. यासंबंधी जातीच्या जुन्या-नव्या अभ्यासांचे जेव्हा मी वाचन केले तेव्हा त्यांच्यात मला गंभीर स्वरूपाच्या काही उणिवा प्रकर्षाने दिसून आल्या. एक बाबीवरून दुसऱ्या बाबीकडे माझे विचारचक्र फिरू

लागताच इतर अभाव आढळले. लवकरच माझ्या लक्षात आले की जातीच्या मुख्य प्रवाहातील समाजशास्त्राच्या अभ्यासातील उणिवा एका लेखात सामावणे अशक्य आहे. जातीच्या मुख्य प्रवाहातील समाजशास्त्राच्या अभ्यासकांमध्ये प्रत्येक बाबतीत एकमत आहे, कुठलाच वादविवाद नाही असे माझे म्हणणे नाही, पण त्यांच्या आंतरिक मतभेदांव्यतिरिक्त बरेच काही महत्त्वाचे त्यांच्या अभ्यासातून वगळले गेले आहे. या पुस्तकाचा हेतू त्या उणिवांवर बोट ठेवण्याचा आणि पर्याय सुचवण्याचा आहे.

विचारमंथनाचे आमंत्रण

गेल्या अनेक वर्षांपासून सुरू असलेल्या जातीविषयक लिखाणात मी जातीच्या अभ्यासात असलेल्या दोन प्रकारच्या उणिवा दर्शविल्या आहेत, सैद्धान्तिक आणि पद्धतिशास्त्रीय, ज्यावर विचारमंथन होणे गरजेचे आहे, असे सुचवले आहे. व्यष्टिअध्ययनांच्या संदर्भात दोन परस्परविरोधी टोकाचे प्रवाह आढळतात: (१) मुख्य प्रवाहातले समाजशास्त्र आणि (२) मार्क्सवाद. त्यापैकी पहिला प्रवाह इतिहासाकडे कानाडोळा करतो आणि भौतिक परिस्थितीच्या चौकटीबाहेर निव्वळ कल्पनेच्या स्तरावर जातीचा अभ्यास करतो. दुसरीकडे मार्क्सवादी जातीच्या अभ्यासालाच मुळी वर्ज्य मानतात. पहिल्या गटाच्या मते मार्क्सवादी जातीला पायाभूत रचनेनी आखलेली भव्य रचना मानतात आणि म्हणून ती त्यांच्या ठायी दुय्यम आणि गौण आहे. हा दृष्टिकोन म्हणजे बीभत्स मार्क्सवादाचा नमुना नसून मार्क्सवादाचेच बीभत्सीकरण आहे. जातीची रचना पायाभूत आहे की भव्य हा प्रश्नच मुळी निरर्थक आहे. दोन्ही प्रकारच्या रचना जातीलाच छेद देतात. मात्र मार्क्सवाद्यांबरोबर असलेल्या त्यांच्या वैचारिक संग्रामात गाफील असलेले समाजशास्त्रज्ञ दुसऱ्या टोकाची चूक करतात—ती म्हणजे पायाभूत रचनेला डावलून भव्य रचनेवरच लक्ष केंद्रित करण्याची. ल्युईस ड्युमॉन्टवरील समीक्षेच्या बाबतीत हे ठळकपणे दिसून येतं. समाजशास्त्राच्या मुख्य प्रवाहातील ड्युमॉन्टचे समीक्षक या महत्त्वाच्या बाबीकडे पुरेसे लक्ष देताना दिसत नाहीत. जातीच्या समाजशास्त्रीय अभ्यासाची दुसरी समस्या म्हणजे त्यांनी केलेली इतिहासाची उपेक्षा. ते मार्क्सवादाला आदर्शवाद म्हणून हिणवतात मात्र त्यांना स्वतःची वैचारिक अभिमुखता आणि त्याच्या अनुषंगाने तयार झालेला जातीविषयक दृष्टिकोन दिसत नाही. माझे पुस्तक मुख्य प्रवाहातील समाजशास्त्राचा तिरस्कार नाही, तर ते जातीविषयी पर्याप्त विचारमंथन घडवून आणण्यासाठी केलेले अगत्याचे आमंत्रण आहे.

ऋणनिर्देश

या पुस्तकाच्या निर्मितीत ज्यांनी मला बहुमोल मदत केली त्या अनेक व्यक्ती आणि संस्था, यांचा आभारी आहे. प्रथम, मी माझ्या कुटुंबीयांचे आभार मानतो, तसेच ज्या गावी माझा जन्म झाला आणि जिथे मोठा होत असताना जातीशी परिचय झाला, त्या माझ्या जन्मगावाचे आभार मानतो. मी ऋणी आहे लखनऊ, राजस्थान विद्यापीठ (जयपूर) आणि दिल्ली विद्यापीठ येथील समाजशास्त्र विभागाच्या शिक्षक, विद्यार्थी आणि सहकारी यांचा; ज्यांच्यामुळे मला जातीविषयी ज्ञान प्राप्त झाले. दिल्ली विद्यापीठातील समाजशास्त्र विभाग आणि दिल्ली स्कूल ऑफ इकॉनॉमिक्सच्या 'सेन्टर ऑफ अॅडव्हान्स स्टडीज' चे विशेष आभार; जिथे मला जातीच्या समाजशास्त्राविषयी सर्वोत्तम माहिती मिळाली. तिथल्या समाजशास्त्र विभागातले अनेक नामवंत शिक्षक मला लाभले; ज्यांनी जातीच्या अभ्यासात महत्त्वाचे योगदान दिले आहे. दिल्ली विद्यापीठातील शैक्षणिक अभ्यासक्रम आणि संशोधन यांच्यात ज्यांच्यावर भर दिला जात असे, त्यातील जात हा एक महत्त्वाचा विषय होता आणि शुक्रवारच्या परिषदांमध्ये (friday seminars) या विषयावर कुठल्या न कुठल्या रूपात नित्यनेमाने चर्चा घडत असे. दिल्ली विद्यापीठातील समाजशास्त्र विभागाचा निरोप घेतल्यानंतर माझ्या जातीविषयक शिक्षणाची आणि इतर अनेक गोष्टींची अपरिमित हानी झाली हे खरं. दिल्ली विद्यापीठातील आर. एस. शर्मा यांचे विशेष आभार. जात, भारतीय सरंजामशाही आणि आशियाई उत्पादन पद्धती या विषयांवर (ज्यांत आम्हा दोघांना सारखाच रस होता) त्यांच्या साक्षेपी लिखाणाचा तर मला फायदा झालाच. त्याशिवाय जातीच्या अभ्यासातील इतिहास आणि समाजशास्त्राचे प्रश्न आणि अशा इतर अनेक बाबींवर त्यांच्याशी प्रत्यक्ष चर्चा करण्याची संधी मिळाली. या विषयांच्या अभ्यासाच्या लिखाणाची संहिता ते हयात असेपर्यंत मला पूर्ण करता आली नाही याचा मला खेद वाटतो.

माझी जातीतील रुची जागी करण्यासाठी तसेच मी या पुस्तकातील मांडलेल्या अनेक बाबींवर स्वतःचे मत व्यक्त करण्यासाठी माझे भारतातले मित्र आणि सहकारी यांच्यापैकी अब्दुल कलाम यांचे सर्वप्रथम अनेक धन्यवाद. वेळोवेळी महत्त्वाची माहिती पुरवणारे आणि अभिप्राय कळवणारे माझे मित्र शरित भौमिक, व्ही. के. दीक्षित, महेश जोशी, विश्वमोय पाती आणि अमर फारुकी हे नेहमीच प्रेरणेचे आणि आधाराचे स्रोत होते. या पुस्तकाचे उपशीर्षक विश्वमोय यांनी सुचवलेल्या नावाची सुधारित आवृत्ती आहे. माझे मित्र गोकरण सिंह यांचे विशेष आभार. शिक्षण आणि पेशाने एक कुशल स्थापत्य अभियंता असलेल्या गोकरण यांना सामाजिक विषयात उत्कट आस्था आहे. प्रत्यक्ष अनुभव आणि मुक्त आत्मनिरीक्षणातून उद्भवलेले त्यांचे वर्ण आणि जातीवरचे समर्पक प्रश्न आणि टिप्पण्या मला सतत विचार आणि फेरविचार करायला भाग पाडत.

दक्षिण आफ्रिका येथील माझे यजमान हृदय ज्ञान सिंह आणि परिवार, बोडा सिंह आणि त्यांची पत्नी, डॉ. विनोद गणेश आणि त्यांची पत्नी डॉ. राश्निका गणेश आणि डॉ. दया आणि त्यांची पत्नी यांनी केलेल्या आतिथ्यासाठी आणि तिथल्या स्थानिक लोकांच्या भेटी घडवून आणल्याबद्दल त्यांचे मनःपूर्वक आभार. डॉ. माला सिंह यांनी त्यांच्या मातोश्रींची गाठ घालून दिली ज्यांनी मला १८९० मध्ये दक्षिण आफ्रिकेत स्थायिक झालेल्या भारतीय परिवारांचे काही दुर्मीळ दस्तऐवज उपलब्ध करून दिले. मी डरबान येथे असताना माझे मित्र सनी, किरु आणि केली नायडू यांनी केलेले आतिथ्य आणि मदतीबद्दल त्यांना अनेक धन्यवाद. पीटरमारित्झबर्ग इथल्या आदरातिथ्यासाठी आणि स्थानिक लोकांचे पत्ते पुरवल्याबद्दल डॉ. गीता दुखहरण आणि त्यांच्या कुटुंबीयांचे आभार. त्यांचा विश्वास, सहकार्य आणि मदतीशिवाय वेठबिगारीच्या काळात व त्यानंतर दक्षिण आफ्रिकेतील भारतीयांच्या वेठबिगारीच्या काळात भारतीयांच्या जातीवर काय परिणाम झाला, हे मला कधीच समजले नसते. जियानेला समारूचे विशेष आभार, तिच्या कुटुंबीयांच्या इतिहासाची इत्थंभूत माहिती पुरवल्याबाद्दल–१८६० च्या पहिल्या स्थलांतरित व्यक्तीपासून ते आजच्या पिढीपर्यंत–जेणेकरून त्रिनिदाद येथील वेठबिगारी करत असलेल्या भारतीयांच्या जातींची झीज कशी होत गेली, याचा मला खोलवर अभ्यास करता आला.

रॉबर्ट (बॉब) ब्रिम यांनी वेगवेगळ्या तऱ्हेने मला हा प्रकल्प सुरू करण्यासाठी तसेच पूर्णत्वाला नेण्यासाठी प्रोत्साहन दिले. मसुदा वाचून संपादित करणे, नेटका सल्ला देणे आणि माझे हित लक्षात घेऊन अक्षरशः माझा पिच्छा पुरवणे, या मदतींव्यतिरिक्त त्यांनी पुस्तकाचे मुख्य शीर्षकदेखील सुचवले. बॉब, मी तुमचा ऋणी आहे. मॅक्स वेबर, सामाजिक सिद्धान्त आणि जातीच्या समाजशास्त्रीय अभ्यासांवर अभिप्राय कळवल्याबद्दल झहीर बाबर आणि मीर अमोर यांचे आभार. राजू दास यांनी मला *जर्नल ऑफ पीझंट स्टडीज* या मासिकासाठी 'इंटरॉगेटिंग कास्ट' या निबंधाचे परीक्षण करावयास सांगितले. त्यामुळेच मला त्या परीक्षणामध्ये मी जे जातीच्या संबंधातले प्रश्न मांडू शकत नव्हतो ते मांडण्यासाठी एक स्वतंत्र पुस्तक लिहिण्याची कल्पना सुचली. हे पुस्तक मार्गी लावण्यासाठी मला राजूची मोलाची साथ लाभली. चार्वाक पाती यांनी पुस्तकासंबंधी उपयुक्त माहिती, संदर्भ, टीका-टिप्पणी आणि सूचना केल्या. पहिल्यांदा *Journal of Peasant Studies* या मासिकात प्रकाशित झालेले दोन लेख लिहिण्यासाठी केलेल्या मदतीबद्दल टेरी बायर्स आणि टॉम ब्रासचे मनःपूर्वक आभार. हे दोन्ही लेख पुस्तकात सामील केले आहेत (प्रकरण ४ आणि ५).

यॉर्क विद्यापीठात मी अनेक वर्षे शिकवित असलेल्या 'सामाजिक असमानता' या अभ्यासक्रमाचे विद्यार्थी माझ्या जातीवरील परीक्षित आणि अपरीक्षित विचारांवर चर्चा करण्यासाठी सदैव तत्पर असत. त्यांची प्रश्नोत्तरं आणि सर्वांत महत्त्वाचे म्हणजे वंश, लिंग

आणि वर्ग या असमानतेच्या इतर विषयांच्या तुलनेत जातीसारख्या काहीशा अपरिचित विषयातील त्यांची गोडी माझ्यासाठी प्रेरणेचे आणि उत्साहाचे चिरंतन स्रोत ठरली. या सर्व विद्यार्थ्यांचा मी कायम ऋणी राहीन.

यॉर्क विद्यापीठातील समाजशास्त्र विभागाच्या माझ्या इतर सहकाऱ्यांची वेगवेगळ्या स्वरूपात मदत झाली. रीना कोहेन आणि सरोज चावला यांनी वेळोवेळी माझ्या अचानक स्फुरलेल्या कल्पनांवर विचारमंथन केले. पीटर लॅण्डस्ट्रीट यांनी सामाजिक रचना आणि सामाजिक बदल या नावाचा प्राथमिक अभ्यासक्रम शिकवण्याची जबाबदारी माझ्यावर सोपवली. तसेच दरवर्षी न चुकता '*द वर्ल्ड ऑफ सोशॉलॉजी*' या त्यांच्या संहितेच्या नवीनतम आवृत्त्या उपलब्ध करून दिल्या. समतावादी समाज ते वर्गयुक्त समाज या संक्रमणाचे आकलन करून घेण्यासाठी त्या संहितेची मला खूप मदत झाली. मार्क गुडमन, डेव्हिड टोवीस, लोर्ना विअर आणि फिलिप वॉल्श यांचे मला अपेक्षित असलेली मदत केल्याबद्दल आभार. माझ्या सहकाऱ्यांनी विभागीय बैठका आणि परिषदांमधील (Research Colloquium) माझ्या काहीशा विस्कळीत भाषणांचे संयमाने आणि शिष्टाचाराने श्रवण केले. नॅन्सी मँडेल आणि लॅरी लॅम यांनी माझे अध्ययनाचे वेळापत्रक, समितीची कामे आणि इतर जबाबदाऱ्या उपलब्ध वेळेत अशा खुबीने सामावून घेतल्या की मला पूर्ण वेळ अध्यापन करूनही लिखाणास पर्याप्त वेळ मिळू शकला. टोनी टुरीटिन (आणि जेन टुरीटिन), गॉटफ्रिइड पासश्चे (आणि कॅरोल पासश्चे) यांनी जेवताना तसेच सिनेमा पाहिल्यानंतर संध्याकाळच्या कॉफीसोबत केलेल्या उत्स्फूर्त चर्चेमुळे लिखाणाच्या कामाचा ताण हलका झाला. प्रशासकीय कर्मचाऱ्यांपैकी जॅकलीन (जॅकी), डेबी, कॅरोलिन, जोनी, रीटा, एलिझाबेथ आणि मोनिका यांना वातावरण आश्वासक आणि आनंदी ठेवण्याचं श्रेय जातं; ज्यामुळे रोजच्या कामांतही नीरसपणा जाणवला नाही.

'सेज'मधील सुगाता घोष आणि रेखा नटराजन यांचे मनःपूर्वक आभार; ज्यांनी पुस्तकाच्या आगाऊ करारासंबंधीच्या वाटाघाटी केल्या आणि संहिता पाठवण्यास माझ्याकडून विलंब झालेला असतानाही तो करार वैध ठेवला. त्यांचा संयम आणि विश्वास यांच्याशिवाय हा करार मला शाबूत ठेवता आला नसता. ते 'सेज'मध्ये असेपर्यंत मला संहिता पूर्ण करता आली नाही याचे मला दुःख वाटते. विवेक मेहरा आणि सुनंदा घोष यांनी संहितेशी निगडित असलेल्या अडचणी सोडवण्यात केलेल्या मध्यस्थीबद्दल त्यांचे आभार. सुतपा घोष आणि सुप्रिया दास या 'सेज' मधील कमिशनिंग एडिटर्सबरोबर (संपादकांबरोबर) काम करणे, हा एक सुखद अनुभव होता. त्यांच्या शिष्टाचाराचे आणि व्यावसायिकतेचे कौतुक करावे तेवढे थोडे आहे. ईशा सचदेव यांचे कुशल संपादन आणि संयम याबद्दल त्यांचे आभार. महत्त्वाच्या सूचना आणि प्रश्न केल्याबद्दल त्या 'सेज'च्या अनामिक वाचकाला माझा सलाम. त्याच्या मदतीने मला संहितेत अनेक लक्षणीय बदल करता आले.

माझ्या अनेक अपरिपक्व कल्पनांचे श्रवण करून त्यावर महत्त्वाचे प्रतिप्रश्न केल्याबद्दल शुधीरा ग्रोव्हर आणि राजीव ग्रोव्हर यांचे आभार. सरतेशेवटी, फरहिवत हिला लक्ष लक्ष धन्यवाद. तिने माझ्या पुस्तकाच्या प्रकल्पाला कधीच रूळावरून घसरू दिलं नाही. उत्तम श्रोता, प्रामाणिक वाचक आणि विवेकी समालोचक असलेल्या फरहिवतचे आभार मला शब्दात मांडता येणार नाही. या पुस्तकात व्यक्त झालेल्या सर्व दृष्टिकोनांसाठी सर्वस्वी मी जबाबदार आहे.

विषयप्रवेश

'होमो हायरारकिकस' (Homo Hierarchicus) चे परीक्षण

भारताच्या जातिव्यवस्थेवर आजवर अनेक अभ्यास झाले आहेत; पण सिद्धान्त मात्र मोजकेच मांडले गेले आहेत. लुई ड्युमॉन्ट रचित *'होमो हायरारकिकस'* हा एक अतिशय महत्त्वाचा अभ्यास मानला जातो; कारण त्यात जातिव्यवस्थेचा एक सिद्धान्त मांडल्याचा दावा करण्यात आला आहे. अनेकांनी वाखाणलेल्या तसेच अनेकांच्या समीक्षेचा विषय ठरलेल्या या ग्रंथाला आजही जातीच्या अभ्यासात अग्रगण्य मानले जाते. माझे हे पुस्तक, जातिव्यवस्थेच्या अभ्यासासाठी ड्युमॉन्टच्या सैद्धान्तिक आणि पद्धतिशास्त्रीय चौकटीचे व्यापक समीक्षण आहे. या ग्रंथाच्या आजवरच्या समीक्षा त्यातील मूळ सैद्धान्तिक संकल्पना गृहीत धरतात. याउलट माझे पुस्तक त्यावर आक्षेप घेतं आणि म्हणूनच न्याय्य ठरतं. ड्युमॉन्टनं गृहीत धरलेल्या संकल्पनांना भौतिक संदर्भाचा आधार नाही. ड्युमॉन्टनं त्याच्या सिद्धान्ताचे सर्व महत्त्वाचे घटक मॅक्स वेबरकडून उसने घेतले आहेत. त्यामुळे मी मॅक्स वेबरच्या जातीच्या संदर्भात केलेल्या लिखाणाचे परीक्षण केले. जातीच्या समाजशात्राचा मुख्य प्रवाह मूलभूत सिद्धान्ताच्या संदर्भात वेबर आणि ड्युमॉन्ट यांच्या पुढे न गेल्यामुळे, आपल्या अभ्यासातून आर्थिक-राजकीय संबंधांचा संदर्भ वगळण्याच्या मुख्य प्रवाहातील समाजशास्त्राच्या प्रवृत्तीवर मी बोट ठेवलं आहे. या महत्त्वाच्या पैलूला वगळल्यामुळे आजवरचे जातीचे अभ्यास आर्थिक-राजकीय आणि वैचारिक परस्परसंबंधांना कळत-नकळत गूढ स्वरूप प्राप्त करून देतात.

*होमो हायरारकिकस*शी निगडित अजूनही काही समस्या आहेत. त्यापैकी काहींकडे मुख्य प्रवाहातील समाजशास्त्रामधल्या समीक्षकांकडून दुर्लक्ष झालं आहे तर काहींची अपुरी समीक्षा घडली आहे. त्यामुळेच त्यांचे अधिक बारकाईने परीक्षण होणे गरजेचे आहे. या समस्या मी थोडक्यात खाली नमूद करीत आहे:

ऐतिहासिक दृष्टिकोनाचा अभाव

होमो हायरारकिकस इतिहासाकडे कानाडोळा करते आणि मुख्य प्रवाहाच्या समाजशास्त्राचे अभ्यास या त्रुटीकडे दुर्लक्ष करतात कारण त्यांचा दृष्टिकोन इतिहासाच्या बाबतीत गाफील असतो किंवा त्याच्या विरोधातील असतो. पण याउलट, जातीच्या अभ्यासात ऐतिहासिक दृष्टिकोन ठेवणं अपरिहार्य आहे. ऐतिहासिक दृष्टिकोनाच्या अभावामुळे येणाऱ्या मुख्य प्रवाहातल्या अभ्यासाच्या मर्यादा मी ह्या पुस्तकात वारंवार अधोरेखित केल्या आहेत. या पुस्तकातून मी असे परखड मत मांडले आहे की मुख्य प्रवाहातील समाजशास्त्राच्या वर्ण

आणि जातीसंबंधीच्या अनैतिहासिक आणि पारसूत्रिक संकल्पना दुरुस्त करण्यासाठी समाजशास्त्र आणि इतिहास यामधली तफावत दूर करायला हवी.

वर्ण-जात यांतील संभ्रम

वर्ण आणि जातीतील संभ्रमाचे मी जातीसमीक्षेवरील उपलब्ध असलेल्या इतर साहित्याच्या तुलनेत अधिक खोलवर परीक्षण केले आहे. वर्णातून जातीच्या संक्रमणाचे आकलन होण्यासाठी हे परीक्षण अतिशय महत्त्वाचे आहे. ड्युमॉन्टने ठामपणे मांडलेल्या वर्ण आणि जातीच्या तथाकथित समरूपात फार गंभीर स्वरूपाच्या विसंगती आढळून येतात. कुठल्याही इतर अभ्यासात अधोरेखित न झालेली एक विसंगती पडताळून पाहण्यासारखी आहे. मूळच्या त्रैवर्णिक आणि चातुर्वर्ण्य पद्धतींमध्ये शेतकरी आणि व्यापारी या दोहोंना वैश्य वर्णातले मानले जायचे. कालांतराने, वैश्यवर्ण हा फक्त व्यापाऱ्यांचा वर्ण मानला जाऊ लागला. त्यामुळे शेतकऱ्यांना वैश्यवर्णातले स्थान तर गमवावे लागलेच; पण इतर कुठल्याही वर्णात त्यांची गणना होऊ शकली नव्हती. एकाच वर्णामध्ये समाविष्ट असणाऱ्या ह्या दोंन्ही समुदायांमधील झालेल्या अलगावाचे (आर्थिक, राजकीय आणि सांस्कृतिक) जातीची अधिकारश्रेणी, आंतरजातीय आणि स्वजातीय परस्परसंबंध तसेच कालच्या आणि आजच्या जातींच्या परिवर्तनांवर दूरगामी परिणाम झाले. या समस्येवर उपाय तर सोडाच, त्याचा साधा उल्लेखही न होणे, हे जातीच्या अभ्यासातले कृष्णविवर म्हणावे लागेल.

श्रमाचे सामाजिक विभाजन

जातिव्यवस्थेतील श्रमाचे सामाजिक विभाजन, हा एक गंभीर आणि वादग्रस्त मुद्दा आहे. जातिव्यवस्थेत श्रमाचे विभाजन धार्मिक असावे की आर्थिक-राजकीय यावरचा वाद हेगल आणि मार्क्सच्या काळापासून चालत आला आहे. हेगलसाठी हे विभाजन धार्मिक होते; तर मार्क्सच्या मते ते आर्थिक-राजकीय होते. वेबर आणि ड्युमॉन्ट यांनी मार्क्सला डावलून हेगलच्या मताचा पुरस्कार केला. त्यामुळेच ते जातीतील श्रमविभाजनाला धार्मिक, नव्हे पवित्र मानतात. जातिव्यवस्थेतले शोषण आणि आर्थिक जोरजबरदस्ती या गोष्टींचा त्यांच्या वर्णनात अभाव आहे. या साऱ्या उत्पादनाशी निगडित सामाजिक संबंधांमधल्या वगळलेल्या महत्त्वाच्या घटकांचा विचार करता, मी या निष्कर्षास पोहोचलो आहे की जातिव्यवस्थेतील श्रमाचे विभाजन आकस्मिक नसून पद्धतशीर आहे.

जात आणि जमिनीचा प्रश्न

जातिव्यवस्थेत जमीनविषयक हक्कांच्या केंद्रीयतेचे आकलन करून घेण्याची असमर्थता, ही होमो हायरारकिकसची सर्वांत मोठी गंभीर मर्यादा आहे. ही उणीव हायरारकिकसच्या बाबतीतच नव्हे तर, मुख्य प्रवाहातील समाजशास्त्राच्या सर्वसाधारण अभ्यासांमध्येही दिसून येते. जातिव्यवस्थेतील जमिनीशी संबंधित परस्परसंबंधांचे आव्हान दिसून येते. जिथे जिथे जमिनीशी संबंधित संबंधांचा विचार केला गेला आहे तिथेही जमिनीचा हक्क आणि जातीचा दर्जा यामधील संबंधांना उलटसुलट करून दर्शविले जाते; म्हणजेच, जातीच्या दर्जाला जमीन-हक्काची निष्पत्ती न मानता जमीन-हक्काला जातीच्या दर्जाची निष्पत्ती मानली जाते. हा दृष्टिकोन वेबरचा वारसा गाजवतो; ज्यात दर्जा (सांस्कृतिक सामर्थ्य अथवा त्याचा अभाव) हा आर्थिक सामर्थ्य किंवा त्याच्या अभावास कारणीभूत ठरतो. जातीच्या बाबतीत धार्मिक ग्रंथांमधून मताचा पुरस्कार केला आहे. मात्र ऐतिहासिक आणि अनुभवजन्य पुरावे वेगळीच कहाणी सांगतात.

हिंदूंच्या आहाराचा शिरस्ता कुठलं अन्नग्रहण करावं आणि कोण कुणाच्या सोबत जेवण करण्यास पात्र आहे, या दोन मुद्द्यांना कडक नियम लागू आहेत. कुणाला अन्नावर साधा कटाक्षही टाकणे वर्ज्य आहे, हे सामाजिक दर्जानुसार ठरवलं गेलं आहे. उच्च जातीतील माणसं कुणाकडून कच्चं आणि शिजवलेले अन्न स्वीकारतात तसेच कुणाबरोबर जेवतात किंवा धूम्रपान करतात, यावरून त्या जातीचा दर्जा ठरवण्यात येतो. वेबरच्या मते, (१९५८b: ४३) ब्राह्मणांना या बाबतीत नेहमीच वरचा दर्जा प्राप्त होतो. मुख्य प्रवाहाच्या समाजशास्त्राला जातीतील रोटीबेटीव्यवहाराने इतके का पछाडले आहे, हे या दृष्टिकोनावरून स्पष्ट होते. आपल्याकडे आहाराच्या रीतीरिवाजांची विस्तृत वर्णनं सापडतातः कोण कुणासोबत अन्नग्रहण करू शकतं, कोण कुणाकडून कच्चं आणि पक्कं अन्न स्वीकारतात, ते अन्न कोठून आलं आहे, नेमकं कोण ग्रहण करणार आणि का ग्रहण करणार या गोष्टींचा विचार न करता. लिओ हुबरमॅन (१९६८: ३) लिहितो की पूर्वीच्या काळी चित्रपट दिग्दर्शक गंमतशीर गोष्टी करायचे—जसे की, 'लोकं टॅक्सीतून फिरत आहेत, टॅक्सी मध्येच सोडून पायी निघाले आहेत... गावभर फिरताहेत, मौज करताहेत ...आणि मग शेवट होतो. कुठेही पैसे मोजण्याची गरज नाही.'

ड्युमॉन्ट आणि वेबरने ठसवलेल्या दर्जाच्या प्रतीकात्मक सीमा असलेले रोटीबेटीव्यवहार आणि अंतर्विवाह, यांच्यावर एकतर्फी लक्ष केंद्रित केल्यामुळे अनेक वर्षांपासून जातिव्यवस्थेत अस्तित्वात असलेल्या दारुण सत्याकडे डोळेझाक झाली आहे, अशा लोकांचं सत्य जे उच्च जातीतील मंडळींचे पोषण करण्यासाठी सतत कार्यरत असूनही त्यांना मात्र उपाशी ठेवलं गेलं... त्याच उच्च जातीच्या लोकांनी ठरवलेल्या नियमानुसार ज्याचा पुरस्कार सर्वोच्च धार्मिक संस्थांकडून आणि पवित्र ग्रंथांमधून देव, कर्म आणि धर्माच्या नावाखाली सतत केला

गेला आहे. अन्न आणि आहाराच्या कहाणीला जातिव्यवस्थेच्या संदर्भात अनन्यसाधारण महत्त्व आहे. समाजशास्त्रज्ञांनी मात्र या कहाणीला सोयीस्कररीत्या उलटे वळण दिले आहे आणि अन्नासंबंधीच्या सर्वांत महत्त्वाच्या प्रश्नाचा साधा विचारदेखील केलेला नाही. तो प्रश्न म्हणजे जातिव्यवस्थेत जमीनसंबंधांनी ठरवलेले अन्नाचे उत्पादन आणि वितरण यांच्यासंबंधीचे नियम.

जातिव्यवस्थेतील जमीन हक्क, राजकीय सत्ता आणि दर्जा यांचे अंतर्निहित संबंध या पुस्तकाचा मुख्य विषय आहे. वेगवेगळ्या मुद्द्यांच्या बाबतीत—वर्ण-जाती संक्रमण, अधिकारश्रेणी, दर्जा आणि सामर्थ्य, दोन जातींमधील आणि जात्यंतर्गत असमानता (आणि नातेसंबंधातील असमानता), जातीविषयक जाणिवा आणि जातीशी संबंधित आंदोलने, आंतरजातीय आणि परस्परजातीय ताणतणाव, जातीतील लहान-मोठे संघर्ष या सगळ्यांत जमिनीचा प्रश्न केंद्रस्थानी आढळतो.

पुरोहित (दर्जा)—राजा (सत्ता) यांचा गोंधळ

जातिव्यवस्थेतील पुरोहित (धार्मिक सामर्थ्य) आणि राजा (राजकीय सामर्थ्य) यांच्यामधला संबंध हा वादग्रस्त विषय आहे. जातीच्या अभ्यासात याचा वारंवार उल्लेख होऊनही त्यातल्या काही महत्त्वाच्या प्रश्नांकडे अजून पुरेसे लक्ष दिले गेले नाही. वेबर आणि ड्युमॉन्टने केलेल्या सामाजिक दर्जा आणि राजकीय सत्ता यांच्यातील फरकाचे मी केलेले समालोचन इतरांपेक्षा वेगळे आहे. इतरांच्या मते, जातिव्यवस्थेतील राजकीय सत्ता (राजाच्या रूपातील) ही आध्यात्मिक शक्तीपेक्षा (पुरोहिताच्या रूपातील) जास्त महत्त्वाची ठरते (पहा. डर्क्स १९८७; २००१). पण राजकीय सत्तेचा आधार कोणता, या प्रश्नाला ते बगल देतात. वरवर पाहता, या समीक्षा जरी वेबर आणि ड्युमॉन्टच्या कार्यातले अभाव दाखवून देत असल्या तरी प्रत्यक्षात मात्र हे वेबरचाच कित्ता गिरवतात. राजकीय सत्तेला आर्थिक सत्तेपासून वेगळं करून आणि सांस्कृतिक सत्तेला आर्थिक आणि राजकीय सत्तेपासून विस्कळीत करून ते वेबरने केलेल्या वर्ग, दर्जा आणि पक्षातील फरकांचेच समर्थन करतात.

सामाजिक दर्जा आणि राजकीय सामर्थ्यातील फरकाची आणखी एक समस्या म्हणजेच भारतातील सरंजामशाहीचा (आणि जातिव्यवस्था) प्रश्न ज्यावर वेबरने विस्तृत चर्चा केली आणि ड्युमॉन्टने वेबरचे मत जसेच्या तसे स्वीकारले. जातीच्या कुठल्याही मुख्य प्रवाहातील समाजशास्त्रीय अभ्यासानं या प्रश्नावर विचार केला नाही. जातीचा सिद्धान्त मांडण्यासाठी मात्र हा प्रश्न महत्त्वाचा ठरतो. भारतात सरंजामशाही नव्हती असे म्हणण्याचा अर्थ होतो की भारत एक वांशिक समाज (आदिवासी) होता. (ज्यात खाजगी मालमत्ता, वर्ग आणि राज्य यांना स्थान नव्हते). वेबरच्या मते, पुरोहिताचं राजाच्या तुलनेतलं वर्चस्व (सामाजिक दर्जा विरुद्ध राजकीय सत्ता) ठरण्याचे कारण म्हणजे भारतातील सरंजामशाहीचा अभाव. अशा

वंशावळीवर उभ्या असलेल्या समाजात पुरोहित आणि राजा यांच्यामध्ये कुठलाही गट नव्हता. (उदाहरणार्थ, सरंजामशाहीतील जमीन हक्क मिळवलेले खानदानी गट) त्यामुळे सार्वजनिक घडामोडींच्या संदर्भात–धार्मिक तसेच धर्मनिरपेक्ष–राजाला पुरोहितावर अवलंबून राहावे लागले.

भारतातील सरंजामशाही बळावली अथवा नाही हा प्रश्न शेवटी सरंजामशाहीतल्या मालमत्तेच्या हक्कांचा विकास घडला अगर न घडला याच्याशी निगडित आहे. माझ्या पुस्तकात संस्कृतिवर्णनशास्त्रीय आणि ऐतिहासिक पुराव्यांच्या आधाराने वेबरच्या मालमत्तेच्या हक्कांच्या विकासावरील मतांचे बारकाईने परीक्षण करून त्यांचे खंडन केले गेले आहे.

पुरोहित आणि राजधर्माचे औपचारीकरण

राजधर्माच्या औपचारीकरणात पुरोहिताने बजावलेल्या भूमिकेमुळे भारतात राजाच्या तुलनेत पुरोहिताला जास्त महत्त्व मिळाले, असे मानण्यात येते. सर्वांत पाहिली गोष्ट म्हणजे हा दृष्टिकोन पुरोहित–राजा पारसूत्रिक संबंधांचे निव्वळ शाब्दिक वर्णन आहे. अनेक विद्वान (ड्युमॉन्टसकट) पुरोहिताचे वर्चस्व ऋग्वेदाच्या काळापासून सुरू झाले, असं मानतात. जेव्हा राजेही नव्हते आणि राज्यही नव्हते त्याकाळी गाई-गुरे, उंट, सोनं-चांदी आणि पोशाख ह्यांची गणना अत्यंत मौल्यवान वस्तूमध्ये होत असे. ऋग्वेदामधील ऋचांमध्ये जमीन ही भेट देण्याची वस्तू नव्हती; तसेच गावचा पुढारी हा जमिनीचा नव्हे तर गाई-गुरांचा रक्षक मानला जाई. दोन जमातींमधील संघर्षाचे कारणे जमीन नसून गाई-गुरं आणि अविवाहित स्त्रिया ही होती. योद्धा जमातीच्या पुढाऱ्याच्या वतीने पूजा अर्चना केल्याबद्दल ब्राह्मणांना गाई-गुरं आणि स्त्रिया भेट म्हणून दिल्या जात (थापर २०००: ५५४). ऋग्वेदकालीन समाज हा मुख्यत्वेकरून पशुपालन करणारा समाज होता. ज्यांचे प्रमुख भूपती (जमिनीचे मालक) नसून गोपती (गुराख्यांचे मालक) असत. राज्य आणि राजधर्माच्या विकासासाठी कारणीभूत ठरलेला गोपती ते भूपती हा संक्रमणाचा प्रवास (ज्यामुळे राजाकडे त्याच्या हद्दीतील सर्व भूमींचे स्वामित्व आले) वैदिक काळानंतर घडला (शर्मा १९७९, थापर २०००: ६२२ मध्ये उल्लेखिलेला).

राजस्थानच्या संस्थानांमधील संस्कृतिवर्णनशास्त्रीय आणि अभिलेखीय पुराव्यांच्या आधाराने मी असे मत मांडले आहे की राजधर्माच्या औपचारीकरणामधील पुरोहितांची भूमिका फारच मर्यादित स्वरूपाची होती. त्याहून मोठी भूमिका सरंजामशाहीतल्या जमीनदार समुदायाची होती. काही काही ठिकाणी (ज्यात महान आणि ऐतिहासिक महत्त्व प्राप्त झालेल्या राज्यांचा समावेश होता) स्थानिक जमातींच्या प्रमुखांनी (जे जातिव्यस्थेतील घटक नव्हते) राजधर्माच्या औपचारीकरणात महत्त्वाची भूमिका बजावली.

धर्म (हिंदुत्व) आणि जात

ड्युमॉन्टच्या मते, जात धार्मिक मानायची का नाही हा मुख्य प्रश्न आहे. विशेषज्ञ तसेच सामान्य लोकांमध्ये प्रचलित असलेली समजूत अशी आहे की जात धार्मिक आहे आणि हिंदुत्व आणि जात एकमेकांशी एकसंधपणे जोडले गेले आहेत. एकाविना दुसऱ्याचे अस्तित्व नाही. हे मत पुढे जाऊन महात्मा गांधी आणि बाबासाहेब आंबेडकर यांच्यासारख्या राजकीय विचारवंतांच्या विचारांतही प्रतिबिंबित झालेले दिसते. याच्या उलट मत मी या पुस्तकात मांडले आहे. जात ही हिंदुत्वाच्या केंद्रस्थानी नाही आणि जात निर्माण करून तिचे वर्धन करण्याची पुरेशी क्षमता हिंदुत्वात नाही. दक्षिण आफ्रिका आणि कॅरेबियन द्वीप समूहातील वेठबिगारी करणाऱ्या भारतीय मजुरांसंबंधीच्या ऐतिहासिक आणि संस्कृतिवर्णनशास्त्रीय पुराव्यानुसार असे आढळून येते की ते मजूर आणि त्यांच्या वंशजांचा धर्म शाबूत राहूनही त्यांची जात मात्र विसर्जित झाली.

हेच उदाहरण महात्मा गांधी यांच्या जातीवरील भूमिकेच्या विरोधाभासाला अधोरेखित करतं. एकीकडे महात्मा गांधी दक्षिण आफ्रिकेतील मजूर आणि त्यांच्या वंशजांचा जात गमावूनदेखील दोन हजार वर्षे जुन्या भारतीय संस्कृतीचे वाहक म्हणून त्यांचा गुणगौरव करतात तर दुसरीकडे त्याच लोकांचे भारतात प्रत्यावर्तन झाल्यानंतर जात गमावल्यामुळे ते आता भारतीय संस्कृतीस मुकले असे अगदी उलट मत मांडतात.

समतावादी आधुनिक पाश्चिमात्य देश

होमो हायरारकिकस च्या मुख्य प्रवाहातील समाजशास्त्रातल्या कुठल्याही समीक्षकानं ड्युमॉन्टच्या सिद्धान्ताच्या दुसऱ्या टोकाचे गंभीरपणे परीक्षण केलेले नाही. ते टोक म्हणजे आधुनिक पाश्चिमात्य देश हे समतावादी होते, असे गृहीत धरणे. बेटीअल (२००६) याने ड्युमॉन्टशी असलेल्या आपल्या वादाच्या संदर्भात या पैलूचा उल्लेख केला आहे. पण माझी समीक्षा मुळातच वेगळी आहे. आधुनिक पाश्चिमात्य देश समतावादी असल्याच्या गृहीतकाचे बारकाईने परीक्षण करून मी दोन मूलभूत मुद्द्यांवर जोर दिला आहे. एक–आधुनिक पाश्चिमात्य देशांचा विकास हा इतर देशांहून वेगळा झाला हे मानण्याची मूलभूत सैद्धान्तिक आणि ऐतिहासिक चूक आणि दुसरं आणि अधिक महत्त्वाचं म्हणजे असमानता हा आधुनिकतेचा (आधुनिक पाश्चिमात्य देश) पाया आहे. आधुनिक पाश्चिमात्य देशामधली असमानता प्रमाणशून्यतेमुळे नव्हे तर, सामान्यतःच आढळून येते. ती स्वतःचाच प्रारंभबिंदू आहे म्हणूनच तिचे सतत पुनरुत्पादन झाले. आधुनिक पाश्चिमात्य देशांनी असमानतेला स्वगृही जोपासलेच, त्याशिवाय, तिचे जागतिकीकरणही केले. अगोदरच अस्तित्वात असलेल्या वर्ग आणि लैंगिक असमानतेच्या जोडीला त्यांनी वांशिक असमानतेची भर

पाडली, ही भर आधुनिक पाश्चिमात्य देशांची स्वतःची स्वत्रंत निर्मिती आहे. आधुनिक पाश्चिमात्य देशांना समतावादी म्हणणे, हा समतावादाचा संरचनात्मक आणि वैचारिकदृष्ट्या प्रतिवाद ठरतो. जातिव्यवस्थेतील अधिकारश्रेणी प्रमाणेच ड्युमॉन्ट आधुनिक पाश्चिमात्य देशांचा समतावादाच्या आदर्शवादाला त्याच्या दर्शनी मूल्यावर स्वीकारतो आणि त्याला समग्र सामाजिक वास्तव मानतो.

वस्तुनिष्ठता आणि सामाजिक न्याय

सरतेशेवटी, जातीच्या समाजशास्त्राच्या मुख्य प्रवाहातील वस्तुनिष्ठता, आदर्शवाद आणि सामाजिक न्यायाचे प्रश्न उरतात. समाजशास्त्रज्ञ जातीचा अभ्यास वस्तुनिष्ठपणे करत असल्याचा दावा करतात. खासकरून मार्क्सवादाच्या विरोधात ते या वस्तुनिष्ठतेचा ढाल म्हणून वापर करतात. इथे असा प्रश्न पडतो की जातीच्या ह्या तथाकथित वस्तुनिष्ठ अभ्यासानं शोषण आणि जोरजबरदस्तीच्या प्रश्नाकडे सातत्यानं दुर्लक्ष का केलं आहे, असा प्रश्न जो अनेक वर्षांपासून जातिव्यवस्थेतील सगळ्यात जास्त जाचक आणि वस्तुनिष्ठ सत्य म्हणून उभा आहे.

रूढ संस्काराच्या रूपातील जात: एक सामान्य व्यावहारिक दृष्टिकोन

मागासवर्गीय जाती-जमातीचे समाजातील स्थान निर्धारित करण्याच्या उद्देशाने भारताच्या सर्वोच्च न्यायालयाने आर्थिक-राजकीय संसाधन आणि निहित हेतू वगळून जातीच्या रूढ संस्कारांच्या रूपाला मान्यता दिली. या निर्णयाप्रत पोहोचण्यासाठी माननीय न्यायाधीशांनी ख्यातनाम समाजशास्त्रज्ञ प्राध्यापक एम. एन. श्रीनिवास (पहा. दीक्षित २००९) यांच्या अधिकारवाणीचा दाखला देत मुख्य प्रवाहाच्या समाजशास्त्रातील जातीविषयीच्या प्रचलित मतावर आपली भिस्त ठेवली. आपला दृष्टिकोन एका राष्ट्रीय महत्त्वाच्या बाबीवर सर्वोच्च न्यायालयाच्या निर्णयाला प्रभावित करू शकला, याचे समाधान वाटण्याचे वैध कारण समाजशास्त्रज्ञांकडे नक्कीच आहे. पण या समाधानाचा आनंद साजरा करणे योग्य ठरणार नाही, हे स्पष्ट होते; जेव्हा आपण लक्षात घेतो की जातीला रूढ संस्कार मानणारं हे मुख्य प्रवाहातील समाजशास्त्राचे प्रचलित मत जातीच्या वास्तवाचे प्रतिनिधित्व करीत नाही. रूढ संस्काराला आर्थिक-राजकीय संबंधांपासून तोडण्याचा मुख्य प्रवाहातील समाजशास्त्राचा प्रघात हा जातीला गूढ स्वरूप प्राप्त करून देतो.

पर्याय

माझा उद्देश जातीच्या मुख्य प्रवाहातील समाजशास्त्राची समीक्षा करण्यापुरता मर्यादित नाही, मी एक पर्यायी दृष्टिकोन सुचवला आहे; जो जातीचा (आणि वर्णालादेखील) आर्थिक-

राजकीय संबंध आणि आदर्शवाद (धार्मिक आणि धर्मनिरपेक्ष घटकांसकट) यांचा छेदनबिंदू म्हणून ऐतिहासिक दृष्टिकोनातून अभ्यास करतो. त्यामुळे जातिव्यवस्थेतील अखंडता आणि परिवर्तन यांना आर्थिक-राजकीय आणि आदर्शवादाच्या त्या त्या वेळच्या आणि ठिकाणच्या परिस्थितीमधील अखंडता आणि परिवर्तनाच्या चष्म्यातून पाहता येतं. मुख्य प्रवाहाच्या समाजशास्त्रात जातीच्या नमुनात्मक आणि रूढ संस्कारांच्या पैलूंना राजकीय-आर्थिक संबंधांपासून तोडून पाहिले जाते. माझ्या पर्यायी दृष्टिकोनात मात्र प्रथा आणि रूढ संस्कार यांना आर्थिक-राजकीय संबंधांबरोबर एकत्रीकृत करून एक संपूर्ण व्यवस्था म्हणून अभ्यासले गेले आहे. मी सुचवलेली पूर्णत्वाची संकल्पना ड्युमॉन्टच्या संकल्पनेपेक्षा सर्वस्वी वेगळी आहे; कारण आर्थिक आणि राजकीय बाबी वगळून तयार झालेले त्याच्या कल्पनांचे 'पूर्णत्व' वास्तविक पूर्णत्वाचा अंशमात्र आहे.

प्रकरणांच्या रचनेविषयी

या पुस्तकाचे वैशिष्ट्य, समर्पकता आणि महत्त्व अधोरेखित करण्याच्या हेतूने प्रकरणांच्या पद्धतशीर रचनेचा सारांश खाली नमूद करीत आहे. पहिली तीन प्रकरणं जातीच्या अभ्यासातील सिद्धान्त आणि पद्धती यांच्या प्रश्नांना वाहिलेले आहेत. पुढची चार प्रकरणं, पहिल्या तीन प्रकरणांमधील युक्तिवाद अनुभवाच्या आधारे आणि ऐतिहासिकदृष्ट्या सिद्ध करतात. जातिव्यवस्थेवरील दुसरे कुठलेही पुस्तक या तीन घटकांना एकत्रित करीत नाही: १) मुख्य प्रवाहातील समाजशास्त्रीय सिद्धान्त आणि पद्धतीचे परीक्षण, २) एक पर्यायी दृष्टिकोन आणि ३) सूक्ष्म आणि व्यापक स्तरांवरचे सैद्धान्तिक पार्श्वभूमी लाभलेले अनुभवजन्य-ऐतिहासिक अभ्यास जे समीक्षेला आणि पर्यायी दृष्टिकोनाला प्रमाणित करतात. याच कारणांमुळे हा प्रकरणांच्या रचनेचा सारांश मांडण्याचा प्रपंच न्याय्य ठरतो.

I. जातीचा अभ्यास: संकल्पना, भौतिक परिस्थिती आणि इतिहास

ड्युमॉन्टने केलेली जातीची रचना भारतीय आणि आधुनिक पाश्चिमात्य समाज आणि इतिहासाला विकृत स्वरूप प्राप्त करून देते. जातीला भारतीय समाज आणि इतिहासाचे फलित मानण्याऐवजी ड्युमॉन्ट भारतीय इतिहास आणि समाजाला जातीच्या रूपात संकुचित करतो आणि जातीला पवित्र धार्मिक ग्रंथात अंकित असलेली निष्क्रिय आणि पारसूत्रिक कविकल्पना मानतो. त्याची रचना ऐतिहासिक संदर्भ तोडून केलेल्या धार्मिक ग्रंथांच्या निवडक वाचनावर आधारित आहे. जातिव्यवस्थेतील ऐतिहासिक वास्तव त्याच्या जातिरचनेला जर पुष्टी देत नसले तर तो ते सरळ रद्दबातल करतो. अशा रीतीने पुराव्याच्या प्रकाशात फेरबदल करण्याच्या तयारीने सिद्धान्त मांडण्याऐवजी तो आपल्या सिद्धान्ताचे समर्थन करण्याच्या उद्देशाने

पुराव्यातच फेरबदल सुचवतो किंवा पुराव्याचं उघडपणे विसर्जित करतो. ड्युमॉन्ट, त्याचे समर्थक आणि बहुतांश समीक्षक भौतिक संदर्भ वगळून जातीच्या आदर्शवादी दृष्टिकोनाच्या प्रतिकृती निर्माण करताना दिसतात. ते अमूर्त आणि सर्वसामान्यापासून सुरुवात करतात आणि मग मूर्त आणि विशिष्टाकडे वळतात. मी मूर्त आणि विशिष्टापासून सुरुवात करून तर्काधिष्ठित आणि सर्वसामांन्याकडे वळण्याचा पर्याय सुचवतो. एका विशिष्ट प्रदेशात आणि काळात प्रत्यक्ष अस्तित्वात असलेल्या जातीच्या अभ्यासाने मी अभ्यासाचा श्रीगणेशा करतो आणि मग भौतिक संदर्भ म्हणजेच जमीन संबंधांच्या बदलांमुळे ती जात कशी बदलत गेली, हे नमूद करतो. त्यानंतर जाती-असमानतेच्या नैसर्गिक गुणधर्मासंबंधीचे सामान्यीकरण भरीव करण्यासाठी मी इतर प्रदेश आणि ऐतिहासिक काळातील वैशिष्ट्यांशी तुलना करतो.

आधुनिक पाश्चिमात्य देश समतावादी आहेत, असं चित्र रंगवताना ड्युमॉन्ट तथ्यांचा विपर्यासदेखील करतो. एकतर, आधुनिक पाश्चिमात्य देश आणि इतर प्रदेश यांची घट्ट वीण असतानाही त्याला दोहोंमधील दुवा दिसत नाही आणि दुसरी गोष्ट म्हणजे, जेव्हा आधुनिक पाश्चिमात्य देशांची तथ्ये त्याच्या विचारांचे समर्थन करीत नाहीत तेव्हा तो त्या तथ्यांकडे डोळेझाक करतो. ड्युमॉन्टच्या सैद्धान्तिक बांधीलकीमधील या विकृतीचा स्रोत भौतिक संदर्भापासून विलग असणारे कल्पनाप्रामुख्य आहे. जातीतील असमानतेचा अभ्यास करण्यासाठी ड्युमॉन्टने केलेल्या तुलनात्मक पद्धतीबद्दल एखाद्यास सहानुभूती वाटू शकते; पण जातीचा तुलनात्मक सिद्धान्त मांडण्यासाठी भारतातील जातिअसमानतेच्या संरचनात्मक आधाराची तुलना प्राचीन आणि भांडवलशाहीच्या काळाच्या अगोदर असलेल्या पाश्चिमात्य देशांतील असमानतेशी करणे महत्त्वाचे आहे. ड्युमॉन्ट तसे करीत नाही. त्याउलट, तो आधुनिक पाश्चिमात्य देश आणि प्राचीन भारत यांच्यामधील तफावतीचा अभ्यास करतो आणि त्यातही ड्युमॉन्टची प्राचीन भारताची ओळख जातीच्या काल्पनिक अवलोकनावर आधारित आहे. दोन्ही बाबतीत तो प्रघातापासून तुटलेल्या आदर्शवादात अडकून राहतो. ज्याप्रमाणे प्रत्यक्ष व्यवहारातील भौतिक संदर्भांना वगळून केलेल्या जातीच्या आदर्शवादाच्या अभ्यासाद्वारे जाति-असमानतेचे आकलन होणे शक्य नाही; त्याचप्रमाणे भौतिक-ऐतिहासिक संदर्भ वगळून समानतेच्या आदर्शवादावर लक्ष केंद्रित करून पाश्चिमात्य देशांचा अभ्यास करणे, हे तितकेच अनुपयुक्त आणि माहितीप्रद नसणारे आहे.

II. पुरोहित आणि राजा: दर्जा-सत्ता यांच्यातील गोंधळ

जातीच्या आदर्शवादी दृष्टिकोनाच्या गाभ्यात दोन जुळ्या संकल्पना आढळतात: दर्जा (वेबरने वापरलेली कल्पना) आणि अधिकारश्रेणी (ड्युमॉन्टने वापरलेली कल्पना). वेबर दर्जाला सामाजिक प्रतिष्ठेवर आधारित सामर्थ्याचे स्रोत मानतो. हे त्याचे मत वर्गाला एक निव्वळ

आर्थिक श्रेणी मानण्याच्या दृष्टिकोनाच्या विरोधात जातं. जातीच्या कुठल्याही अभ्यासानं वेबरने नमूद केलेल्या दर्जा आणि वर्गातील फरकाच्या विसंगतीचे खऱ्या अर्थाने परीक्षण केलेले नाही. गुप्ता (२०००) केवळ दर्जा-वर्ग यातील फरकाचा उल्लेख करतात पण त्याचे निराकरण करीत नाहीत. मिलनर जातीच्या संकल्पनेचे स्पष्टीकरण देताना दर्जा या धारणेचा वापर करतात. ड्युमॉन्ट वेबरच्याच दर्जाच्या कल्पनेला पुढे नेतो आणि त्याला एका सर्वस्वी वेगळ्या धार्मिक श्रेणीत रूपांतरित करून अधिकच विकृत स्वरूप प्राप्त करून देतो. असं करताना तो दर्जाला स्तरीकरणाचे ज्ञापक मानण्याच्या धर्मनिरपेक्ष कल्पनेचा अस्वीकार करतो. दर्जाचा रूपांतरित धार्मिक अर्थ हा ड्युमॉन्टच्या अधिकारश्रेणीच्या कल्पनेचा गाभा आहे. तो जातीच्या अशा साराचे प्रतिनिधित्व करतो ज्याला तर्कशास्त्र आणि प्रायोगिक सत्याला सातत्यानं नाकबूल करूनच टिकवता येतं. आदर्शवादी दृष्टिकोन जातीला धार्मिक आणि पवित्र मानतो तर प्रायोगिक-ऐतिहासिक वास्तव म्हणून जात ही धर्मनिरपेक्ष आणि भ्रष्ट आहे.

पर्यायाने, मी असा तर्क करतो की जात ही वेबर आणि ड्युमॉन्टने आखलेली दर्जा किंवा अधिकारश्रेणी नव्हे तर अस्तित्वाच्या भौतिक साधनांच्या, ज्यात जमीन ही सर्वांत महत्त्वाची ठरते, वापराच्या असमान संधीवर बेतलेली असमानतेची व्यवस्था आहे. दर्जा आणि अधिकारश्रेणी जातीला दंतकथेचे स्वरूप देतात. सैद्धान्तिक साधनं म्हणून ती जाती असमानतेचा पाया असलेली जमिनीसंबंधांची असमानता (आणि इतर निगडित राजकीय आणि सांस्कृतिक साधनांच्या वापराच्या संधीची असमानता) झाकून टाकतात. असं करून ते जातीच्या गूढ स्वरूपाला चिरस्थायी बनवतात.

ड्युमॉन्टच्या जातीच्या अधिकारश्रेणीचा सर्वांत महत्त्वाचा युक्तिवाद हाती सत्ता असलेला प्रबळ पुरोहित (आध्यात्मिक शक्ती) आणि दुय्यम असलेला राजा (राजकीय सत्ता) यांच्या परस्परसंबंधांभोवती केंद्रित आहे. संस्कृतिवर्णनशास्त्राशी असलेल्या त्याच्या बांधीलकीची अनेकवार ग्वाही देऊनही ड्युमॉन्ट एकदाही एखाद्या खऱ्याखुऱ्या राज्यातील पुरोहित आणि राजा यांच्या प्रत्यक्ष परस्परसंबंधांचे परीक्षण करताना दिसत नाही. १९४० चे दशक लोटण्यापूर्वी भारतात सुमारे ५०० अधिराज्यं होती, पण त्यापैकी कुठल्याही अधिराज्यांचा अभ्यास करण्याऐवजी, ड्युमॉन्ट प्रभुत्वशाली जातीच्या चष्म्यातून पुरोहित आणि राजा यांच्या परस्परसंबंधांचे परीक्षण करतो. अशा प्रकारे, तो घटकांचा (एक गाव) अभ्यास करून पूर्णत्वाला (राज्य) न समजून घेण्याच्या आपल्या स्वीकृत पद्धतीला धुडकावून लावतो. वरवर पाहता डर्क्स (१९८७) ड्युमॉन्टच्या पुरोहितापुढे राजाच्या दुय्यम स्थानाशी सहमत नाही आणि तो राजा आणि पुरोहित यांच्या परस्परसंबंधांचे परीक्षण एका 'छोट्या राज्याच्या' आधारे करतोदेखील. पण जिथे ड्युमॉन्ट मानतो की राजकीय सत्ता आध्यात्मिक सत्तेच्या तुलनेत दुय्यम आहे, डर्क्स राजकीय सत्तेचे आध्यात्मिकरण करतो.

ड्युमॉन्ट आणि डर्क्स यांच्यामध्ये एक आदर्शवादी नातेसंबंध आहे—दोघेही जातीला तिच्या खऱ्या आधारापासून, म्हणजेच जमिनीपासून, वेगळं करतात. त्यांचा जातीकडे बघण्याचा दृष्टिकोन नमुनात्मक आणि धार्मिक विधीयुक्त आहे. त्यांच्या दृष्टिकोनाच्या अगदी उलट, मी राजस्थानातील संस्थानांचा ऐतिहासिक-अनुभवजन्य पुराव्याच्या आधारे जमीन हक्क आणि जाती असमानता यातील परस्परसंबंध दाखवून देतो.

जमिनीवरील हक्काची अधिकारश्रेणी आणि जातिअसमानतेच्या परस्परसंबधांव्यतिरिक्त, हे प्रकरण राजधर्माच्या औपचारीकरणाचेदेखील परीक्षण करतो. ड्युमॉन्ट आणि त्याचे समीक्षक दोहोंच्या मते राजधर्माच्या औपचारीकरणातल्या पुरोहिताच्या भूमिकेमुळे त्याची आध्यात्मिक श्रेष्ठता सिद्ध होण्यास मदत झाली. याच्या विरोधात मी हे दाखवून देतो की राजधर्माच्या औपचारीकरणाचा निर्णायक घटक ठरला तो राजाच्या तोलामोलाच्या बांधवानी—जमीनदार, त्याच्या जातीचे इतर सदस्य आणि नातेवाईक जे पुरोहिताच्या जातीपासून वेगळे होते आणि दूर होते—केलेले राजाच्या अधिपत्याचे औपचारीकरण. अशी उदाहरणं सापडतात जिथे एखाद्या राजाने त्याच्या अधिपत्याच्या औपचारीकरणात कुणा पुरोहिताने आणलेला अडथळा, पुरोहिताला दूर करून किंवा नवे याजकत्व निर्माण करून दूर केला. पण असे एकही उदाहरण नाही जिथे कुणा राजाला त्याच्या तोलामोलाच्या लोकांनी औपचारीकरणासंबंधी केलेल्या प्रतिकारावर विजय मिळवता आला. प्रादेशिक विजयाच्या ऐतिहासिक संदर्भाने, अंशतः, औपचारीकरणाची कहाणी घडविली. औपचारीकरण हे सर्वस्वी किंवा मुख्यत्वेकरून आध्यात्मिक आहे, यावर चुकीचा जोर देण्याचे अंशतः कारण म्हणजे राजधर्म आणि त्याच्या ऐतिहासिक संदर्भाचे अपुरे अवलोकन. राजस्थानमधील रियासतींच्या पुराव्याआधारे मी हे दाखवून देतो की राजधर्माचे औपचारीकरण ही मूलतः धार्मिक नसून राजकीय स्वरूपाची अपूर्व गोष्ट होती. राजधर्म पवित्र नसून भ्रष्ट स्वरूपाचा होता.

III. वर्ण ते जातः धार्मिक आणि आर्थिक-राजकीय

वर्ण आणि जातीमधील गोंधळ (वर्ण-जात कोडे) ही जातीच्या समाजशास्त्रीय अभ्यासातील एक सर्वज्ञात समस्या आहे. वेबर त्यांचा आलटून पालटून वापर करतो तर ड्युमॉन्ट दोघातील समरूपावर भर देतो. वर्ण-जात गोंधळासंबंधी विस्तृत मतभेद असूनही वर्ण जातीच्या आधी अस्तित्वात होते याबाबत सर्वसामान्यपणे एकमत आढळतं. एक सगळ्यात महत्त्वाचा नसला तरी महत्त्वाचा प्रश्न पडतो तो वर्ण-जात संक्रमणाचा. या संक्रमणामागे कुठली प्रेरक शक्ती होती? आपल्या तर्काशी सुसंगत राहून ड्युमॉन्ट या प्रश्नाचे उत्तर पावित्र्य—अपावित्र्य या नव्या कल्पनेच्या विस्तारात शोधतो. याउलट मी भारतीय इतिहासकारांनी दाखवलेला मार्ग पत्करून (कोसंबी, शर्मा, थापर) असा तर्क लढवतो की वर्ण-जात संक्रमणामागे पावित्र्य—

अपावित्र्य ही धार्मिक कल्पनेची प्रेरक शक्ती नसून आर्थिक आणि राजकीय उत्क्रांतीची प्रेरक शक्ती होती. पावित्र्य–अपावित्र्य या कल्पनेला प्रेरक शक्ती मानण्याच्या कल्पनेचा विरोध करणारे काही विद्वान वर्ण-जातीतील बदलाला आशियाई पद्धत ते सरंजामशाही या संक्रमणाच्या रूपात पाहतात (वर्ण हे आशियाई पद्धतीचे वैशिष्ट्य म्हणून तर जात ही सरंजामशाहीचे वैशिष्ट्य म्हणून) (पहा. गुप्ता २०००). मला हे स्पष्टीकरण अनेक कारणांमुळे अमान्य आहे, सर्वांत महत्त्वाचे कारण हे की एक तथ्य म्हणून आशियाई पद्धतीची संकल्पना सैद्धान्तिक आणि ऐतिहासिक-अनुभवजन्यदृष्ट्या समस्याप्रधान आहे (अधिक माहितीसाठी, शर्मा २००९; सिंह १९८६; थापर २०००)

वर्ण-जात समरूपातील एका विसंगतीची चर्चा येथे केली आहे; ती म्हणजे व्यापारी आणि शेतकरी असे वैश्य वर्णाचे दोन सूक्ष्म भेद, जे पूर्वी वैश्य म्हणूनच वर्गीकृत केले जायचे. जेव्हा कालांतराने व्यापाऱ्यांनी वैश्य वर्णावर आपला अनन्य हक्क गाजवत शेतकऱ्यांपासून स्वतःला वेगळं केलं, सगळ्या मुख्य शेतकरी जाती कुठल्याच वर्णात बसेनाशा झाल्या. जेव्हा आपल्याला मुख्यत्वे शेतीप्रधान अर्थव्यवस्थेतील आणि समाजातील शेतकऱ्यांच्या लक्षणीय स्थानाची आठवण करून दिली जाते, तेव्हा आपल्याला या समस्येच्या व्याप्तीचा अंदाज येतो. या महत्त्वाच्या वर्गाला सामावून घेण्याची चातुर्वर्ण्य पद्धतीची असमर्थता वर्ण-जातीतील सातत्य-खंडाच्या बाबतीत आणि सर्वांत महत्त्वाचे म्हणजे या संक्रमणामागच्या प्रेरक शक्तीविषयी, गंभीर प्रश्न उभे करते. वर्ण आणि जातीतील आजवरच्या कुठल्याही अभ्यासाने हा खडा सवाल केला नाही, ही थक्क करणारी गोष्ट आहे.

जातिव्यवस्थेबद्दल दोन महत्त्वाचे प्रश्न म्हणजे जमिनीची मालकी आणि नियंत्रण आणि श्रमाचे विभाजन. वेबर आणि ड्युमॉन्ट दोघांची या प्रश्नांची हाताळणी समस्याप्रधान आहे. जातिव्यवस्थेतील श्रमाचे विभाजन हे प्रभावी दैवी शक्तीने (डेमीअर्जिक) नियोजित केले आहे; या वेबर आणि ड्युमॉन्ट यांच्या मताशी फारकत घेऊन मी असा तर्क करतो की श्रमाची विभागणी एक आर्थिक-राजकीय बाब आहे. वेबर आणि ड्युमॉन्ट यांचा, तसेच बहुतांश समाजशास्त्राच्या मुख्य प्रवाहाचा भर परस्परावलंबित्व आणि परस्परसहकार्यावर दिसतो. या असमतोलावर तोडगा म्हणून मी असे मत मांडतो की परस्परावलंबित्व जातिव्यवस्थेतील अंतर्निहित शोषणाचा विचार करण्यास किंवा त्यावर स्पष्टीकरण करण्यास असमर्थ ठरते. शोषणाची केंद्रीयता पाहता, समाजशास्त्राच्या मुख्य प्रवाहाने भर दिलेले ऐक्य आणि एकमत एका तथ्याला झाकतात–ते तथ्य म्हणजे जातिव्यवस्था चालू ठेवण्यासाठी केला जाणारा बळजबरीचा प्रयोग, हा मुद्दा बेलीने (१९६३: २८) अगोदर मांडला होता. जातिव्यवस्थेतील श्रमाच्या विभाजनाचे गमक कल्पनांमध्ये नसून, मग त्या धार्मिक असो व धर्मनिरपेक्ष, उत्पादनाच्या सामाजिक परस्परसंबंधांमध्ये सापडते, म्हणजेच जमिनीची मालकी आणि तिचे

नियंत्रण. जातिव्यवस्थेतील धार्मिक आणि ऐहिक बदल लक्षात घेऊन जमिनीच्या प्रश्नाशी दोन हात न करता येणे हा मुख्य प्रवाहातील समाजशास्त्राचा सर्वांत कमकुवत बिंदू होय.

IV. जात आणि सबाल्टर्न अभ्यास: अभिजनांची विचारधारा, संशोधक धाटणीचे इतिहासलेखन

सबाल्टर्न अभ्यासातील जातीची संकल्पना विशेषकरून चित्तवेधक आहे; कारण ती जातिव्यवस्थेकडे शेतीप्रधान रचना आणि प्रतिकार यांच्या चष्म्यातून पाहते. जातीच्या मार्क्सवादी दृष्टिकोनाची समीक्षा हा सबाल्टर्न अभ्यासाचा प्रारंभबिंदू आहे, जो आरोपानुसार जातिव्यवस्थेला एक भव्य रचनेच्या दुय्यम लोकोत्तर घटनेचे संकुचित स्वरूप प्राप्त करवून देतो, धर्माला कायदा करण्याचा अधिकार बहाल केलेली संकल्पनांची व्यवस्था. धर्माला केंद्रस्थानी बसवताना सबाल्टर्न अभ्यास फ्रेंच क्रांतीच्या संशोधक इतिहासलेखनाचे अनुकरण करतात, असे इतिहासलेखन ज्यायोगे क्रांतीची नमुनेदार प्रेरणादायी शक्ती सामाजिक किंवा राजकीय नसून धार्मिक आहे, असे नव्याने ठरवण्यात आले. सरतेशेवटी, धर्माची आदर्शवादी सत्ता जातींना बांधून ठेवते, या ड्युमॉन्टच्या दाव्याचे समर्थन सबाल्टर्न अभ्यास करतात हे समजण्यासारखे आहे. या प्रकरणात मी राजस्थानच्या संस्थानांत आणि दक्षिण आफ्रिकेतील वेठबिगारी भारतीय मजूर यांचे शेतजमीनविषयक संबंध आणि सबाल्टर्न प्रतिकाराच्या पुराव्यांचे विश्लेषण करून हे सिद्ध करून दाखवतो की सतत अस्तित्वात असलेल्या असमानतेच्या व्यवस्थेत धर्माने कधीच जातींना बांधून ठेवले नाही. उलटपक्षी, जमीनदारांच्या जमीन आणि राजकीय मंजुऱ्यांवर असलेल्या भिन्न भिन्न हक्कांद्वारे जातींना घट्ट केले गेले. आर्थिक जोरजबरदस्तीची जोड लाभलेल्या निर्वाहाच्या साधनांवरच्या नियंत्रणाच्या अभावी जात विरून जाते, हे मी दाखवून देतो.

सबाल्टर्न अभ्यासाची मी केलेली समीक्षा (*होमो हायरारकिकस*प्रमाणे) आजही प्रस्तुत ठरते. जरी सबाल्टर्न अभ्यासाने आता आपली दिशा बदलून असा पवित्रा घेतला आहे की तो अभ्यास त्याकाळच्या विशिष्ट संदर्भात केला गेला होता आणि एक उपयुक्त हेतू साध्य करीत होता (चटर्जी २०१२). सबाल्टर्न अभ्यासाच्या वतीने केलेल्या चटर्जी यांच्या दाव्यात आणि *होमो हायरारकिकस*च्या वतीने केलेल्या खरे यांच्या दाव्यात (खरे २००६) साम्य दिसून येते. माझा चटर्जी यांना उद्देशून केलेला प्रश्न खरे यांनाही लागू पडतो: असा कोणता हेतू होता जो धर्माला जातीच्या सबाल्टर्न अभ्यासाच्या केंद्रस्थानी बसवून जमीन आणि जातिव्यवस्थेच्या परस्परसंबंधांच्या सर्वांत महत्त्वाच्या प्रश्नाला बगल देऊन साध्य झाला?

V. जातींमधल्या आणि जात्यंतर्गत विषमता: नातेसंबंध, जात आणि जमीन

वेगवेगळ्या जातींतील असमानतेवर अभ्यास सर्वत्र आढळतात; पण एकाच जात्यंतर्गत असमानतेचा अभ्यास विरळाच आहे. मात्र जात्यंतर्गत असमानता एक गंभीर समस्या आहे, जी अधिकारश्रेणीच्या आदर्शवादी कल्पनेला आव्हान देते; कारण एकाच जातीच्या सर्व सदस्यांना सामाजिक प्रतिष्ठा आणि पावित्र्याचा (किंवा पावित्र्याचा अभावाचा) समसमान हिस्सा मिळतो, असे गृहीत धरले जाते. पावित्र्याचा समान हिस्सा मिळूनही जमिनीच्या वापराच्या असमान संधीमुळे एकाच जातीमध्ये प्रचंड मोठी आर्थिक, राजकीय आणि सामाजिक असमानता निर्माण झाली. हे प्रकरण हे पडताळून पाहतो की जमीनविषयक हक्काची असमानता कशी जातीलाच नव्हे तर प्रभुत्वशाली जातीमधील नातेसंबंधांच्या रचनेला भेदते; तसेच या प्रकियेचा वर्गाच्या स्वार्थांवर बेतलेल्या संघटनाच्या सावलीत सामूहिक संघटनावर काय परिणाम होतो. हा दृष्टिकोन मला वेबरच्या सांप्रदायिक कृती घडवून आणण्यासाठीच्या सामूहिक एकाधिकरणाच्या विरोधात उभ्या ठाकलेल्या सामाजिक कृती घडवून आणण्यासाठीच्या वर्गाच्या एकाधिकरणाच्या चुकीच्या आकलनाचे परीक्षण करण्याची आणि त्याला आव्हान देण्याची अनुमती देतो.

VI. बदलते जमीनसंबंध आणि जातः एका गावाची वस्तुस्थिती

हे प्रकरण ग्रामीण स्तरावर जातिव्यवस्थेचे आणि त्यातील आंतरिक गतिशीलतेचे सूक्ष्म रूप प्रस्तुत करतो. पूर्व उत्तर प्रदेशातील जमीनदारीच्या उन्मूलनानंतर उदयोन्मुख जातीच्या विरोधाभासांच्या अनुभवजन्य निरीक्षणाचा आधार घेऊन हे प्रकरण दाखवतो की कशा प्रकारे जमीनदारीचा एकाधिकार हरवल्यावर पूर्वाश्रमीच्या कुळांना (शेतकरी जातीतील सदस्य जे स्थानिक जाती अधिकारश्रेणीत मधल्या स्तरावर विराजमान होते) जमीनदारांच्या शतकांपासून चालत आलेल्या सत्तेला आव्हान देता आलं आणि ज्यांनी अगोदर जमीनदारांची मालकी असलेल्या जमिनीवर मालकी हक्क मिळवला. या विश्लेषणाद्वारे मला हा पुनरुच्चार करता आला की जाती-असमानतेचा आधार राजकीय सत्ता आणि सांस्कृतिक मंजुऱ्यांच्या पाठिंब्याने जमिनीच्या एकाधिकरणात आढळतो. एकाधिकाराचा अभाव प्रभुत्वशाली जातीच्या सत्तेला खालून आव्हान मिळण्याची परिस्थिती निर्माण करतो. प्रभुत्वशाली जातीच्या स्थानातील बदल हा काही धर्म किंवा दर्जाच्या बदलामुळे घडला नाही तर तळागळातल्या चळवळीने भाग पाडल्याने लागू करण्यात आलेल्या सरकारी कायद्यामुळे घडला. त्यांची सत्ता आणि त्यांचा दर्जा झिजवून नव्या कायद्यांनी जमीनदारी जातीची (आणि वर्गाची) जमीन हक्काची मक्तेदारी संपवली.

VII. वेठबिगारी, धर्म आणि जात: हिंदुत्व आणि जातीविषयीची जुळी मिथकं

जातिव्यवस्थेविषयीची दोन घट्ट मिथकं म्हणजे, जात ही हिंदू धर्माची निर्मिती आहे, हे पहिले मिथक आणि जात हिंदू धर्मासाठी अनिवार्य आहे, हे दुसरे मिथक. ब्रिटिश राजवटीच्या दूरवर पसरलेल्या वसाहतींमधील वेठबिगारी भारतीय मजूर आणि त्यांच्या वंशजांच्या अभिलेखीय आणि संस्कृतिवर्णनशास्त्रीय पुराव्यांच्या आधारे मी या दोन्ही मिथकांना आव्हान देतो.

१८३० आणि १९१० च्या दशकांच्या मध्ये, शंभर हजारांच्यावर भारतीयांना ब्रिटिश राजवटीखालच्या दूरवर पसरलेल्या वसाहतींतील परक्या प्रदेशांमध्ये रवाना करण्यात आलं. कॅरेबियन, फिजी आणि दक्षिण आफ्रिकेतील ब्रिटिश राजवटीखालच्या वसाहतींतील लागवडींवरच्या गुलाम मजुरांच्या जागी कामावर राबवण्यासाठी वेठबिगारी भारतीय मजुरांची निर्यात हा प्रातिनिधिक स्वरूपाचा वसाहतिक आणि साम्राज्यवादी स्वरूपाचा असा प्रकल्प होता. भारतीय वेठबिगारीची सुरुवात भारताच्या वसाहतीकरणाच्या प्रक्रियेअंतर्गत झाली आणि तिचा शेवट वसाहतीकरणाच्या प्रत्यावर्तनाच्या प्रकियेअंतर्गत झाला. ९० वर्षांहून अधिक काळ ब्रिटिश राजवटीची लागवडीची अर्थव्यवस्था टिकवून ठेवल्यानंतरही वेठबिगारी भारतीय मजुरांकडे इतके कमी लक्ष दिले जावे, ही भारतीय वसाहतीकरणाच्या इतिहासलेखनामधील लज्जास्पद गोष्ट ठरते.

एक समाजशास्त्रीय प्रकल्प म्हणून वेठबिगारीच्या उद्देशाने घडलेल्या देशत्यागाकडे आपण समुदायापासून व्यापारी वस्तूकडे झालेली आणि परत समुदायाच्या दिशेने परतलेली चळवळ म्हणून बघू शकतो. वेठबिगारीसाठी परदेशगमन घडलेल्या भारतीयांना त्यांच्या सामुदायिक नांगरापासून मुळासकट उपटून लागवडीतील मजुरीचे एक मूळमाप म्हणून एक व्यापारी वस्तू बनवले गेले. ५ ते १० वर्षांत वेठबिगारीचा काळ संपल्यावर त्यांनी वसाहतीतच राहून आपल्या समुदायाची पुनर्रचना केली. महत्त्वाचे म्हणजे, वेठबिगारीच्या काळात जिथे धर्माची बळकटी कायम होती आणि धर्माने वेठबिगारीखालील भारतीयांचे व्यापारी वस्तू ते समुदायाच्या परतीच्या संक्रमणात संलग्न भूमिका निभावली, तिथे जात मात्र पूर्णपणे नाहीशी झाली.

जर जातीच्या कहाणीत धर्म एक महत्त्वाचा घटक असता, तर जातिव्यवस्था वेठबिगारीच्या काळात नाही तर त्याच्या पश्चात झालेल्या सामुदायिक पुनर्रचनेच्या काळात तरी पुनरुज्जीवित झाली असती. शेवटी, एकविवाही परिवारात एक सदृश प्रक्रिया घडली ती म्हणजे वेठबिगारीच्या काळात तिचा लोप झाला जेव्हा पुरुष-स्त्री गुणोत्तर ३:१ असे झाले होते पण वेठबिगारीच्या काळानंतर एकविवाही कुटुंबाची पुनर्रचना झाली. मग जातिव्यवस्था केव्हा नाहीशी झाली? हा प्रश्न उपस्थित करून जातिव्यवस्थेतील आर्थिक आणि राजकीय आधाराचा शोध घेण्यास प्रोत्साहन मिळतं. मी दर्शविल्याप्रमाणे, जातिव्यवस्था नाहीशी झाली

आणि तिला पुनरुज्जीवित करता आले नाही; कारण जातीचे निर्माण आणि पुनर्निर्माण करणारी आर्थिक आणि राजकीय परिस्थिती लोप पावली: ती म्हणजे प्रभुत्वशाली जातीच्या हाती असलेली राजकीय सत्तेची जोड लाभलेली जमीनहक्काची मक्तेदारी; जिचे औपचारीकरण धार्मिक आणि धर्मनिरपेक्ष कल्पनांद्वारा करण्यात आले होते.

समारोप: जातिव्यवस्थेचे गुपित

जातीचे समाजशास्त्रज्ञ जात आणि जातिव्यवस्थेची उत्पत्ती, विकास आणि तग धरून राहण्यामागचे गौप्य शोधताना धर्म, ज्ञान, विश्वउत्पत्तिशास्त्र, स्वर्ग आणि नरक यांना आवाहन करतात. पण तसे करताना, ते जात आणि जातिव्यवस्थेच्या खऱ्या गुपिताला मुकतात, जे राजकीय अर्थव्यवस्था आणि तत्त्वप्रणाली यांच्या छेदनबिंदूमध्ये सापडते.

१ जातीचा अभ्यास

संकल्पना, भौतिक परिस्थिती आणि इतिहास

भारतीय समाज आणि संस्कृतीत रस घेणाऱ्या समाजशास्त्रज्ञांनी (आणि सामाजिक मानवशास्त्रज्ञांनी, म्हणूनच हे शब्द अदलाबदल करून वापरण्यात आले आहे)–भारतीय तसेच गैरभारतीय–इतर कुठल्याही विषयाच्या तुलनेत जातिव्यवस्थेवर सर्वांत जास्त अभ्यास केला आहे. जात हा मुख्य विषय नसलेल्या विद्वानांनाही अनेकदा तिचा अभ्यास करावा लागतो. अभिजात परंपरेकडे मागे वळून पाहताना असे दिसून येते की भारतीय धर्मांचा अभ्यास करताना, मॅक्स वेबरच्या आधुनिक पाश्चिमात्य देशात भांडवलशाही फोफावूनही भारतात तिचा विकास का झाला नाही, जो या मोठ्या प्रकल्पाचा अंश होता, त्यात वेबर जातीच्या अभ्यासाकडे वळतो. समाजशास्त्रीय अभ्यासांचा जात हा आवडीचा निवडक विषय असूनही जातिव्यवस्थेवर अजून एकही सिद्धान्त मांडण्यात आलेला नाही. याचे कारण आहे जातीच्या समाजशास्त्रीय अभ्यासामधील एक मोठी तफावत, ती म्हणजे जातिव्यवस्थेतील आर्थिक-राजकीय वास्तव आणि आदर्शवादामधील तफावत. ही तफावत मला माझा अभ्यास सुरू करण्याची प्रेरणा देते.

आजवरचा जातिव्यवस्थेवरचा सर्वांत प्रभावशाली अभ्यास म्हणजे, लुई ड्युमॉन्ट यांचे *होमो हायरारकिकस* (ड्युमॉन्ट १९७०, १९८०) या पुस्तकाची मोठ्या प्रमाणावर प्रशंसा झाली. 'मी ड्युमॉन्टचे पुस्तक निवडले कारण जातीच्या कृत्रिम सिद्धान्ताची ती सर्वांत परिणामकारक आणि सैद्धान्तिकदृष्ट्या अभिरुचीसंपन्न रचना आहे' (चटर्जी १९९६: १७१); '*होमो हायरारकिकस* ही अतिशय प्रभावी कामगिरी आहे आणि चिरंतन काळापर्यंत भारतीय समाजाच्या विद्यार्थ्यांसाठी ते मूलभूत काम राहील. मी ड्युमॉन्टच्या संस्कृतींच्या अभ्यासाविषयीच्या दृष्टिकोनाला सर्वांत बहुमोल आणि अपूर्व योगदान मानतो' (मदन २००६: ४७). काहींनी या अभ्यासाचे 'चेतनादायी' पुस्तक म्हणून स्वागत केले आहे (बॅनर्जी-दुबे २००८: xxi) तर काहींनी त्याच्या 'सरळ सोप्या, मोहक आणि आंतरिकदृष्ट्या सातत्यपूर्ण सूत्रीकरणाचे' कौतुक केले आहे (अप्पा दुराई १९८८: ४२–४३, बॅनर्जी–दुबे २००८: xxi, क्विगली १९९३: ३०), तसेच इतर काही जणांनी त्याला 'अतुलनीय प्रभाव पाडणारे आणि महत्त्वाचे' मानले (स्मजे २०००:१०). तौलनिक पद्धतीला विकृत करून आणि अनुषंगाने आधुनिक पाश्चिमात्य देश आणि पारंपरिक भारताबद्दलचा सदोष दृष्टिकोन मांडल्याचा आरोप झाल्यामुळे, त्यायोगे वैविध्यावर एक कृत्रिम स्वरूपाचे ऐक्य लादण्यात आले (बेटली २००६), अशी टीका या पुस्तकावर वारंवार झाली आहे. टीकेच्या इतर

कारणात या कारणांचा समावेश आहे: या पुस्तकाने वर्ण आणि जातीमधील फरक पुसट केले (श्रीनिवास २००६); फरकांकडे दुर्लक्ष करीत अधिकारश्रेणीवर जोर दिला (गुप्ता २०००); आदर्शाला भौतिकाच्या वरचे स्थान दिले (बिडलमॅन १९५९); बळजबरीकडे दुर्लक्ष करून सर्वानुमतीवर लक्ष केंद्रित केले (बेली १९६०); ब्राह्मणांचे ऐकले आणि अस्पृश्यांकडे पाठ फिरवली (बेरमन १९६३), ही यादी मोठी आहे. जे ड्युमॉन्टच्या मताशी सहमत आहेत ते साहजिकच त्याच्या मूलभूत दृष्टिकोनाला मान्यता देतात. त्याचे समीक्षकही, त्यांची बरीचशी समीक्षा वैध आणि बहुमोल असतानासुद्धा, जातीला प्रामुख्याने आदर्शवादी संकल्पना मानण्याच्या ड्युमॉन्टच्या मूलभूत रचनेतच अडकून पडलेले दिसतात. जर गैरआदर्शवादी घटकांचा विचार केला गेला तर तिथेही ऐतिहासिक दृष्टिकोनातल्या आदर्शवादाशी त्यांची पद्धतशीर जोडणी झालेली दिसत नाही, याला अपवाद असे अभ्यास आहेत ज्यांनी पर्यायी (राजकीय अर्थव्यवस्था) दृष्टिकोन पत्करला आहे. असे समीक्षक मात्र फारच थोडे आहेत.

होमो हायरारकिकस हे वादग्रस्त पुस्तक आहे. शीतयुद्धाच्या चरमसीमेच्या सुमारास लिहिलेल्या या पुस्तकाचे एक विशिष्ट आदर्शवादी लक्ष्य आहे—'मार्क्सवादाने अनेक मनांवर मोहिनी घातल्यामुळे सशक्तपणे अमलात आलेली स्थानिक स्वरूपाची भौतिकवादी प्रवृत्ती ज्यायोगे निदान अंशत: तरी, या अभ्यासाची कुठे निर्भर्त्सना तर कुठे प्रशंसा झाली आणि त्याला जातीविषयक अभ्यासाच्या इतिहासात मानाचे स्थान बहाल झाले' (ड्युमॉन्ट १९८०: xiii). मी ड्युमॉन्टच्या कार्यातील सिद्धान्त आणि पद्धतीच्या मुख्य घटकांचे चिकित्सक परीक्षण करण्याचे योजिले आहे. ज्यायोगे ड्युमॉन्टच्या सिद्धान्ताचे मुख्य स्रोत मॅक्स वेबरचा वर्ग, दर्जा आणि सामर्थ्यावरचा अतिशय महत्त्वाचा निबंध आहे, ज्या विषयाची वेबरने त्याच्या भारतीय धर्मांच्या अभ्यासात अधिक खोलवर चिकित्सा केली, त्यामुळे मी वेबरच्या या अभ्यासांचे परीक्षणदेखील माझ्या समीक्षेत केले आहे. माझी काही समीक्षा *होमो हायरारकिकस*पुरती मर्यादित आहे; तर काही सर्वसामान्य जातिव्यवस्थेबद्दलच्या मुख्य प्रवाहाच्या समाजशास्त्रीय दृष्टिकोनाला उद्देशून केली गेली आहे. याचे कारण असे की, जातीचे मुख्य प्रवाहातील समाजशास्त्रीय अभ्यास वेबर आणि ड्युमॉन्टने, विशेषकरून वेबरने, परिभाषित केलेल्या भूप्रदेशापुरते मर्यादित आहेत. जातीविषयक समाजशास्त्रांतील अभ्यासांचे ड्युमॉन्टच्या तुलनेत वेबरकडे फारच थोडे लक्ष गेले, ही बाब जिज्ञासा वाढवणारी आहे.

या प्रकरणात मी जातीच्या अभ्यासांच्या पद्धती आणि सिद्धान्त यांच्याशी निगडित समस्यांचे आणि त्यानंतर इतर काही संबंधित प्रश्नांचे परीक्षण करीत आहे.

पद्धत

तौलनिक पद्धती

भारताच्या जातिव्यवस्थेचा अभ्यास करताना तौलनिक पद्धतीचा वापर करीत असल्याचा दावा ड्युमॉन्ट करतो. टी. एन. मदन यांच्या मते, वेगवेगळ्या सभ्यतांच्या तुलनेचे नमुनेदाखल उदाहरण—एका बाजूला श्रेणीबद्ध भारत तर दुसऱ्या बाजूला परस्परविरोधी असलेले समतावादी पाश्चात्त्य देश—हा ड्युमॉन्टच्या तपासाचा केंद्रबिंदू आहे. पुढे ते असं म्हणतात, '...मी सभ्यतांच्या अभ्यासांसंबंधीचा ड्युमॉन्टचा दृष्टिकोन एक बहुमोल आणि अपूर्व योगदान आहे असे मानतो' (मदन २००६: ८१, ८५). ड्युमॉन्टच्या मते, त्याच्या पद्धतिशास्त्रीय निवडीमागचा प्रेरणेचा मुख्य स्रोत टॉकविलने केलेला समतावादी मानसिकतेचा अभ्यास होता; ज्याची त्यांनी फ्रान्समधील *क्रांतीपूर्व* शासनकाळातल्या परस्परविरोधी श्रेणीबद्ध मानसिकतेशी तुलना केली. अभिजात फ्रेंच समाजातील अनुभवाच्या जोरावर टॉकविलला अमेरिकेतील समतावादी समाजाचा साक्षात्कार झाला. ड्युमॉन्टने मात्र त्याच्या समतावादी समाजातल्या वावराच्या आधारावर (आधुनिक फ्रान्स) श्रेणीबद्ध समाज असलेला (पारंपरिक) भारत म्हणून पाहतो, कारण आधुनिक पाश्चिमात्य देशातील त्याच्या वाचकांसाठी त्यांच्याहून सर्वस्वी वेगळ्या असलेल्या विश्वाचा, त्याहून चांगल्या पद्धतीने त्याला परिचय करून देता आला नाही. त्याच्या जातिव्यवस्था शिकण्याच्या रुचीमागे हे कारण दडले आहे (ड्युमॉन्ट १९८०: १५–१८).

आधुनिक फ्रान्स किंवा युरोपात समतावाद न दिसता टॉकविलला तो अमेरिकेत का दिसावा, ही जिज्ञासा वाढवणारी बाब असू शकते. ड्युमॉन्टला मात्र समतावाद सामान्यतः आधुनिक पाश्चिमात्य देशांमध्ये आढळतो आणि विशेषकरून आधुनिक फ्रान्समध्ये आढळतो. पण पूर्व-आधुनिक फ्रान्स (किंवा पूर्व-आधुनिक पाश्चिमात्य देश) मध्ये त्याला अधिकारश्रेणी नजरेस पडत नाही. शुद्ध स्वरूपाच्या अधिकारश्रेणीचा शोध घेताना त्याला सुगावा लागतो तो एकदम ऋग्वेद काळातील पारंपरिक भारताचा. ऋग्वेद काळातील ब्राह्मणांमध्ये त्याला प्राचीन फ्रान्समधील अभिजनसत्तेचा ऐवज सापडतो. इथे असा प्रश्न पडतो की टॉकविलच्या उलट (त्याच्या प्रेरणेचे मुख्य स्रोत) ड्युमॉन्ट प्राचीन फ्रान्स (किंवा युरोप) मधील अधिकारश्रेणीचा विचार का करत नाही? त्याची तुलना समतावादी आधुनिक फ्रान्स (किंवा युरोप) यांच्याशी का करीत नाही? ही त्याची निवड निर्हेतुक नव्हे तर हेतुपुरस्सर आहे. ड्युमॉन्टच्या मते, पारंपरिक भारतातील अधिकारश्रेणी ही पूर्णपणे धार्मिक होती. पण प्राचीन फ्रान्समधील अधिकारश्रेणी मात्र धार्मिक नव्हती. ड्युमॉन्टचा उद्देश भारतीय समाज आणि इतिहासात धर्माची राजवट प्रस्थापित करण्याचा आहे, त्यामुळे त्याने प्राचीन फ्रान्स

(किंवा प्राचीन पाश्चिमात्य देश) यांना डावलून पारंपरिक (प्राचीन) भारताची निवड का केली हे कळून येते. समाजशास्त्रज्ञांनी केलेल्या निवडी–सैद्धान्तिक, पद्धतिशास्त्रीय तसेच मूलभूत निवडी–कधीच अहेतुक नसतात. त्यांच्या मागची आदर्शवादी बांधीलकी त्यांना निर्धारित करते. पारंपरिक भारताची तुलना आधुनिक पाश्चिमात्य देशांशी करण्यास ड्युमॉन्ट वैचारिकदृष्ट्या बांधील आहे. तसेच तो भारतीय समाज आणि इतिहास यांना जातिव्यवस्थेचा इतिहास म्हणून प्रस्तुत करण्यास वचनबद्ध आहे ते मूलतः संकल्पनांच्या (गैर)इतिहासाच्या रूपात, विशेषकरून एका धार्मिक कल्पनेच्या रूपात.

ड्युमॉन्टच्या विविध सभ्यतांच्या तुलनेच्या नमुन्यादाखलच्या उदाहरणात जरी विरोधाभास आढळत असला तरी त्यात मदन यांनी केलेल्या दाव्याप्रमाणे अपूर्व असे काही नाही (आधीचा मजकूर पहा). पाश्चिमात्य देशातील विचार करण्याच्या स्थापित परंपरेचा तो एक हिस्सा आहे. विविध सभ्यतांच्या तुलनेची ड्युमॉन्टने उपयोजिलेली पद्धत पश्चिमेकडील देशांच्या स्थापित परंपरेचाच विस्तार आहे (बेटली २००६:१११). थापर (२०००: ११, २३) यांनी दाखवून दिल्याप्रमाणे मॉस आणि बुगल यांना भारतीय समाज आणि पाश्चिमात्य देश यांच्यातील अंगभूत फरक समजून घेण्यात रस होता. त्यांच्या मते, 'बुगलच्या दृष्टीने जातयुक्त समाज हा समाजशास्त्रीय दृष्टीने महत्त्वाच्या व्यापक क्षेत्रातील तौलनिक अभ्यास होता–ते क्षेत्र म्हणजे समतावादाचा अभ्यास. इथे हे नमूद करणे प्रस्तुत ठरते की हा दृष्टिकोन मॅक्स वेबरसाठी केंद्रस्थानी होता, ज्याच्याकडून ड्युमॉन्ट जातिव्यवस्थेच्या त्याच्या सिद्धान्ताचे जवळजवळ प्रत्येक मूलतत्त्व उसने घेताना दिसतो. आपण वेबरने लिहिलेल्या *प्रोटेस्टंट एथिक अँड द स्पिरिट ऑफ कॅपिटॅलिझम* (वेबर १९५८b: १३–३१) या पुस्तकाच्या प्रस्तावनेत आखलेल्या तौलनिक यद्यपि विरोधाभासयुक्त दृष्टिकोनावर थोडक्यात विचारमंथन करू. हे वेबरचे सर्वांत महत्त्वाचे पुस्तक नसले तरी एक महत्त्वाचे योगदान आहे आणि निर्विवादपणे आधुनिक सामाजिक शास्त्रातील एक प्रख्यात आणि वादग्रस्त अभ्यास आहे (पहा, गिडन्स १९७२).

वेबरच्या मते, केवळ पाश्चात्त्य संस्कृतीमध्ये अशा सांस्कृतिक स्वरूपाच्या अपूर्व गोष्टी आढळतात ज्या सार्वत्रिक महत्त्व आणि मूल्याच्या विकासावर परिणाम साधतात. तो पुढे असं म्हणतो की इतर ठिकाणी, खासकरून पौर्वात्य देशात वैध विज्ञान, वास्तुविद्या, छपाई कला, उच्च शिक्षणाच्या संस्था, आधुनिक राज्य, तर्कसंगत कायदा, न्यायतत्त्वशास्त्र आणि नोकरशाही कुठल्या न कुठल्या रूपात अस्तित्वात होते; पण त्यांच्यात विरोधाभास होता. पाश्चात्त्य देशांच्या उलट त्यांच्यात तर्कसंगतीचा अभाव होता. तत्त्वज्ञान आणि धर्मशास्त्र यांच्या बाबतीतही त्याचे हेच मत होते की, पाश्चिमात्य देशांसारख्या पौर्वात्य देशांमध्ये या विज्ञानशाखा पद्धतशीर नव्हत्या. राजकीय विचारांच्या बाबतीतही त्याच्या मते तीच परिस्थिती

होती. भारताकडे, तो म्हणतो, मॅकियाव्हेली होता पण ॲरिस्टॉटल नव्हता. या सगळ्या क्षेत्रांमध्ये, त्याच्या मते, पाश्चिमात्य देशांबरोबरची काही 'वरवरची साम्ये' सापडतील पण मूलभूत फरकाकडे, म्हणजेच पाश्चिमात्य देशांची पद्धतशीर तर्कशक्ती आणि पौर्वात्य देशांतील तिचा अभाव, याकडे दुर्लक्ष होता काम नये. सरतेशेवटी, वेबरच्या मते, आधुनिक जीवनाची सर्वांत 'घातक सत्ता' ठरलेली भांडवलशाही केवळ पाश्चिमात्य देशांमध्ये विकसित झाली. भांडवलशाहीची तर्कसंगती पाश्चिमात्य देशात ऐतिहासिकदृष्ट्या अस्तित्वात असलेल्या पद्धतशीर तर्कसंगतीला अनुसरून आहे. याउलट पौर्वात्य देशांमधला तिचा अभाव इथे भांडवलशाहीचा विकास का घडला नाही, याचे स्पष्टीकरण देतो. खरं तर तो एक पाऊल पुढे जाऊन विशद करतो ज्याला तो या मुद्द्याची मानवशास्त्रीय बाजू असे नाव देतो:

> जेव्हा आपणांस पुन्हा पुन्हा दिसून येते की फक्त पश्चिमेकडील देशांत काही प्रकारांच्या सुसूत्रीकरणाचा विकास झाला; तेव्हा असा संशय येणे साहजिक आहे की त्यासाठी कारणीभूत असणाऱ्या गोष्टींपैकी आनुवंशिकतेतील फरक हे सर्वांत महत्त्वाच्या कारणांपैकी एक असावेत. लेखकाचा कल या विचाराकडे झुकतो की जैविक आनुवंशिकतेचे महत्त्व अनन्यसाधारण आहे (वेबर १९५८c: ३०–३१).

पॉल हेज (१९८९: १८७–१९२) ने दाखवून दिल्याप्रमाणे वसाहतवाद-साम्राज्यवादाच्या काळात जैविक आनुवंशिकतेचे महत्त्व पाश्चिमात्य देशांतील विचारप्रक्रियेचा हिस्सा बनले होते आणि वेबरसारखा उदारमतवादी विचारवंतसुद्धा या प्रक्रियेपासून मुक्त नव्हता.

मॅक्स वेबरप्रमाणे ड्युमॉन्टचा तौलनिक दृष्टिकोन म्हणजे एक विरोधाभासयुक्त पद्धती आहे. ज्यात पारंपरिक भारताच्या प्रबळ आदर्शवादाची म्हणजेच अधिकारश्रेणीची तुलना आधुनिक पाश्चिमात्य देशांमधील प्रबळ आदर्शवादाशी म्हणजेच समतावादाशी केली गेली. त्यामुळे साहजिकच तो या दोहोंमधील फरक आणि तफावत ठळकपणे मांडतो आणि त्यांच्यातील साम्य आणि अखंडतेकडे दुर्लक्ष करतो (बेटली २००६: ११८, खरे २००६: ८८–८९). एरीक वुल्फच्या मते समाजशास्त्र आणि सामाजिक मानवशास्त्राचे सांस्कृतिक वेगळेपण आणि परस्पर वियोगावस्था यांच्यावर जोर देण्याची प्रवृत्ती ही मुळातच ऐतिहासिकदृष्ट्या चुकीची आहे. तो असा तर्क लढवतो की 'इतिहास नसलेल्या' तथाकथित प्राचीन लोकांमध्येसुद्धा याच्या उलट पुरावा सहज सापडतो (वुल्फ १९८२). पुढे तो एक महत्त्वाचा प्रश्न उभा करतो: 'सर्वत्र दुवे दिसत असताना आपण गतिशील आणि परस्परांशी जोडलेल्या प्रसंगांना निष्क्रिय आणि विस्कळीत करून मांडण्याचा आटापिटा का करावा?' या प्रश्नाचे उत्तर देताना तो असे म्हणतो की कदाचित ज्या पद्धतीने पाश्चिमात्य देशात इतिहास शिकला-शिकवला जात असावा, ती पद्धत यासाठी कारणीभूत आहे. तो लिहितो:

> आम्हाला शाळेच्या वर्गात आणि बाहेर असं शिकवलं गेलं आहे की पाश्चिमात्य देशांचे एक स्वतंत्र असे अस्तित्व आहे आणि असे मानण्यास हरकत नाही की त्यांना एक स्वतंत्र समाज आणि संस्कृती लाभली आहे; जी इतर समाज आणि संस्कृतींच्या परस्परविरुद्ध आहे (वुल्फ १९८२: ५).

पाश्चिमात्य देशांमधील अनेक जण, वुल्फ पुढे दाखवून देतो, या समजुतीतच लहानाचे मोठे होतात की पाश्चिमात्य देशांना अशी वंशावळ लाभली आहे ज्यांचा नवनिर्मितीचा काळ, ज्ञानप्रसार, लोकशाही, औद्योगिक क्रांती, जीवन आणि स्वातंत्र्याचा अधिकार त्यांना इतर देशांपासून वेगळे ठरवतात. इतिहासाचा हा दृष्टिकोन मुळातच दिशाभूल करणारा आहे, असे वुल्फ म्हणतो. कारण त्यामुळे इतिहासाचे रूपांतर नैतिकतेच्या धड्यांमध्ये होते. नैतिक विजयोत्सवाच्या या ऐतिहासिक गाथेतून त्याच कहाणीची अनैतिक बाजू वगळण्यात आली आहे. उदाहरणार्थ, मिस लिबर्टीचे उगमस्थान, पश्चिमेच्या वंशावळीचा एक भाग असलेल्या प्राचीन ग्रीसची स्थापनाच मुळी गुलामगिरीवर बेतली होती जी स्वातंत्र्याच्या कल्पनेच्या पूर्णपणे विरुद्ध आहे. अशी अनेक उदाहरणं सापडतात. वुल्फच्या युक्तिवादाचा मुख्य जोर असा आहे की 'समाज आणि संस्कृतींना आंतरिकदृष्ट्या एकसंध आणि बाह्यदृष्ट्या वेगळे तसेच सीमित स्वरूपाच्या वस्तूंचे गुण बहाल करून नमुनेदार पाश्चिमात्य देशांच्या संकल्पनेला तितक्याच नमुनेदार पौर्वात्य देशांच्या संकल्पनेच्या विरोधात उभं केलं गेलं.' या सुधारित श्रेण्या, त्याच्या मते, गंभीर स्वरूपाच्या सैद्धान्तिक आणि व्यावहारिक परिणाम घडवणारी बौद्धिक साधनं बनतात. याहून अधिक गंभीर बाब अशी की या ठोकळ्यांना 'एकमेकांच्या विरोधात उभ्या ठाकलेल्या' स्वतंत्र अस्तित्व असलेल्या वस्तू मानण्याची प्रवृत्ती; त्यांच्या परस्परात घडलेले सामने आणि द्वंदाना समजून घेण्याच्या आपल्या क्षमतेच्या आड येते. काल्पनिक इमारतीच्या ठोकळ्यांना पूर्व आणि पश्चिम नावाच्या पिरॅमिड्समध्ये योजण्याचा प्रयास या अडचणीला अधिक तीव्र करतो' (वुल्फ १९८२: ५–७). ड्युमॉन्टच्या सांस्कृतिक विरोधाच्या तौलनिक पद्धतीचे तथाकथित मूल्य या प्रकाशात पडताळायला हवे (खरे २००६a: १५; मदन २००६: ८१, ८५).

भारताचा तिरस्कार अथवा समर्थन

ड्युमॉन्ट (१९८०: २१) म्हणतो की *होमो हायरारकिकस* भारताची प्रशंसा करत नाही आणि तिरस्कारही करत नाही. किंबहुना त्याला समजून घेण्याचा प्रयत्न करतो. भारताला समजून घेण्याचा त्याचा दावा अतिशयोक्तीपूर्ण म्हणावा लागेल. खरं तर त्याची पद्धत भारताला सामान्यतः समजून घेण्याच्या प्रक्रियेत आणि विशेषकरून इथल्या जातिव्यवस्थेला समजून घेण्याच्या प्रक्रियेत अडथळा आणते. प्रशंसा किंवा तिरस्कार नसल्याच्या दाव्याच्या संदर्भात

बेटली (२००६) चे मत पटते की ड्युमॉन्ट भारताच्या नेमक्या त्याच पैलूंचे समर्थन करतो ज्यांचा पाश्चिमात्य देशातील बऱ्याच जणांनी तिरस्कार केला आहे. जगाच्या इतिहासातील एक रंजक प्रश्न असा की पाश्चिमात्य देशांनी भारताचा तिरस्कार का करावा? हा तोच भारत आहे ज्याचा शोध घेण्यास ही मंडळी उत्सुक होती आणि जिथे जिथे म्हणून त्यांना त्यांच्या कल्पनेतील भारतीयांचा 'शोध' लागला, त्यांनी अशा शोधाला आनंद साजरा करण्याचे निमित्त मानले. या प्रक्रियेत त्यांनी अगणित भारतीयत्वाच्या ओळखींना जन्म दिला ज्या अजूनही आपल्याला घट्ट चिकटल्या आहेत (कोलंबसने लावलेला भारताचा शोध). भारताची निर्भर्त्सना करणे (विशिष्ट पैलूंबाबत नव्हे तर संपूर्णतः) हा वसाहतवाद-साम्राज्यवाद मानसिकतेचा भाग होता. आधुनिकीकरणाच्या प्रक्रियेत पाश्चिमात्य देशांना वसाहतींची गरज पडली ज्यांना नंतर एका नव्या जागतिक अधिकारश्रेणीच्या तळाशी ढकलता आले, ही संपूर्णपणे आधुनिक समतावादी पाश्चिमात्य देशांची निर्मिती होती. राजवटीच्या काळात स्वगृही नांदणाऱ्या समतावादाचा उपयोग पाश्चिमात्य देशांनी जगभरात व्यवहारात असणारा असमानतावाद युक्तिवादाने पटवून देण्यासाठी केला.

ड्युमॉन्ट निव्वळ तुलना करीत नाही तर तुलना होत असलेल्या समाजाच्या श्रेष्ठतेचा क्रमही ठरवतो. यात काहीच आश्चर्य नाही: पारंपरिक भारत आणि आधुनिक पाश्चात्त्य देश एकाच धर्तीवर नाहीत (बेटली २००६: १७). मानवी संस्कृतींना अधिकारश्रेणीत बसवण्याची प्रवृत्ती ही वसाहतवादी मानवशास्त्राचा अंतर्निहित भाग आहे. फ्रांट्झ फॅननने नोंद केल्याप्रमाणे पाश्चिमात्य देशांनी इतर देशांवर वसाहतवादी वर्चस्व गाजविण्याच्या प्रक्रियेत, वसाहतवादी मानवशास्त्राने वसाहत निर्माण करणाऱ्या आणि वसाहतींमध्ये रूपांतरित झालेल्या संस्कृतींची अधिकारश्रेणी रचली आणि दोहोंपैकी दुसऱ्या पक्षाला तळागाळाचे स्थान दिले. 'काही संस्कृतींची एकपक्षीय फर्मानांतर्गत ठरलेली प्रमाणकानुसारी मूल्यं म्हणजे अहंकारी, स्वसमाजकेंद्री परिभाषांचे प्रतिस्कंदन आहे', असे तो लिहितो. पुढे तो असे म्हणतो की वसाहतींच्या सांस्कृतिक सुव्यवस्थेच्या या योजनेत, संस्कृती नसलेले, संस्कृतींचे अधिक्रम मिळवलेले आणि शेवटी संस्कृतींची सापेक्षता लाभलेले मानवी गट अस्तित्वात असल्याचे गृहीत धरले गेले: 'इथे आपल्याकडे संपूर्ण आवाका उपलब्ध आहे, पूर्ण नकारापासून ते असामान्य आणि विशिष्ट मान्यते पर्यंत... एक विघटित इतिहास... सांस्कृतिक मानवशास्त्राच्या स्तरावर' (फॅनन १९६७: ३१).

अनुभवाधिष्ठित पुराव्याचे अवमूल्यन

ड्युमॉन्टच्या जातिव्यवस्थेच्या सिद्धान्तामधले आदर्शवादाचे प्रामुख्य, हे गृहीतक मुळातच उलट पुरावाच्या अनुभवजन्य विरोधाभासापासून जाणीवपूर्वक दूर ठेवण्यात आलं आहे. जिथे

अनुभवाधिष्ठित पुराव्याच्या मदतीने त्याच्या गृहीतकाचे पुष्टीकरण होत नाही, तिथे तो सरळ अनुभवाधिष्ठित पुराव्यालाच नाकारून मोकळा होतो. तो लिहितो की 'काही विशिष्ट मुद्द्यांची ठोस उदाहरणे दिली जातील... पण... आपल्याला मोठ्या प्रमाणावर प्रत्यक्ष अनुभवातल्या तथ्यांचा त्याग करावा लागेल' (ड्युमॉन्ट १९८०: xlvii–xlviii). त्याच्या अनुभवाधिष्ठित (संस्कृतिवर्णनाच्या) पुराव्यांवरचा मनोभूमिकेत विसंगती आढळते. एका ठिकाणी तो असे लिहितो की '...संस्कृतिवर्णनाच्या आधाराशिवाय आपण निव्वळ वाळूवर घर बांधतो...आणि मग तो दिशा बदलतो: जसा काळ पुढे सरकत गेला, माझ्या पॅरिसमधील सहकाऱ्यांची सामान्य अभिमुखता पाहता, माझा तपशीलवार संस्कृतिवर्णनाच्या तात्कालिक उपयुक्ततेवरचा विश्वास उडाला' (ड्युमॉन्ट २००६a: २४६–२४७). आता या विसंगतीचा ड्युमॉन्ट संस्कृतिवर्णनाच्या आणि अनुभवाधिष्ठित पुराव्यांकडे विशेष आदराने पाहत नाही, याशिवाय दुसरा कोणता अर्थ लावावा. आदर्शवादी आणि अनुभवाधिष्ठित पैलूंच्या परस्परसंबंधांवरची त्याची मनोभूमिका निःसंदिग्ध आहे: 'आदर्शवाद कधीच प्रादेशिक घटकांचा विचार करत नाही, तो त्यांच्याकडे दुर्लक्ष करतो आणि त्यांना वेढा देतो' (ड्युमॉन्ट १९८०: ४५). त्याच्या आदर्शाचा सिद्धान्त अनुभवाधिष्ठित पुराव्याला समाविष्ट करतो, असं मदन म्हणतात (२००६).

धार्मिक ग्रंथांतील पुराव्यांच्या तुलनेत अनुभवाधिष्ठित-ऐतिहासिक पुराव्यांचे अवमूल्यन करणे, हा ड्युमॉन्टच्या अभ्यासाच्या अंतर्निहित पैलू आहे. पवित्र आणि अपवित्र यांच्या अधिक्रमाची धार्मिक कल्पना त्याच्या सैद्धान्तिक आदर्शाच्या केंद्रस्थानी आहे आणि तिचा उपयोग तो पुराव्याची अधिकारश्रेणी ठरवण्यासाठीदेखील करतो, ज्यायोगे तो धार्मिक ग्रंथांतील पुराव्यांना अनुभवाधिष्ठित-ऐतिहासिक पुराव्यांहून श्रेष्ठ ठरवतो. अनुभवाधिष्ठित गुणधर्मांना धार्मिक गुणधर्मांइतकेच महत्त्व दिले जावे आणि त्याच धर्तीवर बसवावे, या मागणीने तो अस्वस्थ होतो. तो याला सामाजिक शास्त्रातील बळावलेला 'समान गुणधर्मांचा कुतर्क' म्हणतो. त्याच्या सिद्धान्तात अनुभवाधिष्ठित आधारसामग्रीच्या अवमूल्यनाची दर्जा-सत्ता भेदाशी सुसंगती दिसून येते. जसं त्याच्या सिद्धान्तात दर्जा सामर्थ्याला चित करतो, तसेच त्याच्या पद्धतीत धार्मिक ग्रंथ अनुभवाधिष्ठित गुणधर्मांवर विजय मिळवतात. तो ठामपणे सांगतो, की सर्वच्या सर्व अनुभवाधिष्ठित गुणधर्म आदर्शवादाच्या स्तरावर वसलेले नाहीत (ड्युमॉन्ट १९८०: xxi-xxiii). आर. एस. शर्मा यांचे रंजक निरीक्षण येथे प्रस्तुत ठरते की काही विद्वान तथ्यांना त्याच प्रकारे तुच्छ लेखतात ज्याप्रकारे एक ब्राह्मण शारीरिक श्रमाचा तिरस्कार करतो (शर्मा २००९: १९).

ड्युमॉन्टच्या अनुभवाधिष्ठित आणि संस्कृतिवर्णनशास्त्रीय पद्धतीच्या उपयोजनात इतर काही विसंगती सापडतात. पूर्व उत्तर प्रदेशामधील एका बहुजातीय वसाहतीचा (३६ उपजातींचे एक गाव) अभ्यास करण्याऐवजी दक्षिण भारतातील एकजातीय वसाहतीचा

अभ्यास करतो. त्याचे कारण असे की पूर्व उत्तर प्रदेशामधील सगळ्या अस्तित्वात असलेल्या जातींना त्याला चातुर्वर्णीय पद्धतीत बसवणे शक्य नव्हते. यामुळे सिद्धान्त आणि पद्धती यांच्याशी निगडित काही रंजक प्रश्न उपस्थित होतात. एक, तो पुन्हा पुन्हा ठसवतो की संपूर्ण जातिव्यवस्थेचा अभ्यास करणे गरजेचे आहे, अमुक एका जातीचा नव्हे. असं जर आहे तर त्याने दक्षिण भारतातील एकजातीय गावाऐवजी पूर्व उत्तर प्रदेशामधील बहुजातीय गावाचा अभ्यास करणे प्राप्त नव्हते का? तथापि, बहुजातीय गावाचा अभ्यास करताना येणाऱ्या 'मूळच्या अडचणीं' व्यतिरिक्त तमिळनाडूमधील एकजातीय वसाहतींचा अभ्यास करण्यामागे त्याच्याकडे एक अतिरिक्त कारण होते, '...तमिळनाडूच्या रहिवाशाला पूर्व उत्तर प्रदेश काहीसा कंटाळवाणा प्रदेश वाटतो. तमिळ लोकं हे 'उपजत समाजशास्त्रज्ञ' असतात आणि त्यांची संस्कृती सुंदर आहे' (ड्युमॉन्ट २००६: २४८). जेव्हा एका प्रशिक्षित मानवशास्त्रज्ञाला 'उपजत समाजशास्त्रज्ञ' हा अभ्यासासाठी जास्त आकर्षक विषय वाटतो, तेव्हा काटेकोर पद्धतीचा अवलंब करून या मनोभूमिकेवर आक्षेप घेणे कठीण होऊन बसते.

एका वेगळ्या स्तरावर एक आणखी गंभीर समस्या उद्भवते, ती म्हणजे, ड्युमॉन्टच्या सिद्धान्ताच्या केंद्रस्थानी असलेले वर्ण आणि जातीमधले समरूप (त्याविषयी पुढे विस्ताराने चर्चा केलेली आहे). ज्याअर्थी ड्युमॉन्ट वर्ण म्हणजेच जात असे गृहीत धरतो, जेव्हा जेव्हा जात खऱ्या अर्थाने वर्णाशी मेळ खात नाही, तो जातीचा त्याग करतो. साधारणपणे, जेव्हा एखादी प्रत्यक्ष परिस्थिती प्राधान्य दिलेल्या सैद्धान्तिक गृहीतकाशी मेळ खात नाही, तेव्हा ते गृहीतक सुधारणे अगर त्याचा त्याग करणे गरजेचे असते. ड्युमॉन्ट मात्र ही गोष्ट फिरवून टाकतो आणि त्याला शास्त्रीय पद्धत म्हणतो.

हे अगोदरच निदर्शनास आणून देण्यात आले आहे की श्रीनिवास यांच्या ग्रामीण स्तरावरच्या प्रभुत्वशाली जातीच्या अभ्यासाची कक्षा ड्युमॉन्टच्या सिद्धान्ताच्या (ज्यात धार्मिक बाबी धर्मनिरपेक्ष बाबींना व्यापून टाकतात) विरुद्ध जाणाऱ्या अनुभवाधिष्ठित किंवा संस्कृतिवर्णनयुक्त पुराव्यापुरती मर्यादित आहे (खरे २००६a: १९). इथे डर्क्सची सावधगिरीची नोंद बहुतकरून पटण्यासारखी आहे की 'मानववंशशास्त्रीय सैद्धान्तीकरणाची समस्या म्हणजे अतिविशिष्टाचे सर्वांत जास्त सामान्यांत झालेले भाषांतर, ज्यात एका वर्षाहून अधिकचा एका गावाचा अनुभव हा हजारो वर्षांचा काळ व्यापलेल्या एका अखख्या उपखंडाविषयीचे सामान्यीकरण करण्याचा आधार मानला जातो' (डर्क्स २००१: ७९).

इतिहासाचा विसर

ड्युमॉन्टने 'गूढ' स्वरूपाच्या प्राचीन भारतीय ग्रंथांचा अनुचित वापर केला, या त्याच्या समीक्षांच्या आरोपाविरुद्ध बचाव करताना तो म्हणतो की, 'त्यांची (समीक्षक) भोवतालच्या

सामाजिक वातावरणामुळे दिशाभूल झाली आहे, असे वातावरण ज्यात आजच्या काळाच्या समक्रमिक संरचनात्मक-व्यावहारिक विश्लेषणाचे वर्चस्व आहे; जे वातावरण उत्पत्ती स्थानाविषयीचे अनुमान नाकारते पण इतिहासाला वगळते'. इथे असे अनुमान करता येईल की ड्युमॉन्ट संरचनात्मक-व्यावहारिक दृष्टिकोनाच्या अभावी ऐतिहासिक दृष्टिकोन पत्करत आहे. त्याच्या ऐतिहासिक दृष्टिकोनाचे एक उदाहरण म्हणजे वैदिक काळातील धार्मिक विधींच्या आधारे ब्राह्मणाला (पुरोहित) क्षत्रियाच्या तुलनेत (राजा) दिलेले प्राधान्य–'वर्तमान काळ आणि अतिप्राचीन काळ यामधील अखंडता किंबहुना असलेली शाश्वतता'. दुसरे उदाहरण म्हणजे वैदिक काळातील चार अभिजात वर्ण आणि आजच्या काळातील असंख्य जातींमधले समरूप. ड्युमॉन्टचा दावा आहे की परिणामी सिद्धान्त क्लिष्ट आहे आणि तो समकालिक धर्तीच्या पलीकडे जातो... यामुळे काही जण त्रस्त झाले खरे, पण या सिद्धान्ताची जागा अजूनही दुसऱ्या एखाद्या सिद्धान्ताने घेतलेली नाही (ड्युमॉन्ट १९८०: xxiv–xxvii).

सर्वप्रथम, जर एखाद्या चुकीच्या सिद्धान्ताची जागा दुसऱ्या सिद्धान्ताने घेतली नाही तर ही बाब त्या सिद्धान्ताच्या भक्कमपणाची साक्ष पटवत नाही, तर संबंधित विद्याशाखेतली त्या सिद्धान्ताच्या अवस्थेची साक्ष पटवतो. दुसरी गोष्ट म्हणजे, पुरोहित आणि राजा यांच्यामधील परस्परसंबंधांचे दाखले पुरवण्याचा दावा करताना तो केवळ नियम आणि मूल्यांचा विचार करतो, म्हणजेच थोडक्यात या संबंधांविषयीच्या कल्पनांचाच विचार करतो. याउलट, एक खराखुरा ऐतिहासिक दृष्टिकोन हा कधीच कल्पनांच्या इतिहासात कैद होत नाही. थापर (२००६: ३६) यांनी नोंदवल्याप्रमाणे सामाजिक इतिहासात संबंधित लोकांच्या संस्था, धार्मिक विधी, तंत्रज्ञान आणि अर्थशास्त्र यांच्या तपासाचा समावेश असतो. सर्वांत महत्त्वाचे म्हणजे हे वैयक्तिक पैलू ज्यात सुसंगठित केले गेले आहेत, अशा व्यापक रचनेचे त्यात स्पष्टीकरण घडावे लागते. राजा आणि पुरोहित यांच्यामधील परस्परसंबंधांचे वैदिक काळातील धार्मिक विधीचे कयास जोडून केलेले सामान्यीकरण हे ऐतिहासिक दृष्टिकोनाचे उल्लंघन ठरते. त्याचे साधे पण महत्त्वाचे कारण हे की याद्वारे एका विशिष्ट सामाजिक-आर्थिक निर्मितीच्या कल्पना मूलतः वेगळ्या घटकांवर बेतलेल्या दुसऱ्याच निर्मितीकडे हस्तांतरित केल्या जातात. प्राचीन वैदिक समाज हा मुख्यत्वे पशुपालकांचा समाज होता. त्यात राज्य आणि राजधर्म संस्था नव्हत्या कारण तेव्हा जमिनीच्या रूपातली कुठलीच खाजगी मालमत्ता अस्तित्वात नव्हती जी राज्य आणि राजधर्म (प्रादेशिक सत्ता) यांचा विकास घडण्यासाठीची मूलभूत अट आहे. भारतीय इतिहासातल्या वेगवेगळ्या युगारंभांच्या तपशिलांकडे भव्य स्वरूपाच्या सामान्यीकरणाच्या हेतूने केलेला कानाडोळा हे ड्युमॉन्टच्या पारसूत्रिक दृष्टिकोनाचे विशिष्ट लक्षण आहे. मुळातच इतिहासाचा तिटकारा असल्याकारणाने समाजशास्त्रज्ञ यावर आक्षेप घेताना दिसत नाही.

समकालिक मानवशास्त्राला इतिहास मिळवून देण्याच्या उद्देशाने ड्युमॉन्ट निवडकपणे धर्मशास्त्र, संहिता आणि स्मृतींचा उपयोग करतो. पण अर्थातच राजा, पुरोहित, राजवाडे आणि देवळं ह्यांची घट्ट वीण कशी जमली ते शोधण्याकरिता अभिलेखीय स्त्रोत गोळा करत नाही. १९४० चे दशक संपण्या अगोदर भारतात ५०० हून अधिक संस्थाने अस्तित्वात होती. राष्ट्रीय अभिलेखागार आणि बऱ्याच राज्यांमधील अभिलेखीय संस्थांकडे राजा आणि पुरोहित यांच्या परस्परसंबंधांविषयीच्या वेगवेगळ्या पैलूंवर प्रचंड माहिती उपलब्ध आहे, उदाहरणार्थ, पुरोहितांना, मंदिरांना आणि धार्मिक संस्थांना बहाल केलेले जमीन हक्क आणि राजधर्माच्या धार्मिक (आणि औपचारीकरणाच्या) विधींमध्ये धर्मनिरपेक्ष बाबींची झालेली सरमिसळ. ड्युमॉन्ट या साऱ्याकडे दुर्लक्ष करतो आणि राजा (सामर्थ्य) आणि पुरोहित (दर्जा) यांच्यातील संबंधांविषयीच्या त्याच्या प्रबंधाला बळकटी आणण्याच्या उद्देशाने केवळ वैदिक काळातील यज्ञासंबंधीच्या विधींवर अवलंबून राहतो. तो आपला प्रबंध, जो त्याच्या सिद्धान्ताच्या केंद्रस्थानी आहे, सर्व काळ आणि ठिकाणांसाठी वैध मानतो. त्याचा ऐतिहासिक दृष्टिकोन दोषपूर्ण आहे.

रोमिला थापर यांनी नोंदविल्याप्रमाणे, मार्सल मॉस आणि हेनरी ह्युबर्ट (यांच्यावर ड्युमॉन्टनी भिस्त ठेवली) यांना धर्मात, खासकरून यज्ञाच्या अभ्यासात रस होता. त्यामुळे वैदिक जीवनाचा मुख्य विधी असलेल्या यज्ञासंबंधीच्या विधींवरचे वैदिक वाङ्मय त्यांना बहुमोल वाटले. वैदिक ग्रंथ म्हणजे जात्या यज्ञासंबंधीची माहितीपुस्तकेच होती. धर्माच्या जोडीला जादूटोण्यात रस असलेल्या पाश्चिमात्य देशातील विद्वनांनासुद्धा या ग्रंथांचे आकर्षण वाटले (थापर २०००: २२). ड्युमॉन्टच्या जातीच्या अधिकारश्रेणीच्या सिद्धान्तामध्ये धर्म केंद्रस्थानी असल्यामुळे त्यानं प्राचीन धार्मिक ग्रंथावर ठेवलेली भिस्त ही त्या अर्थाने एक तर्कसंगत निवड म्हणावी लागेल. जर आपण भारतीय इतिहास लेखनातल्या इतिहास आणि पुराणे यांच्यामधील थापरने केलेला भेद रास्त मानला, तर ड्युमॉन्ट इतिहासाकडे दुर्लक्ष करून संपूर्णपणे पुराणांवर अवलंबून राहताना दिसतो.

ड्युमॉन्टच्या दृष्टिकोनातली इतिहासाची समस्या खरोखरीच फार गंभीर स्वरूपाची आहे. सर्वसामान्यतः भारतीय समाजात आणि विशेषकरून जातिव्यवस्थेत इतिहासाला दिलेली बगल ही ड्युमॉन्टच्या सिद्धान्त आणि पद्धतीच्या केंद्रस्थानी आहे. वर्ण आणि जातीतील बदलांविषयी त्याच्या मतांतून हे उघडपणे निदर्शनास येतं. तो विचारतो, एखादा मानवशास्त्रज्ञ परिवर्तनाचा अभ्यास करण्यास का प्रवृत्त होतो? ड्युमॉन्ट अनुमान लावतो एक कारण आहे

> बहुतांशी भौतिकवादी असलेले इतिहासाचे तत्त्वज्ञान, मग ते द्वंद्वात्मक असो वा नसो (त्याला याच्याशी काही घेणेदेणे नाही). ऐतिहासिक भौतिकवादाविरुद्ध धर्मयुद्ध भासावे अशा ध्यासाचा पाठपुरावा करत तो पुढे म्हणतो की कुठल्याही बदलाचा प्रश्न म्हणजे

> समाजाच्या पायाभूत 'सुविधां'मधले बदल 'भव्य रचनेच्या' बदलांशी कशा प्रकारे संबंधित आहेत? तो म्हणतो, या प्रवृत्तीला विज्ञानात फारच थोडे यश लाभले आहे. शिवाय, गैर आधुनिक समाज उत्पादक शक्तींच्या प्राधान्यास सहजासहजी शरण जात नाही. 'हेगेलो-मार्क्सवादी तर्कशुद्ध चर्चा चळवळींचा अनुमानिक सिद्धान्त म्हणून जास्त उपयुक्त आहे, न की शोध आणि विश्लेषणाचे एक साधन म्हणून (ड्युमॉन्ट २००६: २१९) यावर तो जोर देतो.

म्हणूनच जातिव्यवस्थेतील परिवर्तनांचा अभ्यासाचा ड्युमॉन्टला तिटकारा आहे.

ड्युमॉन्टने अगोदर सादर केलेल्या द्वंद्वात्मक, ऐतिहासिक आणि भौतिकवादी दृष्टिकोनाच्या व्यंगचित्राबाबत कुठलीही अर्थपूर्ण चर्चा करणे व्यर्थ ठरेल. मात्र इथे हे नमूद करणे आवश्यक आहे की त्याच्या कार्याच्या चुकीच्या पद्धतीसाठी प्राचीन काळातल्या आदर्शवादाच्या केंद्रस्थानी गृहीत धरलेल्या जातिरचनेची चुकीची कल्पना जबाबदार आहे. ऐतिहासिकदृष्ट्या जातिव्यवस्थेत जर आणि जे काही बदल घडले ते त्याच्या मते बाह्य स्वरूपाचे होते—म्हणजेच आर्थिक आणि राजकीय बदल. यामुळे जातिव्यवस्थेचे सार असलेल्या पवित्र आणि अपवित्राच्या द्वंद्वाच्या गाभाऱ्यावर उभ्या असलेल्या आदर्शवादात काहीच बदल झाला नाही (ड्युमॉन्ट १९८०: २२८). इथे मुख्य समस्या दुहेरी आहे. एक, आर्थिक-राजकीय यांना 'बाह्य' म्हणणे हा सैद्धान्तिकदृष्ट्या गैरसमज आहे. दोन, कल्पना आर्थिक-राजकीय घटकांच्या बदलांपासून मुक्त असतात, हे गृहीत धरणे ऐतिहासिक आणि अनुभवाधिष्ठितदृष्ट्या चुकीचे आहे. शर्मा यांनी नमूद केल्याप्रमाणे (२००९: १), काळ आणि प्रदेशांच्या पलीकडे जाणाऱ्या सामाजिक सामान्यीकरणाचा भारतीय समाज आणि त्यातील जातिव्यवस्थेचे अपरिवर्तनीय वैशिष्ट्य सिद्ध करण्यासाठी केलेला उपयोग ऐतिहासिक पद्धतीपुढे एक खरा धोका उपस्थित करतो.

मुख्य प्रवाहाच्या समाजशास्त्राचे जनक असलेले इमाइल डर्खाईम आणि मॅक्स वेबर यांचा संदर्भ देताना रोमिला थापर म्हणतात की त्यांच्या भारताच्या अभ्यासात, भूतकाळातील सामाजिक संस्था काहीच बदल न घडता आताच्या काळातही तशाच राहिल्या. त्या पुढे असेही म्हणतात की डर्खाईमने जरी भारताकडे पुरेसे लक्ष दिले नसले तरी मार्सेल मॉस (महाभारताच्या त्याच्या अभ्यासामध्ये), हेन्री ह्युबर्ट (धर्माचा अभ्यासक—खासकरून यज्ञ, त्याची रचना आणि कार्य यांचा अभ्यासक) आणि बुगल (जातीचा अभ्यासक) हे डर्खाईमच्या समुदाय, धर्म आणि स्तरीकरणाच्या कल्पनांनी प्रभावित झाले होते (थापर २०००: २१–२३). या विचारवंतांच्या प्रभावाखाली, ज्याची कबुली ड्युमॉन्टने स्वतःच दिली आहे, त्याने पूर्ण शक्तीने अपरिवर्तनीयतेची कल्पना जातिव्यवस्थेच्या अभ्यासाला चिकटवली. तो लिहितो: 'जर एखाद्या अभ्यासाला ऐतिहासिक म्हणवण्यासाठी मुख्यत्वे दोन काळातील बदल शोधून काढणे गरजेचे ठरत असेल तर त्या अभ्यासाला ऐतिहासिक म्हणताच

कामा नये कारण, उलटपक्षी असा अभ्यास खरं तर शाश्वताशी संबंधित असतो' (ड्युमॉन्ट १९८०: २१-२४, २८७).

शाश्वताचा शोध घेताघेता तो जातिव्यवस्थेला काळ आणि अवकाशाच्या पिंजऱ्यात थिजवून टाकतो. ही कौतुकाची बाब आहे की संस्कृतिवर्णनाच्या संशोधनात कार्यरत असलेल्या समाजशास्त्रज्ञांनी अतिशय संपन्न आणि बहुमोल अशा अनुभवाधिष्ठित डेटाच्या– आधारसामग्रीच्या बळावर अचूकपणे जातीच्या अविनाशी आणि स्थिर अस्तित्वावर सवाल केला आहे; पण तसे करताना त्यांनी जातिव्यवस्थेतील रचना आणि बदलांचे ऐतिहासिक स्पष्टीकरण दिलेले नाही. पुढे चर्चिल्याप्रमाणे (जिथे जिथे प्रस्तुत ठरेल तिथे) इतिहासाचा विसर पडणे हा ड्युमॉन्टच्या कार्यातला गंभीर प्रश्न आहे. या प्रश्नानं जातीच्या मुख्य प्रवाहाच्या समाजशास्त्राला व्यापून टाकलं आहे.

प्रचलित मताच्या उलट, 'अपरिवर्तनीय ताठरता' हे जात समाजाचे वैशिष्ट्य नव्हे; पण परिवर्तनाच्या अभ्यासात जातीविषयक रूढीविषयींची समकालिक मग्नता हा एक मुख्य अडथळा आहे (थापर २०००: ११). शर्मा यांनी म्हटल्याप्रमाणे परिवर्तनाच्या प्रक्रिया आणि सत्ता यांच्याकडे दुर्लक्ष करून जातिव्यवस्थेतील 'जोम' आणि 'चिकाटी' यांच्यावर जोर देणे चुकीचे ठरते. परिवर्तनाचे वर्णन केले तरी समस्या जशीच्या तशीच राहते. कारण समकालिक अभ्यासांवर आधारित स्पष्टीकरण हे एखाद्या क्षणी आणि एखाद्या अवधीतल्या एखाद्या संस्थेच्या रचना आणि कार्याच्या बाबतीत योग्य ठरू शकते, पण हे स्पष्टीकरण एका सामाजिक निर्मितीतून दुसऱ्या सामाजिक निर्मितीतल्या परिवर्तनाचा मूलभूत प्रश्न सोडवत नाही (शर्मा २००९: १-२, ७).

अलीकडेच संपादित झालेल्या *कास्ट इन हिस्टरी* असे चित्तवेधक शीर्षक असलेल्या एका खंडाच्या 'प्रस्तावनेत' असे म्हटले आहे की हे पुस्तक '१७ व्या ते २० व्या शतकातील भारताच्या भिन्न भिन्न प्रदेशातील बरेच चढउतार झालेल्या जातीच्या कारकिर्दीचा वेध घेऊन जातीविषयक अभ्यासामधल्या असंतुलनाचे निवारण करते' (बॅनर्जी-दुबे २००८: १५). नक्कीच हा भारतीय इतिहासातला एक महत्त्वाचा टप्पा आहे. पण इथे एक प्रश्न असा उरतो की ड्युमॉन्टने दावा केल्याप्रमाणे (वर्ण आणि जातीतील समरूपावर जोर देत) जर जात अनेक शतकांपूर्वीच्या ऋग्वेद काळाइतकी जुनी आहे, तर मग १७ व्या शतकापासून केलेला इतिहासाचा जातीचा अभ्यास ड्युमॉन्टने नमूद केलेल्या इतिहासाचा बरासचा भाग विचारताच घेत नाही. तथापि, ऐतिहासिक दृष्टिकोनाच्या अभावासंबंधी बोलताना मी अभ्यासाच्या कुठल्या विशिष्ट काळाचा उल्लेख करत नाही. त्या ऐवजी, मी आर्थिक-राजकीय परिस्थिती आणि विचारधारेच्या ऐतिहासिक अनुमानांवर बोट ठेवतो; अशी अनुमाने ज्यांनी जातीला जन्म दिला आणि सर्वांत महत्त्वाचे म्हणजे ज्यातील बदलांनी जातिव्यवस्थेतील बदल

घडवले. इतिहासापासून अलिप्त असलेली आपल्या विद्याशाखेची सीमारेषा अभंग राखण्यासाठी मुख्य प्रवाहाच्या समाजशास्त्रांनी या दृष्टिकोनाला बाद केलं. इतिहासाची उपेक्षा करण्यात ड्युमॉन्ट विशेषकरून बेपर्वाई दाखवतात. अधिकारश्रेणीचे मूलतत्त्व—पौरोहित्य आणि राजधर्म यांच्यातील पूर्ण भिन्नता आणि पौरोहित्यानं केलेला राजधर्माचा समावेश—हे ऋग्वेदाच्या काळापासून ते आजच्या काळातील गावातल्या स्थितीपर्यंत काहीच बदल न होता चालत आले आहेत. यातच दडली आहे 'भारताच्या अभ्यासाच्या सार्वत्रिक मूल्यांमध्ये असलेली पराकाष्ठेची रुची' (ड्युमॉन्ट १९६७: ३४). अशा प्रकारे जातीचे पारसूत्रीकरण हे भारताविषयीच्या अभ्यासाचे खरे मूल्य आहे.

ड्युमॉन्टच्या मते, जातिव्यवस्थेच्या आर्थिक-राजकीय पैलूंमध्ये बदल घडले नाहीत असे नाही. पण प्रश्न असा आहे की या पैलूंचे आर्थिक-राजकीय कार्यक्षेत्रातील 'पूर्णत्वातले' स्थान कोणते? त्याचे उत्तर तो असे देतो की राजकीय-आर्थिक घटक बाकीच्या सामाजिक जीवन नियंत्रित करत नाहीत, त्या ऐवजी 'ते एकूणच धार्मिक कोंदणात सामावले जाते... सगळं असं घडतं जणू व्यवस्था फक्त तिच्या दुय्यम क्षेत्राच्या बदलांना घडण्याची मुभा देते. तो म्हणतो, हे, जातिव्यवस्थेच्या लवचीकपणाचे गुपित आहे' (ड्युमॉन्ट १९८०: २२८). वास्तविक, हे जातिव्यवस्थेच्या लवचीकपणाचे गुपित नसून अधिकारश्रेणीच्या चुकीच्या कल्पनेचे गुपित आहे ज्यात निव्वळ विचारधारेने बनवलेले 'पूर्णत्व' पूर्णत्वाच्या दृष्टीने बाह्य स्वरूपाच्या धरलेल्या आर्थिक-राजकीय बदलांमुळे बाधित होत नाही. इथे पद्धतीची समस्या हीच त्याच्या सिद्धान्ताची समस्या ठरते. त्याविषयी अधिक चर्चा पुढे करण्यात आली आहे.

संस्कृतीकरण आणि प्रभुत्वशाली जात

जातीचा ब्राह्मणकेंद्रित दृष्टिकोन आणि जातिव्यवस्थेतील अपिवर्तनीयतेच्या कल्पना या सुधारण्यात एम. एन. श्रीनिवास यांच्या संस्कृतीकरण आणि प्रभुत्वशाली जात या दुहेरी संकल्पना फार मोलाच्या मानल्या जातात (पहा. थापर २०००: ११). या संकल्पना एक महत्त्वाची भूमिकाही बजावतात. सर्वप्रथम ते प्रबळ जमाती वेगवेगळ्या प्रदेशांनुसार बदलतात, असे दाखवून देऊन ते ब्राह्मणाच्या वैश्विक श्रेष्ठत्वावर बेतलेल्या जातिव्यवस्थेतील ब्राह्मणकेंद्रित दृष्टिकोनाचे अनुभवाधिष्ठित खंडन करतात. दुसरी गोष्ट म्हणजे, जातीच्या अधिकारश्रेणीतली खालची जात जेव्हा वर येऊ पाहते तेव्हा ती ब्राह्मणांच्या जीवनशैलीचे अनुकरण न करता त्या त्या प्रदेशातील प्रभुत्वशाली जातीचे अनुकरण करते. संस्कृतीकरण आणि प्रभुत्वशाली जात या संकल्पनांवर भाष्य करताना ड्युमॉन्ट काही ठिकाणी त्यांना तुच्छ लेखतो तर काही ठिकाणी उडवाउडवीचे तर्क लढवतो: '...शतकांपासून ही प्रवृत्ती जर कार्यरत होती तर मग सर्व हिंदूंचे संपूर्णपणे 'संस्कृतीकरण' का नाही झाले? असं तो विचारतो (ड्युमॉन्ट

१९८०: १९२). याचे उत्तर शतकांपासून तळागाळातील खालच्या जातींना न मिळालेल्या आर्थिक-राजकीय संधीमध्ये दडले आहे.

इथे हे नमूद करणे आवश्यक आहे की समाजशास्त्रज्ञांना प्रभुत्वशाली जाती आणि संस्कृतीकरण यांचे विशेष महत्त्व वाटले नाही. खरं तर, श्रीनिवास यांनीदेखील त्यांच्या स्वतःच्या जुळ्या संकल्पनांचा मर्यादित वापर केला. कारण, ते ब्रिटिश मानवशास्त्राच्या संरचनात्मक-व्यावहारिक परंपरेशी बांधील होते; ज्यात ऐतिहासिक पद्धतीच्या वापरास अटकाव करण्यात येतो. दुसऱ्या बाजूला श्रीनिवास यांचे समीक्षक अनैतिहासिक संरचनात्मक-व्यावहारिकतेच्या मर्यादेवर मात करण्याऐवजी संस्कृतीकरणाच्या कल्पनेलाच निरुपयोगी ठरवून धुडकावून लावतात. संस्कृतीकरणाची जी काही टीका झाली ती श्रीनिवास ब्राह्मण जातीचे आहेत या गोष्टीवर केंद्रित होती, त्यांचा समाजशास्त्रीय दृष्टिकोन (संरचनात्मक-व्यावहारिक) आणि त्यातील दोषांवर फारच थोडी समीक्षा झाली. एडमंट लीच विचारतो की जर श्रीनिवास ब्राह्मण नसते तर त्याची मनोभूमिका वेगळी असती का (पांडियन २०१०: १०४)? श्रीनिवास यांचे ब्राह्मण असणे ही समस्या नसून त्यांचा अनैतिहासिक आणि आदर्शवादी दृष्टिकोन ही खरी समस्या आहे, असा दृष्टिकोन जो जातीकडे आर्थिक-राजकीय स्वार्थापासून वेगळी केलेली श्रद्धा आणि रूढींची व्यवस्था म्हणून पाहतो. कुठलाही विद्वान, मग तो ब्राह्मण असो व गैरब्राह्मण किंवा गैरहिंदू (ख्रिश्चन, मुसलमान किंवा ज्यू) जर हा दृष्टिकोन पत्करतो त्याची जातीविषयक किंवा संस्कृतीकरणाची मनोभूमिका ही मूलतः वेगळी ठरणार नाही. खरं तर, प्रभुत्वशाली जातीशी संस्कृतीकरणाचा संबंध जोडून तिच्यावरील ब्राह्मणत्वाचा टिळा पुसण्याचे श्रेय श्रीनिवास यांना जाते. लीच श्रीनिवास यांच्या जातीविषयक दृष्टिकोनाला ब्राह्मणकेंद्रित मानतात. खरं तर त्यांचा स्वतःचा दृष्टिकोन वेगळा नाही. जातीबद्दलचा ब्राह्मणकेंद्रित दृष्टिकोन हा समाजशास्त्राच्या व्यक्तित्वावर ठरत नसून त्याने पत्करलेल्या ब्राह्मण आणि गैरब्राह्मण या भेदाला वारा घालणाऱ्या दृष्टिकोनावर ठरतो. ही एक गंभीर समस्या आहे आणि मी तिच्याकडे परत वळेन (तिसऱ्या प्रकरणात).

संस्कृतीकरण ही शिष्टवर्गीय संकल्पना आहे (अइलैय्या २०१३) ही टीका रास्त आहे. ती नक्कीच अशा अर्थाने शिष्टवर्गीय आहे की त्यात खालच्या जाती प्रभुत्वशाली जाती (शिष्टजन) यांच्या जीवनशैलीचे त्या त्या प्रदेशात आणि काळात अनुकरण करीत असल्याचे गृहीत धरले आहे. मात्र ऐतिहासिक-संस्कृतिवर्णनाच्या पुराव्याची दखल घेऊन जर त्यात असे सिद्ध केले जाते की खालच्या जाती आणि बाहेरचे समूह आर्थिक (राजकीय) सामर्थ्य लाभताच प्रभुत्वशाली जातींच्या (वर्ग) दर्जाची बरोबरी करण्याच्या हेतूने त्यांच्या जीवनशैलीचे अनुकरण करतात; तर त्या दृष्टीने संस्कृतीकरण शिष्टवर्गीय संकल्पना ठरत नाही. उदाहरणार्थ, बऱ्याच गैरजातीय समूहांच्या बाबतीत हेच घडलं. ज्यांनी क्षत्रिय दर्जावर हक्क सांगून विजय

मिळवलेल्या प्रदेशांचे राज्यकर्ते म्हणून आपल्या दर्जाचे औपचारीकरण केले. वायव्य भारतातील रजपूत हे मूळ क्षत्रियांचे वंशज नव्हते तर संस्कृतीकरण झालेले आदिवासी होते; ज्यांनी जमिनीवर कब्जा करून क्षत्रियांचा दर्जा मिळवला आणि ज्याचे औपचारीकरण ब्राह्मणांनी केले, असे वेबर लिहितो (१९५८b: ६५). ऐतिहासिक संस्कृतिवर्णनाच्या पुराव्याला दडपून खालच्या जातींनी आणि बाहेरच्या समूहांनी आर्थिक-राजकीय सामर्थ्य मिळवून त्या त्या काळाच्या आणि प्रदेशांच्या प्रबळ जमातींच्या जीवनशैलीचे अनुकरण केले, असा शिष्टवर्गीय दावा करणे म्हणजे संशोधनाच्या मूलभूत तत्त्वाचे उल्लंघन होय. त्याने सबल्टर्न अभ्यासाचा हेतू मुळीच साध्य होत नाही. संस्कृतीकरणाचा अभ्यास करणे आणि जातिव्यवस्थेतील 'असंस्कृत' समूहांसमोरचा तो एकमेव पर्याय आहे, अशी शिफारस करणे या दोहोंमध्ये गोंधळ होता कामा नये.

संस्कृतीकरणाचे एक मूलभूत वैशिष्ट्य ज्याचे पुरेसे अन्वेषण झाले नाही; ते वैशिष्ट्य म्हणजे संस्कृतीकरणाची मूलभूत पूर्वअट असलेल्या वर चढू इच्छिणाऱ्या जातीच्या आर्थिक परिस्थितीतला बदल. यासंदर्भात हे नमूद करणे रंजक ठरेल की मॅक्स वेबरने फार पूर्वी जातिव्यवस्थेला जातिगत असलेल्या प्रक्रियेबद्दल हे म्हटलं:

> मुख्यत्वे एका जातीतील मालमत्तेच्या भिन्नतेमुळे ती जात जुन्या विधींचा त्याग करून नवे विधी आत्मसात करते. यामुळे मालमत्ता मिळवलेल्या वर्गाला उच्च जातीतील विधी अवलंबता येतात आणि त्या योगे आपल्याच जातीतील मालमत्ता नसलेल्या वर्गाशी सामाजिक परस्परसंबंध तोडून टाकता येतात.

पुढे तो असं म्हणतो '...सरळसोट मालमत्तेचे भेदाभेद बऱ्याचदा... एखाद्या समुदायाचे विभाजन करण्याचा प्रसंग ठरतो... [त्यामुळे]...आमच्यासाठी जाती आणि उपजातींच्या उत्पत्तीची आर्थिक कारणं सर्वांत महत्त्वाची आहेत' (वेबर १९५८b: १०३). नंतरच्या समाजशास्त्रज्ञांनी—ज्यात वेबरच्या अनुयायांचा समावेश आहे—त्याचा या महत्त्वाच्या अंतर्दृष्टीला पुढे नेले नाही.

पाश्चिमात्य देश आणि वर्ग सिद्धान्त यांच्याकडून करण्यात आलेली उसनवारी

जातिव्यवस्थेतील राजकीय, आर्थिक आणि धार्मिक परिमाणांना भिन्न धरून त्यांच्यामधील परस्परसंबंधांचे विश्लेषण करणे, हा पाश्चिमात्य विचारधारेचा भाग आहे, जो सामाजिक वर्गसिद्धान्ताकडून उसना घेण्यात आला आहे (तंबीहा १९६७: २५, खरे २००६: २०६–२०७) असा युक्तिवाद केला जातो. पुढे असा युक्तिवाद केला जातो की सामाजिक वर्गसिद्धान्ताची अभिमुखता खूपच उपयुक्ततावादी किंवा साधनभूत आहे, ज्यात सामाजिक पावित्र्याची फारशी कदर केली जात नाही. वर्गव्यवस्थेतील शोषण हे आर्थिक आणि राजकीय

असतं, पण जातिव्यवस्थेतील शोषण पावित्र्याशी संबंधित असल्याकारणाने तितके थेट स्वरूपाचे नसते (दी वोस १९६७: २१). इथे असा प्रश्न पडतो की मार्क्सवाद हा पाश्चिमात्य परिपाक असल्याचा आक्षेप जातीच्या मुख्य प्रवाहाचे समाजशास्त्र आणि सामाजिक मानवशास्त्र यांनाही तितकाच लागू पडतो का? कारण ते मार्क्सवादावर बेतलेले नसूनही पाश्चिमात्य संकल्पनांवर तितकेच अवलंबून आहेत. इथे समस्या ही आहे की आपल्याकडे गैर पाश्चिमात्य समाज आणि संस्कृतींच्या अभ्यासासाठी कोणत्याही गैर पाश्चिमात्य समाजशास्त्रीय संकल्पना किंवा विश्लेषणाच्या पद्धती उपलब्ध नाहीत. राष्ट्रीय समाजशास्त्राचा शोध ही एक वेगळीच बाब आहे आणि इथे तो माझ्या चर्चेचा विषय नाही. पण मी एवढे मात्र सांगू इच्छितो की पाश्चिमात्य आणि गैरपाश्चिमात्य भेदावर विचार करीत बसून फारसे काही साध्य होणार नाही. राष्ट्रीय आणि भौगोलिक भेदांहून जास्त महत्त्वाची आहे ती विचारधारेची भिन्नता—मग ती आदर्शवादी असो भौतिकवादी असो ऐतिहासिक असो वा अनैतिहासिक असो. गमतीची गोष्ट अशी की जे विद्वान पाश्चिमात्य असल्याकारणाने वर्ग विभाजनाच्या वापरावर आक्षेप घेताना दिसतात ते आपली विरुद्ध मतं मांडण्यासाठी त्याच पाश्चिमात्य वर्गीकरणाचा उपयोग करतात. शेवटी, मुख्य प्रवाहाच्या समाजशास्त्रात पाश्चिमात्य विभाजनाचा उपयोग मार्क्सवादाला पर्याय म्हणून केलेल्या शिष्टोक्तीसारखा केला जातो. मार्क्सवादाच्या विरोधातल्या मोहिमेने जातीच्या मुख्य प्रवाहाच्या समाजशास्त्राला बरेच प्रभावित केले आहे. त्याविषयी मी थोडक्यात चर्चा करू इच्छितो.

मार्क्सविरोधी कटाक्ष

सीबा फाउंडेशनने १९६७ मध्ये प्रायोजित केलेल्या जाती आणि वंशावरील परिसंवादातल्या एका महत्त्वाच्या लेखात जातीलाच वर्ग आणि शोषण समजण्याच्या गोंधळाविषयी सावध करताना एडमंड लीच लिहितो, 'मार्क्सवादाने आपल्या विचारशक्तीला एवढे क्षीण केले आहे की आपण वर्ग द्वंद-मुक्त समाज, समानता आणि स्वातंत्र्यासारख्या कल्पनांवर विश्वास ठेवू लागतो. स्वातंत्र्य आणि वर्ग या राजकीय कल्पना आहेत. समाजशास्त्रीय विश्लेषणात त्यांना स्थान नाही. तिथे फक्त दर्जातील भेद पाहायचे असतात.' पुढे तो म्हणतो: '...एक मानसशास्त्रज्ञ म्हणून मी माझ्या समाजशास्त्रज्ञ मित्रांना या बाबींचा विचार करताना आर्थिक घटकांच्या तुलनेत अंतर्विवाहावर जास्त लक्ष देण्याचा सल्ला देईन' ('या बाबी' म्हणजेच जात, वंश आणि वर्ग) (लीच १९६७: १४–१५). पुढे चर्चिल्याप्रमाणे मार्क्सवादाचा संसर्ग झाल्यामुळे अधिकारश्रेणीचे अवलोकन करण्यास आपण असमर्थ ठरतो असे ड्युमॉन्ट वारंवार म्हणतो. मॅक्स वेबरपासून ते ड्युमॉन्टपर्यंत, मुख्य प्रवाहाच्या समाजशास्त्रातल्या बहुतेक विद्वानांनी भारतातील जाती आणि जातिव्यवस्था यांचा मार्क्सवादावरच्या

उताऱ्यासारखा वापर केला आहे, खासकरून वर्ग विश्लेषणाच्या संदर्भात, याची नोंद करणे महत्त्वाचे आहे. सांस्कृतिक (म्हणजेच धार्मिक) घटकांच्या तुलनेत जातीचा आर्थिक आणि राजकीय घटकांच्या अवमूल्यनाचे प्रमुख उदाहरण म्हणून वापर करण्यात आला आहे. यातच भारताचे वैशिष्ट्य आणि समाजशास्त्रामधील त्याचे अद्वितीय मूल्य दडले आहे. ड्युमॉन्ट लिहितो,

> मी जातिव्यवस्थेतील सत्तेच्या अवमूल्यनाला सामान्य समाजशास्त्रीय अर्थाची संज्ञा देण्याचे योजिले आहे. हे वैशिष्ट्य आधुनिक विचारांच्या विरुद्ध जातं...आधुनिक विचारसरणी प्रबळ असलेल्या आर्थिक दृष्टिकोनाने माणसा-माणसांमधील परस्परसंबंधांना माणसं आणि वस्तू (मालमत्ता वगैरे) यांच्यातील परस्परसंबंधांच्या तुलनेत गौण लेखले आहे, येथे आपणास पारंपरिक भारतीय वैशिष्ट्य गोळा करून या संरचनेच्या बरोबर विरुद्ध अशी संरचना तयार होण्याचा संभव दिसतो: इथे वस्तूंमधल्या परस्परसंबंधांचा वापर माणसा-माणसांतील परस्परसंबंधांना दर्शवण्यासाठी केला जातो (ड्युमॉन्ट १९८०: xiii).

सर्वांत पहिली गोष्ट म्हणजे 'आर्थिक दृष्टिकोन'—मार्क्सवादाविरुद्धची शोभनोक्ती (खरं तर मार्क्सवादाचे अश्लीलीकरण)—आधुनिक विचारसरणीत प्रबळ आहे, असं म्हणणे योग्य नाही. सामान्यतः समाजशास्त्रात आणि विशेषतः जातीच्या समाजशास्त्रात हा दृष्टिकोन कधीच प्रबळ नव्हता. उलटपक्षी, जातिव्यवस्थेच्या अभ्यासात हा दृष्टिकोन असलाच तर किरकोळ स्वरूपाचा होता. पण तो मुख्य मुद्दा नव्हेच. मुद्दा हा आहे की ड्युमॉन्ट मार्क्सकडून एक वाक्यांश उसना घेऊन आपल्या मार्क्सवादी दृष्टिकोनाविरुद्धच्या दृष्टिकोनाला बळकटी आणण्याच्या हेतूने विकृत स्वरूप देतो. हा फार महत्त्वाचा मुद्दा आहे ज्याचा अधिक खुलासा होणे गरजेचे आहे. पहिली गोष्ट म्हणजे, मार्क्सवाद हा काही आर्थिक दृष्टिकोन नव्हे. अमीन (२००४) यांनी दाखवून दिल्याप्रमाणे, शुद्ध आर्थिक स्वरूपाची श्रेणी ही अभिजात राजकीय अर्थव्यवस्थेत मोडते. उलट, मार्क्सवादाने हे अतिशय प्रभावीपणे सिद्ध केलं की कशा शास्त्रीय राजकीय अर्थव्यवस्थेतील वरकरणी अभिजात आर्थिक श्रेणी (श्रम आणि भांडवल) या खरं तर सामाजिक श्रेणी आहेत: श्रम आणि भांडवल यांमधील आर्थिक परस्परसंबंध हे श्रमिक आणि भांडवलदारांमधले सामाजिक परस्परसंबंध असतात, जे असमान आणि शोषणप्रधान असतात. वेगवेगळ्या जातीतील लोकांमधल्या असमान परस्परसंबंधांचा आधार राजकीय सत्तेच्या मक्तेदारीनी शाबूत ठेवलेल्या आणि प्रबळ विचारधारेनी युक्तिवादात बसवलेल्या (उदाहरणार्थ पवित्र विरुद्ध अपवित्र द्वंद्व) लोक आणि 'वस्तू' (उत्पादनाची साधनं) यांच्यातील असमान परस्परसंबंधांमध्ये सापडतो, असा जातिव्यवस्थेच्या संदर्भात याचा अर्थ लागतो. अपवित्रांना उदरनिर्वाहाच्या साधनांच्या वापराची संधी त्यांच्या अशुद्धतेपायी मिळत नाही की परिस्थिती याच्या पूर्णपणे उलट आहे, हा खरा प्रश्न आहे. मी त्याच्याकडे कालांतराने वळेन.

वस्तुनिष्ठता–व्यक्तिनिष्ठता

असे म्हटले जाते की 'शोषित लोकांना आपण शोषणाचे बळी आहोत, याचे ज्ञानच नसल्याने ते अज्ञानात सुखी होते आणि शोषण करणारे लोक आपण देवाने ठरवल्याप्रमाणे वागत आहोत, या समजुतीत होते' (अय्यपन १९६५, मेयर १९६७: २७ मधील उद्धृत). आपण हे मान्य करू शकतो की शोषित वर्ग अनभिज्ञ होता, सुखी असोत वा नसोत, मात्र यामुळे एक महत्त्वाचा प्रश्न उपस्थित होतो: अनभिज्ञ नसलेल्या आणि वस्तुनिष्ठतेशी वचनबद्ध असलेल्या समाजशास्त्रज्ञांची याबाबतीत काय भूमिका होती/आहे? आर्थिक-राजकीय साधनांवर मक्तेदारी गाजवणाऱ्या जाती आणि त्यांच्यासाठी काम करून उदरनिर्वाह करणाऱ्या जाती यांच्यातील परस्परसंबंधांचे जर शोषण हे वस्तुनिष्ठ वास्तव होते/ आहे; तर या गोष्टीची दाखल घेण्याची जबाबदारी समाजशास्त्रज्ञांनी उचलायला नको का? ती त्यांनी उचलली का? जातिव्यवस्थेतील शोषण अधोरेखित न करण्याचा नित्याचा युक्तिवाद हा आहे की व्यवस्थेला बाहेरून पाहायची गरज आहे, आतून नाही, व्यक्तिनिष्ठपणे नव्हे तर वस्तुनिष्ठपणे, म्हणजेच संबंधित व्यक्तींच्या दृष्टिकोनातून अभ्यास करण्याची गरज आहे. असे असूनही, बेरमनने दाखवल्याप्रमाणे, अनेकदा, ब्राह्मणांचे (म्हणजेच प्रभुत्वशाली जातींना) म्हणणे ऐकून घेतले जाई आणि अस्पृश्यांकडे कानाडोळा केला जाई (ड्युमॉन्ट १९८०: xxi). इथे हे नमूद करणे योग्य ठरेल की अलीकडील दशकांतल्या वाढत्या दलित साहित्यानं तळागाळातील लोकांना आवाज मिळवून देण्यात गरुडझेप घेतली आहे. कारण पूर्वीच्या सामाजिक संभाषणांमध्ये केवळ उच्च जातींचा आवाज ऐकू येई आणि जातीच्या अधिकारश्रेणीच्या खालचे आणि मधले आवाज दाबले जात. मात्र जातिव्यवस्थेच्या अभ्यास करताना या वरच्या आणि खालच्या आवाजांचे एका सैद्धान्तिक रचनेतले समाकलन अजूनही झालेले नाही. मुख्य प्रवाहातील समाजशास्त्रीय अभ्यासातील 'अधिकृत तटस्थता आणि वस्तुनिष्ठता' यावर पांडियनचा खडा सवाल रास्त आहे; पण त्याने सुचवलेला पर्याय पटण्यासारखा नाही (पांडियन २०१०: १०२–१०४). जातीच्या सैद्धान्तिकरणाची समस्या ही संस्थात्मक संभाषणाचे कार्यक्षेत्र नसून सैद्धान्तिक-पद्धतिशास्त्रीय रूढिबद्ध संरचनेचे कार्यक्षेत्र आहे ज्यातले संभाषण खऱ्या जीवनातील व्यवहाराशी मेळ खात नाही.

सिद्धान्त

अधिकारश्रेणीचे 'पूर्णत्व': पूर्णत्वातील अपूर्णत्व

जातिव्यवस्थेला मूलतत्त्व मानून ड्युमॉन्ट अधिकारश्रेणीला त्याच्या अभ्यासाचा आरंभ बिंदू मानतो. त्याच्या मते दोन कारणांसाठी असे करणे रास्त ठरते. एक, अंश (जाती) आणि संपूर्ण (जातिव्यवस्था) यांचा सर्वांत जास्त जाणीवपूर्वक संदर्भ अधिकारश्रेणी मिळवून देते.

ड्युमॉन्ट अधिकारश्रेणीची प्रभुत्वाची शिडी अशी व्याख्या करतो, ज्यामध्ये खालच्या पायऱ्या वरच्या पायऱ्यांमध्ये एकपाठोपाठ एक सातत्याने समाविष्ट केल्या जातात. त्या अर्थाने अधिकारश्रेणी एक पद्धतशीरपणे क्रमवार ठरलेली हुकूमत आहे, उदाहरणार्थ लष्करातली अधिकारश्रेणी ज्यात सरसेनापती ते खाजगी सैनिक असा अधीनतेचा सुधारित क्रम ठरत जातो. भारतातील अधिकारश्रेणी (म्हणजेच जातिव्यवस्था; ड्युमॉन्ट भारताला नित्यनेमाने जातिव्यवस्थेच्या मर्यादित चौकटीत बसवतो) ही सर्वस्वी वेगळी आहे; कारण त्यात श्रेणीबद्धता असली तरी ती ना सत्ता आहे ना हुकूमत. अधिकारश्रेणीचा भारतीय अर्थ व्यक्त करण्यासाठी ड्युमॉन्ट धर्मविद्याविषयक परिभाषेचा वापर करतो ज्यात देवदूत, पवित्र गोष्टींची सत्ता, पाद्र्यांचा संघटित समूह आणि श्रेणीबद्ध स्वरूपाच्या व्यक्ती किंवा वस्तूंची संस्था यांचा समावेश आहे (ड्युमॉन्ट १९८०: ६५). पुढे चर्चा केल्याप्रमाणे, जातिव्यवस्थेच्या अधिकारश्रेणीचा आरंभबिंदू पवित्र आणि दैवी आहे हा योगायोग नव्हे.

तो म्हणतो की जातीकडे एक व्यवस्था म्हणून बघण्याचे 'दोन वेगळे अर्थ' आहेत. एक, अनुभवाधिष्ठित आणि दुसरा सैद्धान्तिक. अनुभवाधिष्ठित दृष्टिकोनात जातीला 'एका प्रदेशात सामूहिकपणे आढळणाऱ्या प्रत्यक्ष जाती' असे संबोधण्यात येते. त्याच्या मते सैद्धान्तिक दृष्टीने हा अनुभवाधिष्ठित दृष्टिकोन न पुरेसा आहे न प्राथमिक. सैद्धान्तिकदृष्ट्या जातिव्यवस्था भारतभर पसरली आहे–'कल्पना आणि मूल्यांची एक व्यवस्था... संज्ञेच्या बुद्धिवादी अर्थाची व्यवस्था... आमचे पहिले काम आहे या विचारधारेचे, या बुद्धिवादी व्यवस्थेचे आकलन करणे.' या दृष्टिकोनाचे वैज्ञानिक तत्त्वाच्या आधारे समर्थन करण्यात आले आहे. आपण (जातिव्यवस्था) अंशापासून (जात) अभ्यास सुरू करून पूर्णत्वाचे आकलन करून घेऊ शकत नाही, म्हणूनच पूर्णत्वापासून अभ्यास सुरू करण्याची गरज भासते. याच कारणासाठी ड्युमॉन्ट हटनच्या ऐवजी बुगलचा दृष्टिकोन पत्करतो कारण बुगलचा आरंभबिंदू पूर्णत्व आहे तर हटनचा आरंभबिंदू अंश आहे (ड्युमॉन्ट १९८०: xlvii–xlviii, ३४ –३५).

जातीच्या अधिकारश्रेणीचे पूर्णत्व कसे आकारास येते? त्यावर ड्युमॉन्ट उत्तर देतो *'पूर्णत्व हे दोन विरुद्ध बाबींच्या आवश्यक आणि श्रेणीबद्ध सहअस्तित्वावर बेतलेले आहे'*. जातिव्यवस्थेची बुगलनी परिभाषित केलेली अधिकारश्रेणी, विभक्तपणा आणि परस्परावलंबित्व ही तीन वैशिष्ट्ये याच मूलभूत विरोधातून साध्य झाली आहेत–पवित्र आणि अपवित्र यांच्यातील धार्मिक स्वरूपाचा विरोध. जातिव्यवस्थेतील अधिकारश्रेणी त्यामुळेच धार्मिक स्वरूपाची आहे. आम्हाला सांगितले जाते की पवित्र आणि अपवित्र यांचा ध्यास हिंदू जीवनात अविरत स्वरूपाचा आहे. जिथे पाश्चिमात्य देशांतील प्रगत मानव सामाजिक जीवनातील धर्माच्या स्थानाविषयी शंका घेतो तिथेच हेगल, डर्खाईम, वेबर आणि पूर्ण मानवशास्त्राने धर्माचे स्थान निर्विवादपणे स्थापित केलं आहे (ड्युमॉन्ट १९८०: ४३).

ड्युमॉन्टने ज्यावर भर दिला आहे त्या जातिव्यवस्थेच्या धार्मिक स्वरूपाला अनेक नामवंत भारतीय विद्वानांचे समर्थन लाभले आहे. बहुतांश समाजामध्ये धर्माच्या चष्म्यातून पूर्णत्व नजरेस पडते. म्हणून, भारतातील जातींचे दर्जे धार्मिक स्वरूपाचे असावेत (मदन २००६: ८०). ओळख आणि भेद यांचा एकसंधपणा—पावित्र्य आणि अपावित्र्य यांच्यातील ऐक्य—व्यवस्थेच्या रूपातील जातीविषयक पररस्परसंबंधांच्या संपूर्णतेला परिभाषित करण्यासाठी पर्याप्त आहे (चटर्जी १९९६: १७०–७१).

ड्युमॉन्टच्या संरचनात्मक 'पूर्णत्वा' मध्ये एक अपूर्णत्व आहे. त्याच्या सिद्धान्तातील 'पूर्णत्व' हे भौतिक परिस्थितीला बाह्य स्वरूप देणाऱ्या कल्पनांनी बनलेले आहे. त्याचे समर्थन तो असे करतो

> प्रत्यक्षात व्यक्ती वर्तणूक करीत नाही, ते एक कल्पना आपल्या डोक्यात ठेवून कृती करतात...माणसाची कृती त्याच्या विचारांची निष्पत्ती आहे...फ्रेंच समाजशास्त्राचा हा सर्वांत महत्त्वाचा गुण मानला पाहिजे...की त्याने प्रत्येक माणसाच्या मनात समाजाचा विचार जागृत राहण्यावर जोर दिला (ड्युमॉन्ट १९८०: ६).

सर्वप्रथम, समाज ही शुद्धपणे किंवा प्रामुख्याने एक मानसिक गोष्ट नव्हे. समाजाला लोकांच्या मनातील कल्पनांच्या रूपात पाहणे, हा एक गंभीर स्वरूपाचा प्रमाद आहे. सामाजिक परस्परसंबंध, जे सामाजिक निर्मितीचे मूलभूत एकक आहेत, स्त्री आणि पुरुषांच्या डोक्यांच्या बाहेर वस्तुनिष्ठ स्वरूपात अस्तित्वात असतात. ड्युमॉन्टने समाजाकडे प्रत्येक व्यक्तीच्या मनातल्या कल्पनेच्या रूपात पाहिल्याबद्दल फ्रेंच समाजशास्त्राचा गुणगौरव करावा, याचे आश्चर्य वाटते. तसे जर असेल तर डर्खाईमचे फ्रेंच समाजशास्त्रातले स्थान धोक्यात येते. कारण त्याने समाजाकडे प्रत्येक व्यक्तीच्या मनातील कल्पना म्हणून पाहण्यास विरोध केला होता. पण त्याच्याशी मला कर्तव्य नाही. मला एवढेच ठसवायचे आहे की आर्थिक आणि राजकीय वगळून इतर कल्पनांनी (पवित्रता आणि अपवित्रता) बनलेली अधिकारश्रेणी पूर्णत्वास आकार देत नाही. ती पूर्णत्वामध्ये एक अपूर्णत्व सोडून देते; दुसऱ्या शब्दांत सांगायचे झाले तर पूर्णत्वात आर्थिक आणि राजकीय यांची इतर कल्पनांशी अंतर्निहित जोडणी झालेली असते. आंद्रे बेटलीने सुचवल्याप्रमाणे मार्क्सच्या इतर वाक्यांमध्ये 'त्यांच्या जीवनाच्या सामाजिक उत्पादनात माणसं अपरिहार्य असलेले आणि सक्तीचे निश्चित स्वरूपाचे संबंध ठेवतात' हे वाक्य सामाजिक व्यवस्थेच्या समाजशास्त्रीय अभ्यासाचा आरंभबिंदू असला पाहिजे (बेटली २००८: २१, वुल्फ १९८२ पहा). हे अशासाठी की उत्पादनाच्या प्रक्रियेतले सामाजिक परस्परसंबंध व्यवस्थेचे अविभाज्य भाग म्हणून आर्थिक-राजकीय परस्परसंबंध आणि कल्पनांचे आंतरिकीकरण करतात. बेटली हे अचूक पद्धतीने दाखवून देतो की ज्याप्रमाणे मार्क्सने सामाजिक परस्परसंबंधांची अपरिहार्यता आणि स्वतंत्रता

हुडकून काढली त्याचप्रमाणे डर्खाईमने सामाजिक तथ्यांचे बाह्य स्वरूप आणि मर्यादा यांच्यावर जोर दिला. मात्र डर्खाईमच्या संकल्पनांची समस्या अशी आहे की त्याचे सामाजिक तथ्य ड्युमॉन्टप्रमाणेच निव्वळ समुदायवाचक विचार (कल्पना) होते.

ड्युमॉन्ट सामाजिक वास्तवाच्या दोन पूरक घटकांमध्ये भेद करतो 'ज्यातील एक (विचारधारा) आजही अस्तित्वात आहे पण दुसरा सोबतचा घटक (आर्थिक-राजकीय) मात्र त्याची धूसर तरीही महत्त्वाची छाया आहे' (ड्युमॉन्ट १९८०: xlviii). आर्थिक-राजकीय घटकाला विचारधारेची सावली मानणे हा अशिष्ट आदर्शवाद होय. हा एक उपरोध म्हणावा लागेल की एकीकडे ड्युमॉन्ट कल्पनांना वास्तव परिस्थिती मानण्याच्या चुकीसाठी मार्क्सवाद्यांना धारेवर धरतो (असं करणारा तो एकटाच नव्हे) तर दुसरीकडे वास्तव परिस्थितीला विचारधारेची धूसर सावली बनवतो. समाजाला विचारधारेची सावली मानणे म्हणजे सामाजिक परस्परसंबंधांच्या वस्तुनिष्ठ वास्तवाला मुकणे होय. शास्त्रीय विद्वानांच्या त्रिवेणी संगमात (समाजशास्त्राचे जनक असलेले मार्क्स, डर्खाईम आणि वेबर) फक्त मार्क्स सामाजिक परस्परसंबंधांच्या केंद्रीयतेवर जोर देतो, ही गोष्ट उल्लेखनीय आहे. दुसऱ्या बाजूला डर्खाईम आणि वेबर सामाजिक कार्यातल्या समुदायवाचक विचारांवर आणि अर्थांवर जोर देतात आणि त्याला समाजाच्या केंद्रस्थानी असलेला समाजशास्त्राचा मुख्य विषय मानतात. समाजशास्त्रातील व्यष्टीगत अभ्यास अपघाताने नव्हे तर जाणीवपूर्वक नियम, मूल्य आणि अर्थ, म्हणजेच थोडक्यात कल्पनांवर लक्ष केंद्रित करतात. आर्थिक-राजकीय परस्परसंबंध वगळून उरलेल्या कल्पनांची संज्ञा देऊन जातिव्यवस्थेची बांधणी करण्याचा प्रयास करणे हा एक चुकीचा आरंभबिंदू आहे.

एरीक वुल्फ म्हणतो की नियम मूल्य आणि अर्थ, म्हणजेच थोडक्यात विचारधारेला आर्थिक आणि राजकीय पैलू वगळून अभ्यासण्याची प्रवृत्ती १९ व्या शतकातल्या मध्यावर सामाजिक शास्त्रातील एका 'घातक आणि गंभीर अशा निर्णायक टप्प्या' पासून सुरू झाली. या टप्प्याने मानवजातीचा स्वभाव धर्म आणि वैविध्य यांचा तपास वेगवेगळ्या विद्याशाखांमध्ये विभाजित केला. हे विभाजन, तो म्हणतो मुळात आदर्शवादी होते पण त्याचे स्पष्टीकरण मात्र बुद्धिवादी दृष्टिकोनातून दिले गेले आणि 'हे समाजशास्त्राच्या बाबतीत सर्वांत जास्त उघडपणे घडले' (वुल्फ १९८२: ७). सेंट सायमन आणि ऑगस्ट कॉम्ट (फ्रेंच भौतिक शास्त्रज्ञ आणि तत्त्ववेत्ता ज्यांनी समाजशास्त्र या संज्ञेला जन्म दिला) या समाजशास्त्राच्या आरंभाचा श्रीगणेश करणाऱ्या जोडगोळीने समाजाच्या एका नव्या विज्ञानाची कल्पना मांडली ज्याचा मुख्य उद्देश हा 'सामाजिक विघटनाच्या विषावरचा उतारा' शोधण्याचा होता (शॉ १९७२: ३७). ते इशारा करीत होते, सरंजामशाही ते भांडवलशाही यांच्या संक्रमणात घडलेले सामाजिक ऐक्यभंग आणि अराजक यांच्याकडे. या संक्रमणाच्या अनागोंदी आणि गोंधळाला मार्क्स

आणि एंजल्स यांनी त्याच्या सुविख्यात विधानात अचूक पकडले आहे, 'जे जे म्हणून घन आहे ते हवेत विरघळून जाते, जे जे म्हणून पवित्र आहे ते भ्रष्ट केले जाते' (मार्क्स आणि एंजल्स १९८७: २४). ड्युमॉन्टने केलेल्या जातिव्यवस्थेतील दुर्लक्षाप्रमाणेच, भांडवलशाहीतील आणि कॉम्ट आणि डर्खाईम यांच्या नव्या औद्योगिक व्यवस्थेतील आंतरिक विसंगतीकडे दुर्लक्ष करून, 'एकीकरणावर' दिलेला जोर हा मुख्य प्रवाहाच्या एकीकरणावरच्या मग्नतेला अनुसरून आहे.

सामाजिक परस्परसंबंधांचे क्षेत्र समाजशास्त्रातल्या राजकीय अर्थव्यवस्थेपासून आजही तुटलेलेच आहे. मार्क्सचा दाखला देऊन, ज्याला समाजशास्त्राचे मुख्य गृहीतक मानता येईल असा सारांश वुल्फ प्रस्तुत करतो:

> आपल्या सामाजिक जीवनात, व्यक्ती एकमेकांशी परस्परसंबंध ठेवतात. हे संबंध त्यांच्या आर्थिक, राजकीय किंवा विचारधारेच्या संदर्भांतून चितारण्यात येतात आणि त्यांना अद्वितीय मानलं जातं. ते स्वायत्त असतात आणि त्यांचे स्वतः चे असे क्षेत्र असते, ते क्षेत्र म्हणजे समाजाचे क्षेत्र (वुल्फ १९८२: ८).

हे नमूद केले गेले आहे की समाजशास्त्राचा आरंभबिंदू असलेला समाजशास्त्रीय प्रत्यक्षार्थवाद (फ्रेंच परंपरेची ओळख सांगणारा) बेकायदेशीर ठरवल्या गेलेल्या अमीर-उमरावाने निर्माण केला, हा अशा लोकांचा स्वल्प समुदाय होता जे सरंजामशाही ते भांडवलशाही या संक्रमणामुळे नाखूश होते. ऑगस्ट कॉम्ट यांना मध्ययुगीन अधिकारश्रेणी आणि धर्म यांना वैज्ञानिक वेशात पुनरुज्जीवित करायचे होते (शॉ १९७२: ३५). ड्युमॉन्टचा जातिव्यवस्थेतील अधिकारश्रेणीवरचा जोर (राजकीय अर्थव्यवस्थेपासून तुटलेली एक विचारधारा म्हणून) याच फ्रेंच परंपरेला पुढे नेणारा ठरतो. खरी समस्या, जी या परंपरेत तसेच मुख्य प्रवाहाच्या समाजशास्त्रात आढळते, ती म्हणजे हे गृहीत धरणे की सामाजिक परस्परसंबंधांचे, त्यांना आर्थिक आणि राजकीय पैलूंशी न जोडता, विश्लेषण आणि आकलन शक्य आहे. शॉ याने नोंदविल्याप्रमाणे (शॉ १९७२: ३५), ही मनोभूमिका गहन आदर्शवादी विचारधारा आहे.

इथे हे नमूद करणे आवश्यक आहे की मुख्य प्रवाहाचे समाजशास्त्र उघडपणे जातिव्यवस्थेतील आर्थिक-राजकीय घटक अमान्य करीत नाही. अडचण ही आहे या विद्याशाखेकडे जातिव्यवस्थेतील आर्थिक, राजकीय आणि आदर्शवादी घटकांचे ऐतिहासिकदृष्ट्या विश्लेषण करण्यासाठी संकल्पनात्मक आणि सैद्धान्तिक रचनेची चौकट उपलब्ध नाही. म्हणून ती एकांगी आर्थिक असल्याचे ठरवून मार्क्सवादास नाकारते आणि त्याच्या ऐवजी ऐतिहासिक संदर्भ नसलेल्या एकांगी आदर्शवादी दृष्टिकोनाचा पुरस्कार करते.

ड्युमॉन्टच्या अधिकारश्रेणीच्या कल्पनेशी निगडित इतर काही समस्या आहेत. त्याविषयी मी थोडक्यात माझे मत मांडतो.

अधिकारश्रेणी आणि आधुनिक मानव

एक सामान्यतः आढळणारी समस्या म्हणजे आधुनिक मानवाची अधिकारश्रेणीचे आकलन करून घेण्याची असमर्थता, असा युक्तिवाद केला जातो. ड्युमॉन्ट लिहितो की अधिकारश्रेणी आधुनिक आदर्शवादाच्या 'अविचाराच्या'च्या गाभ्याशी आहे. सर्वांत पहिलं म्हणजे आधुनिक माणसाला अधिकारश्रेणी मुळी नजरेसच पडत नाही. जिथे ती त्याच्या समोर उभी ठाकते तिथे तो तिला सहप्रत्यय मानून दूर सारतो. विशेषकरून आधुनिक पाश्चिमात्य देशांतील माणसांना अधिकारश्रेणी ही उपरी वाटते (ड्युमॉन्ट १९८०: xvi, xlvii). इथे हे विसरता कामा नये की *होमो हायरारकीकस* मुख्यत्वे पाश्चिमात्य, भारतीय नव्हे तर फ्रेंच वाचकांसाठी लिहिले गेले होते. ड्युमॉन्टची फ्रेंच लोकांच्या पैशावर केलेल्या संशोधनाची ती परतफेड होती (ड्युमॉन्ट १९८०: xiv). *अंकल टॉम्स कॅबिन* हेदेखील काळ्यांसाठी नसून गोऱ्यांसाठी लिहिले गेले होते. ड्युमॉन्ट अधिकारश्रेणीच्या सर्व टीकेसाठी एका विशिष्ट मानसिक वृत्तीला जबाबदार धरतो, आधुनिक पाश्चिमात्य देशांतील मानसिक वृत्ती. जर भारतीय माणसाला तिचा बोध होत नसेल तर तो भारतीयच राहत नाही, तो पाश्चिमात्य होतो, धर्मनिरपेक्ष होतो किंवा त्याहून वाईट म्हणजे मार्क्सवादाच्या अफूचा शिकार होतो (ड्युमॉन्ट १९८०: xi–xvi, ६६).

जर ड्युमॉन्टचा तथाकथित उद्देश तो म्हणतो त्यानुसार आधुनिक मानवाला अधिकारश्रेणीची आठवण करून देण्याचा होता, कारण त्याच्या मते समतावादाच्या प्रभावाखाली त्याला तिचा विसर पडला होता, तर मग त्याने प्राचीन पाश्चिमात्य देशांमधील अधिकारश्रेणीची तुलना आधुनिक पाश्चिमात्य देशांमधील समतावादाशी का नाही केली? (पहा, बेटली २००६)? डर्खाईमने नेमके तेच केले—त्याने आधुनिक पाश्चिमात्य देशांतील संघटनात्मक एकतेची तुलना प्राचीन पाश्चिमात्य देशांतील यांत्रिक एकतेशी केली. तसेच, ड्युमॉन्टचा मुख्य प्रेरणास्त्रोत असलेल्या टॉकविलनं आधुनिक अमेरिका आणि प्राचीन फ्रान्समधील समतावादाची आणि अधिकारश्रेणीची तुलना केली. जर आधुनिक पाश्चिमात्य देशांतील माणसाला अधिकारश्रेणी कळत नाही, मग त्याला त्याचा भूतकाळ, म्हणजेच प्राचीन वारसा कसा काय उमगणार? त्यामुळे प्रश्न असा पडतो की जर आधुनिक पाश्चिमात्य देशांतील माणसाला त्याच्याच भूतकाळातील अधिकारश्रेणीपासून अनभिज्ञ राहणे चालण्यासारखे आहे, तर मग त्याने पारंपरिक भारताच्या अधिकारश्रेणीचा अभ्यास करण्याच्या भानगडीत का पडावे?

अधिकारश्रेणी आणि स्तरीकरण

ड्युमॉन्ट म्हणतो की जातिव्यवस्था स्तरीकरणाची बाब नसून अधिकारश्रेणीची बाब आहे. सामाजिक स्तरीकरणाच्या परस्परविरुद्ध अशी त्याने अधिकारश्रेणीची परिभाषा केली आहे. सामाजिक स्तरीकरणाची कल्पना, तो म्हणतो, भारताकडून उसन्या घेतलेल्या सामाजिक

अधिकारश्रेणीच्या विरुद्ध आहे आणि त्याचे मुख्य उद्दिष्ट आहे 'त्याच्या निव्वळ बाह्य स्वरूपापेक्षा त्याच्या अर्थाला प्राधान्य देणे'. अनेक समकालीन समाजशास्त्रज्ञांप्रमाणे जातिव्यवस्थेला 'सामाजिक स्तरीकरणाचे' टोकाचे रूप मानणे म्हणजे पाश्चिमात्य समाजाचे उथळ शीर्षक उसने घेतल्यासारखे आहे, असा युक्तिवाद ड्युमॉन्ट करतो. जातिव्यवस्थेतील अधिकारश्रेणी म्हणजेच धर्माची सर्वश्रेष्ठता; जी तिची अस्सल भारतीय ओळख आहे. पाश्चिमात्य देशांप्रमाणे जिथे जिथे म्हणून जातीला कशाचे तरी टोकाचे रूप मानले जाते (म्हणजेच स्तरीकरणाचे), तिथे धार्मिक पैलूला दुय्यम ठरवले जाते. तो ठसवतो की अधिकारश्रेणी आणि स्तरीकरणामधला गोंधळ हा परिणाम आहे बाळबोध समतावादाचा, इतर विचारधारांना कमी लेखण्याचा आणि या आधारावर समाजाचे विज्ञान उभारण्याचा दावा करण्याचा; हे स्वसमाजकेंद्री किंवा उथळ समाजवादाचे घटक आहेत. जातीचा उपयोग सामान्य वर्गीकरणासाठी करणे म्हणजे तात्कालिक सोय पाहण्यासाठी विज्ञानाचा बळी देण्यासारखे आहे. तो पुढे म्हणतो की सामाजिक स्तरीकरणाची अभिव्यक्ती अविश्वसनीय असल्याकारणाने तिचा वापर करणाऱ्या सर्व लेखकांचा कल काही स्वसमाजकेंद्री किंवा उथळ समाजवादाकडे नसतो. याला अपवाद आहे टॅलकॉट पार्सन्स जो स्तरीकरणाच्या संज्ञेचा वापर करतो पण अधिकारश्रेणीचे अस्तित्व यथार्थपणे मान्य करतो (ड्युमॉन्ट १९८०: xx, ३, १९, २६–२७, ६६, ४१०).

हा काही योगायोग नव्हे की ड्युमॉन्टला फक्त पार्सन्सने विकसित केलेली सैद्धान्तिक योजना त्याच्या 'स्तरीकरण विरुद्ध अधिकारश्रेणी' या समजुतीच्या संदर्भात प्रस्तुत वाटते. मिल्सने म्हटल्याप्रमाणे, पार्सन्सच्या परिभाषेची समस्या ही आहे की ती मूल्यांची अधिकारश्रेणी, पूरकता आणि भूमिकेविषयीच्या अपेक्षांच्या गृहीतकांवर बेतलेली आहे. पार्सन्सची सामाजिक स्तरीकरणाची सैद्धान्तिक योजना ही संरचनेतील द्वेष, संघर्ष आणि बळजबरीचा मुकाबला करण्यात अपुरी पडते. त्याच्या सैद्धान्तिक योजनेला स्वीकृती देण्याआधी आर्थिक, राजकीय आणि थोडक्यात सर्व प्रकारच्या वर्चस्वाच्या रचनांमधील रुतलेली 'शक्तींविषयीची तथ्ये' वगळायला लागतात. पार्सन्स त्याच्या सिद्धान्तांचे अकारण स्तोम माजवतो. त्यामुळे विशिष्ट अशा ऐतिहासिक वास्तवाच्या दृष्टिकोनातून आपणास खऱ्याखुरे सामाजिक जग पाहता येत नाही ज्यात व्यक्ती आणि सामाजिक संस्था यांना त्यांचे स्वतंत्र अस्तित्व आहे. त्याची सैद्धान्तिक योजना ही मोजमाप करणारी आहे, त्यातील पोकळ शब्द समस्या विशद करण्याऐवजी त्यांना अजून धूसर करतात आणि त्याचा समाजाकडे बघण्याचा दृष्टिकोन हा पुराणमतवादी विचारधारेवर बेतलेला आहे (मिल्स १९५८: ४२, ४३, ४८).

मार्टिन शॉ च्या मते 'आधुनिक समाजशास्त्राचा महायाजक तरुण टॅलकॉट पार्सन्स' हा समाजशास्त्रीय विचारांच्या प्रतिक्रांतीचा कैवारी होता. हेगेलच्या उलट, त्याच्या

पुराणमतवादामध्ये कुठलेलही 'तर्कसंगत सार' नव्हते. स्तरीकरणातील समतोल आणि एकीकरण यांच्याविषयीची पार्सन्सची कळकळ १९३० च्या दशकातील भांडवलशाही व्यवस्थेतच्या काळात निर्माण झालेल्या असमतोलाविषयीच्या चिंतेवरची पुराणमतवादी प्रतिक्रिया होती. अल्विन गुल्डनर ज्याला 'पार्सन्सची संरचनात्मक-व्यावहारकिता' असे म्हणतो, त्यातील नैतिक आणि वैचारिक घटकांवर दिलेला जोर असमानतेच्या सामाजिक व्यवस्थांमधील आंतरिक विसंगतीला झाकून टाकण्याचे महत्त्वपूर्ण कार्य करतो, तसेच मार्क्सवादाच्या सिद्धान्ताशी उघड वैर न पत्करता त्याला एक पर्यायदेखील मिळवून देतो (शॉ १९७२: ३९–४०). ड्युमॉन्टने दिलेल्या पार्सन्सच्या स्तरीकरणाच्या सिद्धान्तला दिलेल्या प्राधान्यासाठी ही वैचारिक जवळीक कारणीभूत आहे.

अधिकारश्रेणीची अनिवार्यता

ड्युमॉन्ट म्हणतो अधिकारश्रेणी स्वाभाविक आहे आणि गरजेची आहे. टॅलकॉट पार्सन्सच्या रूपात त्याला अधिकारश्रेणीचा सार्वत्रिक तर्क सापडतो: 'विचार करणे म्हणजे मूल्य बाळगणे आणि मूल्य बाळगणे म्हणजे एका अधिकारश्रेणीला अनिवार्य मानून लागू करणे' (ड्युमॉन्ट १९८०: १९–२०, डर्क्स २००१: ४). पहिला प्रश्न असा, अधिकारश्रेणी ही नेमकी कुणाची गरज आहे? ती प्रबळ समुदायाची गरज आहे. सर्व समाजासाठी तिचे सामान्यीकरण करणे म्हणजे प्रबळ समुदायाच्या (म्हणजे प्रभुत्वशाली जात) गरजेला सर्व समुदायांची (म्हणजे सर्व जाती) गरज मानण्याची चूक करणे, जी प्रबळ विचारधारेचाच पुनरुच्चार करते. दुसरं म्हणजे, अधिकारश्रेणी स्वाभाविक नाही. ती सामाजिक आणि ऐतिहासिक आहे. जर विचार करणे म्हणजे मूल्य बाळगणे आणि मूल्य बाळगणे म्हणजे अधिकरश्रेणी आत्मसात करणे असे मानले, तर समतावादी समाज हा (यात आधुनिक पाश्चिमात्य देशांतील समाजाला धरू नये, कारण तो, खाली चर्चा केल्याप्रमाणे, समतावादी समाजाचा परस्परविरोधी समाज आहे) मूल्य हरवलेला समाज ठरतो. टीमोथी इंगोल्डच्या अभ्यासाचा दाखला देऊन थॉमस विडलॉक लिहितो, 'जर समाजाला सत्ता किंवा अधिकार यांनी बांधले गेलेले परस्परसंबंधांचे गाठोडे मानले, तर या संकल्पनेच्या परिभाषेनुसार शिकार करून उदरनिर्वाह करणाऱ्या बऱ्याच भटक्या जमाती समाजात राहतच नाहीत.' (विडलॉक २००५: ३).

अधिकारश्रेणीचे सार: पवित्र-अपवित्र यांतील विरोध

पवित्र आणि अपवित्र विरोधातील बौद्धिक अर्थ वगळला तर पवित्र-अपवित्र विरोध हा समाजाचा 'पाया' ठरत नाही, असा दावा केला जातो. पण या विरोधाच्या अव्यक्त संदर्भामुळेच कोणतीही जात तीत वास्तव्य करणाऱ्यांना सातत्यपूर्ण आणि तर्कसंगत भासते.

हे तथ्य मध्यवर्ती स्वरूपाचे आहे. पवित्र-अपवित्र विरोध हा जातीच्या अधिकारश्रेणीतील दोन टोकांतील तफावतीच्या रूपात प्रकट होतो: (१) ब्राह्मण आणि (२) अस्पृश्य. पुरोहित म्हणून ब्राह्मण इतर सर्व जातींपेक्षा वरच्या सर्वोच्च पदावर विराजमान आहेत. अस्पृश्य हे अतिशय अपवित्र नोकर आहेत आणि त्यांचे स्थान सर्वांत खालचे आहे आणि त्यांची गणना गावच्या बाहेरचे अशी होते तसेच त्यांना उच्च जातींसाठी राखीव असलेल्या विहिरींमधून पाणी भरण्याची, मंदिरात प्रवेश करण्याची आणि इतर अनेक गोष्टींची मनाई आहे. तो विचारतो, या भेदाचे कारण काय? त्यांच्या त्वचेचा दुर्गंध? बऱ्याचदा अपवित्रतेच्या कल्पनांना प्रमाणित करण्यासाठीचा म्हणून स्वच्छता हा निकष वापरतात. पण अपवित्रतेचा संबंध स्वच्छतेशी नाही, ती एक धार्मिक संकल्पना आहे (ड्युमॉन्ट १९८०: ४४–४९).

प्रथमतः, पवित्रतेचे आणि अपवित्रतेचे स्तोम त्या लोकांनी माजवले ज्यांच्या उदरनिर्वाहाची आणि आणखी बऱ्याच गोष्टींची सोय त्यासाठी आजिबात कष्ट न करता होत होती. ज्या नियमांनी त्यांना आपल्या वाट्यापेक्षा जात उपभोगण्याचा विधींद्वारा स्थापित झालेले तसेच धर्मनिरपेक्ष हक्क मिळवून दिले, त्याच नियमांनी त्यांची शारीरिक श्रमातूनसुद्धा सुटका केली. दुसरीकडे, ज्यांच्या नशिबी शारीरिक श्रम आले आणि ज्यांची खाण्यापिण्याची आबाळ झाली, त्यांना अपवित्रतेची चिंता करण्याची मुभा नव्हती: अपवित्रता त्यांच्या अस्तित्वाचीच अट बनली. पवित्रता-अपवित्रता ही कल्पना खऱ्या जीवनातील पवित्र-अपवित्र विषयक परिस्थितीचे प्रतिबिंब आहे. जातीच्या धार्मिक सिद्धान्ताने तथ्यांना आलटून पालटून पवित्रतेला आणि अपवित्रतेला अस्पृश्यांच्या जीवनविषयक परिस्थितीचा आधार बनविला.

वेबरपासून चालत आलेल्या मुख्य प्रवाहाच्या समाजशास्त्रात विधींमधली पवित्रता आणि अपवित्रता यावर नित्यनेमाने जोर दिला गेला (१९५८b: ४३) ज्यात रोख होता तो कोण कुणासोबत अन्नग्रहण करू शकतं या प्रश्नावर—ग्रहण करण्यास कुणाला काय मिळायला हवं आणि का या प्रश्नावर नाही. ही एक गंभीर पोकळी आहे. जे जातिव्यवस्थेत राहतात ते अधिकारश्रेणीकडे पवित्र आणि अपवित्र या संकल्पनेतून पाहतात, या दाव्याला अनुभवाधिष्ठित आधार नाही. इतर काही जणांच्या बरोबरीने दिपांकर गुप्ता यांनी नमूद केले आहे की खालच्या जाती असे मुळीच मानत नाहीत की पवित्र असल्याकारणाने वरच्या जातींचे समाजातले वरचे स्थान निश्चित झाले. तो म्हणतो, खालच्या जातींना पवित्र-अपवित्र विरोधापेक्षा प्रभुत्वशाली जातींच्या (आर्थिक-राजकीय) सामर्थ्याची अधिक चांगली कल्पना असते. ते आपली अपवित्रतेची कल्पना तसेच वरच्या जातींची पवित्रतेची कल्पना अमान्य करू शकतात आणि तसे करतातदेखील. मात्र त्यामुळे त्यांना आपला दर्जा आणि रोजच्या जीवनातले आणि संघर्षातले वास्तव बदलता येत नाही (गुप्ता २००० आणि गुप्ता २००६). जेराल्ड बेरमन हिमालयातील एका गावातील जातिव्यवस्थेवरच्या अनुभवाधिष्ठित संशोधनातून असाच

निष्कर्ष काढतो. तो लिहितो, गावातील शूद्र आणि हरिजन यांच्याशी संवाद साधल्यास हे कळून येतं की त्यांना मुळीच असे वाटत नाही की वरच्या जातींच्या तुलनेत त्यांचे समाजातले स्थान कुठल्या तरी पावित्र्याच्या (पवित्र-अपवित्र) नियमाच्या आधारे निर्धारित करण्यात आले आहे. उलट, ते यासाठी सरळ-सरळ आर्थिक शोषणास जबाबदार धरतात (बेरमन १९६७: २६). पवित्रता-अपवित्रता ही प्रभुत्वशाली जातींची विचारधारा आहे. खालच्या जाती त्याला शुद्ध दंतकथा मानतात.

ड्युमॉन्टचा तर्क हेगेल, डर्खाईम, वेबर आणि सर्व संस्कृतिवर्णनशास्त्राने (पहा वरील मजकूर) आधुनिक मानवाच्या सामाजिक जीवनातील धर्माच्या स्थानाविषयी असलेली नास्तिक्य बुद्धीचे कारण शोधून काढले आहे हा आदर्शवादाचा पुनरुच्चार आहे. सामाजिक जीवनातील धर्माचे स्थान हा एक वादग्रस्त विषय आहे. माणुसकीच्या धार्मिक मूलतत्त्वाच्या (हेगेल), सामाजिक बंधनांचा आधार म्हणून धर्माच्या (डर्खाईम), इतिहासाला चालना देणारे धर्म आणि धार्मिक विचारांचा किंवा प्रोटेस्टंट नीती आणि भांडवलशाहीच्या चैतन्यातील संबंधांच्या (वेबर) कल्पनांवर वेळोवेळी वादविवाद झाला आहे. धार्मिक दृष्टिकोनावर, त्यातील सैद्धान्तिक दोषांव्यतिरिक्त, अनुभवाधिष्ठित-ऐतिहासिक पुराव्यांच्या आधारेसुद्धा अनेक प्रश्न उभे केले गेले आहे. पण तरीदेखील धार्मिक दृष्टिकोनाचे उत्साही समर्थक आपल्या मतावर कायम आहेत. इथे माझा मुख्य विषय आहे जातिव्यवस्थेच्या पवित्र-अपवित्र विरोधावर उभ्या असलेल्या प्रबळ धार्मिक दृष्टिकोनाची वैधता तपासणे. त्याचा पाठपुरावा मी पुढे करेन.

पवित्र-अपवित्र यांची क्षुल्लकता

ड्युमॉन्टच्या मते, न्हावी आणि परीट, त्यांच्या सामाजिक जबाबदारीमुळे, तात्पुरते अपवित्र होतात पण लगेचच ते ‘त्यानंतरच्या स्नाना’मुळे पुन्हा शुद्ध होतात. तो म्हणतो, भारतात राजा किंवा तत्सम अधिकारी मुख्य नियोक्ता असला तरी ब्राह्मण, जो पुरोहित असतो, राजाहून श्रेष्ठ ठरतो आणि म्हणूनच पवित्र-अपवित्र विरोध सुरू होतो. दुसरीकडे, राजा हा कधीच अपवित्र नसतो, कारण तो एका क्षणासाठीसुद्धा निष्क्रिय राहता कामा नये. ...राजाचे उदाहरण फारच विलक्षण आहे. इथे भारतीय वास्तववादी असल्याचे जाणवते...’ (१९८०: ४८–५१). हे सर्व एका सिद्धान्ताचा भाग आहेत, एक वैज्ञानिक अभ्यास, ज्यात वास्तव गृहीतकापेक्षा वेगळे आढळल्यास अधिकारश्रेणी आपले डोळे मिटून घेते; पवित्र असलेले काही वेळासाठी अपवित्र होऊ शकतात आणि त्यानंतरच्या स्नानाद्वारे पुन्हा पवित्र होऊ शकतात—आणि या स्नानासाठी लागणारे पाणी नेहमीच अपवित्र असलेल्या अस्पृश्यांनी खोदलेल्या विहिरीतून खेचले जाते. एका घटकेला भारतीय व्यावहारिक असतात तर दुसऱ्या घटकेला बरोबर

त्याउलट भासतात. गुप्ता एक अतिशय साधार मुद्दा मांडतात की अधिकारश्रेणीचा गुणधर्म कुठल्याही जातीच्या मूलतत्त्वात सापडत नाही आणि जिथे अधिकारश्रेणी आढळते तिथेही ती पावित्र्य-अपावित्र्य या तत्त्वावर बेतलेली असतेच असं नाही (गुप्ता २००६, गुप्ता २०००). शर्मा यांनी (२००९: ७) म्हटल्याप्रमाणे पवित्रता-अपवित्रता या समजुतीवर आधारलेला जातिव्यवस्थेच्या निर्मिती आणि वाढीचा सिद्धान्त हा एक 'जुनाच तोडगा आहे ज्याला बाह्य प्रकटीकरणाने भारावलेल्या लोकांच्या वापरासाठी ठिगळ लावून दुरुस्त करण्यात आले आहे'. याउलट, ते असा युक्तिवाद करतात की, काळ, प्रदेश आणि सामाजिक परिस्थितीवर आधारित ऐतिहासिक दृष्टिकोनच बाह्य प्रकटीकरणाच्या कारणांचे आणि स्वभाव वृत्तीचे स्पष्टीकरण देऊ शकतो. शर्मा एक विलक्षण गोष्ट नमूद करतात की प्राचीन वैदिक काळात चामड्याशी निगडित असलेल्या हस्तव्यवसायांवर अपवित्रतेचे लांछन नव्हते मग उत्तर प्रदेशातील चमार (अस्पृश्य) आणि ते हाताळत असलेल्या दुर्गंधीयुक्त चामड्याच्या बाबतीत याचा काय अर्थ लावावा. ड्युमॉन्टच्या मते हे चामडे त्यांना कायमचे अपवित्र करते, स्वच्छतेच्या निकषांवर नव्हे तर धार्मिक कारणांमुळे (ड्युमॉन्ट १९८०: ४९). चामड्याचे कामगार कधी व कसे कायमचे अपवित्र झाले हा एक ऐतिहासिक प्रश्न आहे ज्याचे उत्तर धार्मिक सिद्धान्ताद्वारे देता येणार नाही कारण धार्मिक सिद्धान्त अपवित्रतेचे पारसूत्रीकरण करतो.

निम्नगामी (किंवा ऊर्ध्वगामी!) चक्राकार अधिकारश्रेणी: समाजशास्त्र ते धर्मशास्त्र

ड्युमॉन्टच्या सिद्धान्तातील अधिकारश्रेणी ही केवळ जातिव्यवस्थेच्या दृष्टीनेच नव्हे, तर भारतीय सभ्यता, संस्कृती आणि परंपरेच्या दृष्टीनेसुद्धा मूलभूत ठरते (डर्क्स २००१: ५). जातीच्या मर्यादेतच न विसावता ती नातेसंबंधांच्या प्रांतातदेखील प्रवेश करते. ड्युमॉन्टच्या मते भारतीय कायद्याच्या विकासात, पिता-पुत्र परस्परसंबंध परस्परावलंबित्वाच्या आदर्शावर बेतले आहेत, जातीच्या दृष्टिकोनातून त्याचा वरिष्ठ-कनिष्ठ असा संबंध मानला जातो (ड्युमॉन्ट १९८०: ३६). ड्युमॉन्टच्या तर्काच्या विरुद्ध, अधिकारश्रेणीचे तत्त्व कुटुंब-संस्थेला भेदून गेले खरे पण ते धार्मिक स्वरूपाचे नव्हते, तर आर्थिक, राजकीय आणि सांस्कृतिक स्वरूपाचे होते. राजस्थानच्या संस्थानांमधल्या प्रभुत्वशाली जातींच्या (प्रभुत्वशाली वर्गसुद्धा) स्तरावरच्या पितापुत्र परस्परसंबंधातील निर्णायक घटक होता कौटुंबिक स्थावर-जंगम मालमत्ता आणि त्याच्याशी निगडित राजकीय सामर्थ्य आणि सामाजिक प्रतिष्ठेवर पित्याचे नियंत्रण. त्याविषयी मी पुढे चर्चा कली आहे (प्रकरण ५ पहा). एंजल्स यांच्या निरीक्षणानुसार, जेव्हा उत्पादन आणि उदरनिर्वाहच्या साधनांमध्ये खाजगी मालमत्तेची वाढ झाली तेव्हा कुटुंबातील पत्नी आणि मुलं कुटुंबप्रमुख पुरुषाची पाल्य म्हणून

गणली जाऊ लागली. हे गुपित होते सर्व समाजातील बायकापोरांवरच्या पित्याच्या वर्चस्वाचे, ज्याचा पाया रचला होता उत्पादनाच्या साधनांमधल्या खाजगी मालमत्तेनं. त्याच्या बरोबर उलट समतावादी समाजांमधले पिता-पुत्र, पती-पत्नी परस्परसंबंध समानतेवर आधारित होते ज्यात कुणी वरिष्ठ किंवा कनिष्ठ नसून सर्वांना उत्पादनांच्या साधनांच्या वापराची एकसारखी संधी उपलब्ध होती (पहा, एंजल्स १९७२, ली १९८१). आपण त्याविषयी पुढे चर्चा करू.

अधिकारश्रेणीच्या निवडक पथावर अग्रेसर होऊन ड्युमॉन्टचे जातीचे समाजशास्त्र त्याच्या तार्किक शेवटाला जाऊन पोचते: ते धर्मशास्त्रात विलीन होते (पहा, बेटली २००६: ११२–११३). अधिकारश्रेणीची वैशिष्ट्ये समजावताना ड्युमॉन्ट लिहितो:

> ज्या प्रकारे अवर लेडी ऑफ मर्सीचे आच्छादन सर्व प्रकारच्या पापी लोकांना आपल्या प्रचंड आवरणात आश्रय देते, त्याचप्रमाणे अधिकारश्रेणी, इतर फरकांमध्ये, तिच्याशीच विसंगत गोष्टींना आश्रय देते. इथे आपणास उदाहरण सापडतं समावेशक आणि समाविष्ट यातील पूरकपणाचे... (ड्युमॉन्ट १९८०: ७८, २१२).

याचे स्पष्टीकरण तो पुढे असे देतो की अधिकारश्रेणी

> मुळात अध्यारोपित केलेल्या आदेशांची साखळी नव्हे, घसरत्या प्रतिष्ठेचीदेखील साखळी नव्हे... तर परस्परविरुद्ध गोष्टीला व्यापणारा संबंध असे तिचे संक्षिप्त वर्णन करता येईल... [या संबंधाचे] सर्वांत चांगले उदाहरण मला बायबलमध्ये सापडले, प्रारंभाच्या पहिल्या ग्रंथातल्या दुसऱ्या प्रकरणातली (फर्स्ट बुक ऑफ जेनेसिस) आदमच्या बरगडीतुन झालेली इव्हची उत्पत्तीची गोष्ट (१९८०: २३९).

सरतेशेवटी, अधिकारश्रेणीमध्ये वेद आणि बायबल यांचा संगम घडतो.

समतावादी आधुनिक पाश्चिमात्य देश

ड्युमॉन्टच्या तौलनिक पद्धतीचे दोन पाय आहेत–श्रेणीबद्ध असलेला पारंपरिक भारत (जातिव्यवस्थेची ओळख सांगणारा) आणि समतावादी आधुनिक पाश्चिमात्य देश (भांडवलशाहीची ओळख सांगणारा). ड्युमॉन्टच्या पारंपरिक भारतातील अधिकारश्रेणीच्या कल्पनेचे मी अगोदरच परीक्षण केले आहे. बेटली म्हणतो की औपचारिक समानता असतानाही आधुनिक पाश्चिमात्य देशांमध्ये मोठ्या प्रमाणावर असमानता आढळते. आधुनिक पाश्चिमात्य देशांची समकालीन आर्थिक तत्त्वप्रणाली मूलभूत समानतेच्या विरोधात जाते (बेटली २००६:११४–११५). याचे उत्तर देतांना ड्युमॉन्ट लिहितो की व्यक्तिवाद आणि समानता यांचे अठराव्या शतकात सहअस्तित्व होते आणि हे विचार दूरवर पसरले ज्यात विसाव्या शतकातील भारतातदेखील सामील होता, पण १८ व्या आणि १९ व्या

शतकाच्या मधल्या काळात दोघांमधील सांधा तुटला अशी कबुली बेटलीनं दिली आहे. ड्युमॉन्टला हे विधान चक्रावून टाकणारं वाटतं आणि तो आलंकारिक शैलीत प्रश्न करतो, पश्चिमेने अमेरिकन आणि फ्रेंच क्रांतीच्या आवाहनाकडे आधुनिक पाठ फिरवली का? पुढे तो लिहितो, '...समानतेचा हक्क कायम अस्तित्वात होता, मग तो कृष्णवर्णीय किंवा स्त्रियांच्या समानतेचा असो वा समलिंगी लोकांच्या किंवा शाळकरी मुलांच्या समानतेच्या असो'. तो विचारतो 'नेमक्या कुठल्या स्तरावर हा सांधा तुटला?' (ड्युमॉन्ट २००६: २२९–३०). ड्युमॉन्टचे उत्तर विचित्र आहे हे आधुनिक पाश्चिमात्य देशांच्या जाणकारांना वेगळे सांगणे नको (पहा, हबीब २००३: १६४).

आधुनिक पाश्चिमात्य देशांना समतावादी ठरवणे म्हणजेच आधुनिकतेचा आर्थिक पाया असलेल्या भांडवलशाहीच्या विकासाच्या मूलभूत अटीकडे दुर्लक्ष करणे होय. मार्क्सने लिहिल्यप्रमाणे, भांडवलशाहीची आर्थिक रचना सरंजामशाहीच्या आर्थिक रचनेतून निर्माण झाली. असे होण्यासाठी थेट उत्पादकाला (गुलाम, वेठबिगार) मालकाच्या गुलामीतून मुक्त करून मजुरी मिळवणारा कामगार बनवणे गरजेचे होते; कारण तशी भांडवलशाहीच्या उत्क्रांतीची अट होती. या प्रक्रियेत त्याला त्याच्या उदरनिर्वाहाच्या जमिनीपासून मुक्त करून आधीच्या राजवटीहून वेगळ्या प्रकारचा गुलाम बनवले गेले; 'मजुराची गुलामी हा मजुरी मिळवणारे कामगार आणि भांडवलदार यांच्या उदयाला कारणीभूत ठरलेल्या विकासाचा आरंभबिंदू होता. या विकासाने गुलामीचे स्वरूप बदलले...' (मार्क्स १९६५; १४७). म्हणूनच आधुनिक पाश्चिमात्य देशांतील 'समानतेचा दावा' हा तेथील बहुसंख्य मजुरांच्या गुलामीच्या वास्तवशी मेळ खात नाही. भांडवलशाहीतली असमानता (आधुनिक पाश्चिमात्य देश) ही नंतरची घडामोड नव्हती किंवा अपवादाने घडली नव्हती, खरंतर ती भांडवलशाहीचा आरंभबिंदू होती आणि पूर्वापेक्षित होती. जगभरात आधुनिकतेने भांडवल आणि श्रम यातील असमानतेला घडवले आणि झपाट्याने पसरवले (पहा, हॉब्सबॉम २००८: xi, xiii, ७९). जातिव्यवस्थेतील अधिकारश्रेणीप्रमाणेच, ड्युमॉन्ट आधुनिक पाश्चिमात्य देशांतील समतावादी विचारधारेला त्याच्या आर्थिक आधारापासून वेगळं करून ते संपूर्ण सत्य म्हणून सादर करतो.

हा विलक्षण विकास ज्याला आपण 'आधुनिक' म्हणतो तो का व कसा घडला, ड्युमॉन्ट विचारतो. त्याच्या मते, तो मूल्यांच्या क्रांतीतून घडला (ड्युमॉन्ट १९७७: ७; मदन २००६: ८१–८२). वाचकांना सहज लक्षात येईल की ड्युमॉन्ट केवळ वेबरने आपल्या *द प्रोटेस्टंट एथिक* आणि *स्पिरिट ऑफ कॅपिटॅलिझम* या त्याच्या पुस्तकांमध्ये लिहिलेल्या मतांचा पुनरुच्चार केला आहे. आधी नमूद केल्याप्रमाणे, पाश्चिमात्य देशांतील 'आधुनिकतेच्या' विलक्षण विकासाच्या उत्क्रांतीचे मूल्यांची क्रांती अशा केलेल्या स्पष्टीकरणाची समस्या अशी की ते एकांगी आहे. उत्पादन आणि मालमत्तेचे परस्परसंबंध यांच्या क्रांतीला ते वगळून

टाकतं, अशी क्रांती जिने उत्पादनातील सरंजामशाहीच्या संबंधांच्या बदल्यात भांडवलशाहीच्या संबंधांना आणि सत्तेच्या रचनेला पुनर्स्थित केले. ड्युमॉन्टची मूल्यांची क्रांती अपुरी तर आहेच ती आधुनिकतेच्या अख्या प्रक्रियेला कृत्रिमपणे स्वच्छ करते आणि त्यातील रक्तरंजित आणि हिंसक स्वरूपाच्या आंतरिक वर्गीय संघर्षाचा संदर्भ गाळून टाकते. ड्युमॉन्टचा पाश्चिमात्य देशातील आधुनिकतेचा दृष्टिकोन अजून एका अर्थाने पूर्वग्रहदूषित आहे. तो पाश्चिमात्य देशातील आधुनिकतेचे आणखी एक महत्त्वाचे तथ्य गाळून टाकतो ते म्हणजे, आधुनिकतेच्या विकासाच्या प्रक्रियेतले पाश्चात्त्य देश आणि इतर देश याच्यांतील अंतर्निहित संबंध. याच्याविषयी बोलताना ॲडम स्मिथ याने घोषित केले होते की

> अमेरिकेचा शोध आणि भारताकडे जाणाऱ्या भूशिर मार्गाचा शोध या 'मानवतेच्या इतिहासात नोंदलेल्या दोन सर्वांत मोठ्या घटना आहेत' (विलियम्स १९६६: ५१). इंग्लंडच्या आधुनिकीकरणाला इंग्लंडने केलेल्या भारताच्या वसाहतीकरणापासून तोडून अभ्यासता येत नाही. हमजा अल्वी (१९७३: ३६) यांनी लिहिल्याप्रमाणे, समकालीन भारतीय किंवा इंग्रज समाजाच्या रचनेला शतकांच्या वसाहतवादाच्या अनुभवाने आकार दिला. एरिक विल्यम्स दाखवतो त्याप्रमाणे, युरोप, आफ्रिका आणि अमेरिका यातील त्रिकोणी व्यापार, ज्यात युरोप आणि वसाहतवादी अमेरिकेनी भांडवल पुरवले, आफ्रिकेने 'मानवी रूपातला विक्रीचा माल' पुरवला आणि वृक्ष लागवडींनी (अमेरिकेतील) वसाहतींचा कच्चा माल पुरवला, 'हे जगाचे पहिले व्यापारी तत्त्व होते जे इतर देशांसाठी पाया ठरले, अशा यंत्राचा जनक ज्याने प्रत्येक चाकाला चालना दिली'. १७५० पर्यंत, विल्यम लिहितो, इंग्लंडमध्ये असे एकही व्यापारी किंवा उत्पादन करणारे शहर नव्हते जे कुठल्या न कुठल्या रूपात त्रिकोणी व्यापाराशी संबंधित नव्हते. यातून मिळालेला नफा अशा संग्रहाचा स्रोत बनला... ज्यातून साऱ्या औद्योगिक क्रांतीला वित्त पुरवलं गेलं (विलियम्स १९६६: ५१–५२).

शुगर इन द ब्लड या पुस्तकाची लेखिका ॲंड्रिया स्टुअर्ट (२०११) लिहिते की लीड्समधील भव्य दिव्य हेअरवूड हाऊस कॅरेबियन उसाच्या लागवडींमधून मिळालेल्या पैशातून बांधले गेले. तीच गोष्ट ऑक्सफर्ड मधील कॉडरींग्टन लायब्ररी ऑफ ऑल सोल्स कॉलेजच्या इमारतीची आणि ब्रिस्टॉल इथल्या महालांची. विलॅन्डझ (२०१३) लिहितो की 'आपण क्वचितच हे कबूल करतो की युरोपमधली महान शहरं अनेक योजनं दूर ऊस कापणाऱ्या गुलामांच्या घामातून आणि रक्तातून गोळा केलेल्या नफ्याच्या जोरावर उभी राहली आहेत... गुलामांच्या रक्ताशिवाय आणि घामाशिवाय जगाला व्हिक्टोरिया आणि डिकन्स देणारे विशाल साम्राज्य अस्तित्वातच आले नसते.'

युरोपातील प्राचीन ते आधुनिक संक्रमणाच्या प्रक्रियेसारखीच, आधुनिकतेचा जागतिक विकास–गुलामांचा बाजार, वसाहतवाद–ही एक रक्तरंजित प्रक्रिया होती. एका प्रादेशिक

इतिवृत्तानुसार, 'शहरातील (ब्रिस्टल) एकही वीट अशी नसावी जी गुलामांच्या रक्ताने रचली गेली नव्हती' (विलियम्स १९६६: ६१). यात वसाहतवादाचा युद्ध, विध्वंस आणि अमानवीकरणाचा संदर्भ जोडला की ड्युमॉन्टच्या आधुनिक पाश्चिमात्य देशांच्या आधुनिकतेच्या सहज सुंदर पण काल्पनिक वर्णनाचा फोलपणा उघडकीस येतो: 'परिणाम स्वरूप जर मानवतेचे सार प्रत्येक माणसात असल्याचे गृहीत धरले तर प्रत्येक माणूस हा स्वतंत्र आहे आणि सर्व माणसं समान आहेत. आधुनिक काळातील दोन महान आदर्शांचा हा पाया आहे' (ड्युमॉन्ट १९८०: ११).

आधुनिकतेच्या प्रक्रियेत वसाहती निर्माण करणारे देश आणि वसाहतीत रूपांतरित झालेले देश यामधील आर्थिक-राजकीय असमानता वंशाच्या असमानतेमुळे अधिक बळावली, ही आधुनिक पाश्चिमात्य देशांमधली अद्वितीय अशी लोकोत्तर घटना होती. या प्रक्रियेने किपलिंग यांच्या 'कमी दर्जाच्या बेकायदेशीर जाती' ला जन्म दिला, ज्यात काळ्या माणसाचा 'काळा धातू' बनला (की झरबो २००१), ज्यात गोऱ्यांकडे 'आपोआप स्वयंचलित श्रेष्ठत्व आले आणि इतर वर्णाच्या लोकांपेक्षा ते वरच्या दर्जाचे ठरले.' अमेरिकेत (टॉकविलचा पाश्चिमात्य आधुनिकतेचा आदर्श), स्वदेशी लोक आणि गुलाम 'परिभाषेच्या संदर्भात पाहिले जनक पित्याच्या (फॉऊंडिंग फादर) परिभाषेच्या बाहेर होते.' आधुनिकतेच्या सुरुवातीच्या काळातील असमानता भौतिक स्वरूपाची तर होतीच, पण सरंजामशाहीच्या मागील काळाची आठवण करून देणारी प्रतीकात्मक स्वरूपाचीसुद्धा होती. लिओ हुबरमन लिहितो की वसाहतवादी अमेरिकेत जर तुम्हाला तुमच्या शेजाऱ्याने घातलेल्या सोनेरी-चंदेरी कमरपट्टा घालायची इच्छा झाली असती आणि तुमच्याकडे तो विकत घेण्यासाठी पुरेसा पैसादेखील असता जर तुम्ही योग्य वर्गाचे प्रतिनिधित्व करत नसाल तरी तुम्हाला तसे करायची मुभा नव्हती. १६५३ मध्ये मॅसॅच्यूसेट्स येथे दोन महिलांना रेशमाचे टोप्या आणि गळपट्टे परिधान केल्यामुळे अटक करण्यात आली पण नंतर त्यांना सोडून देण्यात आले कारण त्यांचे पती प्रत्येकी २०० पौंडचे असामी होते: 'त्या कमनशिबी निर्धन माणसावर दुःख कोसळेल जो रेशम परिधान करण्याचे धाडस करेल' (हुबरमन १९४०: ४५). याची सहज तुलना राजस्थान संस्थानांतील शेतकरी स्त्रियांशी होऊ शकते ज्यांना सोनं परिधान करण्याची मनाई होती आणि त्यांच्या नवऱ्यांना जमीनदाराच्या परवानगीशिवाय घोड्यावर किंवा हत्तीवर बसण्याची मनाई होती. अशा रीतीने आधुनिक पाश्चिमात्य देशांतील समतावाद जगभरात फोफावला.

यातील औत्सुक्याची गोष्ट ही आहे की समतावादाच्या स्वगृही नांदणाऱ्या त्याच विचारधारेचा उपयोग जगभरातील वर्ग, वर्ण, धर्म आणि वांशिकतेच्या असमानतेला समायोजित करण्यासाठी पुन्हापुन्हा केला गेला. आधुनिकतेच्या प्रक्रियेतील पाश्चिमात्य देश आणि इतर देश यांच्यातील परस्परसंवादात नेहमीच या दोहोंपैकी दुसऱ्या पक्षाला समान वागणुकीस

अपात्र ठरवले गेले. जागतिकीकरणाच्या काळात म्हणजेच आधुनिकतेच्या सद्यःकालीन टप्प्यात 'देशादेशांतील आणि जागतिक स्वरूपाच्या सामाजिक आणि आर्थिक असमानतेत नाट्यपूर्ण आणि संभाव्य स्फोटक अशी वाढ झालेली आहे' (हॉब्सबॉम २००८: ६७, ७९: नोहा २०१२).

आधुनिक पाश्चिमात्य देश आणि श्रमाचे विभाजन: समतावादाचा विरोधाभास

ड्युमॉन्ट लिहितो की १८ व्या शतकापासून स्थापित झालेल्या आधुनिक मानवाच्या व्यक्तिगत प्रवृत्तीच्या जोडीला श्रमाच्या सामाजिक विभाजनाच्या आधुनिकतेचा विकास घडला ज्याला डर्खाईम संघटनात्मक ऐक्य असे म्हणतो: 'व्यक्तिस्वातंत्र्याचा आदर्श अशा लोकांत प्रस्थापित झाला जे त्यांच्या पूर्ववर्तींच्या तुलनेत एकमेकांवर भौतिक वस्तूंसाठी जास्त मोठ्या प्रमाणात अवलंबून होते' (ड्युमॉन्ट १९८०: ११). डर्खाईमचे संघटनात्मक ऐक्य भांडवलशाहीतील श्रमाच्या विभाजनाला अनुसरून होते. ड्युमॉन्ट डर्खाईमला पडलेल्या प्रश्नाकडे दुर्लक्ष करतो. डर्खाईमच्या मते भांडवलशाहीतील श्रमाचे विभाजन रोगनिदानविषयक स्वरूपाचे होते आणि रोगनिदानाचे मूळ कारण 'बाह्य परिस्थितीत' दडले आहे—मालमत्ता असलेले आणि नसलेले यांच्यातील असमानता. दोहोंपैकी दुसऱ्या पक्षाला श्रमाच्या विभाजनात निवडीचे स्वतंत्र नव्हते आणि दोहोंपैकी पहिल्या पक्षाचे ऐकणे भाग होते. त्यामुळे मालमत्ता असलेल्या वर्गाने मालमत्ता नसलेल्या वर्गावर निवडीच्या स्वातंत्र्यावर आधारित राहण्याऐवजी, आधुनिक समाजातील श्रमाचे विभाजन अविचारीपणे थोपले. डर्खाईम ज्याला 'बाह्य परिस्थितीची' असमानता म्हणतो ते दुसरे तिसरे काही नसून भांडवलशाहीतील उत्पादनातील सामाजिक परस्परसंबंध होय, जो भांडवलशाहीचा आरंभबिंदू होता आणि त्याच्या पुनरुत्पादनाची मूलभूत अट होती. 'बाह्य परिस्थितीच्या' मूलभूत असमानतेला उत्पादनातील भांडवलशाहीचे परस्परसंबंध मिटवल्याशिवाय, म्हणजेच भांडवलशाही व्यवस्थेलाच बाद केल्याशिवाय हटवणे शक्य नाही. डर्खाईमच्या मते, हे होणे अशक्य होते. हाच डर्खाईमच्या समोर उभा ठाकलेला पेच होता. गिडन्सने म्हटल्याप्रमाणे, डर्खाईमचा श्रमाच्या विभाजनाच्या अतिचाराविषयीचा दृष्टिकोन (लेस फॉर्म्स अनॉर्मल्स) हा एक अनपेक्षित, अप्रिय असा शेवट ठरतो (गिडन्स १९७८: ३०). या शेवटचा दंश घातक ठरतो.

समानता आणि स्वातंत्र्य हे मानसिक नसून भौतिक प्रसंग आहेत. जर प्रत्यक्ष व्यवहारातील भौतिक परिस्थिती अनुकूल नसेल लोकांच्या मनातील समानता आणि स्वातंत्र्याला खरे अस्तित्व प्राप्त होत नाही. ज्या व्यवस्थेत (आधुनिक पाश्चिमात्य देश) ज्यातील बहुसंख्य लोकं वंचित राहून आपल्या उदरनिर्वाहासाठी उत्पादन आणि उदरनिर्वाहाच्या साधनांवर

मक्तेदारी गाजवणाऱ्या अल्पसंख्याक लोकांवर अवलंबून असतात, तिथे समानता, स्वातंत्र्य आणि वैयक्तिक स्वायत्तता अर्धसत्य म्हणून अस्तित्वात असतात. डर्खाईमला निदान याची कल्पना तरी होती. ड्युमॉन्ट मात्र त्याकडे कानाडोळा करतो.

आधुनिक पाश्चिमात्य देश: समतावादाचा प्रतिवाद

या चर्चेचा समारोप करताना आपल्याला लक्षात ठेवायला हवे की आधुनिक पाश्चिमात्य देश समतावादी तर नक्कीच नव्हे पण संरचनात्मकदृष्ट्या आणि विचारधारेने समतावादाच्या बरोबर उलट आहेत. दाहरेनडोर्फ लिहितो की 'माणसांमधली असमानता' यावरील प्रश्न हे ऐतिहासिकदृष्ट्या समाजशास्त्राने उपस्थित केलेल्या पहिल्या प्रश्नांपैकी होते (विडलॉक २००५: १). सुरुवातीच्या काळात असमानता नसल्यात जमा होती पण, मालमत्तेची स्थापना झाल्यावर आणि त्याच्याशी निगडित कायद्याचे नियमन सुरू झाल्यावर असमानता कायदेशीर ठरवण्यात आली: पहिली व्यक्ती जिने एका जमिनीच्या तुकड्यावर ताबा मिळवून [दावा केला] 'ही माझी जमीन आहे' (रोझ्रू १९९४: ५४, मिडलॉक २००५: १ मध्ये नमूद केलेले). जिथे दाहरेनडोर्फ ठसवतो की सामाजिक व्यवस्थेतील असमानता अपरिहार्य आहे, तिथे टॅलकॉट पार्सन्स असमानतेला 'समाजाची व्यावहारिक गरज' बनवतो (विडलॉक: तथैव). दुसरीकडे मॉर्गन, मार्क्स आणि एंजल्स यांच्यासारखे आधीचे विचारवंत अशा समाजांचा दाखला देतात जिथे वर्गीय समाजांतील असमानतेचा अभाव होता. या गोष्टीला त्यानंतरच्या मानवशास्त्रज्ञांनी पुष्टी दिली आहे. ज्यांनी समानता शक्य बनवणाऱ्या मूलभूत परिस्थिती (भौतिक आणि आदर्शवादी) अधोरेखित केल्या. असमानता वैश्विक आहे आणि गरजेची आहे, या धारणेवर त्यांचे शोध एक मोठे प्रश्नचिन्ह उभे करतात.

समानता आणि असमानता यावरील प्रश्नांमध्ये रस असणारे मानवशास्त्रज्ञ समाजांमध्ये दोन भेद करतात, एक, त्वरित मोबदला मिळवणारे समाज (समतावादी समाज) आणि यांच्या विरुद्ध दोन, विलंबित मोबदला मिळवणारे समाज (आधुनिक भांडवलशाही समाज). पैकी पहिल्या प्रकारच्या समाजांमध्ये अन्न आणि इतर साधनांच्या थेट आणि त्वरित वापराची समाजाच्या सर्व सदस्यांना समान संधी मिळते. समाजातील भौतिक आणि बुद्धिवादी साधनांच्या वापराचा हक्क सर्वांसाठी गृहीत धरला जातो. दुसरीकडे संचय आणि वाटणीच्या बाबतीत काही निर्बंध असतात. पण व्यवस्थेतील हे सारे घटक एकत्रितपणे फार मोठ्या प्रमाणात वैयक्तिक स्वायत्ततेची हमी देतात आणि अवलंब आणि असमानतेच्या वाढीचे पूर्वनिश्चयन करतात. हे समाज मालमत्तेच्या हक्काविषयीच्या काही कल्पना बाळगून असतात. ज्या सांप्रदायिक आणि सामूहिक असतात, खाजगी नसतात. परिणामस्वरूप वैयक्तिक स्वातंत्र्य आणि स्वायत्तेला धोक्यात टाकणाऱ्या असमानतेसाठी निव्वळ मालमत्ता जबाबदार

नाही. मालमत्ता, समानता आणि वैयक्तिक स्वायत्ततेतील संबंधांची मध्यस्थी अनेक सांस्कृतिक (वैचारिक) डावपेचांद्वारे केली जाते (विडलॉक २००५: ११; वूडबर्न २००५: १९).

रिचर्ड ली म्हणतो की आधुनिक पाश्चिमात्य देशांतील समाजाच्या उलट समतावादी समाज न केवळ मोठ्या प्रमाणात वाटणी आणि कमी प्रमाणात वैयक्तिक संचयावर भर देतो पण वैचारिकदृष्ट्या समतावादी सामाजिक परस्परसंबंधावरदेखील जोर देतो. आर्थिक क्षेत्रातील भौतिक साधनांच्या वापराच्या समान संधीच्या हमीप्रमाणे, राजकीय क्षेत्रातसुद्धा 'सर्व लोकांच्या समानतेचा सकारात्मक आग्रह आढळतो.' नेता

> कधीच लोकांकडून मागणी करत नाहीत आणि त्यांचा भौतिक वस्तूंचा संचय इतर घरांमधील सरासरी संचयापेक्षा जास्त नसतो... त्यांचा भौतिक साधेपणा आपल्याला या निष्कर्षाप्रत आणतो की खऱ्या जीवनातील समानता सिद्धान्तात खरी पण व्यवहारात खोटी असलेली कपोलकल्पित गोष्ट नव्हे (ली १९८१: ९७, ९९).

भौतिक क्षेत्रातल्या समानतेव्यतिरिक्त, समतावादी समाज वैचारिकदृष्ट्या सक्रियपणे समानतेचा पुरस्कार करतात आणि असमानतेच्या सर्व परिमाणांचा प्रतिकार करतात: 'समानतेला प्रशंसनीय, योग्य आणि आदरणीय मानलं जातं तर असमानतेला अमान्य, असभ्य, वाईट आणि अपायकारक ठरवलं जातं' (वूड बर्न २००५: २१). ड्युमॉन्ट ठामपणे सांगतो की पारंपरिक समाज, आधुनिक समाजांच्या उलट, समानतेच्या मूल्याला अनभिज्ञ असतात (ड्युमॉन्ट १९८०: ८). त्याच्या ह्या मताचे वर नमूद केलेल्या प्राचीन समतावादी समाजातील समानतेच्या संस्कृतिवर्णनशास्त्रीय पुराव्याच्या प्रकाशात परीक्षण होणे गरजेचे आहे. औत्सुक्याची गोष्ट अशी की डर्खाईमला (१९७२) फार पूर्वीच समतावादाची वैशिष्ट्यं उत्तर अमेरिकेतील इरोक्वा जमातीत सापडली (पहा, वूडबर्न २००५).

समतावादी समाजाच्या विपरीत, आधुनिक पाश्चिमात्य देशात व्यक्ती मालमत्तेचा उपयोग भेदाभेद निर्माण करण्यासाठी करतात: 'त्यांच्या मालकीच्या मालमत्तेवरून त्यांची ओळख पटते' (विड लॉक २००५: ७). राजकीय व्यवस्था आणि विचारधारेच्या युक्त्या, समतावादी समाजांच्या उलट असमानतेला परावृत्त करण्याऐवजी असमानता आणि भेदभावाला प्रोत्साहन देतात, संरक्षण देतात आणि त्यांना पुरस्कृत करतात. समतावादी समाजातील मूलभूत नियमांच्या, म्हणजेच संरचनात्मक संचयाच्या प्रतिकाराच्या आणि वैचारिकदृष्ट्या खंडनाच्या बरोबर उलट, वेबरने लिहिल्याप्रमाणे (१९५८c), संचय हा आधुनिकता आणि भांडवलशाहीच्या आर्थिक आधारस्तंभाचे चैतन्य आणि प्रेरक शक्ती आहे. म्हणूनच भौतिकदृष्ट्या आणि वैचारिकदृष्ट्या आधुनिक पाश्चिमात्य देश हे समतावादाचे प्रतिवाद ठरतात.

वसाहतवादाची राजवट आणि जात

इतिहासाच्या जातीविषयक चर्चेत वसाहतवाद आणि जात हा अभ्यासाचा एक महत्त्वाचा विषय आहे. या विषयावर अनेक जणांनी अभ्यास केला आहे. माझी चर्चा ही वसाहतवाद आणि जातीवर झालेल्या आजवरच्या सर्व अभ्यासाचे परिपूर्ण असे प्रतिनिधित्व करते, असा माझा दावा नाही. याउलट, माझी चर्चा अशा विषयांपुरती मर्यादित आहे जे माझ्या अभ्यासासाठी प्रस्तुत आहे. यात सर्वांत महत्त्वाचे विषय आहेत वसाहतवाद, जात आणि जमीन.

प्राच्यवाद आणि त्याच्या पलीकडले

रोमिला थापर यांनी नमूद केल्याप्रमाणे, वसाहतवाद–साम्राज्यवादाच्या काळात पाश्चिमात्य देशांमधील भारतीय समाज आणि इतिहास यांच्याबद्दलच्या विचारात पौर्वात्य जुलूमशाहीची कल्पना केंद्रस्थानी होती. इराण देशातील व्यवस्थेच्या निरंकुश प्राचीन ग्रीक चित्रणावर आधारित असलेल्या पौर्वात्य जुलूमशाहीच्या कल्पनेला १८व्या शतकातील युरोपात झालेल्या वसाहतीच्या शत्रुत्वामुळे नवीन अर्थ प्राप्त झाला. जमिनीच्या रूपातील खाजगी मालमत्तेचा अभाव, जुलूमशाहीचे शासन आणि सामाजिक कुंठिततेचा समावेश असलेले आशियाई पद्धतीचे वर्णन मिल, मार्क्स, वेबर, ड्युमॉन्ट आणि इतर अनेक विद्वानांच्या अभ्यासात सापडतं. भारतावरच्या पौर्वात्य लिखाणात, मुख्यत्वे, जातिव्यवस्थेच्या संदर्भात, दोन मुख्य प्रवाहांची ओळख थापर यांनी करून दिली आहे. मिल आणि मार्क्सच्या लिखाणात जमीनरूपी मालमत्तेचा प्रकार आणि शासनाचे स्वरूप यांवर लक्ष केंद्रित केले गेले (या दोन्ही प्रभूतींच्या दृष्टिकोनातील मूलभूत फरक विसरता कामा नये), तर वेबर, ड्युमॉन्ट इतरांनी समाजातील धर्माच्या स्थानाला आपला मुख्य विषय बनवला. जमिनीवरचा मालमत्तेचा हक्क आणि गरज भागवून उरणाऱ्या शिल्लकीवरचा हक्क हे मिल आणि मार्क्सचे मुख्य विषय होते तर आध्यात्मिक शक्ती आणि धार्मिकता हे इतर विद्वानांचे विषय होते. शासनाच्या नियमांच्या ऐवजी शासनांच्या रीतिभातीकडे लक्ष वळले आणि सत्तेचा बिंदूमार्ग राजा आणि न्याय सभेकडून पुरोहित आणि मंदिराच्या दिशेने सरकला. थापरच्या मते हा बदल जमीन हक्क यांना हटवून किंवा विचारधारेचे, विशेषकरून धर्माचे, अवशेष बनवल्याशिवाय घडला नसता (थापर २०००: ७–८). वेबर आणि ड्युमॉन्टच्या जातीअभ्यासात धर्म, विधी, पवित्रता आणि अपवित्रता यांना दिलेले प्राधान्य या संदर्भाने समजून घ्यायला हवं.

वसाहतवाद आणि जातीवरच्या इतिहास लेखनातल्या अजून एका प्रवृत्तीचा थापर उल्लेख करतात. राष्ट्रवादी धाटणीच्या भारतीय इतिहासकारांनी या प्रवृत्तीचा अवलंब केला आणि प्राच्यवादातील हिंदूंच्या आर्यत्व कल्पना मान्य केली. थापर यांच्या मते, या आर्यपणाच्या कल्पनेचे आंतरिकीकरण करून त्याला [काही जणांनी] त्याला जातीचे 'वैज्ञानिक' स्पष्टीकरण

मानले आणि याचाच अर्थ *होमो हायरारकिकस* (तथैव) ची 'निर्दोष मुक्तता' करणे. माझ्या मते, *होमो हायरारकिकस*चा मुख्य विषय आर्यत्वाची नसून आर्थिक-राजकीय सत्तेपासून अलिप्त असलेले विचारधारेचे प्राधान्य हा आहे. या प्राधान्याला केवळ राष्ट्रवादीच नव्हे तर भारतीय शिक्षण क्षेत्रातील विद्वानांकडून मोठ्या प्रमाणात दुजोरा मिळाला आहे. राष्ट्रवाद्यांच्या बाबतीतली गमतीची गोष्ट अशी की जिथे एकीकडे त्यांनी आर्यपणाच्या निहित वांशिक अर्थाला श्रेष्ठत्वाचे ज्ञापक मानले तर दुसरीकडे वसाहत निर्माण करणाऱ्या देशांनी भारतीयांना मिश्र जातीय आणि दूषित आर्य म्हणून हिणवले. यातील उपरोध असा की राष्ट्रवादींचा उत्साह यामुळे कमी झाला नाही. उलटपक्षी, त्यांनी आपल्या आर्यपणाचा, कलंकित जातीचा का असेना, स्तोम माजवला.

वसाहतवादी राजवट आणि जात: वेबर आणि मार्क्सचे विचार

मार्क्स आणि वेबर दोघांनी भारतातील जात आणि ब्रिटिश वसाहतवादावर भाष्य केले आहे; ही लक्षणीय बाब आहे. वेबर यावर थेट भाष्य करीत नाही पण वसाहतवादाचा संदर्भ त्याला त्याच्या निवडक जातीविषयक चर्चेसाठी महत्त्वाचा वाटतो. उदाहरणार्थ, भारतामधील वसाहतीतील जात आणि औद्योगिक विकास. गमतीची गोष्ट अशी की तो असा युक्तिवाद करत नाही की जातीच्या विधिविषयक द्वेषानं भारतीय वसाहतीतील मोठ्या उपक्रमांचा विकास थांबवला, कारण जात ही घरगुती किंवा सार्वजनिक कार्यक्षेत्रातील शारीरिक श्रमांच्या गरजा भागवण्यापुरती लवचीक होती: '...कारागीर आपल्या व्यवसायात आपले पावित्र्य राखून असतो' (वेबर १९५८b: १११). तो पुढे म्हणतो की 'अडवणुकीचा गाभा' हा विशिष्ट विधींची वहिवाटीत किंवा जातिव्यवस्थेतील दोषरोपांमध्ये नव्हता. खरं तर तो 'संपूर्ण व्यवस्थेच्या शुद्ध चैतन्यात कोरला गेला होता' तो लिहितो की जरी भारतात राबवल्या गेलेल्या युरोपातील आधुनिक औद्योगिक उपक्रमांमध्ये भारतीय मजूर श्रम करीत असले तरी, '...औद्योगिक भांडवशाहीची आधुनिक संघटना जातिव्यवस्थेच्या आधारावर उभारली गेली असण्याची शक्यता अतिशय असंभवनीय आहे'. जातीविषयक विधी इतक्या प्रतिबंधात्मक स्वरूपाच्या होत्या की त्यांनी आंतरिक स्वरूपाची आर्थिक आणि तांत्रिक क्रांती घडवणे किंवा 'त्यांच्या अखत्यारित भांडवलशाहीच्या पहिल्या बीजारोपणाचे सुलभीकरण करणेदेखील शक्य नव्हते.' याचा पुरावा: अनेक वर्षांच्या ब्रिटिश वर्चस्वानंतरही आज केवळ ९,८०,००० कारखान्यातील कामगार अस्तित्वात आहेत म्हणजेच १ टक्का लोकसंख्येचा केवळ एक तृतीयांश भाग (वेबर १९५८b: ११२–११४). अनेक शतकांच्या इंग्रजी हुकुमतीनंतरही कारखान्यातील रोजगाराचा हा क्षुल्लक आकडा वसाहतवादाच्या राजवटीतील औद्योगीकरणाच्या प्रत्यावर्तनाविषयी बरेच काही सांगून जातो. वेबर मात्र हे तथ्य फिरवतो आणि त्याला जातीच्या शुद्ध चैतन्याचे प्रतीक मानतो.

वेबरच्या जाती, वसाहतवाद आणि औद्योगिक श्रमाविषयीच्या मनोभूमिकेत अनेक विसंगती आढळतात म्हणूनच तो म्हणतो की भारतातल्या उत्पादन उद्योगांना अधिक मजुरीचे आमिष दाखवूनही पर्याप्त कामगार मिळवणे कठीण जात होते आणि त्याच दमात तो हे ही सांगतो की भारत तसेच दक्षिण आफ्रिका, कॅरेबियन द्वीप आणि फिजी या ब्रिटिश राजवटीच्या इतर वसाहतींमधल्या वृक्ष लागवडींवर काम करण्यासाठी 'भारतातील हमालांची' भरती करण्यात आली. या श्रमाच्या बदल्यात कमीत कमी मजुरी, सर्वांत कठीण काम आणि तळागाळातला बहुमान त्या भारतीय मजुरांच्या वाट्यास आला; मात्र वेबर याचे स्पष्टीकरण असे देतो की त्या 'हमालांमध्ये' मोठ्या प्रमाणात खालच्या जातीची माणसं होती (वेबर १९५८: ११५). सर्वांत पहिली गोष्ट म्हणजे, नंतर चर्चा केल्याप्रमाणे, (प्रकरण ७) हमालांमध्ये (कूली, वेठबिगारीखालच्या मजुरांचे सर्वसामान्य संबोधन) अनेक जातींचे लोक शामिल होते, मुख्यत्वे मधल्या आणि खालच्या जातीतले, सर्वांत खालच्या जातींचे नव्हे. याहून महत्त्वाचं म्हणजे जर जातिव्यवस्थेची बंधनं झुगारून इतक्या मोठ्या प्रमाणात घरापासून खूप दूर परक्या देशातील अनोळखी जमिनीवर अत्यंत कठीण असे शारीरिक श्रम करण्यास भारतीय मजूर उपलब्ध होते, तर जातिव्यवस्थेची औद्योगिक रोजगार आणि भांडवलशाहीच्या अडवणुकीच्या दाव्याला किती खरे मानावे? हमालांच्या उदाहरणावरून अनुमान लावता येते की औद्योगिक रोजगाराचे जातिव्यवस्थेच्या स्खलनात योगदान होते–आणि भारताबाहेरील वसाहतींमध्ये काम करणाऱ्या हमालांच्या बाबतीत तसेच घडलं. त्यामुळे जातीच्या अस्मितेमुळे औद्योगिक रोजगारावर कोणताच अनिष्ट परिणाम झाला नाही उलटपक्षी, अनेक शतकांच्या वसाहतवादाच्या राजवटीत झालेल्या औद्योगिक रोजगाराच्या अभावामुळे जातीची अस्मिता कायम राहिली.

मार्क्स आणि वेबर दोघेही सारखीच अपेक्षा बाळगून होते की वसाहतवादाच्या राजवटीमुळे जातिव्यवस्थेची झीज घडून येईल; पण हा परिणाम का व कसा घडेल या बाबतीत दोघांत दुमत आहे ज्याचे कारण त्यांचे भिन्न भिन्न सैद्धान्तिक दृष्टिकोन आहेत. मार्क्सच्या मते वसाहतवादाच्या राजवटीचा गावातील समुदायाच्या आधारस्तंभावर होणार आघात (जमिनीची सांप्रदायिक मालकी) जातिव्यवस्थेला विरघळून टाकेल. दुसरीकडे, वेबरच्या मते, रेल्वेच्या नोकरीत झालेला जातीचा वंशभेद ब्राह्मण आणि अस्पृश्याना एकमेकांजवळ आणेल आणि त्यामुळे जातिव्यवस्थेच्या केंद्रस्थानी असलेले पवित्रता-अपवित्रता यांचे नियम मोडीत काढले (वेबर १९५८b). रेल्वेनं जातिव्यवस्थेला मोडीत काढले नाही. पुढे चर्चा केल्याप्रमाणे, उच्च जातीच्या लोकांनी केलेले पवित्रता-अपवित्रता यांच्या नियमांचे उल्लंघन, खासकरून उच्च जातीतील पुरुष आणि खालच्या जातीतील स्त्रिया यांच्या संबंधामुळे झालेले उल्लंघन, हा त्यांच्या नित्यक्रमाचा भाग होता पण गरज पडेल तसे

अपवित्र होऊन आपले पावित्र्य पुन्हा मिळवण्यासाठी अनेक क्लुप्त्या त्यांनी शोधून काढल्या होत्या. राहता राहिला मार्क्सचा प्रश्न. त्याच्या अपेक्षेविरुद्ध वसाहतीच्या राजवटीने जातिव्यवस्थेचा पाया असलेले जमीन परस्परसंबंधांना अटकाव केला नाही (करू शकली नाही) आणि जात शाबूत राहिली. असे का घडले यावर मी इतर ठिकाणी विस्ताराने चर्चा केली आहे (सिंह १९९८) म्हणूनच इथे त्याची चर्चा करीत नाही. थोडक्यात सांगायचे झाले तर, वसाहतीचे राज्य प्रबळ असलेल्या जमीनदार वर्गाचा मुकाबला करण्यास असमर्थ ठरली, उलट त्यांच्या बरोबर तडजोड करून आणि त्यांचे पारंपरिक आर्थिक-राजकीय-न्यायिक हक्क शाबूत ठेवून त्यांची मर्जी मिळवली आणि आपला हेतू साध्य केला. अनेक समाजशास्त्रज्ञांनी मार्क्सच्या या वसाहतवाद आणि जातीशी निगडित असलेल्या चुकीच्या अपेक्षेवर बोट ठेवले आहे; पण ते हे बोलण्यास कचरतात की जातीची क्लिष्टता मार्क्सवादाच्या आकलनाच्या पलीकडची आहे मात्र, वेबरच्या दुसऱ्या मार्गावरच्या वसाहतवाद आणि जातीशी निगडित असलेल्या चुकीच्या अपेक्षेबाबतीत ते मौन पाळतात.

जातः वसाहतवादाच्या राजवटीत भारतीय समाजाचे मुख्य प्रतीक?

निकोलस डर्क्सने वसाहतवाद आणि जातीच्या प्रश्नावर बरेच चिंतन केले आहे. तो सावध करतो की त्याचा दृष्टिकोन 'ब्रिटिशांनी शोध लावलेल्या जातीपेक्षा जास्त गुंतागुंतीचा आहे, जरी एका अर्थाने नेमके तेच घडले'. ब्रिटिशांनी जातीला नियमांचे सांस्कृतिक तंत्र बनवले; जे तंत्र वसाहतीच्या राजवटीचे वसाहतीकरण झालेल्या देशांच्या इतिहासावर केलेल्या वर्चस्वाची ग्वाही देतं. तो म्हणतो हे अंतर्ज्ञान त्याला सबाल्टर्न अभ्यासातून झाले. पुढे तो म्हणतो '... राजांच्या मृत्यूने वसाहतवादाच्या राजवटीत जातींच्या कायापालटाचा मार्ग मोकळा केला' (डर्क्स २००१: ९, १२). हे निरीक्षण नक्कीच महत्त्वाचे आहे पण तितकेच समस्याप्रधान आहे. पहिलं म्हणजे, डर्क्स वसाहतवादाला एकमार्गी वाहतूक समजतो ज्यात वसाहतीकरण करणाऱ्या देशाला सक्रिय कर्ता मानलं जातं आणि वसाहतीकरण झालेल्यांना निष्क्रिय प्रजाजन मानलं जातं. वसाहतवाद ही एकतर्फी वाहतूक नव्हती, ते केवळ बेरजेचे गणितही नव्हते. वसाहतीकरण झालेल्या गटाकडून प्रतिकार हे खरं तर वसाहतवादाचे वास्तव आहे. परिणाम-स्वरूप जुळवाजुळव आणि तडजोड करणे अपरिहार्य होते (याविषयी अधिक माहितीसाठी सिंह १९९८ पहा).

दुसरी गोष्ट म्हणजे, राजांचे अकाली मृत्यू घोषित करण्याची डर्क्सला घाई झालेली दिसते. हा त्याचा समज तथ्याला धरून नाही. ५०० हून अधिक संस्थानांचे राजे वसाहतवादाच्या राजवटीच्या काळात हयात होते. खरं तर, वसाहतवादाच्या राजवटीची सुरुवातच मुळी ईस्ट इंडिया कंपनी आणि भारतीय संस्थानांचे शासक यांच्या संगनमताने केली गेली. दोन्ही

पक्षातील सहकार्य अखेरपर्यंत राजवटीला शाबूत ठेवण्याची पूर्वनियोजित अट म्हणून कायम राहिलं. सर्वांत महत्त्वाचे म्हणजे राजधर्माचा पायाच मुळी राज्यातील जमीन आमदानीची व्यवस्था होती आणि शासकाला त्याच्या प्रदेशातील सर्व जमिनीवर उच्च दर्जाचा मालकी हक्क प्राप्त होता. वसाहतवादाच्या राजवटीने हा हक्क हिरावून घेतला नाही, यासाठी नव्हे की तसे करण्याचं प्रयोजन नव्हतं पण यासाठी की तसे करणं शक्य झालं नाही. डर्क्सच्या दाव्याच्या उलट, वसाहतवादाच्या राजवटीत सर्व राजे जिवंत होते. वसाहतवाद आणि राजधर्म यांचा अंत एकत्र व्हावा हा काही ऐतिहासिक अपघात नव्हे. वसाहतवादाच्या राजवटीमुळे राजधर्माचा अंत झाला असं नव्हे. परिस्थिती बरोबर याच्या उलट होती, जेव्हा राजधर्म पोखरू लागले आणि शेवटी त्यांचा अंत झाला, तेव्हा वसाहतवादाच्या राजवटींचीदेखील ज्योत मावळली, जे प्रचलित चळवळींनी घडवून आणले (सिंह १९९८). त्यांनीच कबूल केल्याप्रमाणे सबल्टर्न अभ्यासाकडून स्फूर्ती घेऊन (डर्क्स २००१), वसाहतवादाच्या राजवटीने भारतातील प्रभुत्वशाली वर्गाकडून झालेला प्रतिकार दूर केल्याने शासकांचा मृत्यू झाला, असे डर्क्स मानतो. यात गंभीर बाब अशी की कनिष्ठ वर्गांनी वसाहतवादाची राजवट आणि राजधर्म मिटवण्यात केलेल्या संघर्षाचा तो उल्लेख करीत नाही.

डर्क्स म्हणतो की १८ व्या शतकाच्या शेवटच्या दशकात बंगालमध्ये लागू करण्यात आलेल्या कायमस्वरूपी समझोत्यामुळे जमिनीचा प्रश्न सोडवला गेला आणि वसाहतवादी हुकुमतीला जातीचा वसाहतवादी राजवटीचे तंत्र म्हणून वापर करण्याची सवड मिळाली (२००१). डर्क्सच्या दाव्याच्या उलट, राजवटीच्या अखंड काळात जमीन ही कायम मुख्य चिंतेचा विषय ठरली. वसाहती निर्माण करणाऱ्यांसाठी, तसेच वसाहतीकरण झालेल्या पक्षासाठी जमीन प्राथमिक चिंतेचा विषय होता. वसाहतीकरण झालेल्या पक्षासाठी, फॅनन (१९६८) ने लिहिल्याप्रमाणे, जमीन ही त्यांचे सर्वस्व होते, त्यांचे उदारनिर्वाहाचे साधन होते, त्यांच्या अस्तित्वाची ओळख होती. जर कायमस्वरूपी समझोत्याने जमीन प्रश्नावर तोडगा शोधला तर तत्पश्चात झालेल्या जमीनविषयक समझोत्यांचा काय अर्थ लावावा— रयतवारी, महालवारी, पट्टेदारी, तालुकदारी, जहागीरदारी आणि जमीनदारी आणि याशिवाय भारताच्या क्षेत्रफळाचा २/५वा हिस्सा व्यापणाऱ्या संस्थानांच्या जमिनीच्या बाबतीतला गैरहस्तक्षेप. १८५७ च्या उठावात जमीन हा प्रश्न होताच. इंग्रजी हुकूमत आणि संस्थानांच्या शासकांमध्ये १८५७ च्या उठावाचे परिपाक म्हणून झालेल्या नव्या करारातदेखील जमीन हा मुख्य विषय होता. १९१० ते १९४० च्या दशकांमधील शेतकरी चळवळींमध्येदेखील जमीन हा महत्त्वाचा विषय होता. संस्थानांच्या शासकांच्या मृत्यूप्रमाणेच, डर्क्सला जमीन प्रश्नाचे निवारण करण्याचीदेखील घाई झालेली दिसते म्हणून तो कायमस्वरूपी तोडग्याचा दाखला देऊन जातीच्या विमानाला भरारी घेता यावी म्हणून धावपट्टीचा मार्ग मोकळा करतो.

तो लिहितो: 'वसाहतवादानं जुन्या राजवटीतील अनेक रूपांचे जाणीवपूर्वक जतन केले. राजवटींच्या बाबतीत हे जतन अधिक उघडपणे करण्यात आले आणि काही बाबतीत लबाडीने करण्यात आले जसं की परंपरेचे मूळ प्रतीक म्हणून जातीची केलेली रचना' (डर्क्स २००१: ७९–८०). पुढे चर्चा केल्याप्रमाणे, संस्थानांमधील जातींची 'रचना' हा चिंतेचा विषय होता; पण त्याचा बरासचा संदर्भ वसाहतवादाच्या अधिकारक्षेत्राबाहेर होता. जात या अर्थाने महत्त्वाची आहे कारण ती जमीन परस्परसंबंधांमध्ये कोरली गेली आहे. जमीन ही वसाहतवादी राजवट चालवणारे तसेच वसाहतीमध्ये राबणारे दोहोंसाठी कळीचा मुद्दा होती. वसाहतवादाच्या मानवशास्त्राने जमिनीला वेगळं करून जातीला वसाहतवादी राजवटीचा मुख्य विषय बनवला.

डर्क्स पुढे लिहितो: '...जात उरली पण तिला अशा तऱ्हेने पुन्हा तयार करण्यात आले ज्यामुळे सामाजिक संघटनाच्या वेगवेगळ्या रूपांसाठी एक अद्वितीय आधार प्राप्त झाला. ... जात हे असे पिशाच्च आहे ज्याने भारतातील वसाहतवादी राजवटीच्या नंतरच्या काळातील राजकारणाला पछाडले... हा एक राष्ट्रीय शरमेचा विषय झाला आहे' (डर्क्स २००१: १७). भारतीय राजकारणात जात नक्कीच शरमेचा विषय आहे, जसा अमेरिकेतील राजकारणात वंश हा शरमेचा विषय आहे किंवा युरोपातल्या राजकारणात वांशिकता आणि धार्मिकता हे शरमेचे विषय आहेत. वंश, धर्म, परंपरा आणि प्रादेशिक जातकुळीची राजकीय संघटन हे केवळ पश्चिमेबाहेरच्या नव्या लोकशाहींमध्ये नाही तर पाश्चिमात्य देशांतील पूर्णपणे विकसित झालेल्या लोकशाहीमध्येसुद्धा आढळते. भारताच्या जातीविषयक अद्वितीयपणाला त्या अर्थाने अतिरंजितपणे आणि चुकीच्या समजुतींचा आधार घेऊन सादर केलं आहे. भारताच्या जातीविषयक अद्वितीयपणाला नाकारून भारताला पाश्चिमात्य देशांची प्रतिमा म्हणून साकारण्याचा माझा हेतू नाही. मला हे ठसवायचे आहे की आधुनिक भारतीय राजकारणातील जातीची भूमिका पाहता, जशी अमेरिकेच्या बाबतीत वंशाची आणि युरोपच्या बाबतीत वांशिकतेची आणि धार्मिकतेची, उत्तर, दक्षिण, पूर्व, पश्चिम मधील व्यापलेल्या आर्थिक-राजकीय स्वार्थ आणि जात, वंश आणि धर्म यांच्या परस्परसंबंधांची संरचना करण्याची गरज आहे, सगळ्याचे खापर भारताच्या जातिव्यवस्थेच्या अद्वितीयपणावर फोडण्याची नव्हे. दक्षिण आशियाई अभ्यासांमध्ये रुची असणाऱ्या पाश्चिमात्य देशातील विद्वानांमध्ये वसाहतवादाच्या सांस्कृतिक इतिहासाची एक विशिष्ट विद्वत्तापूर्ण परंपरा प्रचलित आहे ज्याचा उल्लेख तीर्थंकर रॉय यांनी केला आहे. तो त्याला 'सम्यक् विवरणाच्या रूपातला एक ब्राह्मणी उपक्रम मानतो, ज्यात राजकीय आणि सामाजिक इतिहासाच्या अंधकारमय जगाला इतकं दूषित मानलं जातं की त्याची कदर करणं अशक्य होऊन बसतं.' तो लिहितो की या परंपरेचे शाब्दिक विश्लेषण सशक्त आहे पण भौतिक आणि सामाजिक परिस्थिती तसेच तळागाळातल्या हाडामासाच्या लोकांविषयी त्यात तुच्छतेच्या भावनेचा पुरस्कार दिसून येतो (रॉय २०११: ३४).

मिशनरीज (धर्मप्रचारक) आणि जातिव्यवस्था

ईस्ट इंडिया कंपनीसोबत आलेल्या मिशनरींच्या जातीची संकल्पना तयार करण्याच्या भूमिकेविषयीचे डर्क्स एक गमतीशीर उदाहरण सांगतो. स्वगृहातील अडचणी आणि परदेशातील वसाहतवादाच्या स्वार्थ यांच्या अभिसरणातून त्यास ऐतिहासिक संदर्भ प्राप्त झाला. डर्क्स म्हणतो फ्रेंच क्रांतीच्या विध्वंसातून मुक्त होण्यासाठी ॲबे दुबॉई नावाचा मिशनरी भारतात आला आणि ईस्ट इंडिया कंपनीत मानवशास्त्रज्ञ म्हणून रूजू झाला. धर्मांतर हा त्यांचा मुख्य हेतू असल्यामुळे, मिशनरी जातीकडे हिंदू धर्माचं एक वैशिष्ट्य म्हणून बघत होते. साहजिकच, त्याच्या दृष्टीने हिंदू धर्म आणि जातिव्यवस्था ही एकच गोष्ट होती. जर वसाहतींच्या प्रशासकांना असा निष्कर्ष काढण्याचा सल्ला दिला गेला की हिंदूंना जातिभेदाच्या ओळखींपेक्षा जास्त इतर काही महत्त्वाचे नाही, तर त्यात काहीच आश्चर्य नाही. दुबॉईने सावधगिरीचा इशारा दिला की 'हिंदूंचा मूळ स्वभाव नागरी आणि धार्मिक संस्थांना बिलगून राहण्याचा आहे [जात]... कुठलाही मानवी प्रयत्न त्यांचे मन वळवू शकत नाही... जे जात आणि धर्म यांच्यातल्या सरकारी हस्तक्षेपामुळे कुठल्यातरी अविवेकी निर्णयामुळे येथे मोठी उलथापालथ न घडो', याची आपण काळजी घेतली पाहिजे. जन्मतःच पावित्र्य-अपावित्र्य या कल्पना चिकटल्याने जातीला धार्मिक स्वरूप प्राप्त झाले, असा मिशनरी दृष्टिकोन होता. मिशनरींनी जातीवरच्या धर्माच्या पगड्याचे अतिशयोक्तीपूर्ण चित्र रेखाटले कारण त्यांच्या मते हिंदूंच्या धर्मांतराविरुद्धच्या प्रतिकारामागचे कारण जात होती. १८५७ च्या उठावानंतर हा समज आणखी बळावला (डर्क्स २००१: २४–२६, १३१–३२).

प्रादेशिक विजय मिळवण्याचा मुख्य हेतू बाळगून असलेल्या ईस्ट इंडिया कंपनीनं मिशनरींच्या मदतीनं अशी दंतकथा निर्माण केली की भारतीयांना त्यांच्या उदरनिर्वाह आणि अस्तित्व यांचे मुख्य साधन असलेल्या जमिनींच्या रक्षणाऐवजी जातिभेद जपण्यात जास्त रस आहे. या कपोलकल्पित गोष्टीत प्राण फुंकण्यासाठी, जातीला जमिनीपासून वेगळं करून कायमचं हिंदू धर्माबरोबर एकरूप करण्यात आलं. मिशनरींच्या पावलावर पाऊल ठेवून अनेक समाजशास्त्रज्ञांनी आणि मानवशास्त्रज्ञांनी जात ही धार्मिक असल्याचे मिथक चिरस्थायी केले, त्यामुळे आजतागायत ही दंतकथा कायम आहे.

१८५७ चा उठाव

१८५७ चा उठाव आणि त्याच्या परिपाकाला भारतीय इतिहास आणि समाजातील जात (आणि वर्ग) यांच्या दृष्टीने फार मोठे समाजशास्त्रीय महत्त्व आहे. याचे मुख्य कारण असे की त्यामुळे वसाहतवादी राजवटीत जमीन आणि जात यामधील अंतर्निहित संबंध अधोरेखित झाले. वैचारिक स्तरावर, '१८५७ चा उठाव सामाजिक व्यवस्थेच्या उलथापालथीच्या

काल्पनिक धोक्याविरुद्ध असलेली एक हिंसक प्रतिक्रिया होती', असे ड्युमॉन्ट लिहितो (१९८०: २२९). तो 'उठाव' या शीर्षकासकट त्या विद्रोहाच्या वसाहतवादी दृष्टिकोनाचा दाखला न तपासता देत आहे. हे लक्षात घेण्यासारखे आहे की ज्या वेळी ड्युमॉन्ट होमो हायरारकिकस लिहित होता, त्याच वेळेस आधुनिकतेचा तौलनिक अभ्यास करणाऱ्या एक प्रसिद्ध इतिहासकार बॅरिंग्टन मूरनं १८५७ च्या उठावाचं हिंदू पुरोहित वर्गाची धार्मिक प्रतिक्रिया असं वर्णन केलं. धार्मिक प्रतिक्रियेला एकमेव किंवा प्राथमिक कारण म्हणून पुढे करणे, हा उठावाभोवतीच्या दंतकथेचा एक अविभाज्य भाग झाला आहे. उठावाला एक धार्मिक पैलू नक्कीच होता पण म्हणून काही तो संपूर्णतः धार्मिक विद्रोह–धर्म आणि जातीच्या उल्लंघनाविरुद्ध ब्राह्मणी प्रतिक्रिया–ठरत नाही. असलंच तर ते धार्मिक सहिष्णुता, मतैक्य आणि सहकार्याचे उदाहरण होते; ज्यात बहुतांश बंडखोर हिंदू सैनिकांनी त्यांच्या मुस्लीम बांधवासोबत दिल्लीला कूच केले आणि मुस्लीम शासकाला परत गादीवर बसून त्याच्या पुढे आपली निष्ठा कायम राखली (पहा, जोशी १९५७).

मुळात १८५७ चा उठाव ही वसाहतवादी हुकुमतीच्या (व्यापारी-सावकार यांच्या संगनमताने) जमीनदारांचे पारंपरिक जमीन हक्क आणि राजकीय अधिकार काढून घेण्याच्या प्रयत्नाच्या विरोधातली जमीनदारी वर्गाची (शेतकऱ्यांचे सहकार्य लाभलेली) प्रतिक्रिया होती. शेतकऱ्यांनी या विद्रोहात जमीनदारांना साथ दिली कारण त्यांच्या स्वतःच्या पारंपरिक जमीन हक्कांना तो त्याच प्रकारचा धोका निर्माण झाला होता जो ईस्ट इंडिया कंपनीने केलेल्या बदलांमुळे शेतजमिनीच्या संबंधांना निर्माण झाला होता. या उठावात जातीची काय भूमिका होती आणि त्या उलट उठावाचा जातीवर काय परिणाम झाला हा नक्कीच समाजशास्त्रीय अन्वेषणाचा एक महत्त्वाचा विषय आहे. थोडक्यात सांगायचे झाले तर, वर्ग आणि जातीचे घटक दोन्ही उठावाच्या दृष्टीने महत्त्वाचे होते पण वर्गीय स्वार्थ (जमीनदार, शेतकरी आणि व्यापारी यांचे) बंड घडवून आणणारे आणि उठावापश्चात झालेली तडजोड आणि जुळवाजुळव घडवणारे प्रबळ घटक होते. उठावामध्ये जात आणि वर्गाचे प्रतिच्छेदन झाले होते. प्रभुत्वशाली वर्ग हा प्रभुत्वशाली जातदेखील होता. जमीनदार एकाच वेळी आपले वर्गीय स्वार्थ आणि जातीचे विशेषाधिकार जपण्यासाठी विद्रोह करीत होते. तसेच, उठावापश्चात जमीनदारी वर्गाला आलेली उतरती कळा आणि व्यापारी, सावकारी वर्गाचा शेतकरी वर्गाच्या जोडीने झालेला उदय यामुळे जात-वर्ग यांच्या संरचनेत मोठे बदल घडले; ज्याच्या परिणामस्वरूप एक प्रभुत्वशाली वर्ग आणि जात म्हणून जमीनदारीचा अस्त झाला. वसाहतवादाची राजवट संपताच झालेल्या जमीनदारी व्यवस्थेच्या उन्मूलनामुळे जमीनदारी वर्गाचे वर्चस्व संपले आणि त्यांच्या जातीचे वर्चस्वदेखील विरले. दुसरीकडे स्वतंत्र जमीन हक्क मिळाल्यामुळे शेतकरी वर्गाला वर्गशक्ती आणि जातिप्रतिष्ठा दोन्ही लाभली. त्याच

दमात व्यापारी आणि सावकार आणि उत्पादक (भांडवलदार) दोन्ही असलेल्या गटाचा प्रभुत्वशाली वर्ग म्हणून उदय झाला आणि अनुषंगाने त्यांच्या पूर्वाश्रमीच्या जमीनदारांच्या, म्हणजेच रजपुतांच्या, तुलनेत त्यांच्या जातीची प्रतिष्ठा वाढली.

जातीचे समाजशास्त्र आणि सामाजिक न्याय

आर. एस. खरे यांनी एक महत्त्वाचा प्रश्न उपस्थित केला आहे: *होमो हायरारकिकस* भारतातील आपली हक्काची जागा मिळवण्यासाठी झगडताना *होमो जस्टस*चा सामना कसा काय करतो. ते लिहितात, जेणेकरून ड्युमॉन्ट भारतातील सामाजिक न्यायाच्या बाबींवर मौन पाळताना दिसतो, ड्युमॉन्टच्या शाश्वत योगदानाला अजून सशक्त करू इच्छिणाऱ्या लोकांनी या प्रश्नाकडे लक्ष दिले पाहिजे (खरे २००६: ३२). सुरुवातीला हे स्पष्ट करायला हवं की ड्युमॉन्ट या विषयांवर 'मौन' पाळत नाही. जेव्हा शूद्रांनी केवळ उरलंसुरलं अन्न खावं आणि त्यांना वेदपठण किंवा श्रवण करण्यास मनाई आहे (ख्रिश्चन व्यक्तीला बायबल वाचण्याची किंवा ऐकण्याची मनाई झाल्याची कल्पना करा), या मनूच्या नियमाचा उल्लेख जेव्हा ड्युमॉन्ट जातीच्या अधिकारश्रेणीचे मूलभूत स्रोत असा करतो, त्याला मौन म्हणत नाही तर सहभागिता म्हणतात. जर आपण या प्रश्नावरील ड्युमॉन्टच्या 'मौनावर' मौन पाळलं तर आपण गुन्हेगार ठरतो. दुसरी आणि अधिक महत्त्वाची गोष्ट म्हणजे, असा सिद्धान्त जो जातिव्यवस्थेतील शोषण आणि अन्यायाच्या प्रश्नालाच दूर सारतो तो *होमो जस्टस* च्या प्रश्नाचे काय उत्तर देईल? समावेशक-समाविष्ट या गृहीतकावर आधारित अधिकारश्रेणीची कल्पना शोषण, विरोधाभास, संघर्ष आणि प्रतिकाराला एका दमात दूर सारते. असा सिद्धान्त, त्याच्या संकल्पनेची चौकट, त्याचे ज्ञानमीमांसाशास्त्रीय सूत्रीकरण आणि त्याचा सामाजिक ध्वन्यर्थ केवळ यासाठी तपासू नये का की त्या सिद्धान्ताने अमुक एका काळाची गरज भागवली? सैद्धान्तिक त्रुटी असलेल्या, पद्धतिशास्त्रीयदृष्ट्या विसंगत असलेल्या, ऐतिहासिकदृष्ट्या चुकीच्या असलेल्या आणि विचारधारेत प्रतिगामी असलेल्या या सिद्धान्ताने नेमका कुठला हेतू साध्य केला, असा प्रश्न पडतो.

खरे यांनी उल्लेखिलेला दलितांचा प्रश्न नवा नाही: तो जातिव्यवस्थेइतकाच जुना आहे. (दलित या नावाने संबोधण्यात येणाऱ्या) खालच्या जातींनी भोगलेली व्यथा, वेदना, विपत्ती, अपमान, शोषण आणि अमानवी वागणूक जातिव्यवस्थेइतकीच जुनी आहे (कुमार २०१२). समाजशास्त्रज्ञांना दलितांचा कैवार आताच का घ्यावा? (घेत आहेत असे गृहीत धरले तर) जातिव्यवस्थेतील प्रबळ दृष्टिकोनाच्या विरुद्ध दलित आता उघडपणे बोलू लागले आहेत म्हणून? अशा लोकांनी (दलित व ज्यांना दलितांच्या हक्कांसाठी लढायची इच्छा आहे असे गैरदलित) 'सामाजिक शास्त्रातील प्रबळ मतांच्या उणिवांवर' उघडपणे नाराजी व्यक्त केली आहे (पांडीयन २०१०: ९७) यात काहीच आश्चर्य नाही. '...सामाजिक शास्त्रातील नव्या

दमाचे प्रघात आणि कायापालटाची वाट पाहणारे भारतातील गंभीर राजकीय वास्तव यामधील खोल दरीबाबत' ते कायम चिंता व्यक्त करतात.... आहे त्या अवस्थेतही सामाजिक शास्त्राचे अस्तित्व टिकून राहू शकते, त्याची भरभराट होऊ शकते, ही गोष्टच या संदर्भात बरेच काही सांगून जाते' (मलिक: २००५: १०७).

जातीचा सिद्धान्त आणि भौतिक वास्तवातलं अंतर हे *होमो हायरारकीकस* मध्ये पदोपदी जाणवतं. त्यामुळे दलितांच्या दलितीकरणाच्या स्रोतांबाबत आपले आकलन धूसर होते– असा प्रश्न जो जातिव्यवस्थेतील असमानता आणि शोषण या मोठ्या प्रश्नाचा भाग आहे. मुख्य प्रवाहाच्या समाजशास्त्राने ड्युमॉन्टच्या पवित्र आणि भ्रष्ट या संकल्पनांची परिभाषा जशीच्या तशी वापरली नाही पण पांडियन आणि कुमार यांनी म्हटल्याप्रमाणे प्रत्यक्ष व्यवहारात जातिव्यवस्थेतील शोषणाच्या प्रश्नाला तो जणू अपवित्र असावा अशा थाटात दूर केले. दलितांना नाकारण्यात आलेले हक्क आणि उच्च जातींना बहाल केलेले विशेषाधिकार यामधील अंतर्निहित संबंधाला स्पष्ट करणाऱ्या पर्यायी स्पष्टीकरणाची आपल्याला गरज आहे. फ्रँकेनबर्ग (१९९३) दुसऱ्या एका संदर्भात म्हणतो त्याप्रमाणे जातिव्यवस्थेच्या असमानतेतील (उदाहरणार्थ वंश, लिंग, वर्ग... आणि जातही) नाकारलेले अधिकार आणि बहाल केलेले विशेषाधिकार हे पद्धतशीरपणे परस्परांशी जोडले गेलेले असतात. पांडियन (२०१०: ९७) ने म्हटल्याप्रमाणे, शून्यमनस्कतेत सत्तेचा अभाव नसतो.

याचा पाठपुरावा केल्यावर आढळते की जातिव्यवस्थेत शूद्रांच्या शिक्षण घेण्याचा अधिकार हिरावून घेण्याचा काळ हा प्राचीन आणि आधुनिक काळातील गुलामगिरीच्या एकत्रित काळापेक्षा जास्त होता, ज्यामुळे गुलामांना शिक्षणापासून दूर ठेवण्यात आले. गुलामांनी शिक्षण घेण्याचा प्रयत्न करणे आणि गुलाम नसलेल्यांनी गुलामांना शिकवण्याचा प्रयत्न करणे या दोन्ही गोष्टींना गुन्हा मानले जाई. गुलामगिरीच्या काळात जो गुन्हा मानला जाई, त्याला जातिव्यवस्थेत पवित्र ग्रंथांच्या मंजुरीने पाप ठरवले गेले. यातला उपरोध असा की तेच पवित्र ग्रंथ ही शिकवण पण देतात की शिक्षणामुळे आपण माणुसकी शिकतो आणि म्हणून गुरूचा मान ठेवणे अनिवार्य आहे. हा काय निव्वळ योगायोग समजावा की जातिव्यवस्थेतील वंचित असलेल्या सामाजिक गटावर झालेल्या या मोठ्या अनान्याविरुद्ध मोजकेच समाजशास्त्रज्ञ उभे ठाकले; पण दुसरीकडे आजच्या आधुनिक भारतात त्याच वंचित गटाला दिल्या जाणाऱ्या शिक्षणातील आणि नोकरीतील आरक्षणाच्या सवलतींविरुद्ध समाजशास्त्रज्ञांनी भावनोत्कट प्रतिकार केला आहे. *होमो हायरारकीकस* आणि *होमो जस्टस*च्या प्रश्नांना या प्रकाशात पडताळायला हवे.

अलीकडे, ग्रामीण भागातील दलितांच्या सतत होणाऱ्या उपेक्षेच्या संदर्भात, तसेच शहरी भागाच्या दलितांच्या उपेक्षेच्या संदर्भात वरवर पाहता जे भेदभाव करणाऱ्यांच्या आर्थिक-

राजकीय स्वार्थाच्या विरुद्ध जाते, सुखदेव थोरात म्हणतात की नवसनातनवादी सिद्धान्तांनी भारतीय संदर्भ लक्षात घेऊन या प्रश्नांवर विचार करायला हवा. इथे तो सूचित करतो की आंबेडकरांचे (आणि फुले व पेरियार यांचे) योगदान वृत्ती, पूर्वग्रह, मान्यप्रतिमा आणि परिणामस्वरूप असलेल्या उच्च जातीच्या वर्तनाविषयी मोलाचे अंतर्ज्ञान पुरवते. त्यांच्या मते आंबेडकरांनी भेदभावाच्या प्रवृत्तीला—धार्मिक आणि सामाजिक—विचारधारेचे फलित मानले; ज्यायोगे खालच्या जातींना वरच्या जातींकडून मिळणाऱ्या भेदभावयुक्त वागणुकीचे नियम आणि प्रमाण ठरवले गेले. ते म्हणतात हा तात्त्विक आधार, जातिव्यवस्थेला बळकटी आणतो (थोरात २०१२: ३४).

धार्मिक आणि राजकीय विचारधारेच्या तात्त्विक आधाराचे जातिव्यवस्था भरीव करण्यात असलेल्या महत्त्वाला मान्य करायला हवे; पण त्यातल्या भौतिक पैलूंकडे दुर्लक्ष होता कामा नये: जातिव्यवस्थेचा आधार तात्त्विक नसून भौतिक आहे. जातिव्यवस्थेच्या खऱ्या आधारावर हल्ला न चढवता जातिव्यवस्थेतील भेदभावाविरुद्ध लढा पुकारणे एक निरर्थक कसरत ठरते. गांधी आणि आंबेडकर यांनी वेगवेगळ्या तऱ्हेने नेमके तेच केले. त्यांनी गृहीत धरलेल्या जातिव्यवस्थेच्या तात्त्विक आधाराला विरोध केला ज्यामुळे खरा आधार जसाच्या तसा शाबूत राहिला आणि भेदभावदेखील अविरत सुरूच राहिला. याउलट, वेठबिगार मजुरांना जातीचे भेदभाव किंवा तिच्या तात्त्विक आधाराच्या विरोधात लढण्याची गरजच भासली नाही, कारण जातीचा भौतिक आधार निखळताच जातिव्यवस्था आणि तिच्या सोबतचा जाती भेदभाव दोन्ही अंतर्धान पावले. थोरात यांनी शिफरस केलेले नवसनातनवादी सिद्धान्त, त्यांची प्रतिपूर्ती करणाऱ्या जुन्या शास्त्रीय सिद्धान्तांप्रमाणेच, जर जातिव्यवस्थेतील 'तात्त्विक आधाराचे' बंधक म्हणून राहणार असतील तर त्यांच्या उपयुक्ततेवर मोठे प्रश्नचिन्ह उभे राहील. झीलियट (१९७२: ९५) लिहितो त्याप्रमाणे:

> गांधींनी हिंदूंची मनं वळवली असतील आणि आंबेडकरांनी अस्पृश्यांमध्ये स्वाभिमान आणि राजकारणातला रस जागा केला असेल, पण इतर देशांवरच्या आर्थिक परावलंबनामुळे अस्पृशांच्या उन्नतीला नेहमीच आळा बसत आला आहे.

पर्यायी दृष्टिकोन

गुलामांचा व्यापार, वसाहतवाद आणि साम्राज्यवादाच्या वर्चस्वावर बेतलेल्या संभाषणांच्या वातावरणात पाश्चिमात्य देश आणि इतर देश यांच्यातील फरक स्पष्ट झाला आणि त्यातूनच आधुनिक पश्चिमेची निर्मिती झाली. भारताला जातीच्या रूपात ओळखणे आणि जातीला धार्मिक मूलतत्त्व चिकटवणे हा वसाहतवादातील मूलभूतपणाचा परिणाम होय. जातीच्या समाजशास्त्राला जर वसाहतवादाच्या पगड्यातून सोडवायचे असेल तर भारताला जातीच्या

रूपात ओळखण्याच्या आणि जातीला धार्मिक चौकटीत बसवण्याच्या चुकीच्या अट्टाहासाचा कसून तपास करीत मुख्य प्रवाहाच्या समाजशास्त्राच्या सनातन पाळामुळांचा छडा लावणे प्राप्त ठरते. मी ज्या वसाहतवादाच्या प्रत्यावर्तनाविषयी बोलत आहे त्याचा हेतू भारतीय आणि गैरभारतीय किंवा पूर्व आणि पश्चिम असा भेद करणे हा नाही. माझ्या लेखी त्याचा संबंध विद्वान आणि विद्वत्ता यांच्या सांस्कृतिक किंवा राष्ट्रीय ओळखींशीही नाही. त्याचा संबंध आहे तो एका पर्यायी दृष्टिकोनाशी. जातीच्या समाजशास्त्राने अभिजात समाजशास्त्रीय परंपरेचा स्वीकार केला जी वर चर्चिल्याप्रमाणे १८ व्या शतकातील युरोपात झालेल्या मार्क्सवादाविरुद्धच्या वैचारिक युद्धाच्या काळात स्थापली गेली. त्याच चौकटीचा उपयोग करून भारतातील जातिव्यवस्थेचा अभ्यास करण्यामागे दोन हेतू होते. एक, जातिव्यवस्थेच्या निमित्ताने समाज आणि इतिहासाच्या मार्क्सवादी परिभाषेची समीक्षा करणे, विशेषकरून वर्गाच्या संकल्पनेची समीक्षा आणि दोन, हा तर्क मांडणे की भारत अनेक विरोधांच्या कचाट्यात सापडला आहे: दर्जा विरुद्ध करार, यांत्रिक शक्ती विरुद्ध संघटनात्मक शक्ती, वंशावळ विरुद्ध राज्य, निरंकुशता विरुद्ध लोकशाही, अविवेकीपणा विरुद्ध तर्कशक्ती, निष्क्रिय विरुद्ध गतिमान आणि असंस्कृतपणा विरुद्ध पाश्चिमात्य देशांतील सुसंस्कृतपणा, वसाहतवाद—साम्राज्यवादाच्या काळात आधुनिक पाश्चिमात्य देशातील हे प्रचलित मत होते. ड्युमॉन्टने त्याच मताला पुढे नेत अशा काळात त्याला नवचैतन्य दिलं जेव्हा वसाहतवाद-साम्राज्यवाद अस्तास आले होते पण शीतयुद्धाच्या वैचारिक दुफळीमुळे मार्क्सवाद विरुद्ध मुख्य प्रवाहाच्या समाजशास्त्राच्या संघर्षाला पश्चिमेत (आणि पूर्वेत) नवीन जोम आला होता. मुख्य प्रवाहाच्या समाजशास्त्राने वापरलेली सैद्धान्तिक-पद्धतिशास्त्रीय चौकट जातीचा सिद्धान्त मांडण्याच्या प्रक्रियेत अडथळा निर्माण करते. जातीचा सिद्धान्त विकसित करण्यासाठी आपल्याला एका पर्यायी दृष्टिकोनाची गरज आहे जेणेकरून आपल्याला जातिव्यवस्थेच्या उत्पत्ती, प्रतिकृती, सातत्य आणि ऐतिहासिक दृष्टिकोनाच्या बदलांमधील आर्थिक, राजकीय आणि वैचारिक प्रतिच्छेदनाचा अभ्यास करता येईल.

२ पुरोहित आणि राजा

दर्जा-सत्ता यांच्यातील गोंधळ

दर्जा आणि वर्ग

*होमो हायरारकिकस*च्या केंद्रस्थानी असलेल्या दर्जा आणि सत्ता (म्हणजेच शक्ती) यांच्यातील भेदाचा पहिला उल्लेख मॅक्स वेबरनं: 'क्लास, स्टेटस अँड पार्टी' (वेबर १९५८a) या त्याच्या अतिशय महत्त्वाच्या निबंधामध्ये केला आहे. 'समाजशास्त्रीय साहित्यातला बहुधा सर्वांत प्रभावी निबंध... सामाजिक विश्लेषणाचा एक बहुआयामी दृष्टिकोन' असा त्याचा गुणगौरव केला जातो. सामाजिक आर्थिक जडणघडणीतल्या भौतिक घटकांवर मार्क्सने दिलेल्या विशेष जोरावर वेबर हा एक प्राथमिक पर्याय आणि प्रतिबंधात्मक उतारा मानला जातो. असा दावा केला जातो की वेबरच्या या निबंधाचा मुख्य हेतू होता 'वेगवेगळ्या सामाजिक निर्मितींचे आधार ठरणाऱ्या वेगवेगळ्या सत्ता रूपांमधील होणारा गोंधळ दूर करणे' (मिल्नर १९९४: ७).

मी वेबरच्या वर्ग आणि दर्जाच्या संकल्पनेचे समीक्षणात्मक पुनरावलोकनापासून सुरुवात करतो. आधी त्याचा मुख्य युक्तिवाद मांडून (मुख्यत्वे त्याच्याच शब्दांत) मग मी त्याच्या चिकित्सक मूल्यमापनाकडे वळतो. समाजात होणारे सत्तेचे वितरण हा उपरोक्त निबंधातील वेबरचा मुख्य विषय आहे. वर्ग (आर्थिक), दर्जा (सांस्कृतिक) आणि पक्ष (राजकीय) या त्याच्या मते सत्ता-वितरणाच्या तीन अपूर्व गोष्टी आहेत. तो असा तर्क करतो की आर्थिक सूत्रात तयार केलेली सत्तेची गणना, खरं तर 'सत्ता' म्हणून केली जाऊ शकत नाही. दुसरीकडे, आर्थिक सत्ता मात्र इतर सत्ता स्रोतांची निष्पत्ती असू शकते. शिवाय सत्तेचा ध्यास माणूस कायम स्वतःला समृद्ध करण्यासाठीच घेतो असं नव्हे. बऱ्याचदा सामाजिक प्रतिष्ठा मिळवणे हादेखील त्यामागचा हेतू असतो. मात्र कुठल्याही रूपातली सत्ता सामाजिक प्रतिष्ठा मिळवून देईलच असं नाही. याहून अधिक महत्त्वाचं म्हणजे सामान्यतः 'निव्वळ' आर्थिक सत्ता ही कधीही सामाजिक प्रतिष्ठेचे मान्यताप्राप्त स्रोत ठरू शकत नाही. याउलट सामाजिक प्रतिष्ठा मात्र आर्थिक आणि राजकीय सत्तेचा आधार ठरू शकते (आणि ठरलीदेखील आहे) (वेबर १९५८a: १८०).

वर्ग

वेबरच्या मते, वर्ग हा वस्तू आणि सेवा यांच्या वितरणाशी संबंधित असलेला 'आर्थिक व्यवस्थेचा' भाग आहे. दुसऱ्या बाजूला, दर्जा सामाजिक प्रतिष्ठेच्या वितरणाशी संबंधित

असलेला 'सामाजिक व्यवस्थेचा' भाग आहे. जरी सामाजिक व्यवस्था आर्थिक व्यवस्थेला अपेक्षित अशा वातावरणात आणि साच्यात घडवून तयार करते आणि तिच्या बरोबर प्रतिक्रियात्मक संबंध ठेवते तरी सामाजिक व्यवस्था आणि आर्थिक व्यवस्था या एकसारख्या नाहीत. वेबरच्या मते, वर्ग म्हणजे अशा वर्गीय परिस्थितीतील लोकांचा समुदाय ज्यात व्यापारी वस्तू आणि श्रमिक बाजारांतून उत्पन्न मिळवण्याच्या उद्देशाने एकसमान आर्थिक स्वार्थासाठी साधन आणि संधींचा उपयोग केला जातो. मालमत्ता आणि तिचा अभाव या सर्व वर्गीय परिस्थितीच्या मूलभूत श्रेण्या आहेत आणि वर्गीय परिस्थिती शेवटी बाजाराच्या परिस्थितीवर अवलंबून आहे. ज्यांना बाजारातल्या वस्तू किंवा सेवा स्वतःसाठी वापरण्याची संधी मिळत नाही (उदाहरणार्थ, गुलाम किंवा वेठबिगार) ते वर्ग नसून दर्जाचे समुदाय आहेत (वेबर १९५८: १८१). अशा प्रकारे, वेबर म्हणतो त्याप्रमाणे वर्ग हा निव्वळ आर्थिक स्वरूपाचा असून राजकीय आणि सांस्कृतिक सत्तेपासून मुक्त आहे. दोन कारणांसाठी या गोष्टीची नोंद घेणे आवश्यक आहे. एक, आधी म्हटल्याप्रमाणे मार्क्सवाद म्हणजे आर्थिक सुलभीकरण हे मुख्य प्रवाहाच्या समाजशास्त्राचे पालुपद आहे. ते अशा कारणाने की वर्ग हा सामाजिक आणि ऐतिहासिक मार्क्सवादी विश्लेषणाच्या केंद्रस्थानी आहे आणि मार्क्सवादात वर्गाला केवळ आर्थिक बाब मानले जाते. पण याउलट, वर्गाला सर्वस्वी आर्थिक चौकटीत बसवण्याचे श्रेय वेबरला जातं (मार्क्सला नव्हे). मार्क्सवादात वर्ग म्हणजे सामाजिक परस्परसंबंध–उत्पादनाचे सामाजिक परस्परसंबंध–ज्यात अयोग्यपणे आर्थिक, राजकीय आणि सांस्कृतिक (वैचारिक) संबंधांची घट्ट वीण जमवली आहे. जे उघड आहे त्याचाच पुनरुच्चार करायचा झाला तर वर्गाचा आर्थिक सुलभीकरणाचा दृष्टिकोन हा वेबरचा आहे, मार्क्सचा नव्हे. माझा हेतू वेबरच्या वर्गाच्या चुकीच्या संकल्पनेचा पाठपुरावा करण्याचा मुळीच नाही म्हणून मी माझ्या मुख्य विषयाकडे वळतो, तो विषय म्हणजे जातीशी निगडित असलेला दर्जाचा गट.

दर्जा

वर्गांच्या उलट दर्जाचे गट हे मुळात संप्रदाय असतात. निव्वळ आर्थिक निकषांवर ठरवल्या गेलेल्या वर्गीय परिस्थितीच्या उलट, दर्जा हा सामाजिक प्रतिष्ठेवर ठरतो. एखाद्या दर्जाच्या गटाला जोडलेली सामाजिक प्रतिष्ठा सकारात्मक किंवा नकारात्मक असू शकते (उदाहरणार्थ, ब्राह्मण आणि शूद्र). सामान्यतः मालमत्तेला दर्जाची पात्रता म्हणून मान्यता मिळतेच असे नाही. पण दीर्घकाळानंतर मात्र तिला विलक्षण नियमितपणाने ही मान्यता प्राप्त होते. मात्र दर्जाची प्रतिष्ठा दरवेळी 'वर्गीय परिस्थितीशी' निगडित असेलच असे नाही कारण, मालमत्ता असलेले आणि नसलेले लोक एकाच दर्जाच्या समूहाचे असू शकतात. ही सामाजिक प्रतिष्ठेची

समानता (मालमत्तेच्या समानतेविना) पुढे जाऊन बरीचशी डळमळीत होते (वेबर १९५८a: १८६–१८७). जर मालमत्ता दीर्घकाळानंतर दर्जाची पात्रता ठरत असेल, मग दर्जाला, म्हणजेच मालमत्तेविना मिळालेली सामाजिक प्रतिष्ठा, अल्पकालीन अपूर्व गोष्ट मानायची काय? तीच बाब मालमत्ता असलेले आणि नसलेले यांच्यातील दर्जाच्या समानतेला लागू पडते: दीर्घकाळानंतर ती अनिश्चित स्वरूपाची झाल्यावर काय होतं? पुढे चर्चा केल्याप्रमाणे, या प्रश्नाला आणि वेबरच्या वर्ग आणि दर्जा यांच्या भेदामुळे निर्माण झालेल्या इतर अधिक गंभीर प्रश्नांवर समाधानकारक उत्तर सापडत नाही.

दर्जा एक जीवनशैली

दर्जाचा गट आणि 'व्यावसायिक दर्जाचा गट' यामध्ये गोंधळ करता काम नये, असं पुढे स्पष्ट केले जातं. जीवनशैली ही दर्जाच्या गटाला वेगळी ओळख प्राप्त करून देते, व्यवसाय नव्हे. शैली एखाद्या व्यवसायाशी निगडित असू शकते पण पुन्हा निर्णायक ठरते ती जीवनशैली, व्यवसाय नव्हे. उदाहरणार्थ, एखाद्या सैन्यातल्या सरदाराची लष्करी सेवा दर्जास पात्र ठरते, पण केवळ पैशाच्या लोभाने काम करणाऱ्या एका भाडोत्री सैनिकाची लष्करी सेवा दर्जास पात्र ठरत नाही. दोघांमधील फरक त्यांच्या जीवनशैलीमुळे निर्माण होतो (वेबर १९५८: ३९, संपादकीय तळटीप). सरदार आणि भाडोत्री सैनिकाच्या जीवनशैलीतील फरक त्यांना प्राप्त झालेल्या आर्थिक-राजकीय सत्तेच्या वापराच्या असमान संधीमुळे निर्माण होतो. सैन्यातील सरदार त्याच्या स्थावर-जंगम मालमत्तेवर उदरनिर्वाह करीत असे. वतनवाडीचा मालक म्हणून आर्थिक-राजकीय सत्तेवर (आणि सामाजिक प्रतिष्ठेवर) त्याची मक्तेदारी होती, भाडोत्री सैनिकांच्या बाबतीत तसे नव्हतं. वेबर दर्जाच्या गटाची अजून दोन उदाहरणं देतो: गुलामगिरीच्या काळातील अमेरिकेतील कृष्णवर्णीय लोक आणि मध्ययुगीन युरोपातील खानदानी लोक. गुलामगिरीच्या काळातील अमेरिकन कृष्णवर्णीय लोकांची जीवनशैली, तसेच मध्ययुगीन युरोपातील खानदानी लोकांची जीवनशैली, त्यांना प्राप्त झालेल्या आर्थिक-राजकीय सत्तेच्या वापराच्या असमान संधीमुळे निर्धारित झाली. जर आपण जीवनशैलीचा आधार विचारात न घेता केवळ जीवनशैलीवर लक्ष केंद्रित केले, तर काहीतरी महत्त्वाचे निसटून जाते. जीवनशैली आणि दर्जाचे द्योतक असलेली सामाजिक प्रतिष्ठा (सांस्कृतिक) यांचा आर्थिक-राजकीय सत्तेशी अंतर्निहित संबंध असतो.

दर्जाचे अतिक्रमण

वेबर असा तर्क मांडतो की, अतिक्रमण (ओढूनताणून कुठलीतरी वैशिष्ट्य अनुसरून किंवा बिल्ले चिकटवून दर्जाच्या गटांनी सिद्ध केलेला आपला वेगळेपणा) हे सर्व दर्जांच्या प्रतिष्ठेचे

स्वाभाविक उगमस्थान आहे. अतिक्रमणाची सुरुवात परंपरेअंतर्गत होऊ शकते पण त्याला कायदेशीर विशेषाधिकार बनवणे गरजेचे आहे, जे आम्हाला सांगितल्याप्रमाणे तेव्हाच शक्य होतं जेव्हा आर्थिक सत्तेच्या स्थिर वितरणाच्या बळावर ते एक 'चालतेबोलते' वास्तव बनते (वेबर १९५८: १८८). दर्जाचे अतिक्रमण आर्थिक सत्तेच्या अतिक्रमणानंतर घडते की आधी, हे यातून स्पष्ट होत नाही. जर आर्थिक सत्तेचे अतिक्रमण दर्जाच्या अतिक्रमणास कारणीभूत ठरते, असं मानायचं झालं तर त्यामुळे सांस्कृतिक सत्ता ही आर्थिक सत्तेचे फलित असल्याकारणाने वर्ग आणि दर्जा यांच्यातील भेद अडचणीचा होत नाही का? जर आर्थिक सत्तेचे स्थिरीकरण ही परंपरेच्या अतिक्रमणाची कायदेशीर अतिक्रमणातल्या संक्रमणाची अट आहे (वेबरच्या तर्काप्रमाणे) मग मालमत्तेविना प्राप्त झालेल्या दर्जाला काय समजावे, जो की मुळात दर्जा आणि वर्गाच्या भेदाचा आधार आहे?

वेबरच्या मते जातिव्यवस्थेतील दर्जाचे अतिक्रमण हे धार्मिक स्वरूपाचे असते. ते इतर दर्जाच्या गटांपेक्षा वेगळे असते कारण त्या गटांमधले अतिक्रमण हे कायदेशीर असते. अतिक्रमणाचे कायदेशीर आणि धार्मिक असे दोन भेद नक्कीच महत्त्वाचे आहेत. पण या आधारावर अतिक्रमणाचे फरक करण्यामध्ये दोन समस्या उद्भवतात. एक, जातिव्यवस्थेतील अतिक्रमण घडवून आणण्यात धर्माने निभावलेली भूमिका अतिशयोक्तीपूर्ण आहे; कारण त्यात शुद्ध धर्मनिरपेक्ष स्वरूपाचे अतिक्रमण वगळण्यात येते. राजस्थानी रियासतींमध्ये शेतकरी स्त्रियांना सोन्याची आभूषणं परिधान करण्याची मनाई होती, तसेच शेतकरी पुरुष (किंवा स्त्रिया) यांना घोड्यावर किंवा हत्तीवर बसण्याची मनाई होती (त्यांच्या प्रतिपाळाची आर्थिक जबाबदारी वाहूनही) हे बळजबरीने घडवण्यात आलेले दर्जाचे अतिक्रमण म्हणावे लागेल. त्या अतिक्रमणाचा धर्माशी सुतराम संबंध नव्हता. जातीतील दर्जाच्या प्रतीकात्मक सरहद्दीला धर्माच्या चौकटीत बसवणे, हा एक अतिशय संकुचित आणि तिरकस स्वरूपाचा अट्टाहास आहे. दुसरी गोष्ट म्हणजे, अतिक्रमणाच्या रूपातील फरक जरी महत्त्वाचे असले, तरी अतिक्रमणाच्या आधाराला विचारात न घेणे योग्य नाही. जात आणि वर्ग यांतील अतिक्रमणाचा आधार एकच आहे. रियासतींमधल्या दर्जाच्या अतिक्रमणाच्या उदाहरणांची आफ्रिका, आशिया आणि मध्ययुगीन युरोपातील सरंजामशाहीच्या समाजांमधील उदाहरणांशी सहज तुलना केली जाऊ शकते. जर ते एकीकडे धार्मिक स्वरूपाचे, दुसरीकडे पारंपरिक आणि अजून तिसरीकडे कायदेशीर स्वरूपाचे भासत असले तरी आर्थिक-राजकीय-न्यायिक हक्कांच्या श्रेणीबद्ध व्यवस्थेत दडलेल्या त्यांच्या सामाईक आधाराकडे दुर्लक्ष होता कामा नये. तथ्यांना गोल फिरवून निव्वळ देखाव्याला ओढूनताणून जातिव्यवस्थेतील वास्तवाचा विलक्षण आधार बनवण्याचा अट्टहास ही घोडचूक होय.

दर्जा: गैर-बाजारी समाजांचे वैशिष्ट्य

सर्वसाधारणपणे, प्रत्येक तर्कसंगत आर्थिक प्रकल्पाला, खासकरून औद्योगिक उपक्रमास दर्जाची अपात्रता मानून कमी लेखले जाते, असे वेबर लिहितो. महत्त्वाचे म्हणजे दर्जाचे स्तरीकरण हे बाजाराच्या स्तरीकरणाच्या विरुद्ध असतं. बाजार आणि त्यातील प्रक्रिया कुठलेच वैयक्तिक स्वरूपाचे भेद मानीत नाहीत. त्यांच्यावर फक्त व्यावहारिक स्वार्थाचे वर्चस्व असते. जर कुणास केवळ आर्थिक अधिग्रहण आणि दर्जा नसलेल्या निव्वळ आर्थिक सत्तेच्या जोरावर तीच प्रतिष्ठा लाभणार असेल, जे इतर जीवनशैलीच्या बळावर कमावतात, तर दर्जा व्यवस्थेचे अस्तित्वच धोक्यात येते कारण अशा प्रकारे मालमत्तेवर हक्क गाजवण्याच्या विरोधात उठलेल्या तीव्र प्रतिक्रियेमुळे, अशा 'उपटसुंभांना' विशेषाधिकृत दर्जाच्या गटाकडून विनाशर्त मान्यता मिळत नाही. मात्र अशा 'उपटसुंभांच्या' पुढच्या पिढीला दर्जाच्या गटाकडून मान्यता मिळवताना तुलनेने सौम्य प्रतिकाराचा सामना करावा लागतो. दर्जाच्या गटाच्या रूढीपरंपरेचे शिक्षण घेऊन लहानाचे मोठे झाल्यामुळे त्यांना सहज सामावून घेतले जाते. मात्र याला ही अट असते की त्यांच्या आर्थिक व्यवहारांनी दर्जाची प्रतिष्ठा मलिन होता कामा नये (वेबर १९५८a: १९२). एखाद्याच्या आर्थिक-राजकीय व्यवस्थेतील स्थान आणि दर्जामधील परस्परसंबंधाच्या संदर्भात याचा काय अर्थ लावावा? हाच अर्थ लागतो की एखाद्याचा दर्जाच्या गटामधील प्रवेश विद्यमान आर्थिक-राजकीय व्यवस्थेतील त्याच्या कुटुंबाच्या स्थानाच्या स्थिरीकरणावर पूर्वनिर्धारित होतो. दर्जाच्या गटामध्ये प्रवेश मिळवण्यासाठी त्याचे रूढीपरंपरेतील शिक्षण गरजेचे आहे हा वेबरचा तर्क पटण्यासारखा आहे पण त्यामुळे आपल्याला अग्रगण्य अटीचा विसर पडण्याचे कारण नाही, ती अट म्हणजे आर्थिक स्थानाचे स्थिरीकरण, ज्याच्यामुळे दर्जाच्या परंपरेचे प्रशिक्षण अनिवार्य आणि शक्य होते. गुलाम आणि वेठबिगार धनी किंवा मालकाच्या रूढीपरंपरेनुसार शिक्षण घेऊ शकत नाही. भूमिहीन मजूर ब्राह्मणाच्या रूढीपरंपरेनुसार शिक्षण घेऊ शकत नाही. कारण ब्राह्मणाच्या दर्जाची पात्रता त्याच्या उदरनिर्वाहाच्या बाबतीत त्याला शारीरिक श्रमातून मुक्त करते.

वेबर पुढे तर्क करतो की बाजाराच्या स्वतंत्र विकासातला अडथळा सर्वांत पहिल्यांदा त्या वस्तूंमुळे घडतो ज्यांच्यावर मक्तेदारी गाजवून दर्जाचे गट त्यांना मुक्त विनिमयातून बाद करतात. उदाहरणार्थ, ग्रीक शहरांतील आणि रोममधील दर्जाच्या युगातील वडिलोपार्जित स्थावर-जंगम मालमत्ता, जसं की सरदारांची वतनवाडी किंवा मध्ययुगीन युरोपातील कारागिरांच्या व्यापारी संघाचे ग्राहकवर्ग. यातले मूळ तत्त्व असे की बाजार हा मर्यादित स्वरूपाचा असतो आणि वर्गीय निर्मितीवर शिक्कामोर्तब करणारी निव्वळ मालमत्तेच्या संपादनाची सत्ता ही दृष्टीआड सरकवली जाते. जेव्हा दर्जावर आधारित असलेल्या स्तरीकरणाचे प्रसरण होते (प्राचीन आणि मध्ययुगीन), तेव्हा आपल्याला आज अस्तित्वात

असलेल्या खऱ्याखुऱ्या स्वतंत्र बाजारपेठेच्या स्पर्धेची कल्पना करणे शक्य होत नाही (१९५८a: १९२–१९३). जर वेबर दर्जाला गैरबाजारी समाजांचे वैशिष्ट्य मानत असेल तर त्यात आक्षेप घेण्यासारखे काही नाही पण जर तो म्हणत असेल की दर्जा मुळातच मालमत्तेपासून मुक्त असतो तर मात्र समस्या उभी राहते. बाजारपेठांच्या पूर्वीच्या काळातील (सरंजामशाहीतील) समाजामध्ये दर्जा सरंजामशाहीतल्या मालमत्तेवर आधारित होता, त्याउलट बाजारपेठांच्या काळातील (भांडवलशाही) समाजात दर्जाचा आधार मध्यम वर्गाची मालमत्ता होती. बाजारपेठ-पूर्व काळातील मालमत्ता आणि सामाजिक प्रतिष्ठेचे मूलतत्त्व बाजारपेठांच्या काळातील तत्त्वापेक्षा मूलभूतरीत्या वेगळे नव्हते: ज्या गटाची आर्थिक आणि राजकीय सत्तेवर मक्तेदारी होती त्याच गटाची सामाजिक प्रतिष्ठा सर्वांत जास्त होती. वेबर मात्र बाजारपेठ-पूर्व समाजातील वर्गाला प्रतिष्ठेपासून तोडून (त्याला दर्जा असे नाव देऊन) वर्ग ही केवळ एक बाजारपेठेतील अपूर्व गोष्ट असल्याची (चुकीची) संकल्पना मांडतो. इथे कळीचा मुद्दा फक्त नावापुरता नाही. वर्गाला काय नाव द्यावे ही समस्या नाही. जात म्हणजेच वर्ग का हादेखील प्रश्न नाही. प्रश्न आहे तो अशा समाजातील सामाजिक प्रतिष्ठेचे निकष ठरवण्याचा, ज्या समाजात आर्थिक, राजकीय आणि सांस्कृतिक भिन्नता दिसून येते आणि अशा भिन्नतेच्या समाजात, ज्यात प्राचीन आणि मध्ययुगीन समाज तसेच भांडवलशाही समाज सामील आहेत, मग ते आधुनिक पाश्चिमात्य देशांतील असो का भारतातील जातिव्यवस्थेतील असो, आर्थिक-राजकीय सत्ता विना सामाजिक प्रतिष्ठेची कल्पना करणे म्हणजे शुद्ध कल्पनाविलास होय.

उत्पादनाच्या संबंधापासून उपभोगाचे अलगीकरण

वेबरच्या समारोपाच्या विधानांमध्ये वर्ग आणि दर्जा यातील भेद ठळकपणे समोर येतात. तो लिहितो, '...वर्गांचे स्तरीकरण वस्तूंचे उत्पादन आणि संपादन यांच्याशी असलेल्या त्यांच्या संबंधांप्रमाणे केले जाते; उलटपक्षी, दर्जाच्या गटाचे स्तरीकरण "विशेष जीवनशैलींच्या" ' रूपातल्या त्यांच्या वस्तूंच्या उपभोगाच्या मूलतत्त्वांनुरूप केले जाते (१९५८: १९३). वस्तूंचे उत्पादन आणि संपादन यांच्याशिवाय जातीच्या गटांचे उपभोग आणि जीवनशैली घडणे अशक्य आहे, ही समस्या आहे. वस्तूंचे उत्पादन, संपादन आणि उपभोग उत्पादनाच्या सामाजिक संबंधांवर ठरतात, जेणेकरून उत्पादक आणि ग्राहक असमान आर्थिक-राजकीय परस्परसंबंधांमध्ये जोडले जातात आणि हे समीकरण प्रबळ विचारधारा न्याय्य ठरवते. हे जितके वर्गीय समाजांच्या बाबतीत खरे आहे तितकेच दर्जाच्या गटांच्या समाजाच्या बाबतीतदेखील आहे.

वेबरच्या दर्जाला आर्थिक सत्तेपासून वेगळं करण्याच्या प्रयत्नात विसंगती आढळते. एका क्षणी ते वेगळे भासतात, दुसऱ्या क्षणी ते जोडलेले वाटतात तर तिसऱ्या क्षणी ते पुन्हा

विलग भासतात. तो पुढे लिहितो, वर्ग आणि दर्जाच्या गटातील फरक बऱ्याचदा सारखेच असतात. नेमक्या दर्जाच्या प्रतिष्ठेवर काटेकोरपणे विभाजित झालेल्या दर्जाच्या समुदायांमध्ये, आर्थिक मिळकतीच्या बाबतीत मोठ्या प्रमाणात दुर्लक्ष झालेले आढळते. मात्र ब्राह्मण समुदाय असे आर्थिक उत्पन्न वेगवेगळ्या मार्गांनी मिळवण्याचा प्रयत्न करतो, असे तो कबूल करतो (१९५८a: १९३). संन्यासी आणि सर्वसंगपरित्यागी सोडल्यास ब्राह्मण हे आर्थिक उत्पन्नाकडे दुर्लक्ष करणारे असतात, असे मानले तर ते दंतकथेतले प्राणी ठरतील. वैदिक काळात ब्राह्मण पूजा-अर्चना करण्याच्या मोबदल्यात योद्धाप्रमुखांच्या गाई, दासी, सोनं आणि वस्त्र यांच्यातील आपला हिस्सा प्राप्त करीत असे. ज्याक्षणी जमीन राजा किंवा जमीनदाराची खाजगी मालमत्ता म्हणून ठरवण्यात येऊ लागली, त्याक्षणी ब्राह्मण इनाम मिळालेल्या जमिनीचे पहिले प्राप्तकर्ता ठरले. हे इनाम ब्राह्मणांना केवळ पूजा-अर्चनेसाठी नव्हे तर कृषी उत्पादन वाढवण्यासाठीही दिले जाई (शर्मा २००९). याव्यतिरिक्त ब्राह्मणांनी आर्थिक उत्पन्नाचे बारमाही स्रोत असलेल्या शिक्षणक्षेत्रात मक्तेदारी गाजवली किंवा प्रबळ स्थान तरी पटकावले. भारतीय समाज आणि इतिहासातील ब्राह्मणांच्या श्रेष्ठतेची नोंद करताना त्यांच्या आध्यात्मिक लौकिकाला त्यांच्या भौतिक साधनांच्या वापराच्या विशेष हक्कांपासून तोडून टाकले जाते. जातिव्यवस्थेतील ब्राह्मणांची सामाजिक प्रतिष्ठा आर्थिक शक्तिविना कधीच नव्हती.

वेबरने उदाहरण म्हणून दिलेले दुसरे दर्जाचे गट—प्राचीन आणि मध्ययुगीन काळातील संपत्तीधारक—हे अर्थातच त्यांच्या उपभोग आणि विशेष जीवनशैलीमुळे वेगळे ठरतात. उत्पादन करणारे (पाश्चिमात्य देशातील गुलाम आणि वेठबिगार तर भारतातील खालच्या जाती) उपभोग का घेत नाही, तर उत्पादन न करणारे (गुलामांचे धनी, जमीनदार आणि वरच्या जाती) उपभोग का घेतात? याचे उत्तर उत्पादनाच्या सामाजिक परस्परसंबंधांमध्ये सापडते. वेबर मात्र उत्पादनाच्या सामाजिक संबंधांना उपभोगापासून वेगळं करून दर्जाला आर्थिक सत्तेपासून मुक्त करतो. प्राचीन काळातील गुलामांचे धनी, मध्ययुगीन काळातील जमीनदार आणि भारतातील उच्च जाती ही सर्व वर्गाची उदाहरणं आहेत. उत्पादनाच्या साधनांवरील त्यांच्या मक्तेदारीमुळे त्यांना श्रम न करता उपभोग घेता आला (वेबर याला दर्जाचा विशेषाधिकार म्हणतो).

शेवटी वेबर लिहितो की, ''दर्जाच्या आधारावर केलेल्या स्तरीकरणाचे प्राबल्य घडवणाऱ्या सामान्य आर्थिक परिस्थितीविषयी फारच त्रोटक चर्चा करता येईल' (१९५८a: १९३–१९४). इथे आठवण होते ती त्याच्या दर्जा आणि वर्ग यातील भेदाच्या आरंभबिंदूची, जो आहे सांस्कृतिक सत्ता आणि आर्थिक सत्ता यांचे अलगीकरण. मग त्याला दर्जावर आधारित स्तरीकरणाच्या सामान्य आर्थिक परिथितीविषयी फारच थोडे सांगण्यासारखे आहे, याचा काय अर्थ लावावा? दर्जा-वर्ग भेदाचा गाभा असलेल्या सांस्कृतिक सत्तेला आर्थिक

सत्तेपासून वेगळं करणे आणि उपभोगाला उत्पादन आणि संपादनापासून तोडणे, हे तार्किक आणि ऐतिहासिकदृष्ट्या समस्यापूर्ण आहे.

दर्जाचे विशेषाधिकार आणि दर्जाची अपात्रता

वेबर लिहितो, की व्यावहारिकदृष्ट्या दर्जाच्या आधारे केले गेलेले स्तरीकरण हे ठरावीक पद्धतीने आदर्श आणि भौतिक वस्तू तसेच संधींवर मक्तेदारी गाजवण्याच्या प्रक्रियेच्या अनुषंगाने घडतं. दर्जाच्या विशेषाधिकारांमध्ये विशेष प्रकारचे पोशाख करणे, इतरांना वर्ज्य असलेली काही विशेष प्रकारचे पदार्थ खाणे आणि शस्त्रास्त्र बाळगणे यांचा समावेश असू शकतो. भौतिक मक्तेदारी ही दर्जाच्या गटाची अनन्यता सिद्ध करणारे सर्वांत प्रभावी हेतू पुरवते. ही मक्तेदारी जरी खऱ्या अर्थाने पर्याप्त नसली तरी दर्जाच्या गटाच्या इच्छित हेतुपूर्तीसाठी ती हमखास आपली भूमिका बजावते. शिवाय, काही खरेदी-विक्रीचा माल हा दर्जाच्या गटाच्या मक्तेदारीच्या वस्तू बनतो. सामान्यतः, यांत अनुस्यूत वतनवाडी आणि बऱ्याचदा वेठबिगार आणि गुलामांची मालमत्ता तसेच विशेष व्यापाराचा समावेश आहे. ही वस्तूंच्या वापराची मक्तेदारी सकारात्मकरीत्या घडते जेव्हा दर्जाच्या गटाकडे सर्वस्वीपणे त्यांची मालकी व नियोजनाची जबाबदारी असते. याउलट, जेव्हा आपली जीवनशैली अभंग राखण्यासाठी दर्जाच्या गटाकडे त्यांची मालकी व नियोजनाची जबाबदारी नसणे गरजेचे असते तेव्हा ही मक्तेदारी नकारात्मकरीत्या घडते. दर्जाच्या प्रतिष्ठेत जीवनशैली निर्णायक भूमिका निभावते, याचा अर्थ असा होतो की दर्जाचे समुदाय सर्व परंपरांचे वाहक असतात. सर्व प्रकारच्या जीवनशैली एकतर दर्जाच्या समुदायांमध्ये जन्म घेतात किंवा दर्जाच्या समुदायांद्वारा त्यांचे जतन होते, असं वेबर लिहितो (१९५८a: १८१). ज्यांच्याकडे मालकी असते किंवा जे नियोजन करतात तसेच ज्यांच्याकडे मालकी नसते किंवा जे नियोजन नाही करत अशा लोकांबद्दल बोलताना वेबरचा इशारा त्या त्या काळातील उत्पादन आणि मालमत्तेच्या संबंधांचे परिपाक असलेले, म्हणजेच प्राचीन काळातील मालक आणि त्यांचे गुलाम, मध्ययुगीन युरोपातील जमीनदार आणि वेठबिगार किंवा १९४० च्या दशकाच्या आधीच्या भारतीय रियासतींमधील जमीनदार आणि शेतकरी यांच्याकडेच आहे ना? ते सर्व वर्गांचे सदस्य होते. त्यांना इतर काही नाव दिले तर चालेल; पण हे विसरता कामा नये की पाश्चात्त्य देशातील मालक आणि जमीनदार विरुद्ध गुलाम आणि वेठबिगार आणि भारतातील उच्च जाती विरुद्ध खालच्या जाती यांच्या सकारात्मक आणि नकारात्मक दर्जाच्या प्रतिष्ठेचा पाया या उच्च वर्गांच्या आर्थिक आणि राजकीय सत्तांच्या मक्तेदारीवर रचला गेला आहे. दर्जाच्या समुदायांनी (सकारात्मक प्रतिष्ठा असलेल्या) साकारलेल्या जीवनशैली-विषयी (१९५८a: १९१) कोणतेच दुमत नाही, जर आपण हे लक्षात ठेवले की परंपरा आणि

जीवनशैलीचे वाहक बनण्यापूर्वीच त्यांनी आर्थिक-राजकीय सत्तेच्या अनन्य हक्कांचे वाहक होणे गरजेचे आहे.

वेबरच्या मते, विशेषाधिकृत दर्जाच्या गटांमध्ये सामान्य शारीरिक श्रमाच्या कृतीच्या विरोधात जाणारी दर्जाची अपात्रता कार्यरत असते. कुठलाही उपक्रम, मग तो कलात्मक किंवा साहित्यिक स्वरूपाचा का असेना जर उत्पन्नासाठी घडला असला किंवा कठोर शारीरिक श्रमाशी निगडित असला तर तो मानहानिकारक मानला जातो. मानवी इतिहासात शारीरिक श्रम नकारात्मक सामाजिक प्रतिष्ठेशी कधीपासून जोडले जाऊ लागले? जेव्हापासून उत्पादनाची साधनं ही एका विशिष्ट वर्गाची खाजगी मालमत्ता बनली, ज्यायोगे मालमत्तेचे हक्क नसलेल्या वर्गाला शारीरिक श्रम करणे भाग पडले आणि दुसऱ्या वर्गाला केवळ मानसिक श्रम करण्याची मुभा मिळाली. दोन्ही प्रकारच्या श्रमांमधल्या, त्यांच्या अस्तित्वाच्या भौतिक परिस्थितीतल्या पाळामुळांसकट, प्रतीकात्मक सीमारेषा आखल्या गेल्या. शारीरिक श्रम ही दर्जाच्या अपात्रतेची अट बनली आणि मानसिक श्रम ही दर्जाच्या पात्रतेची अट ठरवली गेली. रिचर्ड ली लिहितो त्याप्रमाणे, 'मानवी समाजाच्या प्रदीर्घ इतिहासामध्ये बऱ्याच काळापर्यंत, कुठलाही चैनीचा वर्ग अस्तित्वात नव्हता, फारच थोडी यंत्रं दिमतीला होती आणि मानसिक आणि शारीरिक कामे करणाऱ्या श्रमिकांमध्ये कोणताही फरक केला जात नसे. प्रत्येक जण कुठले ना कुठले काम करीत, असे काम ज्यात हात आणि मेंदू दोहोंचा वापर होत असे' (ली १९९०:२५०).

एक विषयांतर: अमेरिकेमध्ये श्रमाच्या प्रतिष्ठेच्या जुन्या परंपरेच्या विपरीत दर्जाची अपात्रता आता पुढे येत आहे, असं वेबर लिहितो (१९५८a: १९१). अमेरिकेतील श्रमाच्या प्रतिष्ठेच्या जुन्या परंपरेचा वेबरने केलेला उल्लेख फारच गमतीशीर आहे. अमेरिकेतील श्रमाच्या अवनतीच्या खऱ्या इतिहासाशी त्याचा मेळ कसा काय बसवायचा—अशी अवनती जी मजूर, गुलाम, वेठबिगारी नोकर ज्यात काही गोरेदेखील सामील होते, २० व्या शतकाच्या सुरुवातीला अमेरिकेत स्थलांतरित झालेले आयरिश लोक, ज्यू लोक आणि रशियन लोक अशा सर्वांना भोगावी लागली (पहा, ब्रॉडकिन १९९८)? प्राचीन काळातील गुलामांचे धनी असोत, मध्ययुगीन युरोपातील जमीनदार असोत, भारतातील प्रभुत्वशाली जाती असोत किंवा अमेरिकेतील नोकरदार वर्ग असो, या साऱ्यांमध्ये एक समान गोष्ट म्हणजे त्यांचा मजुरांविषयी असलेला तिरस्कार होय, ज्याची नोंद शर्मा यांनी (२००९: ७) भारतीय जातिव्यवस्थेच्या विशिष्ट संदर्भात अचूकपणे केली आहे.

दर्जा आणि स्त्री-पुरुष समागम

दर्जा आणि स्त्री-पुरुष समागम यांचे जिव्हाळ्याचे नाते आहे. समागमाच्या वाढत्या संधींच्या विशेषाधिकारामुळे दर्जाला प्रतिष्ठा लाभली. तंबीहा लिहितो की पारंपरिक सिद्धान्ताने भारतीय

जातिव्यवस्थेतील काही मूलभूत वैशिष्ट्ये शाश्वत सत्य म्हणून जतन करून ठेवली आहेत. तो एका अशा शाश्वत सत्याचा तो उल्लेख करतो, ते म्हणजे पारंपरिक सिद्धान्ताने कोरलेले वेगवेगळ्या वर्णातील स्त्रियांबरोबर समागमाच्या संधींचे प्राबल्याचे वेगवेगळे नियम आणि विशेषाधिकार. तंबीहा लिहितो की भारताच्या वेगवेगळ्या काळातील आणि प्रदेशातील अनुलोम विवाह आणि रखेल ठेवण्याच्या प्रथा याच विशेषाधिकाराची संस्थात्मक रूपं होती. प्राचीन काळात मनू-विहित नियमांनुसार ब्राह्मणाला आपल्या वर्णातील एक पत्नी सोडून (प्रथम लग्न) इतर वर्णातील तीन अतिरिक्त स्त्रियांशी लग्न करण्याची परवानगी होती (गौण विवाह); क्षत्रियांना दोन अधिक लग्नांची, वैश्याना अधिक एका लग्नाची आणि शूद्रांना केवळ एक (त्यांच्याच जातीतील) लग्नाची परवानगी होती (तंबीहा १९७३:१९७).

वेबर लिहितो की दर्जाची प्रतिष्ठा त्याच वर्तुळात राहू इच्छिणाऱ्या लोकांकडून अपेक्षित असलेल्या जीवनशैलीवर बेतलेली असते. सामाजिक परस्परसंबंधांवर (आर्थिक किंवा इतर व्यावहारिक हेतूंना पूरक नसलेले) काही बंधने असतात. या बंधनांमुळे सामान्यतः विवाह त्याच दर्जाच्या वर्तुळात घडतात ज्यामुळे विवाहसोहळे पूर्णतः अंतर्विवाह असण्याची शक्यता बळावते (१९५८a).

तंबीहा आणि वेबर यांची विवाहविषयक मते—म्हणजेच अंतर्विवाह, अनुलोम-विलोम संबंध आणि रखेल ठेवण्याच्या प्रथेवरची मते—पटण्यासारखी आहेत. त्यात अपवाद फक्त एकाच गोष्टीचा ती म्हणजे दर्जाच्या गटांमधील विवाह सांस्कृतिक भिन्नता टिकवण्याव्यतिरिक्त आर्थिक-राजकीय विशेषाधिकार जतन करण्यासाठीदेखील केले जात. मी याच्याविषयी अधिक चर्चा केली आहे (प्रकरण २; प्रकरण ५ देखील पहा). विवाह आणि रखेली-प्रथा या वर्गीय घडामोडी होत्या. प्राचीन, मध्ययुगीन (आणि आधुनिक) पाश्चिमात्य देशामधील गुलाम आणि वेठबिगारांपैकी किंवा भारतातील अस्पृश्यांपैकी किती जणांकडे रखेली होत्या? उलटपक्षी, त्यांचा खरा संघर्ष होता तो आपल्या स्त्रियांना वेबरनी वर्गीकृत केलेल्या 'सकारात्मक प्रतिष्ठा' असणाऱ्या दर्जाच्या गटांच्या रखेली बनण्यापासून वाचवणे.

हे खरं आहे की दोहोंपैकी दुसऱ्या गटाला 'घनिष्ठ संबंधांचे' नियमन करण्याची विशेष आस्था होती—जे, मिल्नर यांच्या निरीक्षणानुसार, समागम आणि एकत्र अन्नग्रहण करण्याद्वारे चिन्हांकित केले जात. समागम आणि अन्नग्रहण करणे, याची परिणीती मानव जातीच्या प्रजननात होते, असा युक्तिवाद मिल्नर करतो. बहुतांश संस्कृतींमध्ये एकत्र अन्नग्रहण करणे आणि समागम करणे या जिव्हाळ्याच्या क्रिया मानल्या जातात. दोन्ही परिस्थितीत कशाची तरी वाटणी होते. समागमात एखाद्या शरीराची नैसर्गिक जोड दुसऱ्या शरीरात प्रवेश करते आणि एका मूलभूत गरज भागवते. अनेक समाजात स्त्री-पुरुष समागम आणि एकत्रपणे अन्नग्रहण ही सामाजिक सलगीची लक्षणं मानली जातात. जरी अनेक दर्जाचे गट सामान्यतः

शारीरिक संबंधांच्या नियमानाबद्दल जागरूक असतात, विवाहाच्या नियमनासाठी ते विशेष काळजी घेतात. मात्र 'सोईंग वाइल्ड ओट्स'च्या वृत्तीला (अनेक स्त्रियांशी त्यांनी केलेल्या समागमाला) माफी असू शकते पण, जर त्यांनी त्यांच्या दर्जाखालच्या स्त्रीबरोबर विवाह केला तर त्यांना बहिष्कृत केले जाते किंवा त्यांची मानहानी करण्यात येते, असे मिल्नर लिहितो (१९९४: ३९–४०).

उपरोक्त जातिव्यवस्थेच्या वर्णनात मी प्रजननाच्या कहाणीचा पूर्वार्ध–अन्नग्रहण– हाताळला आहे. याच कहाणीचा मिल्नरने उल्लेख केलेला उत्तरार्ध–विवाह न करता केलेला समागम (सकारात्मक प्रतिष्ठा लाभलेले दर्जाच्या गटाचे पुरुष आणि नकारात्मक प्रतिष्ठेच्या दर्जाच्या गटाच्या स्त्रिया यांच्यातील सबंध)–मान्यताप्राप्त नसलेला; पण तरीही वापरण्यात येणारा लैंगिक स्वरूपाचा विशेषाधिकार (रूथ फ्रँकेनबर्गनी म्हटल्याप्रमाणे)–हा समाजशास्त्राचा विशेष रुचीचा विषय आहे. समाजशास्त्रज्ञांनी विवाहसोहळ्यांवर आणि स्त्री-पुरुष समागमावर अतोनात लिखाण केले आहे. पण समागमाच्या दुसऱ्या बाजूकडे–विवाहबाह्य संबंधांकडे–मात्र दुर्लक्ष केले आहे. हे समागम जातिव्यवस्थेतील सामर्थ्यविषयक संबंधांच्या मध्यस्थीने घडतात–उच्च जातीतील पुरुष अस्पृश्यांसकट खालच्या जातीच्या स्त्रियांबरोबर समागम करतात पण त्यांच्यावर विवाह करण्याचे बंधन नसते. राजशेखर यांनी म्हटल्याप्रमाणे (१९८३: ४), 'आमचे पुरुष अस्पृश्य असतात पण आमच्या स्त्रिया उच्च जातीच्या पुरुषांच्या उपभोगासाठी उपलब्ध असतात. मिल्नर याला 'सोईंग वाइल्ड ओट्स' (अनेक स्त्रियांशी समागम) म्हणजेच व्यक्तिगत विचलन असे म्हणतो. खरं तर हे व्यक्तिगत स्वरूपाचे विचलन नसून तसा नियमच होता. ती व्यवस्थेची समस्या होती–सामर्थ्याच्या परस्परसंबंधांची समस्या. ही समस्या मध्ययुगीन युरोपात युद्धापूर्वीच्या दक्षिण कॅरोलिनात (अन्तेबलम साऊथ) आणि जातिव्यवस्थेत रोजच्या रोज निदर्शनास येत होती. दर्जाचे गट–भारतातील उच्च जाती, युद्धापूर्वीच्या दक्षिण कॅरोलिनातले गुलामांचे धनी आणि मध्ययुगीन युरोपातले अमीर-उमराव यांनी खालच्या जाती, वर्ण आणि वर्गांच्या उदरनिर्वाहाच्या साधनांवर असलेल्या नियंत्रणामुळे हा 'विशेषाधिकार हिरावून घेतला' (वेबरच्या शब्दांत). त्यांनी खालच्या जातीच्या स्त्रियांबरोबर संबंध ठेवला पण आपल्या जातीतील स्त्रियांच्या शीलाचे रक्षण केले, खासकरून खालच्या जातीच्या पुरुषांपासून. समाजशास्त्राच्या सैद्धान्तिक चौकटीत दर्जाचे आर्थिक-राजकीय सत्तेपासून विलग होणे याला वैयक्तिक विचलन मानले जाते–'सोईंग वाइल्ड सीड्स'. याच्या अगदी उलट प्रत्यक्षात मात्र हा व्यवस्थेचा प्रश्न होता जातिव्यवस्थेतील वरच्या आणि खालच्या जातींमधल्या प्रमाणबद्ध नसलेल्या सामर्थ्याच्या परस्परसंबंधाचा (सरंजामशाही आणि गुलामगिरीच्या काळातील वर्ण आणि वर्गासारखा). भारतातील जातिव्यवस्थेतील उच्च जातीतील पुरुष यांना खालच्या जातीतील स्त्रियांबरोबर

शरीरसंबंध ठेवण्याची मुभा, याची तुलना पाश्चात्त्य देशांतील गुलामगिरी आणि वेठबिगारीशी निगडित विशेषाधिकारांशी होऊ शकते, ही एक आर्थिक-राजकीय आणि सांस्कृतिक सत्तेच्या प्रतिच्छेदनाची घटना होती.

दर्जा: सत्तेचे निमित्त की निष्पत्ती?

दर्जा आणि वर्ग यांच्यात भेद करताना वेबर आर्थिक सत्ता सामाजिक प्रतिष्ठेचे (दर्जा) कारण असण्याऐवजी काही बाबतीत त्याच्या परिणामाच्या रूपात दिसते, असा युक्तिवाद करतो: 'सामाजिक प्रतिष्ठा किंवा पत, राजकीय किंवा आर्थिक सत्तेचा आधार नक्कीच असू शकते आणि अनेकदा असतेही' (वेबर १९५८a: १८०). मुख्य प्रवाहाच्या समाजशास्त्रात असा युक्तिवाद एखाद्या जातीचा वरचा किंवा खालचा दर्जा आर्थिक सत्ता (किंवा तिचा अभाव) यामुळे ठरत नसतो उलटपक्षी, त्यांचा दर्जा (प्रतिष्ठेशी जोडलेल्या सकारात्मक किंवा नकारात्मक संबंधांसकट) आर्थिक (आणि राजकीय) सत्तेच्या वापराची संधी (किंवा तिचा अभाव) ठरवतो, असा युक्तिवाद मुख्य प्रवाहाच्या समाजशास्त्रात अनेकदा केला जातो. पुढे असा युक्तिवाद केला जातो की मार्क्सनं लोकांच्या उत्पादनाच्या साधनांशी असलेले संबंधांचे परिणाम अतिशयोक्त स्वरूपात मांडले. असं करताना, त्यानं विरुद्ध दिशेच्या कार्यकारण परस्परसंबंधांकडे, म्हणजेच सामाजिक-सांस्कृतिक घटक उपलब्ध साधने कशा रीतीने निर्धारित करतात याकडे, पुरेसे लक्ष देत नाही (मिल्नर १९९४: ७) असे आम्हाला सांगितलं जाते; आता, सामाजिक प्रतिष्ठा (पारंपरिक दर्जा) आर्थिक सत्तेला निर्धारित करते का आर्थिक सत्तेमुळे निर्धारित होते, हे ठरवण्यासाठी जातीच्या अधिकारश्रेणीचा अभ्यास तिच्यातल्या बदलांच्या रूपात केला गेला पाहिजे, अमुक एका काळातील तिच्या अस्तित्वावर लक्ष केंद्रित करून नव्हे; उदाहरणार्थ, राजस्थानातील १९४० च्या आधीचे आणि नंतरचे रजपूत आणि जाट यांचा संदर्भ अभ्यासण्याजोगा आहे. १९४० च्या दशकाच्या अखेरपर्यंत, जाट (शेतकरी) हे रजपुतांवर (जमीनदार) अवलंबून असलेले विशिष्ट मुदतीचे जमीनधारक होते आणि परिणामस्वरूप खालच्या दर्जाचे होते. जमीनदारी व्यवस्थेच्या उन्मूलनानंतर, जाट त्यांच्या व्यवसायाच्या अंतर्गत जमिनीचे स्वतंत्र मालक झाले ज्यामुळे त्यांची राजकीय सत्ता आणि प्रतिष्ठा वाढली. उत्तर प्रदेश आणि बिहारमधील अहिर आणि कुणबी यांच्या बाबतीतही हेच घडले.

ऐतिहासिकदृष्ट्या, आर्थिक सत्तेमुळे सामाजिक प्रतिष्ठा निर्माण झाल्याचे सर्वांत उघड उदाहरण म्हणजे संशयास्पद कुळातल्या विविध समुदायांचे क्षत्रियीकरण किंवा राजपुतीकरण, ज्यांनी एका प्रदेशावर हुकूमत गाजवून क्षत्रिय (रजपूत) असल्याचा दावा केला आणि भौतिक लाभाच्या मोबदल्यात नियमांच्या बाबतीत फार काटेकोर नसणारे काही ब्राह्मण आणि भाट यांच्याकडून आपल्या क्षत्रियपणाचे औपचारीकरण करून घेतले. रोमिला थापर यांच्या

म्हणण्यानुसार इतिहासात अस्पष्ट उगमाच्या अनेक कुटुंबाच्या जमीन मालकी आणि प्रशासकीय नेमणुकींमुळे झालेल्या सामाजिक दर्जाच्या उदयाची अनेक उदाहरणं सापडतात. यातील जे लोक प्रभुत्वशाली झाले त्यांनी खोट्यानाट्या वंशावळी तयार करून राजघराण्याशी संबंध जोडणारा क्षत्रिय दर्जा पटकावला (थापर २०००: १३; वेबर १९५८b: ६५ आणि बंडोपाध्याय २००४: ५१ देखील पहा).

आर्थिक-राजकीय सत्तेची अधिकारश्रेणी वरकरणी पावित्र्य आणि अपावित्र्यावर आधारित दर्जाच्या अधिकारश्रेणीच्या निर्मिती आणि पुनरुत्पादनासाठीची मूलभूत अट होती. तिने समाजाचे सामाजिक प्रतिष्ठा असलेले आणि नसलेले असे विभाजनदेखील केले. शर्मा यांच्या युक्तिवादानुसार (२००९: ७), उच्च जातीचे सदस्य तेव्हाच काही शोषण-प्रधान विशेषाधिकार प्राप्त करू शकले जेव्हा शारीरिक श्रम हे मानसिक श्रमापासून (धार्मिक, वैचारिक आणि प्रशासकीय) वेगळे करण्यात आले. याची मुख्य अट होती मजुरांच्या समूहाला उत्पादनाच्या प्रमुख स्त्रोतापासून वेगळं करणे, ज्यामुळे वरच्या वर्गांना कारागीर आणि शेतकी मजुरांपासून अंतर ठेवून आपली सत्ता आणि पत चिरस्थायी करता आली. पावित्र्य आणि अपावित्र्याच्या संकल्पना तयार करून मालमत्तेचा आणि राजकीय सत्तेचे विभाजन केले गेले आणि एका सामाजिक-ऐतिहासिक प्रक्रियेला दैवी निर्मितीचे स्वरूप देण्यात आले. ऐतिहासिकदृष्ट्या, विशिष्ट जातींकडून त्यांची उदरनिर्वाहाच्या साधनं हिरावून घेतल्यानंतरच त्यांच्यावर नकारात्मक सामाजिक प्रतिष्ठा आणि जातिव्यवस्थेतील खालचा दर्जा लादण्यात आला; जो कालांतराने त्यांना कायमचा चिकटला. बहुतकरून समाजशास्त्रातील अभ्यास वेगवेगळ्या काळांतील जातीच्या अभ्यासाऐवजी एका विशिष्ट काळातील अभ्यासापुरता मर्यादित होता, ज्यामुळे जातिव्यवस्थेतील मालमत्तेचे ताबा काढण्याची प्रक्रिया आणि प्रतिष्ठेचा अभाव यामधील संबंधाला उलट सुलट करून असे भासवले गेले की दोहोंपैकी दुसऱ्या गोष्टीमुळे पहिली गोष्ट घडली. हा उपरोधच म्हणावा लागेल की हा निष्कर्ष मार्क्सने दिलेल्या मालमत्ता आणि सामाजिक प्रतिष्ठेवरच्या तथाकथित एकांगी भरावरचा तोडगा म्हणून सादर केला जातो.

जात एक दर्जा-गट म्हणून: भारतीय अपवादवाद

दर्जाचा गट हा खुला किंवा बंद असू शकतो. वेबर लिहितो की जात ही निर्विवादपणे एक बंद असलेला दर्जाचा गट आहे. जातीच्या दर्जा-गटाचे एक निश्चित वैशिष्ट्य आहे; ज्यामुळे तो इतर दर्जा-गटांपासून भिन्न ठरतो. जातीतील दर्जाचे फरक हे केवळ परंपरा आणि नियमांद्वारा निर्धारित होत नसून, धार्मिक विधींमुळे पण त्यांची भिन्नता ठरते. हे अशा रीतीने घडते की वरच्या आणि खालच्या जातींमधील प्रत्येक शारीरिक स्पर्श धार्मिक आचारपद्धतीला (वरच्या

जातीच्या) मलिनता आणतो आणि या कलंकाचे प्रायश्चित्त धार्मिक कार्य केल्याने घडते (वेबर १९५८a: १८९; १९५८b: ३९–४०). इथे वेबरमध्ये ड्युमॉन्टच्या जातीच्या समाजशास्त्राचे बीज सापडते–जिथे जात ही दर्जा ठरते आणि दर्जा हा धार्मिक असतो. पुढे वळण्यापूर्वी, एक नोंद करणे महत्त्वाचे आहे की जरी ड्युमॉन्टने वेबरकडून आर्थिक आणि राजकीय सत्तेहून भिन्न अशा सांस्कृतिक सत्तेची मूळ कल्पना उसनी घेतली आहे, दर्जा-गट म्हणून जातीकडे पाहताना दोघांच्या स्पष्टीकरणात लक्षणीय फरक आहे. वेबरच्या मते दर्जा ही सत्ता आहे–सांस्कृतिक सत्ता–आर्थिक आणि राजकीय सत्तेतून भिन्न (किंवा त्यांच्या विरोधात असलेली). ड्युमॉन्टच्या मते दर्जा हा धार्मिक आहे, सत्तेहून भिन्न, यद्यपि राजकीय सत्ता, आर्थिक सत्तेशी संबंध नसलेला. दर्जा (पुरोहित/ब्राह्मण) आणि सत्ता (राजा/क्षत्रिय) यांमधील भेद हा *होमो हायरारकिकस*चा गाभा आहे.

अधिकारश्रेणीपुढे सत्तेची अधीनता: जातिव्यवस्था

दर्जा आणि सत्ता यांमधील भेद आणि दर्जापुढे सत्तेची अधीनता, ही जातिव्यवस्थेची दोन महत्त्वाची वैशिष्ट्य आहेत. ड्युमॉन्ट लिहितो: ख्रिस्तपूर्व आठ शतकांच्या अगोदरच्या काळात हिंदू परंपरेने सत्ता आणि अधिकारश्रेणीयुक्त दर्जा यांमधील परिपूर्ण भेद स्थापित केला. अधिकारश्रेणी आणि सत्तेमधल्या अतिशय काटेकोर भेद हे भारतीय संस्कृतीचे वैशिष्ट्य आहे, असे म्हटले जाते. परिणामस्वरूप इथली अधिकारश्रेणी सर्वांत शुद्ध स्वरूपात आढळते (ड्युमॉन्ट १९८०: ३७). मिल्नर (१९९४: १६, २८) ड्युमॉन्टच्याच मताचा पुनरुच्चार करतो जेव्हा तो म्हणतो की ही गोष्ट विचित्र वाटली तरी, प्राचीन भारताच्या संस्कृतीने अनेक वर्षे यशस्वीरीत्या दर्जाला आर्थिक-राजकीय सत्तेपासून दूर ठेवलं आहे. इथे दर्जा आणि नैतिक मूल्य हे इतर गुंतागुंतीच्या समाजांच्या तुलनेत आर्थिक आणि राजकीय सत्तेवर कमी प्रमाणात अवलंबून आहेत. म्हणून असा प्रश्न पडतो की इतर समाजांच्या तुलनेत दर्जाचे महत्त्व भारतात जास्त आहे का? असं मिल्नर विचारतो. ही नोंद परत भारतीय अपवादवादाकडे बोट दाखवते.

शुद्ध अधिकारश्रेणीचा उदय होण्याकरिता दोन महत्त्वाच्या अटींची पूर्तता होणे गरजेचे आहे, असा युक्तिवाद ड्युमॉन्ट करतो. एक, दर्जा आणि सत्ता (इतर सर्व ठिकाणी एकत्र आणलेले) यांना वेगळे करणे गरजेचे आहे. दोन, सत्ता ही दर्जाच्या तुलनेत 'पूर्णतः कनिष्ठ' असली पाहिजे. या दोन अटींची पूर्तता जातिव्यवस्थेत होताना फारशी होताना दिसत नाही कारण पवित्र आणि अपवित्र यांचा विरोधीपणा (ज्यात संपूर्ण अधिकारश्रेणी सामावली आहे) निव्वळ धार्मिक असल्याकारणाने समाजातील सत्तेच्या स्थानाविषयी काहीच कल्पना देत नाही. पण ड्युमॉन्टला ज्या अर्थी वर्णव्यवस्थेत नमूद केलेल्या ब्राह्मण आणि क्षत्रिय यांच्या परस्परसंबंधांमध्ये दडलेल्या शक्तिविषयक स्पष्टीकरणाचा शोध लागला, त्याने वर्ण आणि

जातीच्या समरूपावर जोर दिला. पण इथे एक विरोधाभास आढळतो. ड्युमॉन्टला हे कबूल करावे लागले शाही जातीचा राजा, जो मांसभक्षण करतो त्याला शाकाहारी व्यापारी किंवा शेतकऱ्याच्या वरचे स्थान प्राप्त होते. त्यामुळे जातिव्यवस्थेतील अधिकारश्रेणीचे 'अपरिमित खंडन' होते, मात्र त्याच्या सिद्धान्ताचे खंडन होत नाही; कारण जातिव्यवस्थेतील अधिकारश्रेणी अव्यक्तपणे सत्तेला तिचे स्थान मिळवून देते आणि आपले डोळे मिटून घेते, 'स्वतःला नष्ट करण्याचे दुःख पत्करूनदेखील' तसे करण्यास ती बाध्य असते (१९८०: ७४–७७). येथे अधिकारश्रेणीला मांसाहारी विरुद्ध शाकाहारी अशा जातीअसमानतेच्या भेदाच्या क्षुल्लक चौकटीत बसवले आहेच (ज्याचा उल्लेख मी वर केला आहे), त्याशिवाय तिला स्वतःच्या अशा स्वतंत्र जाणिवा प्रदान केल्या गेल्या आहेत: ती आपले डोळे उघड-बंद करते, काही गोष्टी सामावून घेते तर काही गोष्टींशी तडजोड करते, तिला सुखदुःखाचे पाश आहेत; आणि ती स्वतःला नष्ट करू शकते वा पुनर्निर्मिती करू शकते.

सत्तेचा स्तर वरचा राखून भारतीय व्यवस्थेच्या अनिवार्य (अद्वितीय) वैशिष्ट्याचे आकलन करून घेण्यास प्रतिबंध केला जातो, असा युक्तिवाद ड्युमॉन्ट करतो. ते वैशिष्ट्य म्हणजे वैचारिकदृष्ट्या परिपूर्ण आणि व्यावहारिकदृष्ट्या मर्यादित असलेल्या अधिकारश्रेणी (धार्मिक) पुढे सत्ता (आर्थिक-राजकीय) ची अधीनता (ड्युमॉन्ट १९८०: ७६). पहिला मुद्दा असा की जर वैचारिक आणि व्यावहारिक यामधील अंतराची शतकानुशतकं पुनरावृत्ती होत असेल, तर वैचारिक (सैद्धान्तिक) धरून आणि व्यवहाराला (अनुभवाधिष्ठित-ऐतिहासिक) वगळण्याचा पर्याय किती विश्वसनीय मानायचा?–हा मुद्दा अनेक समीक्षकांनी मांडला आहे (श्रीनिवास २००६: ९३–१०९). हा विरोधाभास अपघाताने घडला नाही, कल्पनांच्या प्राबल्यावर पूर्वनिर्धारित अशा जात्याच सदोष सैद्धान्तिक चौकटीचा तो अंतर्निहित भाग आहे. टोकाच्या बिंदूंची आणि मध्याच्या अलगीकरणाची कल्पनाच मुळी विक्षिप्त आहे. दोन वेगळ्या स्तरावरच्या विश्लेषणाचे (वैचारिक आणि व्यावहारिक) दोन वेगळ्या प्रदेशांतील अधिकारश्रेणी (टोकाचे बिंदू आणि मध्य) यातील आडवेतिडवे प्रतिच्छेदन हे एका गंभीर त्रुटींचे सिद्धान्त आणि पद्धती याचे लक्षण आहे. पुढे चर्चा केल्याप्रमाणे, दर्जा-सत्ता भेदाची समस्या फारच गंभीर स्वरूपाची आहे.

पुरोहित आणि राजा: राजाच्या अगोदर पुरोहित?

क्षत्रिय आणि ब्राह्मण हे एकत्र आहेत आणि भिन्नदेखील आहेत, असा युक्तिवाद ड्युमॉन्ट करतो. ब्राह्मण क्षात्राच्या हद्दीत येत नाही; ब्राह्मण असे स्त्रोत किंवा खरं तर गर्भाशय आहे ज्यातून क्षात्र उद्भवते आणि म्हणूनच ब्राह्मण हा श्रेष्ठ ठरतो. क्षात्राशिवाय ब्राह्मणाचे अस्तित्व असू शकते, ब्राह्मणाशिवाय क्षात्राचे नाही. ब्राह्मण आणि क्षत्रिय दोघेही यज्ञामध्ये आहुती देऊ

शकतात पण फक्त ब्राह्मणच यज्ञ करू शकतो. पुरोहित (याजक) या संस्थेमध्ये आध्यात्मिक तत्त्व आणि नियंत्रणाचे तत्त्व यांच्यामधील संबंध पूर्णपणे दिसून येतो. पुरोहिताबरोबर राजाचे 'स्थायी स्वरूपाचे वैयक्तिक परस्परसंबंध' असणे गरजेचे आहे. पुरोहित या शब्दाचा अक्षरशः अर्थ आहे 'पुढे उभा ठाकलेला'. पुरोहिताची हजेरी नसल्यास देवी-देवता राजाने देऊ केलेल्या नैवेद्याला हात लावीत नाहीत. आपल्या आयुष्यातील सारी कार्ये आणि कृतींसाठी राजा पुरोहितावर अवलंबून असतो; कारण त्याच्याशिवाय या कार्यात यश मिळणे शक्य नाही. विचारासाठी इच्छा जितकी महत्त्वाची तितकाच एक पुरोहित राजासाठी महत्त्वाचा आहे. राजाच्या ऐहिक अधिकाराची हमी पुरोहिताबरोबर असलेल्या त्याच्या वैयक्तिक संबंधांमुळे प्राप्त होते आणि हा ऐहिक अधिकार पुरोहिताच्या रूपात अवतरित झालेल्या आध्यात्मिक अधिकाराच्या अधीन असतो (ड्युमॉन्ट १९८०: २८९–२९०).

इथे पहिला गोंधळ उडतो तो शब्दार्थासंबंधीचा किंवा सिद्धान्ताचा. जर ब्राह्मण स्वतःच गर्भाशय आहे तर ब्राह्मणाचा जन्म कुठून झाला का दैवी योजनेतून तो जन्मला? दुसरीकडे जर ब्राह्मणाला प्रथम पुरुष मानले (निर्माता) तर ब्राह्मण आणि क्षात्र दोघांची उत्पत्ती एकाच गर्भाशयातून झाली असे मानावे लागेल. त्यामुळे ब्राह्मणाचे वर्चस्व गर्भाशय आणि गर्भ अशा दोनही प्रकारच्या ओळखीमुळे काहीसे गोंधळात टाकणारे आहे. दुसरं म्हणजे, ब्राह्मणाचे अस्तित्व क्षात्राशिवाय शक्य होते का, जेव्हा ड्युमॉन्ट आणि वेबर यांनी स्वतःच कबूल केल्याप्रमाणे तो त्याच्या उदरनिर्वाहासाठी राजावर भौतिकदृष्ट्या अवलंबून होता? (वेबर १९५८b: ६१) खरं तर, ब्राह्मण आणि क्षात्र या दोघांचे अस्तित्व अशा मजुरांवर अवलंबून होते जे या दोघांची पोटं भरण्यासाठी राबत होते आणि तरीही ड्युमॉन्ट आणि वेबरच्या जातीच्या ब्राह्मणकेंद्रित दृष्टिकोनाच्या केंद्रस्थानी असलेल्या याज्ञिक व्यवस्थेतून त्यांना वगळण्यात आले. तिसरी गोष्ट म्हणजे, नंतरच्या काळातल्या समाजाला ऋग्वेदकालीन यज्ञविधींच्या चष्म्यातून पाहणे, म्हणजे इतिहासाची उलथापालथ करणे. आधी चर्चा केल्याप्रमाणे वैदिक काळातील यज्ञविधी या त्या वेळच्या आर्थिक-राजकीय आणि सांस्कृतिक व्यवस्थेचा हिस्सा होते. नंतरच्या काळातील आर्थिक-राजकीय व्यवस्थेतील बदलांमुळे ते लोप पावले. वैदिक विधींना प्राचीन वैदिक काळातीलच नव्हे तर त्यानंतरच्या काळातील सामाजिक संघटनाचा आधार मानणे चुकीचे आहे.

जर ऐतिहासिक आणि संस्कृतिवर्णनशास्त्रीय पुरावा लक्षात घेतला, तर पुरोहितांचे स्थान राजाच्या पुढे असल्याच्या ड्युमॉन्ट आणि वेबरच्या दाव्याला विशेष समर्थन लाभत नाही. राजा हा पुरोहितावर 'सर्व क्रियांसाठी' अवलंबून नव्हता. राजधर्माचे मुख्य परिघ असलेल्या आर्थिक, राजकीय, न्यायिक आणि लष्करी मुद्द्यांमध्ये पुरोहिताचा कोणताच सहभाग नव्हता. पुरोहिताचा संबंध धार्मिक विधीपुरताच होता. राज्य हे विधींवर किंवा विधींसाठी स्थापित झाले नव्हते. त्याची स्थापना भूमीवर झाली होती आणि जमिनीचे आणि त्या

प्रदेशातील लोकांचे प्रशासन, हे त्याचे मुख्य कार्य होते. हे कार्य निभावताना राजा त्याच्याच वर्गाच्या आणि जातीच्या तोलामोलाच्या लोकांवर, म्हणजेच जमीनदारांच्या समुदायावर अवलंबून होता. जमिनीच्या प्रशासनाच्या बाबींमध्ये पुरोहित न पुढे होता न मागे. पुरोहितांचे वास्तव्य मंदिरात होते तर राजाचे त्याच्या न्यायसभेत. हे खरे आहे की, मंदिर आणि न्यायसभा हे संयुक्त होते आणि विभक्तही होते. आध्यात्मिक आणि वैचारिक सेवांच्या बदल्यात, अशा सेवा ज्या न्यायसभा आणि राजासाठी गरजेच्या होत्या, न्यायसभा मंदिराच्या गरजा भागवीत. पण न्यायसभा आणि मंदिर राज्यातील आर्थिक, राजकीय, न्यायिक, लष्करी आणि सामाजिक-सांस्कृतिक अशा महत्त्वाच्या बाबींच्या बाबतीत वेगवेगळ्या परिघात स्थित होते. न्यायसभेला मंदिराच्या चौकटीत बसवून मंदिराला न्यायसभेपेक्षा आणि पुरोहिताला राजापेक्षा श्रेष्ठ दाखवणे हे राजधर्म आणि राज्याच्या वास्तवाचे विरूपण होय. न्यायसभेला मंदिरात सामावून घेणे हा पावित्र्याने अपावित्र्याला सामावून घेणाऱ्या विसंगत सिद्धान्ताचा तार्किक परिणाम आहे.

पुरोहित-राजा परस्परसंबंधांचा दुहेरीपणा

राजा आणि पुरोहिताच्या संबंधांच्या दुहेरी पैलूची ड्युमॉन्टला कल्पना आहे. आध्यात्मिकदृष्ट्या आणि संपूर्णतः, पुरोहित हा श्रेष्ठ ठरतो पण ऐहिक आणि भौतिकदृष्ट्या तो 'रयत आहे' आणि 'परावलंबी आहे'. ड्युमॉन्ट कबूल करतो की उदरनिर्वाह आणि कायद्याच्या संरक्षणासाठी पुरोहित राजावर अवलंबून होता:

> तो राजाच्या परिवारांच्या सदस्यांसोबत राजाच्या मागे मागे चालतो. पाश्चिमात्य देश राजा आणि पुरोहित यांच्या संबंधांतील मूल्यांच्या स्तरावरच्या वैचारिक पैलूपासून अनभिज्ञ आहेत असं नव्हे, पण भारतात ते एक वेगळेच रूप धारण करते; कारण येथे आध्यात्मिक घटकांना एक मूर्त स्वरूप मिळते (ड्युमॉन्ट १९८०: २८८–२९२).

इथे असा प्रश्न पडतो की पश्चिमेमध्ये पुरोहितांमध्ये आध्यात्मिक घटक आहे अशा दृष्टीने त्यांच्याकडे पाहिले जायचे का? जर मिळाले नसले तर कोणत्या स्वरूपात मूर्त स्वरूप मिळाले आणि पुरोहिताच्या अधिकाराचा आधार कोणता होता?

जातिव्यवस्थेतील अद्वितीय गोष्ट म्हणजे राजा हा प्रथम पुरोहितापुढे अधीन होतो (कारण तशी अधिकारश्रेणीची गरज असते) आणि मग त्याला पुरोहिताच्या गौरवप्रतिष्ठेत सहभागी केले जाते जेणेकरून पुरोहित आणि राजांमध्ये इतरांच्या विरोधात एक युती जुळते: क्षत्रिय (राजा) आणि ब्राह्मण (पुरोहित) यांची भरभराट स्वतंत्रपणे नव्हे तर घनिष्ठ सहयोगाने होते (मनु ix, ३२२, ड्युमॉन्ट १९८०: २८८ मध्ये उल्लेखलेला) असा युक्तिवाद केला जातो. युतीमागची प्रेरक शक्ती ही पावित्र्य-अपावित्र्य यांच्या विरोधात असते (एक धार्मिक कल्पना)

ज्यामुळे भारताचे उदाहरण इतर देशांपेक्षा वेगळे ठरते, हे म्हणणे मला पटत नाही. ड्युमॉन्टच्या ठाम मताच्या उलट जातिव्यवस्थेतील राजा आणि पुरोहिताच्या युतीत आणि आफ्रिका, आशिया आणि युरोपातील सरंजामशाही समाजमधल्या राजा आणि पुरोहिताच्या युतीत मूलभूत फरक नव्हता. युतीमागची प्रेरक शक्ती ही धार्मिक नसून धर्मनिरपेक्ष होती; ती म्हणजे राजाची जमिनीवरची उच्चपदस्थ मालकी, राजकीय सत्ता आणि सामाजिक प्रतिष्ठा आणि भौतिक लाभ आणि सामाजिक प्रतिष्ठेच्या मोबदल्यात या साऱ्याला मिळणारे पुरोहितांचे समर्थन. दोघांनी मिळून प्रभुत्वशाली वर्ग (आणि जात) स्थापित केला जो युतीच्या रूपात इतरांच्या विरोधात उभा ठाकला. ह्यूबरमनने मध्ययुगीन युरोपच्या संदर्भात लिहिल्याप्रमाणे चर्च आणि खानदानी लोकांचा समूह हे सत्ता गाजवणारे वर्ग होते ज्यांनी जमिनी आणि अनुषंगाने प्राप्त होणारी सत्ता बळकावली. चर्च आध्यात्मिक साहाय्य पुरवीत होते तर खानदानी लोकं लष्करी संरक्षण देत होते. या दोहोंच्या बदल्यात दोघांनी श्रमिक वर्गाचे शोषण केले (ह्यूबरमन १९६३: १५). युरोपातील चर्च आणि खानदानी लोकांप्रमाणेच भारतातील राजे आणि पुरोहित यांनी जमीन आणि राजकीय ताकदीवर ताबा मिळवला व जातिव्यवस्थेतील शेतकरी आणि कारागिरांची पिळवणूक केली. पुराणांनी आणि स्मृतींनी जतन करून ठेवलेल्या पावित्र्य-अपावित्र्य या धार्मिक तत्त्वाचा आधार घेत हे तथ्य लपवणे आणि ऐतिहासिक-अनुभवाधिष्ठित पुराव्याकडे पाठ फिरवणे म्हणजे अकारण गोंधळ निर्माण करणे होय.

जातीच्या अधिकारश्रेणीतील दर्जाच्या श्रेणीकरणाचे मूळ धर्मात आहे, असे आम्हाला सांगितले जाते. पहिला क्रमांक सत्तेला नसून धर्माला जातो, कारण त्या समाजात (पाश्चिमात्य देशातील 'दुसरी बाजू') धर्म, हेगेल ज्याला वैश्विक म्हणतो, अशा संपूर्ण सत्याचे प्रतिनिधित्व करतो (ड्युमॉन्ट १९८०: २९२–२९३). धर्माच्या प्राधान्याच्या आधारे केलेले समाजांचे श्रेणीकरण म्हणजे वासाहतिक मानवशास्त्र होय, ज्यात प्राचीन समाज (रानटी लोक) ज्यांचे धर्म हे प्राथमिक सत्य आहे, समाजातले तळागाळाचे स्थान घेतात आणि आधुनिक, सुसंस्कृत आणि धर्म निरपेक्ष समाज (आधुनिक पाश्चिमात्य देश) सर्वांत वरचे स्थान पटकावतात. वसाहतवादाचा उद्देश कृष्णवर्णीय (जैविकदृष्ट्या, सांस्कृतिकदृष्ट्या आणि रूपकाद्वारे) लोकांमध्ये धर्म निरपेक्षता आणि सभ्यतेचा प्रसार करून त्यांना जातीच्या बंधनातून मुक्त करण्याचा होता. साहजिकच, वासाहतिक मानवशास्त्राने भारताला जातीच्या संकुचित चौकटीत बसवलं आणि जातीला तिच्या धार्मिक मूलतत्त्वाच्या चौकटीत बसवलं. पुढे पुराणे आणि स्मृतींमध्ये जातीचे स्पष्टीकरण शोधणाऱ्या समाजशास्त्रज्ञांनी जातीचे ऐतिहासिक वास्तव नाकारून तिच्याविषयीचा धार्मिक दृष्टिकोन अजून घट्ट केला.

भारतातील राजधर्म अद्वितीय आहे, असा तर्क मांडला जातो. उदाहरणार्थ, इतर बहुतांश समाजात, प्राचीन इजिप्त असो, सुमेरिया असो, किंवा चिनी साम्राज्य असो, राजधर्म हे

जादूटोणा आणि धर्माची सरमिसळ असलेले राजकीय कर्तव्य होते. कारण '...भारतात राजा धार्मिक कार्य करीत नाही, तो त्यासाठी पुरोहितावर अवलंबून राहतो आणि त्याला पुढे करतो आणि मग [मूळ] तो पुरोहितापुढे आपले अधिकारश्रेणीचे प्राबल्य गमावून बसतो आणि त्याच्या वाट्याला फक्त सत्ता उरते'. तो युक्तिवाद करतो की या मुद्द्याचे आकलन बहुतांश आधुनिक भाषा अभ्यासकांना करता येत नाही; पण असे न करता येणारे ते एकटे नव्हेत. समकालीन मानवशास्त्रज्ञांनीसुद्धा हा चुकीचा निष्कर्ष काढला आहे की राजाचा क्रमांक हा त्याच्या धार्मिक पात्रतेपेक्षा सत्तेच्या उपयोगावर जास्त अवलंबून होता (ड्युमॉन्ट १९८०: २९३). मध्ययुगीन फ्रान्स किंवा इंग्लंडमधील राजा हा जादूगार-पुरोहित होता का? जर नव्हता तर मग तो पुरोहिताच्या अधीन होता का? जर धर्मनिरपेक्ष आणि धार्मिक सत्ता यांच्या अलगीकरणामुळे पाश्चिमात्य देशांतील राजे सर्वोत्कृष्ट ठरले, तर त्याच अलगीकरणाच्या आधारावर भारतातील राजे पुरोहितापुढे दुय्यम का ठरले, असे मानायचे की भारतातील परिस्थिती अटळपणे पाश्चिमात्य देशातील परिस्थितीच्या परस्पर उलट असते—पारंपरिक असो वा आधुनिक असो? प्रश्न हा नव्हे की भारत पाश्चिमात्य देशांसारखा आहे की नाही; प्रश्न हा आहे की एकाच तत्त्वाचा पाश्चिमात्य देशांच्या संदर्भात एक अर्थ आणि भारताच्या संदर्भात दुसरा (परस्परविरुद्ध) कसा काय लागतो?

भारतातील पुरोहिताच्या राजावरील वर्चस्वाचे वेबर अजून एक कारण देतो. प्राचीन ग्रीसमधील वंशपरंपरागत उच्चकुलीन-पुरोहित (भारतातील ब्राह्मण-पुरोहिता समान)—'गावाकडील सभ्य लोकांच्या खेडवळपणाचा प्रतिनिधी'—शहरांच्या विकासामुळे आपला मूलभूत प्रभाव गमावून बसला, असे तो लिहितो. त्याउलट, अधिपतींच्या सेवेत ब्राह्मणांनी जादूटोणा आणि यज्ञ यांच्याशी आपले नाते टिकवले; यद्यपि गावाकडचा खेडवळपणादेखील जपला (वेबर १९५८b: १३९). पुढे चर्चा केल्याप्रमाणे भारतातील पुरोहित आणि राजा यांच्या परस्परसंबंधांविषयीच्या वेबरच्या आकलनात गंभीर समस्या आहेत.

पुरोहित आणि राजा: जमिनीचा प्रश्न

सत्ता आणि प्रदेश यांच्या परिशीलनात जमिनीचा विनियोग फारच व्यापक अर्थाने महत्त्वाचा ठरतो, हे ड्युमॉन्ट कबूल करतो. जमीन ही सर्वांत महत्त्वाची मालमत्ता आहे आणि माणसांच्या संदर्भात वापरण्यात येणाऱ्या शक्तीशी फार घट्टपणे जोडलेली आहे. समन्वित पारंपरिक समाजांच्या बाबतीत सामान्यतः हे चित्र दिसते. ड्युमॉन्ट हे पण नमूद करतो की जमीन हक्कांचा प्रश्न, जरी १९ व्या आणि २० व्या शतकात (वसाहतवादी प्रशासकांद्वारा) विस्तृतपणे चर्चिला गेला असला, तरी जातिव्यवस्थेच्या संदर्भात त्याचा फारसा उल्लेख झालेला नाही. असे कबूल करताना तो त्वरेने हेसुद्धा नमूद करतो की भारतातील जमिनीचा

'मालकी हक्क' [मूळ] शोधणे हा बनावटी प्रश्न आहे. कारण इथे एकाच वस्तूवर वेगवेगळ्या हक्कांमधील परस्पर-पूरकता दर्शविली जाते, उदाहरणार्थ, समुदायाचे हक्क आणि राजाचे हक्क. भूमीचा एखादा तुकडा कधीच सर्वस्वी एकाच माणसाच्या मालकीचा नव्हता. प्रत्येक तुकड्यावर वेगवेगळ्या कार्यांच्या संदर्भात वेगवेगळे हक्क होते, जे शेती उत्पादनातील हिश्श्याच्या रूपात किंवा शेतकऱ्याच्या देयाच्या रूपात आकारण्यात येई. राजाचा वाटा, व्यवस्थेच्या निगराणीसाठी मिळालेल्या वेतनाच्या रूपात नसून सर्व जमिनींवरील एकूणच असलेल्या हक्काच्या रूपात असे. खतावणींमध्ये होणाऱ्या धान्याच्या वितरणातून आपल्याला शेती लाभावर मागितलेल्या हक्कांची मालिका दिसून येते, त्याचप्रमाणे राजा आणि शेतकरी यांच्यामधली कधीकधी लांबलचक असणारी साखळी आपल्याला वेगवेगळ्या हक्कांच्या अध्यारोपणाचे दर्शन घडवते, असे हक्क जे केवळ परस्परावलंबी नसून परिवर्तनाच्या बाबतीत संवेदनाक्षम असतात (ड्युमॉन्ट १९८०: १५६–१५७).

एकाच जमिनीच्या तुकड्यावर वेगवेगळे हक्क असणे, ही गोष्ट फक्त भारताच्या बाबतीत खरी होती असे नव्हते. ह्यूबरमनने नमूद केल्याप्रमाणे मध्ययुगीन युरोपातल्या जमीनधारणेच्या सरंजामशाही व्यवस्थेचे एक ठळक वैशिष्ट्य होते:

> जमीनजुमल्याचा राजा शेतमजुराप्रमाणे जमिनीचा *मालक* (मूळ तिर्यक) नव्हता, पण त्याच्याहून वरच्या स्तराच्या राजाचा खंडकरी होता. गुलाम जमीनजुमल्याच्या राजाकडून जमीन 'धारण' करीत होता, जो काउन्ट कडून जमिनीचे 'धारण' करीत होता, जो ड्यूककडून जमिनीचे 'धारण' करीत होता आणि जो राजाकडून जमिनीचे 'धारण' करीत होता. काही काही वेळा ही साखळी अजून लांब होत जाई आणि एक राजा दुसऱ्या राजाकडून जमिनीचे 'धारण' करीत असे (ह्यूबरमन १९६३: १०).

पूरक हक्कांचे अस्तित्व हे, ड्युमॉन्टच्या युक्तिवादानुसार, जातींच्या परस्परवलंबित्वाची अभिव्यक्ती आहे. जिथे राजा आणि कृषकाचे हक्क साखळीच्या मुख्य कड्या असतात, अशी साखळी जी कधी कधी 'गुंतागुंतीची' होते. जातिव्यवस्था, ज्याला जमिनीची मालकी म्हणतात, ही ठळकपणे त्या मालकीच्या विरोधात जाते. या कार्यक्षेत्रात जे काही घडते व्यवस्थेच्या सामान्य वैशिष्ट्यांचे प्राधान्य म्हणून त्याचे अनुमान लावता येते. जातिव्यवस्थेत जमिनीचा संदर्भ येत नाही, जी एका गुंतागुंतीच्या पारंपरिक समाजात अतिशय महत्त्वाची असून राजकीय सत्तेशी दृढपणे निगडित आहे, एका व्यक्ती किंवा कार्याच्या संबंधात, पण खरं तर जातीच्या सर्व कार्यांच्या संदर्भात. व्यवहारातले पारंपरिक हक्क हे विघटित स्वरूपाचे आणि परस्परपूरक असतात. त्यातील एक ठळक हक्क नक्कीच असतो. पण हा हक्क मूल्यांच्या अधीन असल्यामुळे त्याच्या विशिष्ट कार्याला अनुसरून असतो (ड्युमॉन्ट १९८०: १५७–१५८).

सरंजामशाहीतील जमीनहक्क हे 'अनन्य' नव्हते. जातिविहीन समाजांच्या बाबतीत हे तितकेच खरे होते; जितके की जातीयुक्त समाजांच्या बाबतीत. यामुळे मात्र सरंजामशाही व्यवस्थेतील जमीन हक्कांची अधिकारश्रेणी अस्पष्ट झाली नाही आणि राजाचे हक्क हे सर्वोच्च मानले जात आणि पुरोहितासकट राज्यातील इतर सर्व जण त्याचे खंडकरी, अवलंबून असलेले धारक आणि हाताखालच्या व्यक्ती होते. जमिनींचे एकाधिक हक्क असूनसुद्धा राज्यातील प्रमुख वर्ग असलेले जमीनदार आणि खंडकरी यांचे हक्क आणि जबाबदाऱ्या यांच्याबाबतीत कुठलीच अस्पष्टता नव्हती. सरंजामशाहीच्या व्यवस्थेतील जमीनधारणेच्या मूलतत्त्वाचा (जलयुक्त आणि गैर-जात समाज दोघांनाही लागू असलेले) सारांश ह्यूबरमनने अशा प्रकारे दिला आहे:

> सरंजामशाही शेवटी एका संघटनेच्या अधीन होती जी संरक्षण देण्याच्या मोबदल्यात... कामगार वर्गांना रिकामटेकड्या वर्गांच्या दिमतीला ठेवीत आणि जमीन कृषकाला न देता अशा लोकांना देत जे तिला बळकावण्यास समर्थ होते (ह्यूबरमन १९६३: १६).

जमिनीची जप्ती जातिव्यवस्थेस अमान्य नव्हती. उलटपक्षी, जातिव्यवस्थेतील अधिकारश्रेणीचा ती आधार होती, जसे इतर ठिकाणच्या सरंजामशाही राज्यांच्या अधिकारश्रेणीचा ती आधार होती. जातिव्यवस्थेमुळे निर्माण झालेल्या भारतीय अपवादवादाचा दावा–जी आरोपानुसार धार्मिक कल्पनांचा परिपाक आहे–एक दंतकथा आहे.

इथे हा पुनरुच्चार करणे जरुरी आहे की जातिव्यवस्थेतील जमीन हक्क (जमीनदार आणि शेतकरी यांच्यामधील हक्क) हे पूरक नसून असमान आणि शोषणयुक्त होते, ज्यांचे औपचारीकरण धार्मिक आणि धर्मनिरपेक्ष मंजुरीने घडत, ज्याला पुरोहित आणि मंदिराचे समर्थन प्राप्त होई आणि अतिरिक्त–आर्थिक बळजबरीने ज्याची अंमलबजावणी होत असे. हे हक्क कायदे करणाऱ्यांच्या मनातील कल्पनांच्या खेळाद्वारे सिद्धान्तांच्या आधारे ठरवले जात नसत. उलटपक्षी, त्यांना मूर्त स्वरूप लाभल्यानंतरच ते कायदे करणाऱ्यांच्या मनात शिरत असत. जमीनहक्कांच्या परस्परपूरकतेची कल्पना शोषणाच्या तथ्याची शक्यता टाळते आणि तसेच छोट्या छोट्या राज्यांतील जमीनदार (राजा हा सर्वांत मोठा जमीनदाराच्या रूपात) आणि शेतकरी यांच्यामधील जमिनीच्या परस्परसंबंधांचे रोजचे वास्तव असलेल्या अतिरिक्त आर्थिक बळजबरीकडे दुर्लक्ष करते. हे जितके इंग्लंड (जातिविहीन समाज) च्या बाबतीत खरे होते तितकेच भारताच्या (जातियुक्त समाज) बाबतीत खरे होते. राजस्थानातील काठी, उत्तर प्रदेश, मध्य प्रदेश आणि बिहारमधील लाठी आणि लंडन टॉवर (इंग्लंड) मधील पर्यटकांसाठी प्रदर्शन म्हणून ठेवलेली छळ करण्यासाठी वापरात येणारी मध्ययुगीन साधनं अतिरिक्त आर्थिक बळजबरीची कहाणी सांगतात, जे जातिविहीन आणि जातियुक्त अशा समाजांमधील उत्पादनातील सरंजामशाही संबंधांचे वैशिष्ट्य होते आणि भौतिक लाभ,

मुख्यत्वे इनाम मिळालेल्या जमिनीच्या मोबदल्यात ज्यांना मंदिर आणि चर्चचे समर्थन लाभले होते. शोषण आणि अतिरिक्त आर्थिक बळजबरीच्या तथ्यांना वगळणाऱ्या जातिव्यवस्थेच्या परिकथेत, जमिनीचे परस्परसंबंध पवित्र अशा 'पूर्णत्वाला' अनुसरून असलेले कायदे करणाऱ्याच्या मनात निर्माण झालेल्या व्यवस्थेनुसार ठरवले गेल्याचे दाखवण्यात येते. याउलट, अधिकारश्रेणीयुक्त जमिनीच्या परस्परसंबंधांद्वारा निर्धारित झालेले जातीच्या अधिकारश्रेणीचे वास्तव हे उघडपणे भ्रष्ट स्वरूपाचे होते.

आम्हाला सांगितलं जातं की बहुतांश ब्रिटिश प्रशासन भारतातील जमिनीच्या परस्परसंबंधांच्या प्रश्नाला बहुतकरून इंग्रज कायद्याच्या संकल्पनांऐवजी पाश्चिमात्य देशांतील तात्त्विक संकल्पनांच्या आधारे सोडवीत असत, ज्यामुळे भारतीय उदाहरणाचा असाधारणपणा धूसर होते (ड्युमॉन्ट १९८०: १५७). जातिव्यवस्थेतील जमिनीच्या परस्परसंबंधांचे आकलन करून घेण्यासाठी पाश्चिमात्य देशांतील तात्त्विक आणि कायदेविषयक संकल्पनांऐवजी जमीन हक्कांच्या तात्त्विक आणि कायदेविषयक भारतातील संकल्पनांचा—हिंदू आणि मुस्लीम—संकल्पनांचा अभ्यास करणे गरजेचे आहे; कारण या भारतीय संकल्पना ब्रिटिश आणि फ्रेंच लोकं भारताच्या भूमीवर पाऊल ठेवण्याच्या अगोदरपासून अस्तित्वात होत्या. दायभाग आणि मिताक्षरा या जमीन हक्कांशी संबंधित आहेत. रामायणाची कहाणी कुटुंबातील पहिल्या अपत्याच्या अधिकाराची कहाणी (अग्रजाधिकाराची) आहे. जे सरंजामशाहीतल्या जमीनहक्कांचे ठळक वैशिष्ट्यदेखील आहे. महाभारताची कहाणी ही जमीनहक्क आणि जमीनहक्कावरून घडलेल्या युद्धाची कहाणी आहे, असे जमीन हक्क ज्यांची मंजुरी साक्षात परमेश्वराचा अवतार असलेल्या श्रीकृष्णाने दिली. राजे आणि वतनदार—जमीनदार, तालुकदार, जहागीरदार आणि ठिकाणेदार—यांच्या वडील आणि कनिष्ठ अपत्यांच्या जन्मकुंडल्या भारतातील जमीनहक्कांची गुंतागुंतीची कथा सांगतात. सुरुवातीच्या मध्ययुगीन काळातील शिलालेख, मुगल राजवटीतील आणि ब्रिटिश राजवटीच्या आधी आणि त्यादरम्यानचे रियासतीतील (छोटेखानी राज्य) भूमी अभिलेख जमीन आणि जातीची कहाणी सांगतात जी पाश्चिमात्य देशातील तात्त्विक संकल्पना आणि इंग्रजी कायद्यापासून मुक्त आहे. जिथे ड्युमॉन्ट आणि वेबरने धर्माला उचलून धरणाऱ्या त्यांच्या जातिव्यवस्थेच्या सिद्धान्ताला बळकटी आणण्यासाठी धार्मिक ग्रंथांवर लक्ष केंद्रित केले, तिथे त्यांनी भूमी अभिलेखांकडे तुरळक लक्ष दिले.

धर्माच्या मग्नतेत ड्युमॉन्टला केवळ एकाच जमीन हक्काच्या संदर्भात थोडी फार स्पष्टता आली; ती म्हणजे काही 'विशिष्ट धार्मिक देणग्यांच्या' बाबतीत (ड्युमॉन्ट १९८०: १५७). मात्र हजारो वर्षांच्या जमीन आणि जातिव्यवस्थेच्या उर्वरित इतिहासाला संबंधांच्या 'पूरकतेचे' संबोधन देऊन ड्युमॉन्टने या जाहीर निवेदनासकट आपला सारांश मांडला आहे: '...जमिनीशी असलेला

संबंध [जातीचा] हा तितका मूलभूत नाही; जितका गृहीत धरला गेला आहे (ड्युमॉन्ट १९८०: १५७, १६०). जर त्याने धार्मिक कारणासाठी इनाम मिळालेल्या जमिनींचा अभ्यास करून त्यांची तुलना वेगवेगळ्या धर्मनिरपेक्ष इनामांशी केली असती, उदाहरणार्थ, ठिकाना इनाम (लष्करी सेवेच्या मोबदल्यात), छुटभाई (जमीनदारांचे कनिष्ठ बंधू) यांना दिलेले प्रतिपाळाचे इनाम आणि वंशावळींच्या अभ्यासकांना (चरण, भाट) किंवा रखेलींना दिलेले इनाम, तर त्याला जमिनीच्या मध्यस्थीने घडलेल्या जातीच्या अधिकारश्रेणीमधील धार्मिक आणि धर्मनिरपेक्ष संबंधांचे आकलन करताना मदत झाली असती; पण त्याने तसे केले नाही.

जातीच्या अधिकारश्रेणीतील जमीन हक्कांच्या अवमूल्यनाचा संदर्भ ड्युमॉन्टच्या या तर्कात सापडतो की ज्याअर्थी क्षत्रियाचे कर्तव्य 'बळजबरीशी' (सत्ता) निगडित आहे, त्याअर्थी ब्राह्मणाच्या तुलनेत त्याचे राजा होणे सोपे होते. तो पुढे तर्क करतो की बाहेरून जातिव्यवस्थेत प्रवेश मिळवण्याकरिता क्षत्रिय आणि अस्पृश्य हे दोन स्तर सोयीचे पडतात (ड्युमॉन्ट १९८०: ७४). आणि कळीचा मुद्दा हा की राजा किंवा ब्राह्मण असा निवडीचा पर्याय असताना, कुणाला ब्राह्मण होणे आवडले असते, हा एक खुला प्रश्न आहे. तो प्रश्न जरी बाजूला सारला तरी दुसरा प्रश्न उरतो; तो म्हणजे राजा होणे हे काय कुणाच्या निव्वळ निवडीवर अवलंबून होते का? आजवरच्या इतिहासात कुणीही केवळ स्वतःच्या निवडीच्या बळावर राजधर्माच्या आधारस्तंभाविना राजा झालेला नाही. हे व्यक्तिनिष्ठ नसून वस्तुनिष्ठ वास्तव होते आणि त्यासाठी सर्वांत आधी एखाद्या प्रदेशावरचे अधिराज्य असणे गरजेचे होते. ब्राह्मण बनण्याच्या तुलनेत राजा बनणे मग किती सोपे होते, असे मानायचे? जेव्हा की ब्राह्मण बनण्यासाठी गरजेचे होते केवळ ब्राह्मणी जीवन शैलीचा अवलंब—शाकाहारी भोजन, इतर जातींकडून कच्चे किंवा शिजवलेले अन्न व्यर्ज आणि कधी काळी अस्पृश्य जातीच्या सदस्यांशी घडलेल्या संपर्कामुळे, मुख्यत्वे करून अस्पृश्य स्त्रियांशी घडलेल्या समागमामुळे, आलेल्या तात्पुरत्या अशुद्धतेला दूर करण्यासाठी घ्यावे लागणारे सत्रांत स्नान?

बाहेरून क्षत्रिय किंवा अस्पृश्य म्हणून जातिव्यवस्थेत प्रवेश मिळवता येतो, हा दावा नोंद घेण्यासारखा आहे आणि ऐतिहासिकदृष्ट्या तपासण्यायोग्य आहे. मात्र ड्युमॉन्टने या संदर्भात एक महत्त्वाचा प्रश्न उभा केला नाही की जातिव्यवस्थेत बाहेरून क्षत्रिय किंवा अस्पृश्य म्हणून प्रवेश मिळवणे हे काय एखाद्याच्या इच्छेवर अवलंबून होते? अर्थातच नाही. मग ह्या दोन गोष्टींसाठी प्रवेशाच्या अटी कोणत्या होत्या? ऐतिहासिकदृष्ट्या ज्या लोकांनी बाहेरून क्षत्रिय म्हणून जातीत प्रवेश मिळवला, त्या सर्वांनी कोणत्या न कोणत्या प्रदेशावर विजय मिळवून आपली सत्ता स्थापित केली होती, अशी सत्ता ज्यायोगे दर्जाचे प्रतीक मानली जाणारी आर्थिक, राजकीय, न्यायिक सत्ता आणि सामाजिक प्रतिष्ठा लाभत असे आणि त्याउलट जे अस्पृश्य म्हणून प्रवेश करत असत त्यांना त्यांच्या उदरनिर्वाहाच्या साधनापासून विलग

केलेले असे आणि परिणामी आर्थिक-राजकीय सत्ता आणि सामाजिक प्रतिष्ठा या गोष्टींचा त्यांच्या ठायी अभाव असे. इथे दोन प्रवेशबिंदूंच्या सारखेपणाला वेगळा अर्थ प्राप्त होतो. एकीकडे सारखेपणाचा उल्लेख करायचा आणि दुसरीकडे दोन प्रवेश बिंदूंच्या अनिवार्य अटींमधल्या मूलभूत फरकाकडे डोळेझाक करायची म्हणजे जातीतील दर्जा आणि सत्तेच्या सर्वांत महत्त्वाच्या प्रश्नाला बगल देणे—आणि तो प्रश्न म्हणजे जमीनहक्कांची केंद्रीयता.

या संदर्भात मंदिरांना दान केलेल्या जमिनीतील खंडकऱ्यांच्या व्यवस्थेचा अभ्यास करणे समर्पक ठरेल. राजस्थानातील पूर्वाश्रमीच्या रियासतींमधल्या माझ्या क्षेत्रीय संशोधनानुसार, राजे आणि जमीनदार यांच्याकडून मिळालेल्या इनामाच्या रूपातल्या जमिनीचे प्रशासन करताना मंदिरे राजे आणि जमीनदार यांच्या अधीन असत. याहून महत्त्वाची गोष्ट म्हणजे मंदिर (जमीनदाराच्या रूपात) आणि मंदिरांच्या जमिनींचे खंडकरी यांचे परस्परसंबंध राजे आणि राज्यातील जमिनींचे खंडकरी यांच्यातील संबंधांसारखेच होते. दरबाराच्या (राज्याची न्यायसभा) अधिकारश्रेणीची प्रतिकृती म्हणून राजेशाही मंदिराचा दरबार निर्माण केला गेला. शेवटी, राजा हा राज्यातील सर्व जमिनीच्या त्याच्या उच्चपदस्थ मालकीमुळे देवाचेच रूप होता. राजाच्या देवाच्या प्रतिमेला चिरस्थायी करण्याच्या हेतूने पुरोहित दिवसरात्र उपदेश करी आणि त्याचा मोबदला म्हणून पुरोहित पदी असलेल्या धार्मिक संस्थांना जमीन इनाम म्हणून दिली जात आहे. मंदिरं आणि मंदिरांच्या जमिनीचे खंडकरी यांचे संबंध आणि जमीनदार आणि धर्मनिरपेक्ष जमिनींचे खंडकरी यांच्या संबंधांचा तुलनात्मक अभ्यास समाजशास्त्राच्या दृष्टिकोनातून महत्त्वाचा आहे. मध्ययुगीन युरोपातील जमीनधारक म्हणून चर्च आणि भारतातील जमीनधारक म्हणून मंदिर यांचा तौलनिक अभ्यास भारतातील जातिव्यवस्थेच्या अद्वितीयपणाच्या कल्पित कथेला उघड करण्यास उपयुक्त ठरतो. मध्ययुगीन युरोपातील जमीनधारक चर्चच्या संदर्भातले ह्यूबरमनचे हे अवतरण फारच प्रस्तुत ठरते:

> चर्च हे सरंजामशाही व्यवस्थेचे अविभाज्य अंग होते. काही बाबतीत त्यांना राजांइतके महत्त्व नव्हते पण इतर बाबतीत त्यांना अनन्यसाधारण स्थान होते. एक संघटना म्हणून चर्च अखंड ख्रिश्चन जगात पसरली होती. कुठल्याही राज्याच्या तुलनेत ती अधिक शक्तिशाली, अधिक विस्तृत, अधिक प्राचीन आणि अविरत होती. हे धार्मिक युग होते आणि चर्चकडे प्रचंड आध्यात्मिक शक्ती आणि प्रतिष्ठा होती पण त्याशिवाय चर्चकडे संपत्ती होती; जी त्या काळात एकाच रूपात अस्तित्वात होती—आणि ती म्हणजे जमिनीच्या. सरंजामशाहीच्या काळात चर्च हा सर्वांत मोठा जमीनदार होते. अशा व्यक्ती ज्यांना त्यांचे जीवन ज्या प्रकारे व्यतीत झाले असे त्याची काळजी वाटे आणि ज्यांना मृत्यूपूर्वी देवाची मर्जी राखण्याची गरज भासे, ते चर्चला जमिनी बहाल करत. अशा व्यक्ती ज्यांना चर्च करीत असलेल्या गोरगरीब आणि आजारी लोकांच्या सेवा-शुश्रुषेचे कौतुक वाटे, असे

> लोक चर्चला जमिनी भेट म्हणून देते. काही उच्चकुलीन लोक आणि राजे यांनी असा प्रघात सुरू केला की युद्धात विजय मिळवल्यानंतर प्राप्त झालेल्या जमिनीचा काही हिस्सा चर्चला देऊ करायचा. ...चर्च मध्ययुगीन काळातील सर्वांत श्रीमंत आणि सर्वांत शक्तिशाली जमीनदार होते (ह्यूबरमन १९६३: १४–१५).

असे म्हटले जाते की बुद्ध धर्माच्या, जैनांच्या आणि हिंदूंच्या पवित्र वास्तूंच्या आश्रयदात्यांचा सर्वांत महत्त्वाचा उद्देश म्हणजे पुण्याचे (धार्मिक गुणवत्ता) संपादन. ज्यायोगे राज्यातील व्यवहारांना दैवी आशीर्वाद लाभेल आणि त्याहून महत्त्वाचे म्हणजे पुढचा जन्म सुकर होईल. भारतीय उपखंडातील मंदिरे आणि इतर वास्तू यांच्या आश्रयदातेपणाच्या या पैलूमुळे आश्रयामधील या मूलभूत फरकामुळे पाश्चिमात्य जगापेक्षा हा आश्रय वेगळ्या श्रेणीत बसवल्यासारखे वाटते (दाहेजा १९८८: ४). ह्यूबरमनच्या स्पष्टीकरणाच्या प्रकाशात हा दावा कितपत विश्वासार्ह वाटतो? इथे असा पुनरुच्चार करणे गरजेचे आहे की पूर्व (भारत) आणि पश्चिम यांच्या तौलनिक (परस्परविरोधी) अभ्यासामध्ये दुहेरी विरूपण जाणवते: भारतीय समाजाच्या धार्मिक गुणधर्मावर अतिरिक्त जोर देऊन धर्मनिरपेक्ष पैलू दडपून टाकणे आणि पाश्चिमात्य समाजातील धर्मनिरपेक्ष पैलूवर अतिरिक्त जोर देऊन धार्मिक पैलू दडपून टाकणे. खरं तर राजा आणि पुरोहित तसेच न्यायसभा आणि मंदिर यांच्या संबंधांमध्ये धार्मिक आणि धर्मनिरपेक्ष पैलूंची सरमिसळ आहे. दहेजा लिहितात, एक राजकीय सांस्कृतिक विधान म्हणून, मंदिर हे शासकाच्या वैयक्तिक सत्तेचे राजेशाही समर्थन होते. धार्मिक वास्तूंमुळे राज्यपदाची कीर्ती वाढत असे. या वास्तू म्हणजे राजाच्या लष्करी ताकद आणि मुत्सद्दीपणाला मानाचा मुजरा होता. ११ व्या शतकात जेव्हा सम्राट राजराजा याने चोल साम्राजाला एकसंध केले, त्याने तंजावर या राजधानीत दक्षिण भारतातील आजतागायतचे सर्वांत मोठे राजेशाही मंदिर बांधले. त्याने मंदिराला भव्य प्रमाणात जमिनी आणि धन बहाल केले. भगवान राजराजा [मंदिरातील मुख्य दैवत] यांच्या सेवेत ४०० नर्तकींना मंदिरात रुजू करण्यात आले (दहेजा १९९८: ४, ६). दैवी सत्तेचा गुणगौरव करताना मंदिराने शासकाच्या सत्तेचे गुणगान केले, शासकाला भूतलावरील देवाचा दर्जा देऊन. त्यामुळे, पवित्र आणि धर्मनिरपेक्ष घटकांची सरमिसळ झाली. राजेशाही मंदिर (दर्जा) हे राजेशाही महालाला (सत्ता) पूरक ठरले. जातिव्यवस्थेतील दर्जा आणि सत्तेमध्ये पूर्ण भेद करणे म्हणजेच दिशाभूल करणे होय.

अर्थशास्त्राचा प्रश्न

दर्जा आणि सत्ता यांच्या प्रश्नाची चर्चा करताना ड्युमॉन्ट 'अर्थशास्त्राचा प्रश्न' मांडतो. या संदर्भात तो तीन मुख्य मुद्दे मांडतो. एक, अर्थशास्त्राचे वर्गीकरण पारंपरिक भारताच्या बाबतीत लागू होते का? दोन, आम्हाला सांगण्यात येतं की भारतीय परंपरेत असे काही सापडते जे

राजकीय-आर्थिक कार्यक्षेत्रास म्हणजेच अर्थाच्या कार्यक्षेत्रास (आर्थिक) अनुरूप आहे, पण आर्थिक आणि राजकीय हे वेगळे घटक नव्हते कारण '...आमच्या [पाश्चिमात्य] समाजातदेखील १८ व्या शतकाच्या शेवटालाच अर्थशास्त्र राजकारणापासून मुक्त होऊन एक स्वतंत्र श्रेणी म्हणून उदयास आले'. भारतात मात्र, 'धर्म जसा राजकारणाला सामावून घेतो, तसेच राजकारणदेखील अर्थकारणाला स्वतःत सामावून घेते'. शेवटी,

> आजच्या भारतात नक्कीच उपक्रमांचे एक स्वतंत्र वर्तुळ आहे ज्याला खऱ्या अर्थाने अर्थविषयक म्हणता येईल; पण ते ब्रिटिश सरकारमुळे शक्य झाले. पण अनेक विद्वान पारंपरिक भारतातील अर्थव्यवस्थेचा छातीठोकपणे दाखला देतात; पण त्याची परिभाषा करताना दिसत नाहीत (ड्युमॉन्ट १९८०: १६४–१६५).

पहिली गोष्ट म्हणजे, जर आपण अर्थशास्त्राची व्याख्या (राजकीय अर्थशात्राच्या परिभाषेप्रमाणे) तग धरण्याची अट म्हणून मानव जातीला आपल्या उदरनिर्वाहासाठी बंधनकारक असलेली उत्पादनाची प्रक्रिया अशी केली तर एखाद्या समाजाचा विचार त्याच्या अर्थव्यवस्थेशिवाय करणे केवळ अशक्य आहे. पण मला इथे ड्युमॉन्टच्या आकलनातल्या आणि वापरातल्या 'अर्थशास्त्राविषयी' चर्चा करायची आहे तर, आपल्याला सांगण्यात येतं की अर्थशास्त्रात नमूद केलेली अर्थव्यवस्था, खासकरून राजाच्या जमीनहक्कांच्या संदर्भात, ही पाश्चिमात्य देशांतील जमीनदारी हक्कांसारखी आहे, म्हणजेच 'जमीनहक्क आणि माणसांवरील सत्तेच्या वापराचे एकीकरण' (ड्युमॉन्ट १९८०: ३०८). युरोपातील जमीनदारीचा हक्क आर्थिक स्वरूपाचा होता का? जर तो तसा आर्थिक स्वरूपाचा होता तर मग आपण अर्थशास्त्राच्या काळात म्हणजेच ब्रिटिशांना भारताचा शोध लागण्याच्या हजारहून अधिक वर्षांपूर्वी भारतात अर्थव्यवस्था अस्तित्वात होती, असे म्हणू शकतो का? जर भारतातील राजाचे जमीन हक्क (अर्थशास्त्राच्या काळापासूनचे) युरोपातील जमीनदारी (राजेशाही) हक्कांप्रमाणे होते तर ब्रिटिशपूर्व भारतातील अर्थशास्त्राच्या अस्तित्वाच्या कल्पनेचे पुरते खंडन करण्याचा आधार तो कोणता? दुसरी गोष्ट म्हणजे, आधुनिक-पूर्व (मध्ययुगीन) यूरोपात, पेरी अँडरसन (१९७८) याला अर्थशास्त्र आणि राजकारणाचे 'जैविक ऐक्य' म्हणतो: आर्थिक हक्काची मक्तेदारी (जमिनीची मालकी आणि नियंत्रण) सत्ताधारी वर्गाच्या—म्हणजेच जमीनदार (राज्यातील सर्वांत मोठ्या जमीनदाराच्या रूपातल्या राजाला धरून) राजकीय (आणि न्यायिक) हक्काच्या मक्तेदारीला जोडले गेले. ड्युमॉन्ट म्हणतो त्याच्या उलट, भारतातील आर्थिक सत्ता राजकीय सत्तेत सामावली गेली नव्हती. उलटपक्षी, भांडवलशाही-पूर्व (सरंजामशाही) युरोपात असे घडले. जातिव्यवस्थेबाबतीतदेखील तसेच घडले.

शेवटी प्रश्न उरतो तो परिभाषेचा. अर्थशास्त्राचा शब्दशः अर्थ म्हणजे इंग्रजीत ज्याला आपण इकॉनॉमिक्स म्हणतो तो आहे. जर सिद्धान्तात (आणि ड्युमॉन्टच्या मते प्रत्यक्षात)

अर्थशास्त्राला राजकीय घटकात सामावलं जातं, तर मग परिभाषेत राजकीय घटकांना अर्थशास्त्रात का समाविष्ट केले जाते? येथे वाद फक्त नावापुरता नाही, तो आहे भारतासकट भांडवलशाही पूर्व सामाजिक-आर्थिक जडण-घडणीतील आर्थिक आणि सामाजिक सत्तेच्या ऐक्याचा. या सामान्य ऐतिहासिक वास्तवाला नाकारूनच पाश्चिमात्य देशांपेक्षा मूलतः वेगळा (जातिव्यवस्थेमुळे) भारताला 'अद्वितीय' बनवता येते, जो होमो हायरारकिकस चा मुख्य हेतू आहे. थोडक्यात सांगायचं तर, दर्जा आणि सत्ता यांच्या संपूर्ण भेदावर बेतलेला आणि तरीही दर्जा आणि सत्तेचा पाया असलेले जमीनसंबंध न विचारात घेता बनवलेला जातीचा 'सिद्धान्त' विश्वासार्हतेच्या कसोटीवर खरा उतरत नाही. जातीचे समाजशास्त्र नेहमीच जमिनीच्या परस्परसंबंधांकडे दुर्लक्ष करीत आले आहेत. या प्रक्रियेत जातीला धार्मिक विधींच्या, विलक्षण कल्पनांच्या पावित्र्याच्या आणि गूढतेच्या मुशीत घडवले गेले आहे. *होमो हायरारकिकस* हे जातिव्यवस्थेच्या रूढीकरणाचे आणि गूढीकरणाचे प्रतीक आहे. जातिव्यवस्थेत सर्वांत महत्त्वाच्या असलेल्या जात आणि जमीन यांच्या परस्परसंबंधांकडे बघण्याचा या पुस्तकाचा दृष्टिकोन त्याचा सर्वांत कमकुवत बिंदू आहे. *होमो हायरारकिकस*चे समर्थक आणि समीक्षक, दोन्ही पक्षांनी ड्युमॉन्ट आणि वेबरच्या जातीविषयक अभ्यासातल्या सर्वांत मोठ्या गंभीर पोकळीकडे पर्याप्त लक्ष दिलेले नाही.

प्रभुत्वशाली जात आणि ब्राह्मण

आम्हाला सांगितलं जातं की 'व्यवस्था कुठलेही बल किंवा सत्ता यांची दखल घेत नाही जोपर्यंत तिला त्या सत्तेच्या जोराचा अनुभव येत नाही; या बाबतीत ती स्वतःचे संरक्षण करण्यास असमर्थ ठरते, हा तिचा सर्वांत कमकुवत बिंदू आहे' (ड्युमॉन्ट १९८०: १५८). छोटेखानी राज्याच्या (जे त्यानी म्हटल्याप्रमाणे खऱ्या जातीच्या एककांचे प्रादेशिक एकक आहे) आणि राजाच्या स्तरावर 'बलाचा' प्रश्न सोडवता न आल्यामुळे ड्युमॉन्टने पर्याय म्हणून एक गाव आणि त्यातील प्रभुत्वशाली जातीच्या सामाजिक दर्जाची निवड केली. असं करण्याचा आधार कोणता? एक, 'भारत असा कीटक भासतो ज्याची वर्तुळखंड म्हणजे त्यातील गावे'. दोन, 'आपण राज्याचा अभ्यास करू शकत नाही पण गावाच्या रूपात आपल्याला त्याचीच छोटेखानी आवृत्ती लाभते: [प्रभुत्वशाली जातीचे] राजेशाही कर्तव्याचे तत्त्व'. तीन, 'गावाच्या स्तरावरील कर्तव्याच्या वर्चस्वात आणि बऱ्याच मोठ्या प्रदेशाच्या स्तरावरील राजाच्या कर्तव्यात समरूप आहे: प्रभुत्वशाली जात राजाच्या कर्तव्याची गावाच्या स्तरावर प्रतिकृती निर्माण करते' (ड्युमॉन्ट १९८०: १५९–१६२).

हे सुरुवातीलाच लक्षात घेतले पाहिजे की राज्यातून गावाकडे आणि राजापासून प्रभुत्वशाली जातीकडे वळताना ड्युमॉन्ट त्यानेच उचलून धरलेल्या सिद्धान्त आणि पद्धतीच्या मूळ तत्त्वाचे

उल्लंघन करतो, ते तत्त्व म्हणजे आपण अंशांच्या अभ्यासाद्वारे पूर्णत्वाचे आकलन करून घेऊ शकत नाही. राज्य आणि राजे हे पूर्णत्व आहे, गाव आणि प्रभुत्वशाली जात हे अंश आहेत. मग राज्य आणि राजाच्या बदल्यात गाव आणि प्रभुत्वशाली जातीचा अभ्यास का करावा?

दुसरी गोष्ट म्हणजे, ड्युमॉन्टला त्याच्या अभ्यासासाठी एकही राज्य सापडू नये, याचे आश्चर्य वाटते. कारण १९४० च्या दशकाच्या अंताआधी भारतात ५०० हून अधिक राज्य होती ज्यांनी राष्ट्राच्या भूमीचा २/५ वा भाग व्यापला होता आणि एक चतुर्थांश लोकसंख्येला आपल्या हद्दीत सामावली होते. म्हणजेच या राज्यांचा अभ्यास करता येण्याजोगा होता, जसा तो १९६०, १९७० आणि १९८० च्या दशकांत राज्यशास्त्रज्ञ (रुडॉल्फ आणि रुडॉल्फ १९६७, २००२), इतिहासकार (शर्मा १९७७) आणि समाजशास्त्रज्ञ (सिंह १९९८) यांनी केलादेखील आणि तरीही या राज्यांना बगल देऊन ड्युमॉन्टने गाव आणि प्रभुत्वशाली जातीची निवड केली.

राजाऐवजी प्रभुत्वशाली जातीची निवड करण्यात इतर काही समस्या आहेत. राजा हा त्याच्या प्रदेशातील सर्व जमिनीचा सर्वोच्च मालक असल्याकारणाने त्याच्याठायी सर्वांत जास्त राजकीय सत्ता आणि न्यायिक अधिकार होते. प्रभुत्वशाली जातीकडे यापैकी कुठलेही गुणविशेष नव्हते. एका राज्यात राजा सोडून बाकी सर्व जण राजाचे खंडकरी आणि हाताखालचे व्यक्ती होते. प्रभुत्वशाली जात, गाव आणि गावकऱ्यांच्या बाबतीत परिस्थिती वेगळी होती. प्रभुत्वशाली जातीकडे सार्वभौमत्व नव्हते. गाव हे काही प्रभुत्वशाली जातीचे सर्वोच्च अधिकार क्षेत्र नव्हते. प्रभुत्वशाली जातीला न्याय करण्याचा सर्वोच्च अधिकार प्राप्त नव्हता. गावातील प्रमुखाला (प्रभुत्वशाली जातीचा सदस्य) करवसुलीचा अधिकार प्राप्त होता (श्रीनिवास २००६: १०२), पण कर आकारणीचा नव्हता; कारण ती फक्त राजाच्या अधिकारक्षेत्रातली बाब होती. वारसा आणि वारसाहक्क यांचे संस्कार तसेच राजधर्माच्या औपचारीकरणाचे विधी हे प्रतीकात्मक स्वरूपाचे होते आणि सार्वजनिक कार्यक्षेत्रातील राजधर्माची कायदेशीर अभिव्यक्ती होती. श्रीनिवासने म्हटल्याप्रमाणे प्रभुत्वशाली जातीच्या स्तरावर राज्याभिषेकाचा कोणताच औपचारिक विधी नव्हता जो राजधर्माच्या बाबतीत अनिवार्य आहे. औपचारीकरणाचा कुठलाही विधी नसल्यामुळे ब्राह्मणाच्या (पुरोहित) दर्जाच्या तुलनेत प्रभुत्वशाली जातीचा दर्जा काहीसा संदिग्ध वाटतो (श्रीनिवास २००६: १०२).

जरी आपण ड्युमॉन्टचे राज्य आणि राजा ऐवजी गाव आणि प्रभुत्वशाली जातीचे प्रतियोजन मान्य केले तरी दर्जा–सत्ता गोंधळ जसाच्या तसा राहतो; कारण प्रत्येक प्रभुत्वशाली जातीला ब्राह्मणापुढची अधीनता मान्य नसते. उदाहरणार्थ, जाट शेतकरी (पहा. श्रीनिवास २००६: ९७). पण ड्युमॉन्ट जाट शेतकऱ्यांचे उदाहरण धुडकावून लावताना म्हणतो की 'ते एकूणच भारतातील विलक्षण स्वरूपाचे उदाहरण आहे' (ड्युमॉन्ट १९८०: १६३). हे

लक्षात घेण्यासारखे आहे की जाट आणि त्यांचे समतुल्य (शेतकरी किंवा प्रमुख शेतकी जाती) हे राजस्थान आणि पंजाबच्या (आता पंजाब आणि हरियाणा) रियासतींमध्ये फारच मोठ्या प्रमाणात अस्तित्वात होते. जर आपण जाटांचे पूर्वी उत्तर प्रदेश, बिहार, मध्य प्रदेश आणि दक्षिणेकडील प्रांतांमधल्या रियासतींच्या अधिकार क्षेत्राच्या बाहेरच्या समतुल्य जातींचा समावेश केला तर ड्युमॉन्टचे 'विलक्षण' हे वर्गीकरण अजस्र रूप धारण करते. त्यामुळे समस्या ही फारच गंभीर स्वरूपाची आहे. स्वतःच्या ब्राह्मणकेंद्रित सिद्धान्ताचे समर्थन करण्याकरिता शेतकरी वर्गाला वगळून 'विलक्षण' ठरवणे ही असमर्थनीय कृती आहे. एकतर, आपल्या सिद्धान्ताच्या मुख्य गृहीतकाच्या विरोधात जाणाऱ्या पुराव्याला धुडकावून लावणे हे चुकीचे आहे. दुसरं आणि अधिक महत्त्वाचं, जातिव्यवस्थेचा असा सिद्धान्त जो प्रामुख्याने शेतीप्रधान व्यवस्थेतील शेतकी उत्पादकांना 'विलक्षण' प्रकार मानून धुडकावून लावतो; त्याला खरोखरीच विलक्षण प्रकारचा समाजशास्त्रीय सिद्धान्त म्हणावा लागेल.

दर्जा आणि सत्तेची सांस्कृतिक रचना

निकोलस डर्क्स ड्युमॉन्टच्या प्रबंधाच्या मुळाशी असलेल्या प्रश्नाला भिडतो, तो प्रश्न म्हणजे जातिव्यवस्थेत कुणाला प्राधान्य दिले जाई, पुरोहित (ब्राह्मण) का राजा (क्षत्रिय)? भारतातील जीवनाचे आर्थिक-राजकीय कार्यक्षेत्र (राजाचे अधिकारक्षेत्र) हे धर्मात (पुरोहितांचे अधिकारक्षेत्र) सामावले गेले आहे. या ड्युमॉन्टच्या तर्काला नाकारून डर्क्स असे म्हणतो की जात ही राजधर्माच्या राजकीय संदर्भात कोरली गेली होती. म्हणून वैचारिकदृष्ट्या जातीच्या अधिकारश्रेणीचे निर्धारक पावित्र्य-अपावित्र्य हे धार्मिक तत्त्व नसून सत्तेशी निगडित असलेली राजेशाही अधिकार आणि प्रतिष्ठेची धर्मनिरपेक्ष कल्पना होती. जातीचा हा दृष्टिकोन ड्युमॉन्टच्या जातीच्या प्रबळ सिद्धान्ताचा विरोध करतो आणि पर्याय सुचवतो असा डर्क्सचा दावा आहे (डर्क्स १९८७: ४, ७, १०, ५५, २७८: डर्क्स २००१: ४–७ पहा). या प्रश्नावरील डर्क्सच्या मनोभूमिकेचे तपशीलवार पुनरावलोकन पुढे केले आहे (प्रकरण ४). इथे एवढा उल्लेख पुरेसा होईल की धार्मिक तत्त्वाच्या वर्चस्वामुळे राजाच्या तुलनेत पुरोहिताला मिळालेल्या प्राधान्याचा ड्युमॉन्टच्या सिद्धान्तावर वरवरचा आक्षेप घेताना डर्क्स राजसत्ता ही मुळात धार्मिक असल्याचाच दुजोरा देतो. त्याच्या मते जातिव्यवस्था ही राजाला अनुसरून अनुक्रमित केली गेली (डर्क्स १९८७: ५–६, २५९–६१), हे मत पटण्यासारखे आहे. पण प्रश्न असा आहे की राजाच्या सत्तेचा (राजेशाही प्रतिष्ठा) आधार कोणता? डर्क्स या प्रश्नावर मौन पाळतो. तो भारतीय समाजातून खासकरून जातीतून प्रदेश आणि राजकारण वगळल्यामुळे ड्युमॉन्टवर टीका करतो पण राजाच्या सत्तेच्या संदर्भात स्वतःच प्रादेशिक भूमिकेचा उल्लेख टाळतो (यावर अधिक माहितीसाठी पहा सिंह २००७b).

ब्राह्मणांची अधिकृत मान्यता प्रभावी होण्याकरिता तिला पर्याप्त सत्तेचे समर्थन मिळणे गरजेचे आहे, असे शेखर बंडोपाध्याय (जे डर्क्स प्रमाणेच सत्तेला सांस्कृतिक रचना मानतात) लिहितात. बंगालच्या पुराणांनुसार (पूर्व मध्य युगीन काळ) राजाचे कर्तव्य, त्याच्या मते, इनाम मिळालेल्या भरघोस जमिनीच्या मोबदल्यात विद्वान ब्राह्मणांच्या सल्ल्यानुसार श्रमाच्या वर्णविभागाची शिस्त राखणे आणि ब्राह्मणत्वाच्या नमुनात्मक व्यवस्थेचे उल्लंघन करणाऱ्यांना शिक्षा करणे. पुढे तो असा तर्क करतो की सामाजिक व्यवस्था अखंड राखण्यात राजाची केंद्रीयता लक्षात घेता राजाकडे बळजबरी करण्याची सत्ता होती (दंड). ज्यायोगे सामाजिक सुव्यवस्था राखली जाई आणि राजाच्या या बळजबरी करण्याच्या सामर्थ्याचे गृहीत धरलेले स्रोत होते, ते म्हणजे वैदिक उपासना; जी केवळ ब्राह्मणाच्या मध्यस्थीनेच घडणे शक्य होते (बंडोपाध्याय २००४: ५० मधील इंडेनचा दाखला).

राजाच्या मूलभूत सत्तेचे स्रोत वैदिक उपासना नव्हती, हे ठसवणे गरजेचे आहे. खरं तर, राजाच्या सत्तेचे खरे स्रोत त्याच्या प्रदेशातील सर्व भूमींवरची त्याची उच्च पदस्थ मालकी होती. वर्णव्यवस्थेची राखण म्हणजेच ब्राह्मणी व्यवस्थेची राखण नव्हे तर वर्णव्यवस्थेचा पाया असलेल्या आर्थिक-राजकीय व्यवस्थेची राखण होय, हे आधी नमूद करणे गरजेचे आहे. जातीचा ब्राह्मणकेंद्रित दृष्टिकोन आर्थिक-राजकीय व्यवस्थेला ब्राह्मणी व्यवस्थेच्या चौकटीत बसवतो आणि ब्राह्मणी व्यवस्थेची राखण हे राजाचे सर्वांत मोठे कर्तव्य, म्हणजेच त्याचा धर्म असल्याचे मानतो. बंडोपाध्याय यांच्या या तर्कात नक्कीच तथ्य आहे, की राजाच्या मनूविहित कर्तव्यांमध्ये ब्राह्मण आणि गाईंचे संरक्षण सामील आहे. पण राजाला त्याच्या जमिनी आणि प्रजेवरील (जे राजा, ब्राह्मण आणि गाईंना अन्न पुरवण्यासाठी झटत होते) नियंत्रणामुळेच या पवित्र जबाबदाऱ्या पार पडता आल्या. जातीतील सत्ता (म्हणजेच आर्थिक सत्तेपासून मुक्त असलेली राजकीय सत्ता) च्या बाबतीतली समस्या ही आहे की ब्राह्मणांविरुद्ध असलेल्या राजाच्या सत्तेला ती मान्य करते पण राजेशाही सत्तेचे स्रोत यज्ञ (होकार्ट, इंडेन) किंवा पूजा-अर्चना (डर्क्स) किंवा ब्राह्मणी नियम (मिल्नर) म्हणजेच धर्माच्या प्रांतात असल्याचा चुकीचा निष्कर्ष काढते. असे करून ती धर्माला प्रवेशद्वारातून बाहेर नेऊन परसदारातून आत घेते.

भारतातील जात आणि सरंजामशाही

वेबर भारतातील जातिव्यवस्थेचा विलक्षणपणाचा संबंध सरंजामशाहीच्या अभावाशी जोडतो. तो हा संबंध स्थापित कसा करतो? त्याच्या मते, हिंदू सामाजिक व्यवस्थेला जगातील इतर ठिकाणांहून जास्त प्रमाणात (भारतीय अपवाद वादाचे अजून एक उदाहरण!) कुळाच्या तेजोवलयाच्या तत्त्वाच्या बळावर संघटित केले गेले आहे. पाश्चिमात्य देशांमध्ये तेजोवलयाचा

अभाव नव्हता. राजांचे आनुवंशिक दैवी हक्क आणि ब्ल्यू ब्लडची आख्यायिका ही पाश्चिमात्य देशामधील उदाहरणे आहेत, असे तो कबूल करतो. मात्र पाश्चिमात्य देशात या तेजोवलयाला राजा, मतदार आणि चर्चमधील प्रमुखांच्या व्यवस्थेत परिपाठीत आणि संस्थापित केले गेले होते. याउलट भारतात तेजोवलयाला रक्ताच्या नात्यांपुरतं सीमित ठेवलं गेलं. रक्ताच्या नात्यांच्या तेजोवलयामुळे भारतात सरंजामशाहीचा विकास झाला नाही (वेबर १९५९: ५०–५१).

रक्ताच्या नात्यांच्या तेजोवलयाने भारतात सरंजामशाहीचा विकास कसा होऊ दिला नाही, याचे स्पष्टीकरण देताना वेबर युरोपातील सरंजामशाहीच्या नात्यांच्या जडणघडणीची 'वैशिष्ट्ये' मांडतो. पश्चिमेकडील सरंजामशाहीला प्रामुख्याने सामाजिक-आर्थिक आणि राजकीय संबंधांची व्यवस्था मानल्यामुळे तिच्या 'विलक्षण' उत्पत्तीकडे आणि महत्त्वाकडे आपसूक दुर्लक्ष होते, असा युक्तिवाद तो करतो. त्याच्या मते युरोपातील सरंजामशाहीचे संबंध त्याकाळच्या लष्करी गरजेनुसार विकसित झाले: रक्ताच्या नात्यांच्या तिऱ्हाईत व्यक्तींमधील 'विनामूल्य करारामुळे' सरंजामशाहीचे संबंध निर्माण झाले. कालांतराने, सरंजामशाहीतील जमीनदारांनी अधिकाधिक प्रमाणात 'एका सुट्या स्वरूपातल्या दर्जाच्या गटामधल्या एकोप्याच्या भावनेला' जागं करून शेवटी 'दानशूर आणि समर्थ सरदारांच्या बंद स्वरूपाच्या आनुवंशिक वतनवाडीमध्ये' तिचे रूपांतर केले. हे संबंध अशा रक्ताच्या व्यक्तींमधल्या बेबनावामुळे वाढीस लागले जे स्वतःला भावंडे, वंशज किंवा एखादी जमात न मानता नुसतेच एका दर्जाचे 'सदस्य' मानत. दुसरीकडे, भारताच्या विकासाने एक वेगळेच वळण घेतले. तिथल्या सरंजामशाहीच्या दर्जाची जडण-घडण जमीन इनामाच्या बळावर घडली नाही. बॅडन-पॉवेलने अचूकपणे ठसवल्याप्रमाणे ती रक्ताची नाती, खंडकरी, जमातीचे वंशज आणि जमात यांच्यामार्फत साध्य करण्यात आली. भारतातील युद्धात विजय संपादन करणारे वर्ग म्हणजे जमीनदारांची भावंडे आणि जमातीचे वंशज यांचे वर्तुळ होते जे विजय संपादित केलेल्या प्रदेशांवर जमातीच्या नियमांप्रमाणे विखरून जायचे, असे वेबर लिहितो. जमातीचा प्रमुख (राजा) किंवा जमातीचा राजा (महाराजा) सर्व प्रकारचे सरंजामशाहीचे हक्क केवळ नियमाप्रमाणे त्याच्या उत्तराधिकारींना देऊ करत होता. ती काही स्वतंत्रपणे करार झालेली विश्वस्त व्यवस्था नव्हती. जमातीतील भावंडे जन्मसिद्ध अधिकार म्हणून इनाम मिळालेल्या जमिनीवर हक्क सांगत (वेबर १९५८: ५३–५४).

रोमिला थापर यांनी नमूद केले आहे की भारतातील इनाम दिल्या गेलेल्या जमिनी या धार्मिक संस्थाच्या व्यवस्थेतून दिल्या गेल्या नाहीत तर सरंजामशाहीच्या व्यवस्थेतून दिल्या गेल्या याबाबतच्या पुराव्याकडे वेबर पाठ फिरवतो. धर्मशास्त्र आणि अर्थशास्त्र, ती म्हणते, जमीन आणि इतर मालमत्तेच्या विक्री, देणगी आणि वारसा हक्काचे नियम आणि नियमन नमूद करतात. इसवी सन ५०० नंतरच्या राजा किंवा धनिकांनी धार्मिक संस्थांना इनाम दिल्या

गेलेल्या जमिनींच्या शिलालेख आणि ताम्रपटांच्या नोंदी अधिकच नेमक्या आहेत. तीच गोष्ट राजांनी केलेल्या सेवेच्या मोबदल्यातले धर्मनिरपेक्ष इनामाबाबतीतही आहे. या शिलालेखांचा अर्थ १९ व्या शतकात गवसला. पण प्रामुख्याने कालगणना करण्यासाठी आणि साम्राज्यांविषयी माहिती मिळवण्यासाठीच त्यांचा उपयोग होतो. भारतातील जमीन इनामाने इसवी सन एक हजार वर्षे जुने असे कुळाचे तेजोवलय समाप्त केले, असं त्या लिहितात (थापर २०००: १२, ४१).

आर. एस. शर्मा यांच्या मते, भारतातील पहिल्या ख्रिस्ती अतिक्रमणाचा शतकांचा सुमार हा संक्रमणाचा काळ होता. जेव्हा जमीन आणि इतर शेतकी साधनं ही फार मोठ्या प्रमाणात धार्मिक आणि धर्मनिरपेक्ष लाभार्थींच्या वर्गांच्या खाजगी नियंत्रणाखाली आली—यामुळे समाजाचे विभाजन दोन मुख्य वर्गात झाले: (१) इनाम मिळालेल्या जमिनीवर मालकी हक्क असलेले जमीनदार आणि (२) मूलभूत उत्पादक असलेले शेतकरी. जमीनदारांनी शेतकऱ्यांच्या जमिनीच्या वापरावर बंधनं आणली. यामुळे दोन प्रमुख वर्गांचा उदय झाला—(१) आर्थिक-राजकीय सत्तेची मक्तेदारी असलेले जमीनदार आणि (२) भाडे आणि खंडणीच्या मोबदल्यात जमिनी धारण करण्याचा हक्क मिळवलेले आश्रित शेतकरी. यामुळे भारतात सरंजामशाहीचा विकास झाला. सरंजामशाही वेगवेगळ्या प्रांतात असमानपणे फोफावली. राजस्थानात ती सर्वांत जास्त प्रमाणात पसरली तर अनेक इतर प्रदेशांमध्ये जमातींचे, सांप्रदायिक आणि कौटुंबिक शेतीप्रधान परस्परसंबंध सुरूच राहिले (शर्मा २००९: १८–१९).

भारतातील सरंजामशाहीवरच्या वेबरच्या मनोभूमिकेत इतर समस्या आहेत. पहिली गोष्ट म्हणजे, तो केवळ जमीनदारांमधले परस्परसंबंध तपासतो आणि दोन मुख्य वर्गांच्या म्हणजेच जमीनदार आणि शेतकरी यांच्या परस्परसंबधांकडे दुर्लक्ष करतो. जमीनदार आणि शेतकरी यांच्या परस्परसंबंधांनी सरंजामशाहीचा पाया रचला. मात्र आपल्या दृष्टिकोनाचे सातत्य राखून, तो एका विशिष्ट सांस्कृतिक वैशिष्ट्याला (स्वामिनिष्ठा) तिच्या संरचनात्मक मुळांपासून वेगळं करून सरंजामशाहीची परिभाषा करणारे वैशिष्ट्य बनवतो. ड्युमॉन्ट वेबरचीच प्रतिकृती उभारतो:

> जर मॅक्स वेबरचा पाठपुरावा करताना आपण स्वामिनिष्ठेच्या कराराला सरंजामशाही व्यवस्थेचे अनिवार्य घटक मानले, तर तिचा इथला संपूर्ण अभाव हेच सांगतो की आपण या शब्दाचा वापर टाळायला हवा: आपण इनामाऐवजी लाभाबद्दल बोलू या, ताबा मिळवणाऱ्या संबंधांऐवजी अधीनतेच्या संबंधांविषयी बोलू या (ड्युमॉन्ट १९८०: तळटीप ७३b, ३९०).

भारतात सरंजामशाहीचा विकास झाला तरी होता का? या प्रश्नाचे उत्तर दुसऱ्या सर्वांत महत्त्वाच्या प्रश्नाच्या उत्तरावर अवलंबून आहे, तो प्रश्न म्हणजे भारतातील जमीनदार आणि शेतकरी यांचे परस्परसंबंध सरंजामशाही स्वरूपाचे होते का? शर्मा आणि थापर यांनी वर नमूद

केल्याप्रमाणे, भारतातल्या अनेक प्रदेशात जमीनदार आणि शेतकऱ्यांमध्ये सरंजामशाहीचे संबंध बाडेन पॉवेल आणि वेबरच्या संशोधनाच्या खूप आधीपासून विकसित झाले होते. दुसरी गोष्ट म्हणजे, सत्ताधारी वर्गाच्या (जमीनदार) स्तरावरदेखील रक्ताची नाती आणि खंडकरी (तेजोवलयासकट किंवा त्याच्या शिवाय) यांच्यामुळे भारतातील सरंजामशाहीच्या संबंधांची प्रगती थांबली, या वेबरच्या दाव्यास ऐतिहासिक पुरावे पुष्टी देत नाही.

इथे जेम्स टॉड आणि अल्फ्रेड लायल यांच्यामधल्या वादाचा थोडक्यात संदर्भ देणे इष्ट ठरेल, जो वेबरच्या पुनरावलोकन होत असलेल्या प्रस्तुत अभ्यासाच्या जवळजवळ एक शतकापूर्वी उद्‌भवला होता. टॉडचे म्हणणे होते की रजपुताना रियासतीतील (आताचे राजस्थान) शासक आणि जमीनदार यांच्यातले परस्परसंबंध मध्ययुगीन युरोपातील मालक आणि त्यांच्या अधीन असलेल्या जमीनधारकांच्या संबंधांसारखेच होते (हा तर्क वेबरच्या मुख्य तर्काच्या विरोधात जातो). याउलट, लायलचे म्हणणे होते की टॉडला जमातीयुक्त आणि सरंजामशाहीयुक्त अशा समाजाच्या दोन रूपांमध्ये भेद करता आला नाही आणि परिणामस्वरूप त्याने आपल्या रजपुतान्यावरील लिखाणात 'वंश परंपरागत भांडण' (फ्यूड) 'खंडकऱ्यांची वतनवाडी' (सब-इंफ्युडेशन) यासारख्या मध्ययुगीन शब्दांचा चुकीचा वापर केला. 'रजपूत जमातींची व्यवस्था' हिची तुलना मध्ययुगीन युरोपाशी करण्यापेक्षा एकाच वंशातील असलेल्या पठाण किंवा अफगाण जमातींच्या व्यवस्थेशी किंवा व्यावसायिक दरोडेखोर म्हणजेच रजपुतानाच्या मीणा या दूरवर पसरलेल्या जमातीच्या व्यवस्थेशी करणे इष्ट ठरले असते (लायल १९३१: १७०). हे स्पष्ट आहे की लायलचा तर्क हा भारतीय रियासती सरंजामशाही युक्त राज्य नसून जमातींच्या सुसंघटित राज्यसंस्था होत्या, या वेबरच्या नंतरच्या तर्काचे समर्थन करतो.

वेबरप्रमाणेच लायलचे म्हणणे हेच होते की रजपुतानातील उपप्रमुखांनी धारण केलेल्या जमिनी आणि मध्ययुगीन युरोपातील सेवेच्या बदल्यात मिळालेल्या जमिनी यामधील गोंधळ होण्याचे कारण नाही. रजपूत उपप्रमुखांनी धारण केलेल्या जमिनी त्यांच्या कुळाच्या व्यवसायाचा भाग होत्या. त्यांच्या मुदतींची कुळातील उत्पत्ती त्यांना जमातयुक्त करते, सरंजामशाहीयुक्त नाही. उपप्रमुख राज्याच्या शासकावर अवलंबून असलेले जमीनधारक नसून खरं तर त्यांचे सहदायाद होते—हा तर्क वेबरने नंतर केलेल्या तर्काशी मेळ खातो.

भारतातील सरंजामशाहीयुक्त इनाम मिळालेल्या जमिनी

दोघांच्या तर्काच्या विरोधात राजस्थानातील रजपूत राज्यांमधील प्रमुखांचे (शासक) जमीन हक्क आणि उपप्रमुखांचे (शासकांकडून जमीन इनाम मिळवलेले जमीनदार) जमीन हक्क हे समान नव्हते. १८७० च्या दशकापूर्वीचा (लायलला रजपुताना रियासतींवर नियुक्त

केल्याचा सुमार) मी गोळा केलेला पुरावा हा प्रमुखाच्या वरच्या दर्जाच्या जमीन हक्कांची स्पष्ट ग्वाही देतो. रजपुताना रियासतीतील जमीनदार त्यांचे इनाम सेवेच्या कालावधीच्या रूपात धारण करीत, यातील सर्वांत महत्त्वाची सेवा होती, लष्करी सेवा. उपप्रमुखांचा गौण दर्जा केवळ त्यांच्या प्रमुखाच्या अधीन असलेल्या कमी प्रतीच्या आर्थिक, राजकीय आणि न्यायिक हक्कांमुळे ठरत नसे तर नातेसंबंध आणि जातीचे संबंध असूनही प्रमुख आणि उपप्रमुखांच्या मधल्या प्रतीकात्मक सीमांमुळे ठरत असत. राजस्थानातील जमीन इनाम लाभार्थी (उपप्रमुख) यांच्या कर्तव्याच्या संदर्भात बोलताना टॉड लिहितो की त्यांच्या जबाबदाऱ्यांमध्ये नात्यातल्या कामांव्यतिरिक्त न्यायसभेत हजेरी लावणे, गडाचे रक्षण करणे किंवा मालकाच्या वतीने ओलीस राहणे, ही आज्ञापालनाची कर्तव्ये सामील होती (टॉड १९२०: १४६). टॉडचे हे म्हणणे भारतातील जमीनदारांचे स्थान हे सरंजामशाहीच्या अधिकारश्रेणीवर अवलंबून नसून रक्ताच्या नात्यातल्या/कुळाच्या तेजोवलयावर अवलंबून होते (वेबर १९५८b: ६३) या वेबर च्या दाव्याचे खंडन करतो. आपण त्याचा मागोवा नंतर घेऊ.

उपप्रमुख जमीनधारकांचे अवलंबित्व

लष्करी इनाम लाभलेले जमीनदार प्रमुख (शासक) आणि उपप्रमुख यांच्यामधील सरंजामशाही गुणधर्माचे परस्पर संबध उपप्रमुखांच्या वैयक्तिक, सामाजिक-सांस्कृतिक आणि आर्थिक आणि राजकीयदृष्ट्या असलेल्या अवलंबित्वाच्या दर्जात अंतर्निहित होते. एका वेगळ्या संदर्भात एजंल्स (१९७४a) यांचे मत वेगळ्या शब्दांत सांगायचे झाले तर, शासकांच्या आज्ञेविना उपप्रमुखाला स्थलांतर, विवाह आणि मृत्यूचीदेखील परवानगी नव्हती. जून १९२७ मध्ये मारवाड राज्यातील एक जमीनदार तेथील शासकाकडून १५ दिवसांच्या रजेची मंजुरी मिळून त्याच्या प्रदेशाच्या हद्दीबाहेर फिरतीवर गेला. तीन महिने उलटल्यानंतरही तो परतला नाही शिवाय, असे आढळून आले की कुठले न कुठले कारण काढून वाजवीपेक्षा जास्त वेळ तो जनान्यात (जमीनदाराच्या घरातील स्त्रियांचा वावर असलेले निर्जन क्षेत्र) व्यतीत करीत आहे आणि म्हणूनच शासकाने शिकारीसाठी सोबत करायला बोलावले असता तो प्रत्येक वेळी गैरहजर असे. अनेकदा ताकीद मिळूनही त्याने दुर्लक्ष करणे पसंत केले. या सर्व उल्लंघनांच्या मालिकेच्या परिणामस्वरूप त्याच्या वतनवाडीतील तीन गावे जप्त करण्यात आली.

१९२० मध्ये त्याच राज्यातील दुसऱ्या एका उपप्रमुखाने पश्चिम रजपुताना रियासतीच्या ब्रिटिश अधिकाऱ्यांसमोर एक याचिका सादर केली:

> मी एक ठिकाणेदार (लष्करी सेवेच्या मोबदल्यात जमीन इनाम मिळवणाऱ्या जमीनदारांचे स्थानिक संबोधन) असून माझ्या अखत्यारीत १५ गावे येतात. माझा विवाह शेजारच्या राज्यातील ठिकाणेदाराच्या मुलीशी झाला आहे. माझे वय या क्षणी ४२ वर्षे आहे. सुमारे

१० वर्षांपूर्वी ठिकाणेदारीच्या प्रथेप्रमाणे माझ्या सुखसोयीसाठीच्या अत्यावश्यकतेसाठी मला एक प्रतिष्ठित रखेली ठेवावी लागली. तत्पश्चात, त्यांच्या राज्यातील एक प्रभावशाली ठिकाणेदार असलेल्या माझ्या सासऱ्यांनी आता मला आणि माझ्या वतनवाडीला नष्ट करण्याचा चंग बांधला आहे. प्रथम माझ्या सासरच्या मंडळींनी माझा सर्वतोपरी अपमान केला. त्यानंतर मारवाडच्या राज्याधिकाऱ्याने (जमीनदाराची वतनवाडी ज्या राज्यात होती तिथला शासक) मला त्याच्या बंगल्यात अडीच वर्षांसाठी नजरकैदेत ठेवले. शेवटी, माझ्या पत्नीने आणि तिच्या वडिलांनी माझ्या इच्छेविरुद्ध आणि श्रीदरबार (माझ्या राज्याचे शासक) यांची परवानगी न मिळवता माझ्या मुलाला दुसऱ्या राज्यातील ठिकाणेदाराच्या मुलीचा वाग्दत्त वर केला. हे सर्व मला त्या गरीब रखेलीला घराबाहेर काढण्यास बाध्य करण्याच्या दुर्भावनायुक्त इराद्याने केलं जात आहे... (जागीर आणि ठिकाणा फाईली क्रमांक १२१७, ठिकाणा व्यवस्थापन, सामान्य, राजस्थान राज्य पुराभिलेख, बिकानेर).

वर नमूद केल्याप्रमाणे अशी अनेक उदाहरणे सापडतात (याविषयी अधिक माहितीसाठी शर्मा १९७७, सिंह १९९८ पहा). 'जर... (सरंजामशाहीचा) सिद्धान्त हा आहे की राजा सोडून असा कुणीही नाही ज्याची जमीन कुणा दुसऱ्याच्याच मालकीची नाही... प्रत्येकाचा कुणीतरी वरिष्ठ आहे, कुणी मालक आहे (आणि) प्रत्येक बाबतीत खंडकरी मालकाला काही सेवा अर्पण करण्यास बांधील आहे' (मैटलॅन्ड १९४६: २४–२५) आणि जर सरंजामशहाकडून मिळालेली जमीन 'लष्करी सेवेच्या मोबदल्यात न्यायिक आणि राजकीय शक्तियुक्त सुपूर्द केलेले जमीन इनाम असेल' (अँडरसन १९७८: १४०), तर राजस्थानी रियासतीतील इनाम मिळालेल्या जमिनी मॅक्स वेबरच्या लिखाणाच्या शतकांपूर्वी सरंजामशाही स्वरूपाचे ठरतात.

सार्वजनिक–खाजगी भेद

इनाम मिळालेल्या जमिनींची आणखी काही वैशिष्ट्ये त्यांना सरंजामशाही स्वरूप प्रदान करतात. त्यात महत्त्वाचे वैशिट्य म्हणजे प्रिमोजेनिचर (अग्रजाधिकाराचे नियम) (आधी थोडक्यात चर्चा केल्याप्रमाणे) लष्करी सेवेच्या (ठिकाणे) मोबदल्यात मिळालेल्या जमीन इनामाचे जमीन धारकाच्या वंशजांमध्ये विभाजन करण्यास मनाई होती. वंशाच्या पहिल्या अपत्याशी निगडित असलेले नियम त्याला लागू होत, जे सरंजामशाहीचे वैशिष्ट्य होते. अग्रजाधिकार ही अशी योजना होती ज्यायोगे इनाम मिळालेल्या जमिनीशी निगडित असलेल्या सार्वजनिक जबाबदाऱ्या पार पाडता याव्या यासाठी वतनवाडीचे खाजगी विभाजन होऊ दिले जात नसे (गनशोफ १९६४: ४५). याहून महत्त्वाचं म्हणजे नातेसंबंधांच्या तुलनेत वर्गीय स्वार्थांच्या प्राधान्याचे ते द्योतक होते (ब्लॉच १९६१: २०४). हिंदू कायद्यात अग्रजाधिकाराचे समर्थन खाजगी मालमत्ता आणि सरदार (नेतृत्व) यामधील भेदावर बेतलेले होते. खाजगी मालमत्तेत

सर्व मुलांचा कौटुंबिक संपत्तीमध्ये समान हिस्सा होता पण सरदाराच्या बाबतीत तसे नव्हते. सरदारांची संपत्ती सार्वजनिक होती आणि मालकाला राज्यातील जबाबदाऱ्या पार पाडाव्या लागत (जागीर आणि ठिकाणा फाईल क्रमांक C/४/७, खंड पहिला, सामान्य [वारसाहक्क], RSAB). याच कारणासाठी ठिकाण्याला (लष्करी सेवेच्या मोबदल्यात मिळालेले इनाम) मरण नव्हते: '...(उप) प्रमुख याच्या सार्वभौमप्रमाणे कधीच मरत नाही ...राजस्थानातील जमिनीतील सरंजामशाही कधीच लुप्त होत नाही' (टॉड १९२०: १५३). रक्ताच्या नात्यांवर आधारलेल्या सामाजिक जडणघडणीत खाजगी आणि सार्वजनिक या भेदाचा अभाव होता.

एकसंध दर्जा समूहाचा आधार

रियासतीमधील उपप्रमुखांनी आपले सामाईक आर्थिक-राजकीय आणि सांस्कृतिक स्वार्थ जपण्यासाठी 'एकसंध दर्जा समूहाची सामूहिक भावना' निर्माण केली. ते एकमेकांना एकाच दर्जाचे तोलामोलाचे सदस्य मानीत, रक्ताच्या नात्याचे, जमातीच्या वंशाचे किंवा जमातीचे सदस्य मानीत नव्हते. इथे हे लक्षात घेणे महत्त्वाचे आहे की रियासतींमधील उपप्रमुखांच्या 'एकसंध दर्जा समूहाच्या सामूहिक भावनेचा' पाया तोच होता जो मध्ययुगीन युरोपातील सरंजामशाहीतील जमीनदारांच्या संबंधांचा पाया होता आणि तो म्हणजे लष्करी सेवेच्या मोबदल्यात धारण केलेल्या जमीन इनामातली (वतनवाडी) आर्थिक-राजकीय-न्यायिक सत्तेची मक्तेदारी. त्याच्या सामान्य दृष्टिकोनाचे सातत्य बाळगून वेबर आर्थिक आणि राजकीय घटक वगळून सांस्कृतिक घटकास (स्वामित्वाची शपथ) एकसंध दर्जा समूहाचा आधार ठरवतो.

स्वामिनिष्ठा आणि कृतज्ञता

हे लक्षात घेण्यासारखे आहे की भारतीय सरंजामशाहीत स्वामिनिष्ठेच्या भावनेचा (ज्याला वेबरने युरोपातील सरंजामशाहीच्या जमिनीच्या भेदाचे द्योतक ठरवले) अभाव नव्हता. राज्याचा शासक आणि लष्करी इनामाचे धारक यांच्या संबंधांमध्ये परस्पर सहकार्याची भावना दिसून येत होती: दोहोंपैकी दुसऱ्या पक्षाच्या स्वामिनिष्ठेला प्रतिसाद म्हणून पहिल्या पक्षाकडून कृतज्ञतेची भावना व्यक्त केली जाई. माझ्या क्षेत्रीय संशोधनादरम्यान मारवाड मधील एका पूर्वाश्रमीच्या अव्वल ठिकाणेदाराने कथन केलेल्या या ओळी शासकाप्रति असलेल्या जमीनदाराच्या निष्ठेची कहाणी सांगतात:

कर्ता लेकर पलडी, तोलो सभी करम
सौ सुकरत एक पलडी, एको ही स्वामी धरम
(मानवी सद्‌गुणांचे तुलनात्मक मूल्य ठरवताना निर्मात्याने [देवाने] सगळ्या इतर सद्‌गुणांना तराजूच्या एका परडीत ठेवून दुसऱ्या बाजूला केवळ स्वामिनिष्ठा ठेवली).

राजस्थानच्या रियासतींमधील जमीनदारांनी आपल्या शासकांची (ज्यांच्याकडून त्यांना जमिनी इनाम म्हणून मिळाल्या) प्राण, मालमत्ता आणि प्रतिष्ठा अबाधित ठेवण्यासाठी केलेल्या बलिदानाच्या शेकडो कथा प्रसिद्ध आहेत. जवळजवळ प्रत्येक जमीनदारी घरात त्यांच्या महान इतिहासातली मालकासाठी केलेल्या सर्वोच्च बलिदानाची एखादी आख्यायिका मिळेल. भाट आणि चरण (भाटांच्या जाती) हे बड्या जमीनदारी घराण्यातील वीरोचित बलिदानाच्या कथांना—खऱ्या आणि काल्पनिक—प्रत्येक पिढीगणिक सामाजिकरणाच्या वेगवेगळ्या प्रक्रिया आणि संस्थांद्वारे पुढे नेत. भाटांच्या जमातीतील एक म्हण स्वामिनिष्ठेची महती सांगते, 'तुम्ही तुमच्या पट्ट्याचा (इनाम मिळालेल्या जमिनीचा) आनंद घेता कारण तुम्ही तुमच्या स्वामीसाठी आपले तन आणि तलवार अर्पण करता' (टॉडनी दिलेले उदाहरण १९२०: ४५).

उपप्रमुखांनी दाखवलेली निष्ठा ही एकतर्फी नव्हती. तिच्या बदल्यात प्रमुखांकडून कृतज्ञता व्यक्त होई. माझ्या क्षेत्रीय संशोधनादरम्यान पूर्वाश्रमीच्या एका जमीनदाराने (निमजचे उमेद सिंह) यांनी उपप्रमुखाच्या निष्ठेवर लुब्ध होऊन प्रमुखाने दाखवलेल्या कृतज्ञतेची मला एक कथा सांगितली. सुमार होता महाराज मान सिंह यांच्या राजवटीचा (१८०३–१८४३). उमेद सिंहच्या आजोबांकडे (महाराजा मान सिंह यांच्या सेवेतले एक उपप्रमुख) एक सुंदर अश्व होता. नाथसंप्रदायातील एका पुरोहिताला तो अश्व अतिशय आवडला आणि त्याने उपप्रमुखाकडे त्याची मागणी केली. पुरोहिताचा बिनधास्तपणा पाहून उपप्रमुख खवळला आणि त्याचा लाडका अश्व भेट करण्याऐवजी पुरोहिताला चाबकाचे फटके दिले. अपमानित झालेला पुरोहित त्वरित महाराजांकडे धावला आणि उपप्रमुखाला शिक्षा करण्याची त्यांना विनंती केली. महाराजांनी नम्रपणे आपली दिलगिरी व्यक्त केली:

> मी ठाकुरांच्या (उपप्रमुख) विरोधात कसा काय जाऊ शकतो, ते उद्गारले, 'त्याचे वडील युद्धात माझ्यासोबत होते, माझ्या वतीने लढले आणि माझ्यासाठी त्यांनी आपला प्राण गमावला. मी माझ्या हातांनी त्यांचे अंत्यसंस्कार केले. त्यांच्या जळत्या चितेचा गंध अजूनही माझ्या नाकात दरवळतो आहे.'

या कथेच्या बोध प्रस्तुत संदर्भात मांडायचा झाला, तर हे कळणे गरजेचे आहे की महाराजा मान सिंह नाथसंप्रदायातील लोकांचे विशेषकरून ऋणी होते. कथा अशी आहे की मारवाडच्या गादीवर बसण्यापूर्वी, मान सिंह यांना शत्रूंच्या सैन्याच्या तुकडीने एका गडाच्या आत घेरले. ते शरणागती पत्करणार इतक्यात एका नाथसंप्रदायातील पुरोहिताने भविष्यवाणी केली की जर ते या बिकट परिस्थितीत तग धरू शकले तर ते पुढे जाऊन महाराजपद भूषवतील. पुढे, काही अनपेक्षित घडामोडींमुळे मान सिंह यांची मुक्तता झाली आणि सिंहासनावर उत्तराधिकारी म्हणून विराजमान झाल्यावर मान सिंह यांनी त्या नाथपुरोहिताला राजगुरूंचा दर्जा बहाल केला. तेव्हापासून नाथसंप्रदायातील पुरोहित राज्याचे आध्यत्मिक कैवारी बनले.

ही कथा, राजा आणि पुरोहित यांच्या स्थानाशी संबंधित धार्मिक आणि धर्मनिरपेक्ष म्हणजेच जातिव्यवस्थेतील ब्राह्मण आणि क्षत्रिय यामधील तणावाचे वर्णन करते. शासक आणि जमीनदार एकाच जातीचे होते (रजपूत/क्षत्रिय). नाथ पुरोहित हे ब्राह्मण होते. त्यांचा सन्मान केवळ त्यांच्या आध्यात्मिक आणि धार्मिक कार्यांसाठी नव्हे तर राजकीय घडामोडींमधील त्यांच्या भूमिकेसाठी होत असे. त्यांची गरज फक्त मंदिरातले विधी आणि पूजा-अर्चना पार पाडण्यापूर्तीच नव्हती तर राज्यातील धर्मनिरपेक्ष घडामोडींसाठीच्या पूजा-अर्चना आणि भविष्यवाणींसाठी पण होती—युद्धाच्या काळात असो की शांततेच्या काळात. पुरोहित या अर्थाने धर्म आणि धर्मनिरपेक्ष घटकांची सरमिसळ करीत असत. वेबरने अचूकपणे नोंद केल्याप्रमाणे पुरोहित राजाला धार्मिक आणि राजकीय दोन्ही बाबतीत मार्गदर्शन करीत. पण त्याचबरोबर प्रमुखांना (शासक) त्यांच्या आणि उपप्रमुखांच्या (जमीनदार)—तोलामोलाचे सदस्य आणि एका जातीचे आणि वर्गाचे सदस्य (सत्ताधारी वर्ग)—संबंधांविषयीच्या नियमांचे पालन करावे लागे. पुरोहित आणि तोलामोलाच्या सदस्यांमध्ये शासकाला तोलामोलाच्या सदस्यांसाठीच्या जबाबदाऱ्यांचे उल्लंघन करून पुरोहिताला प्राधान्य देणे शक्य नव्हते. जातिव्यवस्थेतील धार्मिक आणि धर्मनिरपेक्ष घटक यांमधील संबंध (ब्राह्मण आणि क्षत्रिय) हा इतका सौम्य नव्हता जितका की जातीच्या आदर्शवादी (धार्मिक) आख्यायिकांमधून भासवला जातो, ज्यात धर्माला सर्वोच्च आणि संपूर्ण मानले जाते.

वेबर आणि ड्युमॉन्ट यांच्याशी असलेला आमचा मतभेद त्यांच्या युक्तिवादाच्या या संदर्भातल्या व्यापक ध्वन्यर्थाच्या बाबतीत आहे. ते म्हणजे जातिव्यवस्थेवर संघटित झालेला भारतीय समाज जमातींच्या टप्प्यापुढे गेला नाही. पण पाश्चिमात्य देशातला समाज जमातींपासून गुलामगिरी आणि वेठबिगारी (सरंजामशाही) पर्यंत जाऊन शेवटी भांडवलशाहीच्या कळसाला पोचला. याउलट, कोसंबींनी लिहिल्याप्रमाणे, वेगवेगळ्या प्रदेशामध्ये नांगर शेती सुरू होताच कुळावर आधारित समाजाचे इसवी सन पूर्व १००० वर्षे जुन्या वर्ग आणि जातीवर आधारित समाजातले संक्रमण झाले. भारतीय उपमहाद्वीपाचे नियंत्रण करणाऱ्या मौर्य साम्राज्यात, जे हेलेनिक राजवटीचे समकालीन साम्राज्य होते, जमातींवर आधारित राजकारण आणि अर्थशास्त्र अस्तित्वात नव्हते. शर्मा आणि थापर यांनी दाखवल्याप्रमाणे, राज्याची उत्क्रांती (सामाजिक-आर्थिक संघटनेवर आधारित रक्ताची नाती आणि खंडकरी यांच्या विघटनावर बेतलेले) पहिल्या १००० इसवी सन पूर्व वर्षांच्या मध्यावर गंगेच्या काठी घडली (शर्मा २००९: ३४–३७; थापर २०००: ३७७–३९५). कुळापासून राज्यसमाजातील संक्रमणाचा सर्वांत महत्त्वाचा बदल होता सांप्रदायिक मालमत्तेचे विघटन आणि तिच्याऐवजी जमिनीतील अधिकारश्रेणीच्या हक्कांची सुरुवात झाली ज्यात राज्याच्या शासकाला सर्वोच्च हक्क प्राप्त झाले (प्रामुख्याने शेतीप्रधान अर्थव्यवस्थेतील मालमत्तेचे मुख्य रूप जे जमातीच्या अर्थशास्त्राऐवजी

स्थापित झाले). वेबर उदरनिर्वाहाच्या वेगवेगळ्या तऱ्हांच्या रूपात (वेगवेगळ्या मालमत्ता हक्कांवर आधारित) जमात आणि जात यातील फरक ओळखतो पण जमातीला जातीपासून वेगळं करताना तो धार्मिक विधींवर लक्ष केंद्रित करतो आणि उदरनिर्वाहातील रीत आणि मालमत्ता हक्कांकडे दुर्लक्ष करतो (पहा, वेबर १९५८b: ३०–३१).

औपचारीकरण: पुरोहितांची मर्यादित भूमिका

भारतातील राजधर्माच्या औपचारीकरणात पुरोहिताने बजावलेली भूमिका ही जातिव्यवस्थेतील दर्जा आणि सत्तेच्या प्रश्नाशी निगडित आहे. सुरुवातीलाच हे स्पष्ट करायला हवे की राजधर्माच्या औपचारीकरणात पुरोहिताने बजावलेल्या भूमिकेचे आकलन राज्याचा पाया असलेल्या जमीन परस्परसंबंधांना वगळून शक्य नाही. ऐतिहासिक कागदपत्र या गोष्टीची ग्वाही देतात की ज्यांचे मूळ कोणते आहे याबद्दल संदेह आहे अशा कुटुंबांनी जमिनींवर ताबा मिळवून उच्च सामाजिक दर्जा पटकावला. जमिनी प्राप्त होताच त्यांनी खोट्या वंशावळी निर्माण करून राजेशाही वंशाचा क्षत्रिय दर्जा प्राप्त केला (थापर २०००: १३). या प्रक्रियेत ब्राह्मणांनी राजेशाही दर्जा मिळवून देण्यात महत्त्वाची भूमिका निभावली. असा तर्क केला जातो की एका प्रतिष्ठित धर्माने केलेले औपचारीकरण नेहमीच राजकीय आणि सामाजिकदृष्ट्या प्रभुत्वशाली वर्ग आणि पौरोहित्याची युती करण्यात निर्णायक ठरत. त्यामुळे रानटी लोकांना हिंदू धर्माच्या सुसंस्कृत जगात क्षत्रिय ही प्रतिष्ठित पदवी लाभली. रानटी लोकांना जातीत सामावून घेऊन तिने प्रजेवरची त्यांची पकड अशा रीतीने मजबूत केली जशी ती कुठल्या धर्मालाही शक्य झाली नाही. प्रामुख्याने, भौतिक सुखाच्या लालसेने ब्राह्मणांनी (पुरोहित) हिंदूकरण झालेल्या सत्ताधारी समाजातील स्तराला सभ्य कुळाचा अनिवार्य पुरावा मिळवून देण्यासाठी मध्यस्थांची भूमिका निभावली (वेबर १९५८: १६). राजेशाही स्तरावर, राज्यभिषेकाचा समारंभ अनिवार्य असतो आणि तो एकदा का पार पडला की कोणीही राजाच्या कायदेशीरपणावर आक्षेप घेऊ शकत नाही. या धार्मिक विधीची जबाबदारी ब्राह्मण पुरोहितांची असते आणि राजाला त्यांनीच ती पार पाडायला हवं असते. क्षत्रियाच्या (राजा) संदर्भात ब्राह्मणाच्या (पुरोहित) दर्जाविषयी अस्पष्टतेला स्थान नाही कारण राज्यभिषेक हा राजासाठी अनिवार्य होता आणि केवळ ब्राह्मणच तो पार पाडण्यास समर्थ होता आणि तसे तो प्रत्यक्षात करत असे.

पुरोहिताची भूमिका (ब्राह्मण), राज्याभिषेकाचे धार्मिक स्वरूप आणि राजधर्माचे औपचारीकरण या साऱ्यांना अतिरंजित महत्त्व बहाल केले गेले आहे. ज्यामुळे राजाच्या सत्तेच्या धर्मनिरपेक्ष आणि आकस्मिक घटकांना दडपले गेले आहे ज्यात प्रामुख्याने तोलामोलाच्या सरदारांची भूमिका सामील आहे–म्हणजेच जमीनदारांची बंधुता. त्यांच्या संमतीशिवाय राजा शासन करू शकत नव्हता. कारण सर्वांत पहिले म्हणजे, राज्याचा ताबा

मिळवण्यासाठी आणि त्याचे रक्षण करण्यासाठी तो त्यांच्या लष्करी मदतीवर अवलंबून होता आणि त्यानंतर राज्याचे प्रशासन सांभाळताना त्यांच्या राजकीय समर्थनावर अवलंबून होता. रजपुतान्यातील रजपूत रियासतीत, पुरोहिताच्या धार्मिक विधी यानंतरही राज्याभिषेक समारंभ संपन्न होत नसे जोपर्यंत तोलामोलाचे सरदार (ठिकाणेदारांचा गट) स्वामिनिष्ठेची शपथ घेत नसत. जर राजा एखाद्या पुरोहिताबद्दल राज्याभिषेकाच्या बाबतीत साशंक असे, तर त्याला राज्याभिषेकाच्या विधीसाठी वेगळा पुरोहित हमखास मिळत असे. पण कोणत्याही राजाला त्याच्या तोलामोलाच्या सरदारांना–जमीनदारांचा समूह (त्याचाच वर्गातील आणि जातीतील सदस्य)–वगळता किंवा बदलता येत नसे–कारण त्यांच्यावर तो त्यांच्या लष्करी आणि राजकीय मदतीवर अवलंबून होता. राज्याभिषेकाचे औपचारीकरण नुसतेच, प्राधान्याने पण नव्हे, धार्मिक स्वरूपाचे नव्हते. ते ठळकपणे राजकीय स्वरूपाचे होते. परिणामस्वरूप, ज्या प्रकारे राजाचा ठिकाणेदाराचा उत्तराधिकारी ठरवण्यात विशेष भूमिका होती, ठिकाणेदारांची राजाच्या राज्याभिषेकात आणि त्याच्या आणि राजधर्माच्या औपचारीकरणात विशेष भूमिका होती. बागरीच्या ठिकाणेदाराला (मारवाडमधील) राज्याभिषेकाच्या वेळी शासकाच्या कपाळावर आपल्या अंगठ्याच्या रक्ताने टिळा (सार्वभौमिकतेचे लाल निशाण) लावण्याचा बहुमान प्राप्त होता. हा सन्मान बागरी घराण्याला मारवाडच्या प्रत्येक पिढीगणिक शासकांच्या अर्पण केलेल्या सेवेसाठी आणि त्यांच्याप्रति असलेल्या निष्ठेसाठी मिळाला होता असे आम्हाला सांगितले गेले.

मेवाडमध्ये, राज्याभिषेकाच्या वेळी राजाच्या माथ्यावर रक्ताने टिळा लावण्याचा मान एका भिल्ल (एक जमात) प्रमुखाला मिळाला होता. या आख्यायिकेप्रमाणे मेवाडच्या सत्ताधारी घराण्यातील जनक, गुहिल, ज्याचे नाव त्याचा जनक असलेल्या एका गुहेवर ठेवण्यात आले कारण त्याचा जन्म एका गुहेत झाला होता. तीर्थयात्रेवरून परतताना त्याच्या आईला कळले की तिचा पती युद्धात मारला गेला. गरोदर असल्याकारणाने तिने एका गुहेत आसरा घेतला आणि तिथेच बाळ गुहाला जन्म दिला. त्या नवजात शिशुला एका ब्राह्मणाच्या सूपूर्द करून रजपूत परंपरेप्रमाणे ती सती गेली. गुहा भिल्ल जमातीच्या निगराणीत जंगलातच वाढला आणि त्यांच्यात इतका लोकप्रिय झाला की त्यांनी त्याला 'राजा' नियुक्त केले आणि राज्याभिषेकाच्या वेळी एका भिल्ल प्रमुखाने आपले बोट कापून त्या रक्ताने गुहाच्या माथ्यावर टिळा लावला (राज्याभिषेकाचे निशाण) (लिंडसे १९९२: २८) जेव्हा गुहा मेवाडच्या राजा झाला, त्या भिल्ल सरदाराला राज्याभिषेकाच्या वेळी अंगठ्याच्या रक्ताने टिळा लावण्याचा मान देण्यात आला. तेव्हापासून, मेवाडमध्ये भिल्ल सरदाराला राज्याभिषेकाच्या वेळी अंगठ्याच्या रक्ताने टिळा लावण्याच्या बहुमानाची प्रथा झाली. राजधर्म हा रक्तरंजित समारंभ होता. त्यातील रक्त अपवित्र होते.

याच कथेची दुसरी आवृत्ती अशी आहे की मेवाडचे शासक त्यांचे राज्य भगवान शिवाच्या नावाने चालवीत. भिल्ल हे शिवाचे अपत्य मानले जात ज्याची संमती सिंहासनाच्या

उत्तराधिकाऱ्याला मिळणे अनिवार्य होते. भिल्ल प्रमुखाच्या अंगठ्याच्या रक्ताने माथ्यावर टिळा लावणे हे मंजुरीचे द्योतक मानले जाई. ऐतिहासिकदृष्ट्या, मेवाडच्या भिल्लांचे तेथील सत्ताधारी वंशावळीशी घनिष्ठ संबंध होते. मुगल बादशाहाबरोबरच्या युद्धात पराभव झाल्यानंतरच्या दीर्घकाळपर्यंतच्या हद्दपारीत राणा प्रताप यांना भिल्लांनी दिलेल्या आश्रयाची कहाणी ही भिल्ल आणि मेवाडच्या राणांच्या सलगीच्या अनेक कथांपैकी एक आहे. मीणा (एक जमात) आणि जयपूरच्या सत्ताधारी वंशावळी मधल्या विशेष परस्परसंबंधांच्या अशाच प्रकारच्या कथा प्रसिद्ध आहेत. क्षेत्रीय संशोधनाच्या दरम्यान आम्ही मीणांकडून ऐकलेली कथा अशी होती की रजपुतांनी त्यांच्यावर विजय मिळवून जयपूर राज्याची स्थापना करण्यापूर्वी मीणा जयपूरचे शासक होते त्यांची मर्जी सांभाळण्याच्या हेतूने जयपूरच्या शासकांनी त्यांना राज्यातील कोषागाराचे रक्षण करण्याची जबाबदारी सोपविण्याचे कबूल केले. याशिवाय राज्याभिषेकासारख्या धार्मिक विधींमध्ये त्यांना विशेष भूमिका बजावण्याची संधी प्राप्त करून दिली गेली. प्रादेशिक विजयाच्या आणि नवीन राज्याच्या स्थापन आणि प्रशासनाला झालेल्या प्रतिकाराच्या बहुस्तरीय आकस्मिकतेत राज्याभिषेकाची कहाणी खोलवर निहित आहे. ब्राह्मण पुरोहितांद्वारा झालेल्या औपचारीकरणाची गाथा ही संपूर्ण कहाणी तर नव्हतीच पण कहाणीचा सर्वांत महत्त्वाचा घटकदेखील नव्हती.

यासंदर्भात ही नोंद घेणे महत्त्वाचे आहे की राजस्थानच्या रियासतींमध्ये मठवासी परंपरेच्या जैन मुनींना चरण आणि भाटांसारखेच राज्याभिषेक आणि औपचारीकरणासारख्या राजेशाही कार्यक्रमात महत्त्वाचे स्थान होते. ब्राह्मण, जैन मुनी, चरण आणि भाट हे राजे आणि राजवाडे यांच्या महत्त्वाच्या ऐतिहासिक घडामोडींचे वेगवेगळे किस्से सांगण्यात एकमेकांशी चढाओढ करीत असे (श्रीनिवासन २००७: ७७). जेम्स टॉड यांनी आपले प्रसिद्ध पुस्तक *ॲनल्स ॲंड ॲंटीक्विटीज ऑफ रजपुताना* ग्यानचंद नावाच्या एका जैन विद्वानाच्या मदतीने प्रकाशित केले. हा विद्वान पंडितांच्या मंडळाचा अध्यक्ष होता आणि त्याला राजकीय आश्रय प्राप्त होता. कवी असलेले चरण आणि भाट राजस्थानमधील रजपूत शासकांचे कागदपत्रांच्या नोंदींचे उदात्त असे राखणदार होते. बतनचे संकलन आणि कथन हे चरण यांचे कार्यक्षेत्र होते. चरण आपल्या अखत्यारीत असलेल्या राजेशाही (आणि जमीनदार कुटुंबीयांच्या) वंशावळी सांभाळत आणि त्यांच्या इतिहास आणि परंपरेच्या नोंदी ठेवीत. मोबदल्यात त्यांना (ब्राह्मण पुरोहितांसारखेच) पारंपरिक भेट वस्तू मिळवण्याचे वंशपरंपरागत हक्क प्राप्त होते. यात ससण (महसूल माफ) इनाम मिळालेल्या जमिनीचा समावेश होता. हे लक्षात घेण्यासारखे आहे की चरण आणि भाटांप्रमाणेच ब्राह्मण पुजाऱ्यांना इनामादाखल मिळालेल्या जमिनीलाही ससणच म्हणत. यावरून हे स्पष्ट होते की ब्राह्मणाला इनाम मिळालेल्या जमिनीशी संबंधित कुठलाही विशेष दर्जा प्राप्त नव्हता. रजपुतांसाठी राखीव असलेल्या लष्करी सेवेच्या मोबदल्यात दिल्या

गेलेल्या जमीन इनामाच्या तुलनेत ससणच्या प्रतिपाळाचे इनाम गौण प्रतीचे होते–हे पुष्टीकरण होते ब्राह्मण, चरण आणि भाटांच्या तुलनेत रजपुतांच्या वरच्या दर्जाचे. जैन मुनी, चरण आणि भाट यांच्या अधिकारवाणीच्या वंशावळी, ज्या सत्ताधारी कुटुंबीयांच्या कुळाच्या प्राक्कालाची आणि पावित्र्याची ग्वाही देत, मुगल बादशाहांबरोबरच्या दर्जा ठरवण्याच्या वाटाघाटींमध्ये खूप उपयुक्त ठरत. १९ व्या शतकात ईस्ट इंडिया कंपनीबरोबर पदव्या आणि इतर अधिकार मिळवण्याच्या करारासाठीसुद्धा या नोंदींचा उपयोग झाला. टॉड यांनी स्थानिक कवींच्या नोंदींना 'ऐतिहासिक पुरावा' मानले. जरी या नोंदी चरण आणि भाटांच्या लेखी महानायक असलेल्या राजांच्या लष्करी पराक्रमापुरत्या मर्यादित होत्या. त्याचे म्हणणे होते की हे स्थानिक कवी 'मानव जातीचे पहिले इतिहासकार' होते. रजपुतांच्या अजरामर इतिहासाच्या कहाण्या वेगवेगळ्या शैलींमध्ये सांगितल्या जाई–शाही शिलालेख, गद्यातील ऐतिहासिक इतिवृत्त (क्यात), दंतकथात्मक आणि ऐतिहासिक प्रभुतींच्या गोष्टी (रसो), सत्ताधारी वंशाच्या वंशावळी आणि घटनावृत्त विषयक परंपरा(बतन) (श्रीनिवासन २००७: ७७, ८०, ११०, १२९–१३२, १३८–१३९ पहा). ब्राह्मणी धार्मिक कथांच्या विलक्षणपणाला ऐतिहासिक नोंदींच्या विविधतेच्या तुलनेत वरचे स्थान देणे हे फार संकुचित मनोभूमिकेचे लक्षण आहे.

श्रीनिवासनने म्हटल्याप्रमाणे, ओसवाल जैन यांनी उदयपूर, जयपूर आणि बिकानेर सारख्या केंद्रांमधील प्रचंड संपत्तीचे नियंत्रण केले. त्यांनी जैन विद्वान आणि मुनींना आश्रय दिला आणि शासकांबरोबर जाणीवपूर्वक संरेखन करून त्यांच्या दरबारातील मंत्रिपद भूषवले तसेच त्यांना आर्थिक मदत केली आणि त्यांच्या लष्करी मोहिमांचे नेतृत्व केले (राणा प्रतापच्या राजवटीत भामा शाह हा मेवाडचा मुख्यमंत्री होता [प्रधान]). जैन मुनी यांनी अत्यंत कुशल व्यक्ती म्हणून, शाही संकल्पनांचे रचयिता म्हणून आणि सत्ताधारी वंशावळींचे औपचारीकरण करणारे म्हणून प्रचंड महत्त्व मिळवले. यात गमतीची गोष्ट अशी की ओसवाल जैनांनी आपल्या संस्कृतीचा आदर्श रजपूत आश्रयदात्यांचा नमुना डोळ्यापुढे ठेवून उभारला. ताराचंदचे निधन झाल्यावर, त्याच्या चार पत्नी आणि एक रखेली या सत्ताधारी रजपूत घराण्यातील स्त्रियांप्रमाणेच सती गेल्या. जैन वंशावळींमध्ये युद्धात मारल्या गेलेल्या योद्ध्यांच्या स्मृतीत शिलास्मारक उभारण्यात आले (जुहर). जैन व्यापारी समुदायाच्या सदस्यांनी रजपूत असल्याचा दावा केला (श्रीनिवासन २००७: ७७–७९). ओसवालांनी रजपुतांच्या संस्कृतीचे (जीवनशैलीचे) अनुकरण केले. हे केवळ श्रीनिवासनने अचूकपणे नमूद केलेल्या प्रभुत्वशाली ओसवाल (ब्राह्मणांच्या पावलावर पाऊल ठेवून) आणि रजपूत सत्ताधारी वंश यांच्यातील वाढत्या संबंधांची ग्वाही देत नाही तर राजस्थानी रियासतींमधील प्रभुत्वशाली जात (आणि वर्ग) असलेल्या रजपुतांच्या सर्वोच्च दर्जाचीदेखील ग्वाही देतं.

जातीच्या ब्राह्मण केंद्रित सिद्धान्तातले (वेबर, ड्युमॉन्ट आणि मिल्नर) दर्जा आणि सत्तेमधले परस्परसंबंध हे जातीच्या अनुभवाधिष्ठित–ऐतिहासिक वास्तवाशी मेळ खात नाहीत.

जातीच्या स्थानांचे लवाद

वेबर विचारतो, जातीच्या पदवी स्थानांतील चढाओढींची लवाद कार्यवाही कोण करीत असे आणि जातींची श्रेणी ठरवणारे निर्णय कोण घेत होते? तो म्हणतो की सामान्यतः सैद्धान्तिकदृष्ट्या, ब्राह्मण वर्ग पदवी स्थानाविषयीचे प्रश्न सोडवणारी 'आजतागायतली' सर्वोच्च सत्ता आहे. मात्र ब्राह्मणांनाच हा अधिकार प्राप्त होता असे नव्हे. सामान्यतः धार्मिक विधींच्या बाबींसाठीचा अधिकृत सल्लागार असलेल्या ब्राह्मणाच्या सल्ल्यानुसार राजा या बाबींवर निर्णय देत असे. पर्यायाने ब्राह्मणाच्या सल्ल्यानुसार राजाला या बाबतीत निर्णय देण्याचा अधिकार प्राप्त होता: 'थोडक्यात, कायदेशीर व्यवस्थेच्या हितासाठी धार्मिक आणि धर्मनिरपेक्ष सत्ता सलोख्याने काम करीत', असे तो लिहितो (वेबर १९५८b: ४८).

राजस्थानातील रजपूत रियासतीच्या शासकाला अपवादात्मक परिस्थितीत गैर रजपुताला ठिकाणा (लष्करी सेवेच्या मोबदल्यात मिळालेले इनाम) बहाल करण्याचा हक्क होता पण त्यामुळे लाभार्थीच्या जातीचा दर्जा आपोआप वर चढत नसे. कारण गैर रजपुताला ठिकाणा बहाल केल्यावर राजाला जर त्यास रजपुतांच्या समुदायात सामावून घेण्याची इच्छा असली तरी तसे करण्याचा सर्वस्वी अधिकार त्याच्याकडे नव्हता. मध्ययुगीन युरोपात एक दाता म्हणून राजाकडे पारंपरिक नियमांचे उल्लंघन करण्याचे विशेष अधिकार होता: तो याच्या इच्छेनुसार नाईट या किताबाच्या व्यवस्थेच्या बाहेरच्या व्यक्तीलाही सदस्यता प्रदान करण्यास समर्थ होता (ब्लॉच १९६१: ३२३–३२३). भारतात राजाला पारंपरिक नियमांचे (जातीचे) उल्लंघन करून गैर रजपुताला रजपुताचा दर्जा देण्याचे सामर्थ्य नव्हते. मग त्याने त्या व्यक्तीला आपल्या अधिकाराप्रमाणे विशेष परिस्थितीत वतनवाडी बहाल केली का असेना. प्रत्यक्षात, त्याला रजपूत समुदायाची संमती प्राप्त करावी लागे, खासकरून तोलामोलाच्या सरदारांची–लष्करी सेवेच्या मोबदल्यात वतनवाड्या धारण करणाऱ्या जमीनदारांची. मात्र हे सोपे काम नव्हते.

क्षेत्रीय संशोधनादरम्यान, आम्हाला उपस्थित संदर्भात प्रस्तुत असलेली एक कहाणी सांगितली गेली. सुमार होता महाराज तखत सिंह (मारवाडचे) च्या राजवटीचा. जेव्हा तखत सिंह यांना गुजरातमधील इतर राज्यातून (इदर) मधून दत्तक घेण्यात आले, त्यांच्या सोबत शेतकरी जातीचा एक गैर रजपूत सवंगडीदेखील होता. महाराजांच्या मनात या गैर रजपूत सवंगड्याबद्दल कृतज्ञतेची भावना होती. कारण त्यांना शत्रूने एका गडात घेरले असता या मित्राच्या मदतीने त्यांची सुखरूप सुटका झाली. शेतकऱ्याचा वेश धारण करून चाऱ्याने

भरलेल्या एका बैलगाडीत महाराजांना लपवून ती गाडी हाकत त्याने गडातून सुखरूप पलायन केले. त्याच्या या अनमोल सेवेची परतफेड म्हणून महाराजांनी त्याला एक ठिकाणा (रजपुतांसाठी राखीव ठेवलेले लष्करी सेवेच्या मोबदल्यात मिळालेले इनाम) बहाल केला. पुढचं काम होतं या गैर रजपूत ठिकाणेदाराला रजपूत ठिकाणेदारांच्या समुदायात सामील करून घेण्याचं. यासाठी दोन अनिवार्य अटी होत्या. एक म्हणजे, विवाह करणे आणि एकत्र अन्नग्रहण करणे. महाराजांनी दुसरी अट काहीशा गुप्तपणे पूर्ण करण्याचा प्रयत्न केला. एका उत्सवाच्या निमित्ताने जिथे सर्व रजपूत (कुठल्याही दर्जाचे) एकाच गालिच्यावर बसून एकमेकांच्या पेल्यातून मद्यपान करीत होते आणि एकमेकांच्या थाळीतून अन्नग्रहण करत होते. कुठल्याही गैर रजपुताला गालिचा, पेला किंवा थाळीला स्पर्श करण्याची अनुमती नव्हती. हीच संधी साधून महाराजांनी रीतीरिवाजाप्रमाणे आपल्या रजपूत बंधूना अन्न वाढले. त्यानंतर महाराज राज्यातील एका प्रतिष्ठित ठिकाणेदाराच्या थाळीतून जेवू लागले आणि त्या गैर रजपूत ठिकाणेदाराला त्याच थाळीतून जेवण्यास आमंत्रित केले. त्या ठिकाणेदाराने, महाराजांच्या धाडसामुळे स्तब्ध होऊन तिथल्या एका व्यावसायिक नृत्यांगनेला त्याच थाळीतून जेवण्यास आमंत्रित केले. महाराजांना मिळायचा तो इशारा मिळाला आणि परत आयुष्यात त्यांनी रजपूत ठिकाणेदार आणि गैर रजपूत ठिकाणेदारांना एकत्र आणण्याचा प्रयत्न केला नाही.

महाराज आणि तो मूळ लाभार्थी वारल्याच्या कित्येक वर्षानंतर अशाच एका प्रतिष्ठित ठिकाण्याच्या ठिकाणेदारानी गैर रजपूत ठिकाणेदारांच्या वंशजांना एकत्र अन्नग्रहण करण्याची अनुमती देण्यासाठी आपल्या रजपूत बंधूची मनं वळवू शकला. या कृतीमागे, आम्हाला सांगितले गेले, ही गुप्त भीती होती की कुठला तरी खालच्या दर्जाचा रजपूत आपल्या मुलीचा विवाह गैर रजपूत ठिकाणेदाराशी लावून देण्यास प्रवृत्त होईल. ज्यामुळे सर्व रजपुतांचे रक्त दूषित होईल. सत्ताधारी जात (आणि वर्ग) यातील पदवी स्थानाचे लवाद हे केवळ शासक आणि प्रभुत्वशाली जात असलेल्या रजपुतांचा आपसातला मामला होता. पुरोहित (ब्राह्मण) त्यात कुठलीही भूमिका बजावत नसे. धार्मिक अर्थाचे पावित्र्य (ड्युमॉन्ट आणि वेबर ने गौरविलेले) आणि रक्ताचे पावित्र्य (रजपुतांनी दावा केलेले)—दोघेही सामाजिकदृष्ट्या रचलेले अशा दोन पावित्र्यांमध्ये दुसरे प्रभुत्वशाली जातीच्या स्तरावर पदवी स्थान ठरवण्यासाठी निर्णायक ठरले. वेबरची कल्पना की भारतीय राजे बिनशर्त आणि अद्‌भुतरीत्या मंजूर झालेल्या अशा तत्त्वाचे पालन करीत ज्यात पुरोहिताचा विशेष हक्क सामान्य नियमांचे उल्लंघन करी (वेबर १९५८b: ४८–४९) हे राजधर्माचे वास्तव नव्हे कारण प्रत्यक्षात सत्ताधारी जातीच्या पदवी स्थानाविषयीच्या बाबींसंबंधींचे लवाद राजा आणि त्याचे तोलामोलाचे सरदार पार पाडीत असत आणि त्यात पुरोहिताला स्थान नव्हते.

३ वर्ण ते जात

धार्मिक आणि आर्थिक-राजकीय

वर्ण आणि जातीमधील गोंधळ ही जातिव्यवस्थेच्या अभ्यासातील एक गंभीर समस्या आहे. या दोहोंमध्ये एक मूलभूत सातत्य आहे, असं ड्युमॉन्टचं म्हणणं आहे, तर मॅक्स वेबर त्यांचा एकमेकांचे पर्यायी शब्द म्हणून वापर करतो. पुस्तकी वर्तुळांच्या बाहेर पडता, असे दिसून येते की जातीच्या बरोबरीनं वर्णाची ओळख ही प्रचलित जाणिवांचा भाग झाली आहे. मात्र वर्ण आणि जातीतील समरूपता सगळ्याच समाजशास्त्रज्ञांना मान्य आहे, असे नाही (पहा, श्रीनिवास २००६: ९३–१०९). बहुतकरून, जातीच्या पवित्र शास्त्रांमधील नमूद केलेल्या दृष्टिकोनाला उचलून धरणारे समाजशास्त्रज्ञ वर्णाला जातीच्या बरोबरीने ओळखतात. दुसरीकडे, क्षेत्रीय दृष्टिकोनाला झुकतं माप देणारे समाजशास्त्रज्ञ दोघांमध्ये भेद करतात, पण दोघांच्या उत्पत्तीचा शोध लावू शकत नाहीत. हे प्रामुख्याने, इतिहासाकडे दुर्लक्ष केल्यामुळे आणि आर्थिक-राजकीय संबंध वगळून जातीतील धार्मिक विधींवर लक्ष केंद्रित करण्याच्या प्रवृत्तीमुळे घडते. मी मुख्यत्वे लुई ड्युमॉन्ट आणि मॅक्स वेबर यांच्या अभ्यासातील वर्ण आणि जाती यांच्या परस्परसंबंधांचे काटेकोर परीक्षण करू इच्छितो. माझ्या परीक्षणातील युक्तिवाद ड्युमॉन्ट आणि वेबर यांच्याच चौकटीतल्या इतर समाजशास्त्रीय अभ्यासांच्या बाबतीतही प्रस्तुत ठरतात.

चुकीच्या अर्थाचे सातत्य

जातीचे प्राचीन नाव वर्ण आहे म्हणजेच 'रंग', असे मॅक्स वेबर म्हणतो (वेबर १९५८b: ३०). ड्युमॉन्टचा युक्तिवाद असा आहे की वर्ण आणि जाती यांच्यातील अधिकारश्रेणीचे मूलतत्त्व एकच आहे. त्यामुळे तो दोहोंतील समरूपावर भर देतो. त्याची वर्ण आणि जाती यांच्यातील समरूपाचा शोध घेण्याची गरजच मुळी त्याच्या जातीविषयक सिद्धान्ताचा अर्क असलेल्या अधिकारश्रेणीच्या संकल्पनेशी निगडित एका गंभीर समस्येची निष्पत्ती आहे. (प्रकरण १ मध्ये चर्चिलेली) त्याच्या लेखी अधिकारश्रेणी ही जातिव्यवस्थेतील दर्जापुढे सत्तेची अधीनता गृहीत धरते (ज्यामुळे क्षत्रिय असलेला राजा पुरोहित असलेल्या ब्राह्मणाच्या अधीन असतो) पण अधिकारश्रेणीचे सार असलेल्या पावित्र्य-अपावित्र्य विरोधाच्या रूपात हे समीकरण तो बसवू शकत नाही. अधिकारश्रेणीची विसंगती ही की क्षत्रिय जो वैश्याच्या तुलनेत अपवित्र आहे तो साऱ्या जातींवर हुकुमत गाजवतो (सर्वांत पवित्र असलेल्या ब्राह्मणावरही). ड्युमॉन्टच्या मते, या समस्येचे समाधान वर्णव्यवस्थेच्या प्राचीन योजनेत सापडते आणि म्हणूनच त्याला वर्ण आणि जाती समरूप दिसते.

अनेक विद्वान वर्णाच्या वर्गीकरणाला जातीच्या समकालीन व्यवस्थेशी संबंध नसलेली निव्वळ तग धरण्यासाठी उपयुक्त अशी गोष्ट मानतात, याची ड्युमॉन्टला कल्पना आहे. उदाहरणार्थ, होकार्ट युक्तिवाद लढवतो की वर्णाचे वास्तवाशी काही घेणेदेणे नाही. त्याच्या मते, प्रत्यक्षातल्या जाती वर्गांना अनुसरून चातुर्वर्ण्य विभागणीची ओळख पटवणे म्हणजे 'शुद्ध कल्पनाविलास' होय. तसेच, सेनार्टच्या मते, वर्णव्यवस्था ही जातीच्या तत्कालीन वास्तवाशी संबंध नसलेली पुरातन व्यवस्था आहे. आधी म्हटल्याप्रमाणे, ड्युमॉन्ट जातीपासून अलिप्त असलेल्या वर्णाचे भेद मान्य करतो आणि तरीही इतरांशी फारकत घेऊन असा युक्तिवाद लढवतो की जातीतील सत्तेचे आकलन करून घेण्यासाठी प्राचीन भारतातील वर्णाचा आणि वर्ण आणि जातीच्या परस्परसंबंधांचा अभ्यास करणे गरजेचे आहे. त्याच्या मते, जातीशी खऱ्या अर्थाने संबंध नसलेल्या वर्णाच्या शास्त्रीय सिद्धान्ताची समाजातील सत्तेच्या स्थानाचे स्पष्टीकरण देण्यासाठी गरज भासते; कारण पवित्र आणि अपवित्र या धार्मिक श्रेण्यांमधील विरोधातून हे स्पष्टीकरण समाधानकारकपणे होताना दिसत नाही. हा युक्तिवाद, तो ज्याचा दावा करतो त्या दृष्टिकोनाशी सातत्य राखतो; असा दृष्टिकोन जो जातिव्यवस्थेकडे हिंदूंप्रमाणेच बघतो. त्याच्या मते, हिंदू वारंवार जातीचा संबंध वर्णाशी लावतात (ड्युमॉन्ट १९८०: ६६,३६३, तळटीप ३२b). जर आपण हिंदूंच्या वर्णविषयक संदर्भाला जातीच्या बाबतीत ग्राह्य मानले तर आपल्याला दिसून येईल की कोणतीच जात तिच्या वर्णाचा दर्जा खालच्या जातीच्या संदर्भात मान्य करीत नाही, सर्वांत खालच्या जातींच्या बाबतीत तर नक्कीच नाही. एकीकडे ड्युमॉन्ट हिंदूंचा ज्याच्यावर विश्वास आहे आणि ते ज्याचे पालन करतात त्या मतांवर त्याची निष्ठा असल्याचे जाहीर करतो तर दुसरीकडे अधिकारश्रेणीस सहमतीने सामावून घेणाऱ्या त्याच्या सैद्धान्तिक चौकटीतून त्यांना निवडकपणे बगल देतो. बेटलीने (२००६) दर्शविल्याप्रमाणे, ड्युमॉन्टला अनुभवाधिष्ठित–ऐतिहासिक वैविध्य वगळून सैद्धान्तिक एकसारखेपणा लादण्यात विशेष रस आहे.

ड्युमॉन्टच्या मते, वर्ण आणि जातीतील समरूप पाहता वर्णातून जातीत होणारे संक्रमण समजण्याजोगे आहे. या दोन्ही व्यवस्था रचनात्मक आहेत आणि दोन्ही ब्राह्मणातच कळसाला पोहोचतात. वर्ण भारतभर लागू होऊ शकणारा एक सार्वत्रिक नमुना प्राप्त करून देतो जो जाती आणि उपजाती यांच्या पसाऱ्याच्या तुलनेत सहज आणि सोपा आहे. वेगवेगळ्या प्रदेशांची तुलना करण्यासाठी या वर्णाच्या नमुन्याची मदत होते. कारण वेगवेगळ्या प्रदेशांत आणि एकाच प्रदेशातदेखील वेगवेगळ्या जाती अस्तित्वात असू शकतात; पण वर्ण (निवडक धार्मिक ग्रंथांच्या पुरावाच्या आधारे त्याने तयार केलेली वर्णाची परिभाषा) मात्र भारताच्या सर्व प्रदेशांसाठी आणि सर्व काळांसाठी सार्वत्रिक नमुना आहे. त्याच्या मते वर्णामध्ये (शाब्दिक) जातीचे (संदर्भयुक्त) मूळ तत्त्व शोधण्याच्या त्याच्या प्रयत्नात काहीच वावगं

नाही. अशाच प्रकारचा प्रयत्न, तो म्हणतो, मार्क्सने केला आहे: 'एकीकडे मार्क्सच्या राजकीय लिखाणातून मध्यमवर्ग आणि कनिष्ठ वर्गामध्ये एक विरोध दिसून येतो, तर दुसरीकडे मार्क्सच्या ऐतिहासिक लिखाणातून गुंतागुंतीचे असे सामाजिक वर्गांचे चित्र उभे रहाते' (ड्युमॉन्ट १९८०: ६७, ७२–७३).

पहिली गोष्ट म्हणजे, चातुर्वर्ण्य पद्धती सर्वकाळ भारतभर अस्तित्वात होती, हे म्हणणे चुकीचे आहे. कोसंबी यांनी नोंदविल्याप्रमाणे, प्राचीन भारतातील कुठल्याही प्रकारचे सामान्यीकरण संपूर्ण उपखंडाच्या बाबतीत लागू होऊ शकत नाही; कारण वेगवेगळ्या प्रदेशातील परिस्थिती वेगवेगळी होती (थापर २०००: ६७). आर. एस. शर्मा यांनी दर्शविल्याप्रमाणे गुप्त काळाच्या नंतरच्या सुमारास पूर्व भारतात ब्राह्मण आणि शूद्र यांच्यामध्ये काही मधल्या जाती होत्या. पण तशा त्या बंगाल आणि दक्षिण भारतात नव्हत्या. त्यामुळे वरपासून खालपर्यंतच्या सामाजिक ध्रुवीकरणास उठाव आला. परकीय आक्रमणकर्ता आणि बाहेरील जमाती यांना क्षत्रिय/रजपूत म्हणून सामावून घेतल्याची उदाहरणे केवळ पूर्व भारतापुरती मर्यादित होती, दक्षिण आणि पूर्व भागात यातले काही घडले नाही, हे याचे कारण आहे. यामुळे ज्या प्रदेशांमध्ये फक्त ब्राह्मण आणि शूद्र होते, त्यांच्या बाबतीत ड्युमॉन्टच्या अधिकारश्रेणीच्या कल्पनेच्या केंद्रस्थानी असलेल्या क्षत्रिय (राजा) आणि ब्राह्मण (पुरोहित) यांच्या तुलनात्मक दर्जाच्या अर्थाची फोड कशी करावी, हा प्रश्न निर्माण झाला. त्याच्या सिद्धान्ताला अनुभवाधिष्ठित–ऐतिहासिक वास्तवाचे विशेष महत्त्व वाटत नाही, हे लक्षात घेता इथे असे अनुमान लावण्याचा मोह टाळता येत नाही की अंशतः तरी ड्युमॉन्टने दक्षिण भारतावर लक्ष केंद्रित केल्यामुळे पुरोहित असलेल्या ब्राह्मणाच्या श्रेष्ठतेवर जोर दिला असावा. चातुर्वर्ण्य पद्धती जी गंगातीरीच्या सपाट प्रदेशातील मध्यवर्ती भागात अस्तित्वात आली आणि विकसित झाली, तिचा प्रसार भारतभर झाला नाही, हा येथील महत्त्वाचा मुद्दा आहे. मध्ययुगीन काळातील दोन घडामोडी लक्षणीय ठरतात. एक, वैश्यांचे पतन आणि दोन, रजपुतांचा उदय, जो मूळचा वैविध्यपूर्ण समुदाय होता ज्याने ब्राह्मणांना इनाम मिळालेल्या जमिनी आणि इतर भौतिक लाभ देऊ करून ब्राह्मणांच्या रुकाराने क्षत्रिय दर्जा मिळवला (शर्मा २००९: २५६–२५७). म्हणूनच, जातीचा विचार न करता वर्णाचा काळ आणि प्रदेश यांना छेदून जाणारा, संपूर्ण भारतभर पसरलेला तथाकथित एकसारखेपणा असंख्य प्रकारच्या ऐतिहासिक घटकांमुळे घडलेल्या प्रादेशिक आणि ऐहिक बदलांशी मेळ खाताना दिसत नाही.

वर्ण आणि जातीतील समरूपाचा आपला युक्तिवाद खरा ठरवण्यासाठी केलेला मार्क्सवादातील वर्गाच्या सिद्धान्ताचा अप्रत्यक्ष उल्लेख ड्युमॉन्टचा अप्रामाणिकपणा दर्शवतो. मार्क्सवादातील मध्यमवर्ग आणि कनिष्ठवर्ग यांच्यातील विरोधाभास वर्गविभागणीच्या टोकांच्या मुद्द्यांना एक युक्तिवाद आणि मध्यबिंदूला दुसरा युक्तिवाद लागू करत नाही.

वर्गविभागणीची विचारसरणी आणि संरचनात्मक आधार यांच्यात कुठलेच तुकडे पडलेले नाहीत. वर्गीय सिद्धान्ताचे सैद्धान्तिक गृहीतक आणि अनुभवाधिष्ठित–ऐतिहासिक वास्तव यांच्यात कोणताच विरोधाभास नाही. वर्गसिद्धान्तातील अनुभवाधिष्ठित–ऐतिहासिक वास्तवाला धार्मिक ग्रंथातील पुराव्यापेक्षा कमी मूल्याचे मानले जात नाही. ड्युमॉन्टचा वर्ण आणि जाती यांचा सिद्धान्त पारसूत्रिक आहे. मार्क्सचा वर्गसिद्धान्त ऐतिहासिक आहे. मार्क्सवादी सिद्धान्त एका प्रतिनिधीच्या शोधात नाही. ड्युमॉन्ट मात्र वर्णाचा जातीचा प्रतिनिधी म्हणून वापर करतो. वर्ण आणि जात यांच्या विश्लेषणाचे त्याचे सिद्धान्त आणि पद्धती मार्क्सवादी वर्गीय सिद्धान्ताच्या आणि पद्धतीच्या नेमकी उलट आहे. दर्जा समोरच्या सत्तेच्या अधीनतेवर बेतलेल्या त्याच्या जातिव्यवस्थेतील सिद्धान्तामधील विरोधाभासावर तोडगा काढण्यासाठी वर्णाचा किचकट शोध घेण्याच्या प्रयत्नाची पुष्टी करण्यासाठी त्याने दिलेला मार्क्सवादी वर्गीय सिद्धान्ताचा दाखला–एक तार्किक आणि ऐतिहासिक पेच असलेला–एक अप्रस्तुत प्रयत्न ठरतो.

पारंपरिक ग्रंथ वर्णाच्या रूपात अशा जातिव्यवस्थेचे वर्णन करीत होते; जी त्या वेळी नक्कीच आपल्या जननीच्या गर्भात आकारास येत होती (ड्युमॉन्ट १९८०: ७१), असा युक्तिवाद करण्यात आला आहे. आपण या म्हणण्याला एक प्रस्ताव मानू शकतो; पण मग मुख्य प्रश्न असा उद्भवतो की गर्भाच्या उत्परिवर्तनाची अट कोणती होती? पुढे चर्चा केल्याप्रमाणे ही अट होती पशुपालन ते अर्थव्यवस्थेचे प्रबळ स्वरूप बनलेली पद्धतशीर शेतीव्यवस्था यांतील संक्रमण. हे सांप्रदायिक मालकीतून जमिनीच्या रूपातल्या खाजगी मालमत्तेचेदेखील संक्रमण होते. ही जमीन म्हणजे शेतीप्रधान अर्थव्यवस्थेतल्या बहुसंख्य लोकांसाठी उत्पादनाचे सर्वांत महत्त्वाचे साधन आणि उदरनिर्वाहाचा सर्वांत महत्त्वाचा स्रोत होती. दुसरीकडे, जातीच्या धार्मिक सिद्धान्तात, एका नवीन कल्पनेचा उदय होतो: वैदिक ते हिंदू काळातील संक्रमणात ब्राह्मणाच्या याज्ञिक कर्तव्याची जागा पावित्र्याची कल्पना घेते (तथैव: ७०). अशा कोणत्या अटी होत्या–भौतिक आणि आदर्शवादी–ज्यांनी याज्ञिक विधी आणि त्यांच्याशी निगडित असलेल्या कल्पनांना कालबाह्य ठरवून त्यांच्या जागी पावित्र्याच्या कल्पनेला स्थापित केले? धार्मिक सिद्धान्त या प्रश्नावर मौन बाळगतो. रोमिला थापर यांनी म्हटल्याप्रमाणे, प्राचीन काळातील एखाद्या टोळीने धाड मारल्यानंतर लुटलेल्या संपत्तीच्या वरवर समतावादी वाटणाऱ्या वितरणाची प्रथा, ज्यात पुरोहित आणि राजा यांना इतरांपेक्षा ज्यादा हिस्सा मिळे, हळूहळू कालबाह्य झाली आणि संपत्तीसाठी धाड मारण्याऐवजी श्रमिकांना शेती उत्पादनाच्या कामात राबवण्याची प्रथा सुरू झाली. यामुळे सामाजिक परस्परसंबंधात मूलभूत बदल झाले. त्यांच्या म्हणण्यानुसार, उपनिषदांच्या काळापर्यंत (इसवी सन पूर्व आठव्या ते सहाव्या शतकात) वैदिक - ब्राह्मणी परंपरेच्या विरुद्ध प्रवाह सुरू

झाला होता. वैदिक संहितांमध्ये याज्ञिक विधींच्या केंद्रीयतेवर जोर दिला गेला होता. दुसरीकडे, उपनिषदांमध्ये विधींचा अभाव असलेल्या एका नवीन विचारधारेचा पुरस्कार केला गेला. त्यांच्या मते, ह्याचे मुख्य कारण उत्पादनव्यवस्थेतील बदल होय, ज्यात सर्वांत महत्त्वाचा बदल होता अतिरिक्त उत्पादनाची सुरुवात (थापर २०००: ३२, ८०९–८३१). पशुपालनाच्या काळात प्रचलित असलेले याज्ञिक विधी पद्धतशीर शेतीव्यवस्थेच्या युगात विजोड भासू लागले आणि कालांतराने लोप पावले. इथे समस्या आदर्शवादी दृष्टिकोनाचा अंतर्निहित भाग आहे. त्या त्या वेळच्या भौतिक परिस्थितीशी कल्पनांचे संबंध जोडण्याच्या आदर्शवादी तिटकाऱ्यामुळे विचारांतील बदलांच्या उत्पत्तीचा आणि जुन्या कल्पनांऐवजी नव्या कल्पनांच्या स्थापनेचा खरा संदर्भ गूढच राहतो.

आर. के. मुखर्जी यांच्या युक्तिवादानुसार जसे बंगालमधील जातींच्या उत्क्रांतीद्वारा चित्र उभे राहते त्याप्रमाणे वर्णाचे वर्गीकरण हे जातीच्या रचनेच्या उदयाचे वैशिष्ट्य नव्हते. त्यांनी निर्दिष्ट केल्यानुसार, उत्तर बंगालमधील जातिरचना गुप्तकाळात निर्माण होऊ लागली जेव्हा वेगवेगळ्या जमातींच्या समुदायांचे जातींमध्ये रूपांतर झाले; ज्याला वर्णाच्या वर्गीकरणात असत्-शूद्र असे नाव दिले गेले. पुढे जसजसा श्रमाच्या विभाजनात विकास घडत गेला, इतर अनेक जमातींच्या समुदायांचे आपापल्या कारागिरीच्या कौशल्याप्रमाणे वेगवेगळ्या जातींमध्ये (अंत्यज, म्लेंच्छ, यबन) रूपांतर झाले. बंगालमधील जातिरचना अशा रीतीने पश्चिमेतून आयात केलेल्या ब्राह्मणांच्या जोरावर उभारण्यात आली आणि म्हणूनच उत्तर भारतातील वेगवेगळ्या कारागिरीत कुशल असलेल्या स्थानिक लोकांना शूद्र बनवण्यात आले. कोणीच वैश्य आणि क्षत्रिय राहिले नाही (वर नोंद केल्याप्रमाणे) आणि असे असूनही बंगालमधील जातिव्यवस्था तिच्या करडेपणाला झुगारून जातीधर्माच्या आधारावर विकसित झाली. प्रस्तुत प्रदेशात दोन वर्णांचा अभाव असतानाही ज्या अर्थी वेगवेगळ्या जाती आणि जातिरचनेची उत्पत्ती झाली, त्या अर्थी ही उत्पत्ती चातुर्वर्ण्य पद्धतीच्या प्रतिनिधित्वावर अवलंबून नव्हती, असा युक्तिवाद ते करतात. सर्वांत महत्त्वाची गोष्ट म्हणजे, त्या प्रदेशातील शेतीप्रधान अर्थव्यवस्थेचा प्रसार हा जातिव्यवस्थेच्या उत्पत्तीसाठी प्रेरक शक्ती ठरला (मुखर्जी १९७४: १५९–१६१).

ड्युमॉन्ट विचारतो, वर्णाचा पारंपरिक सिद्धान्त आणि प्रत्यक्षातली जातिव्यवस्था यांच्यातील परस्परसंबंधांची ठळक वैशिष्ट्ये कोणती? त्याने विचारलेल्या या प्रश्नाचे दिलेले उत्तर असे आहे, प्राचीन काळातील विद्वान केवळ वर्णाचा संदर्भ देत असत आणि आजच्या काळातील हिंदूदेखील जातीबद्दल बोलताना वर्णाचीच भाषा वापरतात. म्हणूनच वर्ण आणि जाती हे संपूर्णपणे विषम ठरत नाहीत. उलटपक्षी, दोहोंमधल्या अभिसरणाची काही ठळक वैशिष्ट्ये उघडपणे दिसून येतात. खासकरून, जातीचा सिद्धान्त सत्तेच्या संदर्भात अप्रत्यक्षपणे

वर्णावर अवलंबून राहतो. पावित्र्याच्या सिद्धान्तात, एका शाकाहारी व्यापाऱ्याला तार्किकदृष्ट्या मांसाहारी असलेल्या राजाच्या तुलनेत वरचे स्थान प्राप्त व्हायला हवे; पण तसे होत नाही कारण, वर्णाचा सिद्धान्त जरी राजाला पुरोहिताच्या अधीन ठेवीत असला आणि सत्तेला दर्जाच्या अधीन ठेवीत असला, तरी तो इतर वर्गांच्या विरोधात दोघांचे एकीकरण करतो: 'हा एक सूक्ष्म आणि महत्त्वाचा मुद्दा आहे' (ड्युमॉन्ट १९८०: ७३–७५). इथे 'सूक्ष्म' आणि असमंजस यांतील फरकाची रेखा अतिशय धूसर आहे. आपण वर्ण आणि जातीतील समरूपाच्या कल्पनेचा स्वीकार या मुख्य कारणासाठी करायला हवा की क्षत्रिय मांसाहारी (आणि म्हणून अपवित्र) असतानाही वैश्याच्या वरचे स्थान कसे मिळवतो जेव्हा वैश्य हा ब्राह्मणासारखाच शाकाहारी (आणि म्हणून अधिक पवित्र) आहे. पुढे चर्चा केल्याप्रमाणे, ब्राह्मण आणि क्षत्रिय हे इतरांच्या विरोधात एकत्र उभे ठाकण्याचे कारण म्हणजे आहारातील परस्परविरुद्ध नियम असूनही त्यांचे एकसारखे वर्गीय स्वार्थ. इथे मला स्पष्ट करावेसे वाटते की समस्या केवळ ब्राह्मण (दर्जा) आणि क्षत्रिय (सत्ता) यांच्या परस्परसंबंधांपुरती मर्यादित नाही. समस्या आहे ती जातिव्यवस्थेकडे आहाराच्या विधींचे गाठोडे म्हणून पाहणाऱ्या संकुचित दृष्टिकोनाची.

वर्णाची दिव्यता: निर्मितीच्या संकल्पनेचा दृष्टिकोन

वर्ण आणि जातीच्या समरूपासंबंधी इतर समस्या उद्‌भवतात. पहिली समस्या म्हणजे, चातुर्वर्ण्य पद्धती ही ऋग्वेदकालीन आहे का? याविषयीचा एकमेव संदर्भ म्हणजे पुरुषाच्या चार अवयवांमधून झालेली चार वर्णांची उत्पत्ती, ज्याचा उल्लेख ऋग्वेदातील पुरुषसूक्तात केला गेला आहे–जे वर्णाबद्दलचे सर्वांत घट्ट मिथक (जातीसाठी वापरलेले) आहे. पहिली गोष्ट म्हणजे, ऋग्वेदातील या उल्लेखाची वैधता अजूनही सिद्ध झालेली नाही. दुसरी गोष्ट म्हणजे, ऋग्वेदात चातुर्वर्ण्य पद्धतीचे पुरुषाच्या अवयवांमधून वर्णांच्या झालेल्या उत्पत्तीखेरीज कुठलाच संदर्भ आढळत नाही. शर्मा (१९९०: १३३) यांनी निर्दिष्ट केल्याप्रमाणे, प्राचीन वैदिक काळात प्रामुख्याने कुटुंबप्रधान समाज अस्तित्वात होता; ज्यात कुटुंबीयांचे समुदाय मुख्यत्वे गुरांचे पालनपोषण करीत असत आणि काही प्रमाणात शेती करीत आणि युद्ध करत. त्या वेळची आर्थिक, राजकीय आणि सांस्कृतिक परिस्थिती जात तर सोडाच, अधिकारश्रेणीयुक्त वर्णव्यवस्थेच्या विकासासही अनुकूल नव्हती. हबीब यांनी पुढे म्हटल्याप्रमाणे (२००३: १०४), समाजाने अतिरिक्त उत्पादनाचा टप्पा गाठण्यापूर्वीच जातीसारख्या सामाजिक संस्थेच्या अस्तित्वाची कल्पना करणेही व्यर्थ आहे. ऋग्वेदी समाजाने अजून अतिरिक्त उत्पादनाचा टप्पा गाठला नव्हता. थापर यांनी नमूद केल्याप्रमाणे, 'यामुळे जातीच्या वर्ण म्हणून केलेल्या अतिसरळसोट आकलनावर आणि नंतरच्या

धर्मशास्त्रांच्या नियमांना आधीच्या काळाच्या संदर्भात वापरण्याच्या अट्टाहासावर प्रश्नचिन्ह उभे राहते. ...हे नातं जितकं स्पष्ट मानलं जातं तितकं ते स्पष्ट नाही' (थापर २००६: ३४). दर्जाचा गट म्हणून वर्णाचा आणि राजधर्म आणि राज्याच्या प्राथमिक अवस्थेचा उदय इतर तीन वेदांच्या काळात झाला (तथैव: ३). आधीच नमूद केलेले आहे की प्राचीन वैदिक काळात समाजात बैठ्या स्वरूपाचे पौरोहित्यदेखील नव्हते आणि पुरोहित मंदिरांशी बांधील नसत तर भटक्या कुटुंबीयांच्या वतीने पूजा-अर्चना करीत असत (रत्नागर २००६: १७४). पुढे बऱ्याच काळानंतर गीतेत (वैदिक काळानंतरच्या महाभारताच्या युगात) गुण (अंगभूत गुणधर्म) आणि कर्म (व्यवसाय) यांच्यावर आधारित असलेला चार वर्णांचा संदर्भ सापडतो: 'चातुर्वर्ण्यं मया सृष्टं गुणकर्मविभागशः' ज्याचा स्वैर अनुवाद असा होतो की कृष्ण अर्जुनाला म्हणाला, 'मी गुण आणि कर्मानुसार चार वर्णांची निर्मिती केली.' गीतेतले वर्णविभाजन धर्मावर बेतलेले नसून अंगभूत गुणधर्मावर ठरवण्यात आलेल्या व्यवसायांवर आधारित आहे, ही गोष्ट औत्युक्यपूर्ण आहे.

ऋग्वेदातील आणि गीतेतील वर्णाच्या उत्पत्तीचा उल्लेख ज्याला मी निर्मितीच्या संकल्पनेचा दृष्टिकोन म्हणतो तो उत्क्रांतीच्या (ऐतिहासिक) दृष्टिकोनाच्या समोर नाकारावा लागेल. वर्णाची उत्पत्ती झाली नाही तर त्याची उत्क्रांती झाली. ती दिव्य सत्तेची निर्मिती नसून ठरावीक ऐतिहासिक परिस्थितींमध्ये घडलेली एका मानवी योजनेची निष्पत्ती होती. सर्वांत पहिली गोष्ट म्हणजे, निर्मितीच्या संकल्पनेचा दृष्टिकोन आपल्याला वर्णाची उत्पत्ती आणि उत्क्रांती यांच्या आर्थिक-राजकीय आणि वैचारिक परिस्थितीविषयीच्या अनुमानांवर विचार करण्यापासून परावृत्त करतो. प्राचीन वैदिक काळापासूनचे वर्ण आणि जाती यांच्यातील समरूप प्राचीन वैदिक काळ आणि नंतरचा काळ यांच्यातील मूलभूत फरकांकडे डोळेझाक करते—हे दोघे दोन वेगळ्या आर्थिक-राजकीय आणि सांस्कृतिक व्यवस्थांचे भाग होते. उत्पादनाचे साधन आणि शिल्लकीच्या वितरणातील खाजगी मालमत्तेवर आधारित समाजातील श्रमाच्या विभाजनाचे तत्त्व हे वरील वैशिष्ट्य नसलेल्या समाजांच्या तत्त्वांपेक्षा भिन्न आहेत. ऋग्वेदकालीन समाज दुसऱ्या श्रेणीत मोडतो. ड्युमॉन्ट दोन्ही श्रेण्यांना एकत्र आणतो, बहुधा वेबरही तेच करतो. मुख्य प्रवाहातील समाजशास्त्राने या प्रश्नाचे उत्तर दिलेले नाही. मात्र हा प्रश्न एक ऐतिहासिक प्रक्रिया म्हणून वर्ण आणि जाती यांच्या उत्क्रांतीचे आकलन होण्यासाठी महत्त्वाचा आहे.

आधीच्या काळात तीनच वर्ण होते, हे अगोदरच नमूद केले आहे. खरं तर, थापर (२०००: ३८२) यांनी म्हटल्याप्रमाणे सुरुवातीला *आर्य* आणि *दशवर्ण* युक्त असलेले द्विवर्ण विभाजन अस्तित्वात होते; ज्यातून नंतरच्या वैदिक काळापर्यंत चातुर्वर्ण्य विभाजन निर्माण झाले. मॅक्स वेबर, 'प्राचीन जाती' म्हणून तीन वर्णांचा उल्लेख करतो—पुरोहित, योद्धा

आणि व्यापारी (वेबर १९५८: ३२). त्याचप्रमाणे, ड्युमॉन्ट लिहितो की, प्राचीन सूक्तांमध्ये तीन वर्णांचा (त्रैवर्ण्य) उल्लेख आढळतो—ब्राह्मण, क्षत्र आणि विश—ज्यांच्या मिळकतीचे स्रोत वेगवेगळे आहेत: ब्राह्मण अध्यापन करून, यज्ञ करून आणि उपहार स्वीकारून उत्पन्न मिळवतात; क्षत्रिय चराचर सृष्टीचे रक्षण करून उत्पन्न मिळवतात आणि वैश्य जमीन, व्यापार, गुरं राखून आणि व्याज मिळवून उत्पन्न मिळवतात. चातुर्वर्ण्य विभाजनाचा उल्लेख ऋग्वेदातील नंतरच्या सूक्तांमध्ये आढळतो. अस्पृश्यांचा उल्लेख इसवीसन ख्रिस्त पूर्व ५०० वर्षांच्या काळापर्यंतच्या प्राचीन ग्रंथात सापडत नाही. कारण त्यानंतरच शूद्र हे धार्मिक समाजाचा सदस्य बनले आणि त्यातून वगळलेल्यांना पाचव्या श्रेणीत बसवले गेले. मग अचानक ड्युमॉन्ट आपला पवित्रा बदलतो आणि असे विधान करतो की चातुर्वर्ण्याच्या प्राचीन संकल्पनेचे जतन त्याच्या अनिवार्यतेत झाले आहे: वाढत्या दर्जाचा क्रम अशा प्रकारे लागतो: सेवा, आर्थिक कार्य, राजकीय वर्चस्व आणि पौरोहित्य. त्याच वेळी तो या तर्काचे खंडन करतो की चातुर्वर्ण्य विभाजन—जी व्यवसायावर आधारित वर्गीकरणाची योजना होती—कालानुरूप घडत गेली (सामाजिक-ऐतिहासिक प्रक्रिया). यासाठी तो मनूचा दाखला देतो की कर्तव्ये 'पहिल्या निर्मितीतच वाटली गेली' (१९८०: ६८—७१, ३६३, तळटीप ३२d). पहिली गोष्ट म्हणजे, 'पहिली निर्मिती' हा प्रांत वेदान्ताचा आहे—समाजशास्त्राचा नव्हे. दुसरी आणि अधिक महत्त्वाची गोष्ट म्हणजे, त्याच्या बदलत्या भूमिकांमध्ये विसंगती आढळते: जर चारही वर्ण पहिल्या निर्मितीच्या वेळी वाटले गेले, तर त्याने उल्लेख केलेल्या तीन वर्णांच्या अस्तित्वाचा तसेच तीनचे चार वर्ण झाल्याच्या बदलाचा आणि अस्पृश्यांच्या पाचव्या वर्णाचा काय अर्थ लावावा? हे त्याच्या मनोभूमिकेच्या विसंगतीचे काही एकमेव उदाहरण नव्हे पण तो खरा मुद्दाच नाही. पुढे चर्चा केल्याप्रमाणे, समस्या जास्त गंभीर स्वरूपाची आहे.

आधीच्या काळातील तीन वर्णांच्या प्रश्नांपासून आपण सुरुवात करूया. हे केवळ तीन वर्ण नव्हते तर—'विविध प्रकराचे द्विज'—मुळातले तीन एकसंध वर्ण होते. त्यांचा एकसंधपणा त्यांच्या एकसमान असलेल्या या तिहेरी कर्तव्यांमुळे निर्माण होतो: अभ्यास, यज्ञ, उपहार (ड्युमॉन्ट १९८०: ६८—६९). जर ते एका टप्प्यावर समान भासतात आणि दुसऱ्या टप्प्यावर भिन्न वाटतात, जसं की प्रत्यक्षात घडतंदेखील, तर त्याचे स्पष्टीकरण गरजेचे आहे. स्पष्टीकरण दिले गेले नाही, असे नाही तर ज्याचे स्पष्टीकरण देणे गरजेचे आहे, असा हा मुळी मुद्दाच नाही, असे मानण्यात आले. हा पवित्रा आक्षेपार्ह आहे. आम्ही असं सुचवू इच्छितो की त्रैवर्णीय विभाजन पशुपालनच्या काळात घडले, जेव्हा श्रमाचे विभाजन हे पुरोहित (ब्राह्मण), योद्धा (क्षत्रिय) आणि मुख्य संपत्ती असलेले गाईगुरं सांभाळणारे आणि इतर आर्थिक कार्य करणारे (वैश्य), यांच्यापुरते मर्यादित होते. या टप्प्यावर चौथ्या आणि पाचव्या वर्णाची गरज भासली नाही. कालांतराने निर्माण झालेल्या नवीन परिस्थितींमुळे त्यांची भर पडली.

तीन वर्णांचा टप्पा पद्धतशीर शेतीविकासाच्या आधीचा होता. पद्धतशीरपणे शेती व्यवसाय सुरू झाल्यानंतरच श्रमाचे पुढचे विभाजन झाले ज्यातून शेतीमजुरांची एक नवीन श्रेणी स्थापित झाली. आर. एस. शर्मा यांच्या युक्तिवादानुसार, वर्णांचा विस्तार (सामाजिक वर्गांचा आणि राज्याचा उदय) मुख्यत्वे पुराणांच्या काळात झाला (वैदिक काळानंतर). ज्या सुमारास जमीन 'मशागतीच्या कलेचा' विकास झाल्यामुळे जमातीच्या उदरनिर्वाहाची रीत (समतावादी) लोप पावली. शासकांना आता अनिश्चित आणि अनियमित खंडणीवर अवलंबून राहण्याची गरज नव्हती कारण शेतकरी आणि कारागिरांकडून त्यांना नियमित देयक मिळू लागले. त्यायोगे आता त्यांना राजा, न्यायसभा आणि राज्यासाठी विधी पार पाडण्यासाठी मोठ्या प्रमाणात पुरोहितांना आर्थिक मदत करता आली. उदरनिर्वाहाच्या साधनांच्या संपादनानंतरच, लोकांचे चार वर्णात विभाजन झाले: पूजेसाठी ब्राह्मण; युद्धासाठी क्षत्रिय; उत्पादनासाठी वैश्य; आणि शारीरिक श्रमासाठी शूद्र, असे तो लिहितात (शर्मा १९६८: ५३, २७२). कोसंबी यांनी जमातींच्या उदरनिर्वाहाच्या रीतीच्या विघटनाची आणि नांगराचा वापर सुरू झाल्यामुळे प्रबळ अशा शेतीप्रधान व्यवस्थेच्या आणि नव्या रूपातल्या सामाजिक संघटनाची आणि श्रमाच्या विभाजनाचीदेखील नोंद घेतली आहे (थापर २०००: ५९). वर्ण आणि जातीला विचारांच्या चळवळीचा परिपाक मानणारा आदर्शवादी दृष्टिकोन दोन वर्णांच्या तीन, चार आणि पाच वर्णांत झालेल्या उत्क्रांतीचे स्पष्टीकरण देण्यास असमर्थ ठरतो. समस्या अधिक गंभीर होते जेव्हा वर्णनातून जातीच्या संक्रमणाचे स्पष्टीकरण देण्याची गरज भासते. धार्मिक कल्पनांवर आधारित वर्ण आणि जातीचे समरूप अतिसरलीकृत आहे.

वैश्यांचे भेद: व्यापार आणि शेती यांचे अलगीकरण

वर्ण-जातीच्या या कोड्याच्या संदर्भात ब्राह्मण आणि क्षत्रिय अशा पहिल्या दोन वर्णांच्या परस्परसंबंधांवर बरेच लक्ष केंद्रित झाले आहे. याचा हेतू भारतीय समाज आणि इतिहासात ऐहिक अधिकारक्षेत्राच्या तुलनेत धर्माच्या अधिकाराला श्रेष्ठ ठरवणे हा आहे. या प्रक्रियेत तिसऱ्या श्रेणीच्या प्रश्नाकडे म्हणजेच वैश्यांच्या प्रश्नाकडे दुर्लक्ष झाले आहे, खासकरून वैश्यांमधील भेदाकडे, ज्यात एकीकडे व्यापाराची कामे करणारे तर दुसरीकडे शेती आणि गुरांची राखण करणारे असे दोन गट आहेत. सुरुवातीच्या काळात वैश्य हे व्यापाराव्यतिरिक्त मशागत आणि गुरांचे राखणदेखील करत असत (ड्युमॉन्ट १९८०: ६७). नंतरच्या काळातील वैश्य हे मशागत आणि गुरांची राखण करत नव्हते. त्याऐवजी त्यांनी व्यापार पत्करला आणि मशागत तसेच गुरांची राखण ही कामे शेतकरी जातीच्या व्यापक वर्गाकडे सोपवली. वैश्यांचे हे दोन्ही गट आर्थिकरीत्या, राजकीयरीत्या आणि धार्मिक विधींच्या दृष्टीने वेगवेगळे आहेत. त्यांचे उत्पन्नाचे स्रोत वेगवेगळे आहेत आणि रोटीबेटीव्यवहार यांसारखे

कुठल्याही स्वरूपाचे सामाजिक परस्परसंबंध दोघात नाहीत. दोघेही एकमेकांपासून आर्थिकदृष्ट्या, राजकीयदृष्ट्या आणि सांस्कृतिकदृष्ट्या विभक्त आणि स्वतःच्या कुंपणात बंदिस्त असलेले गट आहेत. (दोन्ही प्रकारांचे आपापल्या असंख्य उपसमुदाय किंवा उपजातींमध्ये अतिरिक्त विभाजन झाले आहे.) यामुळे दोन महत्त्वाचे प्रश्न उपस्थित होतात. एक, या भेदाचे स्पष्टीकरण कसे द्यावे आणि दोन, शेती आणि गुरांची राखण करणाऱ्या शेतकरी जातींचे वर्ण कसे ठरवावे, कारण वर्णव्यवस्थेतल्या वैश्य श्रेणीवर नंतरच्या काळातील व्यापारी आणि सावकारांनी आपला हक्क गाजवला आहे आणि शेतकऱ्यांना या वर्गातून कायमचे वगळले आहे. या संदर्भात गमतीची गोष्ट अशी की शेतकरी जातीची माणसं स्वतःला न वैश्य समजतात, न ब्राह्मण, न शूद्र. आजतागायत चातुर्वर्ण्य पद्धतीतील त्यांच्या नेमक्या स्थानाच्या बाबतीत बरीच संदिग्धता आढळते.

वर्णाच्या अखंडतेचा ध्यास घेत त्याची पाळंमुळं वैदिक काळात शोधण्याचा अट्टाहास करूनही याचे स्पष्टीकरण सापडत नाही की आधीच्या वैश्य श्रेणीचे दोन विभक्त गटांमध्ये विघटन का व कसे घडले. ऐतिहासिक दृष्टिकोनातून असा युक्तिवाद करता येईल की हे विभाजन अर्थव्यवस्थेच्या विकासामुळे घडले. शर्मा यांनी म्हटल्याप्रमाणे, धर्मसूत्रांत असे नमूद केले आहे की वैश्य (शेतकरी आणि दुय्यम स्वरूपात व्यापारी) करदाते असल्याकारणाने दोन्ही वरच्या वर्णांच्या पालनपोषणासाठी लागणाऱ्या शिलकीचे ते मुख्य स्रोत होते (शर्मा १९९०: १०२). कर भरल्यानंतर जे अतिरिक्त उत्पन्न उरत असे ते व्यापारविनिमयात गुंतवले जाई आणि व्यापाराच्या वाढीमुळे त्याच्यातदेखील वाढ होई. जो विभाग गुंतवणूक आणि व्यापार सांभाळत असे त्यांनी हळूहळू प्रामुख्याने शेती करणाऱ्या आणि गुरं राखणाऱ्या इतर वैश्यांपासून स्वतःला वेगळं केलं. या आर्थिक वर्तुळातील कार्यात्मक अलगीकरणामुळे दोन्ही गटांचे वेगवेगळे धार्मिक विधी आणि सामाजिक परस्परसंबंधांचे वेगवेगळे नियम तयार झाले ज्याद्वारे वैश्यांमध्ये व्यापारी आणि शेती करणारे असे दोन एकमेकांपासून अलिप्त गट तयार झाले. लक्षणीय गोष्ट अशी की मॅक्स वेबर वर्णातील श्रेण्यांच्या (किंवा जातींच्या–तो या दोन शब्दांना आलटून पालटून वापरतो) विखंडनाच्या प्रक्रियेस आर्थिक बदलांची निष्पत्ती मानतो. जेणेकरून शेवटी त्यांची दोन विभक्त गटांमधली उत्क्रांती झाली (वेबर १९५८: १०३ पहा).

वैश्य श्रेणीच्या विखंडनानंतर शेतकरी जातीचे काय झाले, हा एक विलक्षण ऐतिहासिक प्रश्न आहे. बहुधा, वेगवेगळ्या काळांत आणि प्रदेशांत त्यांची ओळख शूद्र किंवा गैर शूद्र अशी कायम बदलत राहिली आहे. इरफान हबीब यांनी म्हटल्याप्रमाणे, अनेक प्रमुख शेतकरी जातींना आधी चांडाळांचा दर्जा होता (८ व्या शतकातल्या सिंधमध्ये) मग १७ व्या शतकापर्यंत वैश्य दर्जा प्राप्त झाला (यावेळपर्यंत ते शेतकरी बनले होते) आणि शेवटी, ते जमीनदार आणि रजपूत दर्जापर्यंत पोहोचले (हबीब २००३: १७५). शूद्रांची स्थिती सर्व

प्रदेशांत आणि सर्व काळांत एकसमान नव्हती, ह्या गोष्टीची नोंद घेणे उपयुक्त ठरेल. वेगवेगळ्या काळात असेही शूद्र होते ज्यांची स्वतःची उत्पादनाची साधने होती—जमीन, गाईगुरं, इतर साधनं—आणि असेही शूद्र होते ज्यांच्या मालकीची, त्यांचे श्रम वगळता, कुठलीही साधनं नव्हती. प्राचीन भारतातील (वैदिक काळानंतरच्या) शूद्र हे शस्त्रांचा वापर करू शकणारे योद्धा असावेत. महाभारतात, इतर वर्णांच्या जोडीला शूद्र वर्णाच्या सशस्त्र सैनिकांचे वर्णन सापडते. नंतरच्या वैदिक काळात, शूद्रांची राजकीय सत्तेतदेखील भागीदारी होती. पण त्याचबरोबर त्यांना सार्वजनिक जीवनाच्या सहभागातून वगळण्याच्या उदयोन्मुख प्रवृत्तीचा पुरावादेखील सापडतो आणि धर्मसूत्रांच्या काळापर्यंत त्यांचा सार्वजनिक जीवनातला सहभाग पूर्णपणे थांबल्याचे दिसून येते. दुसरी गोष्ट म्हणजे, नंतरच्या वैदिक काळात त्यांना इतर वर्णांच्या तुलनेत कठोर शिक्षा झाल्याची उदाहरणे, ज्यांचा उल्लेख मनुस्मृतीमध्ये आहे, फारशी आढळत नाहीत. यजुर्वेद संहितेमध्ये असाही एक संदर्भ आहे ज्यानुसार वैश्य आणि शूद्र यांची निर्मिती एकाच वेळी झाली; हे तथ्य ऋग्वेदातील पुरुषसूक्ताच्या प्रचलित दृष्टिकोनाच्या विरोधात जाते. कारण पुरुषसुक्ताप्रमाणे वैश्य मूळचे शूद्रांच्या वरच्या श्रेणीतील आहेत (शर्मा १९९०: ६२—६८).

शेतकरी जातींच्या वर्णाचा पुन्हा विचार करता, वर नमूद केल्याप्रमाणे त्यांचे स्थान वर्णव्यवस्थेच्या बाहेर दिसून येते. कारण ते चारपैकी कुठल्याही वर्णाचे सदस्य नाहीत. दुसरीकडे मात्र, शेतीचे थेट उत्पादक म्हणून (स्वतंत्र किंवा अवलंबून असलेले शेतकरी मालक) प्रबळ शेतीप्रधान अर्थव्यवस्थेतले (शतकांपासून भारतीय समाज आणि अर्थव्यवस्थेचा पाया असलेले) त्यांचे आर्थिक, राजकीय आणि सांस्कृतिक महत्त्व अबाधित आहे. हे इथे नमूद करण्याची गरज नाही की वसाहतोत्तर भारतात त्यांची आर्थिक-राजकीय पत किंवा त्यांचा सांस्कृतिक दर्जा उंचावला आहे आणि अनेक प्रदेशात एक प्रभुत्वशाली जात म्हणून त्यांना स्थान लाभले आहे. वैश्यांमधील भेद—व्यापारी आणि सावकार (नंतरचे उत्पादक) आणि शेती करणारे आणि गुरांची राखण करणाऱ्यांचे अलगीकरण—अनेक प्रश्न उभे करतो. पहिली गोष्ट म्हणजे, प्राचीन वैदिक काळापासून ते आतापर्यंत प्रचलित आणि रूढ अशा चातुर्वर्ण्य विभाजनाच्या दृष्टिकोन तो अमान्य करतो. दुसरी आणि अधिक महत्त्वाची गोष्ट म्हणजे, मूळच्या वैश्य श्रेणीचे विघटन आणि शेतकरी जातीच्या स्थानातील फेरफार यांचे समाजशास्त्रीय चौकटीतून स्पष्टीकरण देता येत नाही; कारण ही चौकट उत्पादनाच्या प्रक्रियेला वगळून आणि इतिहासाकडे दुर्लक्ष करून जातीचा अभ्यास करते. वैश्यांमधील भेद आणि शेती करणाऱ्या व गुरांची राखण करणाऱ्या लोकांच्या स्थितीमधील बदल यामागची प्रेरक शक्ती ही विचारांची चळवळ नव्हती—धार्मिकही नव्हती आणि ऐहिकही नव्हती. उलटपक्षी, उत्पादनाच्या घटकांमधील बदल, त्यातील सामाजिक परस्परसंबंध आणि निगडित असलेल्या

राजकीय आणि सांस्कृतिक वर्तुळांमधील बदल हे त्यांच्या मागची प्रेरक शक्ती होते. पुढे चर्चा केल्याप्रमाणे, यात काहीच आश्चर्य नाही की ड्युमॉन्ट शेतकरी जातींच्या स्थानाला विसंगती समजून डच्चू देतो.

वर्ण ते जात

हा युक्तिवाद खरा आहे की वर्णाची संकल्पना एका अशा व्यवस्थेचे शीर्षक म्हणून राखण्यात आली; जिने बदलती उत्पादनव्यवस्था, मालमत्तेचे परस्परसंबंध आणि श्रमाच्या विभाजनाच्या प्रक्रियेतील उत्क्रांत झालेल्या वेगवेगळ्या प्रकारच्या स्तरीकरणांना एकमेकांशी दुव्याने जोडले. या संकल्पनेचा प्रत्यक्षातला पारंपरिक किंवा वर्ग गटांच्या वर्णनासाठी कमी आणि सैद्धान्तिक रूपात जास्त वापर करण्यात आला (थापर २०००: ३८३). शर्मा यांनी म्हटल्याप्रमाणे (२००९: २५७), आधीच्या मध्ययुगीन काळात चातुर्वर्ण्याचा असंख्य जातींमध्ये आंतरिक स्वरूपाचा स्फोट झाला. या साऱ्या जातींना वर्ण म्हणूनच संबोधलं जाई. हे १० व्या शतकातील एका ताम्रपटावरून स्पष्ट होतं ज्यात छत्तीस वर्ण असलेल्या बंगालच्या एका गावाचे वर्णन केले आहे. त्यामुळे हा आंतरिक स्फोट कशामुळे घडला, असा प्रश्न उद्‌भवतो. या स्फोटामागचा मुख्य घटक होता राजकीय अर्थव्यवस्थेतील बदलांमुळे झालेले विशेषीकरण आणि श्रमाच्या विभाजनातील नवीन क्षेत्रांचा विकास. यातून आपल्याला असा निष्कर्ष काढता येतो की वर्ण श्रेण्यांच्या दोन ते तीन ते चार (ते पाच) अशा उत्क्रांतीला आणि वर्ण ते जात या संक्रमणाला समजून घेण्यासाठी ऐतिहासिक दृष्टिकोन ठेवून वर्ण आणि जातीला बदलत्या आर्थिक-राजकीय परिस्थितीच्या पार्श्वभूमीत तपासायला हवे. वर्ण आणि जातीच्या कहाणीचे कथन करण्यासाठी, आपल्याला धार्मिक ग्रंथांवर दिलेल्या नको इतका भर दिला गेल्यामुळे निर्माण झालेल्या उणिवा दूर करण्यासाठी अजून ऐतिहासिक अभ्यासाची गरज आहे. ऐतिहासिक नेमकेपणाचा अभाव असलेल्या आणि धार्मिक ग्रंथांच्या बळावर रचलेल्या वर्ण आणि जातीच्या कथा ठरावीक काळ आणि प्रदेशातील विशिष्ट अशा वैशिष्ट्यांचे सामान्यीकरण करतात, जणू काही त्या सर्व काळांसाठी आणि प्रदेशांसाठी लागू पडतात.

अस्पृश्यता: आदर्श आणि वास्तविक

वर चर्चा केलेल्या चार श्रेण्यांव्यतिरिक्त, ड्युमॉन्ट प्राचीन भारतातील अस्पृश्यांच्या पाचव्या श्रेणीचा उल्लेख करतो. या श्रेणीचा विचार करणे आवश्यक आहे कारण वर चर्चा केल्याप्रमाणे जातिव्यवस्थेचा गाभा असलेली अधिकारश्रेणी ही ड्युमॉन्टच्या मते, अस्पृश्य (अपवित्र) आणि ब्राह्मण (पवित्र) यांच्या विरोधावर उभारण्यात आली आहे. सुरुवातीला, तो याचा आग्रह धरतो की ही श्रेणी प्राचीन काळात अस्तित्वात होती; पण जेव्हा प्राचीन ग्रंथांमध्ये

अस्पृश्यांचा कोणताच उल्लेख सापडत नाही तेव्हा तो निष्कर्ष काढतो की या ग्रंथांनी 'पाचव्या श्रेणीच्या वास्तविक वाढीचा...उल्लेख केला नाही' (ड्युमॉन्ट १९८०: ६८). असे का बरं व्हावे असा प्रश्न पडतो? अधिक महत्त्वाचा प्रश्न म्हणजे या श्रेणीला ओळखावे तरी कसे हा प्रश्न आहे? ड्युमॉन्ट म्हणतो की शूद्रांचा हिंदू धर्मात समावेश झाल्यानंतरच या श्रेणीचा उदय झाला (ड्युमॉन्ट १९८०: ७४). असे म्हणणे हे काही पाचवा वर्ण का, या प्रश्नाचे उत्तर ठरत नाही. आर. एस. शर्मा यांच्या म्हणण्यानुसार धर्मसूत्र अस्पृश्यतेला वेगवेगळ्या जातींच्या सरमिसळीची उत्पत्ती मानतात. इतरांनी युक्तिवाद केला आहे की ज्यांनी बौद्धधर्माचा स्वीकार केला किंवा त्याला समर्थन दिले त्यांना बौद्धधर्माच्या पतनानंतर समाजाच्या मुख्य प्रवाहातून वेगळं केले गेले आणि अस्पृश्य ठरवलं गेलं. शर्मा या दोन्ही तर्कांचे खंडन करतात आणि अस्पृश्यता बौद्धधर्माच्या उदयाच्या बऱ्याच आधी मौर्यपूर्व काळात अवतरली, असे म्हणतात (शर्मा १९९०: १४४). त्याचे स्पष्टीकरण असे आहे की अस्पृश्य ठरवले गेलेले समुदाय भौतिकदृष्ट्या आणि तांत्रिकदृष्ट्या मागासलेले (जमाती) होते. वैदिक काळानंतर (त्या वेळच्या समकालीन ग्रीक समाजाप्रमाणेच) शारीरिक श्रमाचा तिरस्कार सुरू झाल्यामुळे ज्या गटांकडे उदरनिर्वाहाची कोणतीच साधनं उपलब्ध नव्हती आणि ज्यांना तग धरण्यासाठी शारीरिक श्रम करणे भाग पडले अशा लोकांना अस्पृश्य ठरवण्यात आले. वरच्या वर्णातील लोक ज्यांनी श्रमापासून स्वतःला मुक्त करून घेतले त्यांनी शारीरिक श्रमाबद्दल असलेला तिरस्कार श्रमिकांच्या बाबतीतही कायम ठेवला, असे ते लिहितात. अस्पृश्यता निर्माण करणारा दुसरा घटक म्हणजे विशिष्ट जातींच्या काही व्यवसायांची अपवित्रता होय. त्यामुळे तो अस्पृश्यतेच्या 'अद्वितीय' आणि अपूर्व वास्तवाला खालच्या स्तराची भौतिक संस्कृती (नागवणूक), शारीरिक श्रमाचा तिरस्कार आणि काही वस्तूंशी निगडित निषिद्धता आणि अपवित्रतेच्या पुरातन कल्पना यांना जबाबदार धरतो (शर्मा १९९०: १४६).

हे मान्य करावे लागेल की वर नमूद केलेली परिस्थिती 'केवळ' भारतातच घडली असं नव्हे. मग अस्पृश्यतेला विलक्षण आणि अपूर्व गोष्ट का मानावी. जाती असमानतेची गुलामगिरी आणि वेठबिगारीशी तुलना करणे ही वैचित्र्यपूर्ण गोष्ट म्हणावी लागेल. कारण वेठबिगारी आणि गुलामगिरी काही बाबतीत जास्त घातक होती, खासकरून गुलामगिरी. तरी त्यात अस्पृश्यता नव्हती. त्या अर्थाने अस्पृश्यता हे जातिव्यवस्थेचे आणि भारताचे विलक्षण सांस्कृतिक योगदान आहे. शर्मा यांचे हे मत पटण्यासारखे आहे की 'औपचारिक पावित्र्य आणि स्वच्छतेच्या निव्वळ कल्पनांमुळे उच्च वर्णाच्या तख्त्यातून शूद्रांची हकालपट्टी झाली, असे सुचवणे हा उथळ प्रयास वाटतो.' याउलट, शर्मा यांच्या मतांचा मागोवा घेत असा युक्तिवाद लढवता येतो की अस्पृश्यतेची कल्पना उदरनिर्वाहाच्या भौतिक परिस्थितीची प्रतीकात्मक अभिव्यक्ती म्हणून विकसित झाली. हे तेव्हा घडले जेव्हा समाजातील एका

गटाला, त्यांची उदरनिर्वाहाची साधने हिरावून घेऊन कायमचे वंशपरंपरागत श्रमिक वर्गाचे स्थान दिले गेले. खालच्या श्रेणींच्या शारीरिक श्रमाबद्दल असलेला तिटकारा निकृष्ट अवस्थेप्रत पोहोचून त्याची परिणीती अस्पृश्यतेत झाली (शर्मा १९९०: १५३).

आर. एस. शर्मा यांच्या मते अस्पृश्यतेचे अजून एक कारण आहे. बिहारमधील दुसाध हे शेतमजूर आहेत आणि अस्पृश्य मानले जातात. ते अस्पृश्य कसे झाले? बहुधा अशासाठी की त्यांच्या प्रदेशावरील शासकांनी केलेल्या अतिक्रमणाच्या सुरुवातीस त्यांनी प्रतिकार केला असावा. दुसाध हे नाव दुःसाध्य या शब्दावरून पडले; ज्याचा अर्थ आहे साधण्यास कठीण असलेला. दुसाध हे बाहेरील विजेत्यांच्या शासनाचा प्रतिकार करणाऱ्यांना आणि प्रभुत्वशाली वर्गांची विचारधारा असलेल्या धर्मशास्त्रांच्या नियमांना झुगारणाऱ्या लोकांचे वंशज असावेत. उपरोध असा की ते शरण आल्यावर आणि त्यांची उपजीविकेची साधने जप्त झाल्यावर त्यांच्यावर आपल्याच जातीतील सदस्यांना बंड पुकारण्यापासून परावृत्त करण्याची जबाबदारी सोपवण्यात आली (शर्मा २००९: २८९). जातीच्या निर्मितीत प्रतिकाराचे तथ्य अधोरेखित करण्याच्या संदर्भात या उदाहरणाचे विशेष महत्त्व आहे. प्रभुत्वशाली वर्ग नेहमीच प्रतिकाराचा तिरस्कार करतात, असा तिरस्कार जो प्रतिकार करणाऱ्यांपर्यंत पोहोचवला जातो. प्रतिकार करणाऱ्यांना रानटी किंवा असंस्कृत म्हणून हिणवणे युरोपातील वसाहतवादी-साम्राज्यवादी विस्ताराच्या काळात नित्यनेमाचा परिपाठ होता. भारतात नवीन जमिनींच्या वसाहतीकरणाच्या सुरुवातीच्या काळात ज्यांनी पद्धतशीर शेतीचा आणि त्यासोबत येणाऱ्या ब्राह्मणी संस्कृतीचा प्रतिकार केला, त्यांना साहजिकच अस्पृश्य ठरवण्यात आले. वसाहतीकरणाच्या प्रक्रियेत त्यांच्या उदरनिर्वाहाची साधने जप्त झाल्यामुळे ते हवालदिल झाले आणि त्यांना खालच्या स्तराचे शारीरिक श्रम करण्यास भाग पाडले गेले ज्यामुळे त्यांचा सामाजिक दर्जा आणखी घसरला. जातिव्यवस्थेतील नागवणूक आणि अस्पृश्यता यातील परस्परसंबंध हा एक विवाद्य प्रश्न आहे.

हा काय निव्वळ योगायोग मानावा की जगभरातले अस्पृश्य उदरनिर्वाहाच्या साधनांपासून वंचित आहेत आणि साधनांची मालकी असलेले लोक सर्वत्र खासकरून शारीरिक आणि अस्वच्छ (प्रदूषित) कष्टापासून मुक्त आहेत आणि अस्पृश्य नाहीत? नागवणूक आणि अस्पृश्यतेमध्ये कोणते समीकरण आहे का? असले तर अस्पृश्यतेला निव्वळ आदर्श मानता येईल का? यावरील ड्युमॉन्टचे उत्तर होकारार्थी आहे. तो यासाठी प्रचंड अशा धार्मिक असमर्थतेला जबाबदार धरतो ज्यामुळे प्रभुत्वशाली वर्गांवर कडक शिस्तीचे ऐहिक स्वरूपाचे अवलंबित्व येते. त्यामुळे खालच्या वर्गांना भोग भोगावे लागतात. दोन्ही उच्च वर्णातील अधिकारश्रेणीतले ऐक्य या तथ्यामुळे स्पष्ट होते की जे भौतिकदृष्ट्या सर्वांत जास्त यातना भोगतात ते त्याच वेळी सर्वांत अशुद्धदेखील मानले जातात (ड्युमॉन्ट १९८०: १७३; श्रीनिवास २००६: १०६–१०७ पहा). अस्पृश्यतेला निव्वळ कल्पनांच्या संकुचित

चौकटीत बसवणे, विशेषकरून धार्मिक कल्पनांच्या चौकटीत, म्हणजे अस्पृश्यतेला कारणीभूत असलेल्या आणि कोणता मूलभूत बदल न झाल्यास अस्पृश्यतेचे अविरत पुनरुत्पादन करण्याऱ्या भौतिक परिस्थितीला झाकून टाकणे, म्हणजेच नाकारणे होय. वरच्या दोन्ही वर्णांमधील अधिकारश्रेणीयुक्त ऐक्य हे पावित्र्याच्या समानतेवर आधारित असून पावित्र्यासारख्या प्रबळ विचारधारेने झाकलेल्या समान भौतिक स्वार्थांवर आधारित आहे. नावातील बदल, धर्मांतर किंवा घटनात्मक तरतुदींमुळे अस्पृश्यतेचा प्रश्न सोडवला गेला नाही; कारण हे सारे उपाय, त्यांचे प्रतीकात्मक महत्त्व असूनही (ज्याचे अवमूल्यन करता येत नाही) अस्पृश्यतेस कारणीभूत ठरणाऱ्या भौतिक परिस्थिती काहीच बदल घडवू शकले नाहीत. दुसऱ्या बाजूला, वेठबिगारी भारतीय आणि त्यांच्या वंशजांची अस्पृश्यता नाहीशी झाली आणि त्यांच्या धार्मिक जाणिवा मात्र आणखी घट्ट होऊन आजतागायत सशक्त आहेत, कारण धार्मिक जाणिवांना नव्या वातावरणात अस्पृश्यतेच्या भौतिक परिस्थितीची प्रतिकृती तयार करता आली नाही. धार्मिक जाणिवांचा युक्तिवाद हा अस्पृश्यतेचे अतिशय कमकुवत स्पष्टीकरण आहे आणि त्याहून अधिक कमकुवत निराकरण आहे.

इतिहासाआधी पुराण

रोमिला थापर भूतकाळाचे वर्णन करणाऱ्या दोन परंपरांमध्ये म्हणजेच, *इतिहास आणि पुराण* (महाकाव्य) यांच्यामध्ये फरक करतात. एक विशिष्ट स्वरूपाचे आहे, दुसरे सामान्य स्वरूपाचे आहे. एकाचे सत्यापन होऊ शकते, दुसऱ्याचे नाही. एक ऐतिहासिक आहे, दुसरे पारसूत्रिक. वेबर, ड्युमॉन्ट आणि त्यांचे समाजशास्त्राच्या मुख्य प्रवाहातील अनुयायी यांनी दोहोंपैकी दुसऱ्या परंपरेला पहिल्याच्या तुलनेत प्राधान्य दिले आहे. परिणामस्वरूप वर्ण आणि जातिव्यवस्थेचा निष्क्रिय दृष्टिकोन निर्माण झाला. ऐतिहासिकदृष्ट्या वर्ण आणि जात निष्क्रिय सोडून सर्व काही आहे. क्षत्रियांच्या तुलनेत ब्राह्मणांचा दर्जा असो किंवा वैश्यांच्या आणि शूद्रांच्या तुलनेत असो, ते बदलांपासून कधीच मुक्त नव्हते. सुरुवातीच्या काळात, सामाजिक संघटन हे सांप्रदायिक स्वरूपाचे होते आणि वर्णाचा दर्जा जन्मतःच ठरवला न जाता खुल्या स्वरूपाचा होता. अंतर्विवाह सोहळे प्रचलित नव्हते. तीच गोष्ट यज्ञासारख्या धार्मिक विधींची, ज्या सांप्रदायिक स्वरूपाच्या होत्या. ऋग्वेदामध्ये *दासीपुत्र* (गुलाम स्त्रीचा पुत्र) ब्राह्मणांचा उल्लेख आदराने केलेला आढळतो. जसजसा काळ सरला, अर्थव्यवस्था विकसित झाली आणि राजकीय सत्ता आर्थिक सत्तेच्या भोवती एकटवली जाऊ लागली, समाजाचे सांप्रदायिक तत्त्व कमकुवत झाले तसेच शूद्र आणि इतर तीन वर्णांमधल्या वाढत्या सामाजिक अंतरामुळे वर्णभेद अवतरित झाले. वैदिक काळाच्या अस्तापर्यंत, सांप्रदायिक समाज लोप पावला आणि त्याची जागा पदाच्या व्यवस्थेने घेतली—वर्णाची अधिकारश्रेणीयुक्त

व्यवस्था; पण अजून जातीयुक्त समाज अस्तित्वात आला नव्हता (शर्मा १९९०: ८८; थापर २०००: ३४). उलटपक्षी, पुराणांच्या मते, चातुर्वर्ण्य पद्धती निर्मात्याच्या (प्रथम पुरुषाच्या) गर्भांतून जन्मली किंवा ऋग्वेदकालीन ब्राह्मणाच्या मनातून उद्‌भवली. त्यानंतर कायदे करणाऱ्यांच्या (ब्राह्मण) मनात तयार झालेल्या कल्पनांच्या चळवळीच्या प्रेरक शक्तीमुळे वर्णव्यवस्थेचे बहुविध जातींमध्ये उत्परिवर्तन झाले. तत्पश्चात तिचे धार्मिक मूलतत्त्व शतकानुशतके अबाधित राहिले आहे. पुराणांचा दृष्टिकोन निष्क्रिय आहे; ऐतिहासिक दृष्टिकोन गतिमान आहे. एक पवित्र आहे तर दुसरा अपवित्र आहे.

थोडक्यात सांगायचे तर, या गोष्टीवर जोर द्यायला हवा की वर्ण हे दैवी किंवा स्वाभाविक नव्हते तर सामाजिक-ऐतिहासिक होते. उत्पादनप्रक्रियेच्या एका विशिष्ट टप्प्यावर त्याची उत्क्रांती झाली. सुरुवातीच्या वैदिक काळापासूनच्या विचारधारेत रुजलेल्या अधिकारश्रेणीच्या मूलभूत तत्त्वाच्या सातत्यावर बेतलेले वर्ण आणि जातीचे समरूप दिशाभूल करणारे आहे. शेवटी, वर्ण (आणि पुढे जात) निष्क्रिय नव्हते, गतिशील होते आणि त्या गतिशीलतेची प्रेरक शक्ती धार्मिक नसून आर्थिक आणि राजकीय स्वरूपाची होती. वर्ण पवित्र नसून भ्रष्ट होते. वर्ण ते जात या संक्रमणाचा मागमूस पवित्र ग्रंथात नसून इतिहासात लागतो. ऐतिहासिक पुराव्याच्या प्रकाशात पुराण ग्रंथातील वर्ण आणि जातीच्या कथांचे बारकाईने परीक्षण केल्याने वर्ण-जात कोडे सुटण्यास बरीच मदत होईल.

जातीची परिभाषा

ड्युमॉन्टच्या मते, कशास जात म्हणता येणार नाही?

ड्युमॉन्टच्या मते, कशास जात म्हणता येणार नाही आणि का याच्या संक्षिप्त पुनरावलोकनाने आपण सुरुवात करू या. तो जातीच्या विविध दृष्टिकोनांना दोन श्रेण्यांमध्ये विभागतो: १९४५ आधी केलेले अभ्यास व त्यानंतर केलेले अभ्यास. डी नोबिली नावाच्या इटालियन धर्मोपदेशकाने जातीला दर्जा आणि वतनवाडी यांच्यामधील भेदाचे एक जहाल रूप मानले जे पाश्चिमात्य देशात प्रचलित होते. त्यांच्या मते म्हणूनच जात ही मुळात धार्मिक नसून सामाजिक बाब होती. मॅक्सम्युलर यांच्या मते, जात हे सर्व समाजात प्रचलित असलेले जन्म, सामाजिक परिस्थिती आणि शिक्षणाशी निगडित भेदाचे एक विशिष्ट रूप होते. ब्राह्मणांना जास्तीत जास्त लाभ मिळवून देण्याकरिता सामाजिक नियमांना लाभलेल्या धार्मिक समर्थनात युरोपाच्या तुलनेत भारताचा वेगळेपणा दिसून येतो. हिंदू नेहमी जशी कल्पना करतात त्याच्या अगदी उलट वेदांमध्ये जातीला स्थान नाही (ड्युमॉन्ट १९८०: २५), या गोष्टीचीही त्यांनी नोंद घेतली आहे. सगळे हिंदू जातीला वैदिक मानतात का, याची आम्हाला खात्री नाही. कदाचित जुन्या काळातल्या काही कायदे करणाऱ्यांनी (विशिष्ट जातीच्या किंवा जातींच्या)

तशी कल्पना केली आणि समाजशास्त्रज्ञांनी (आणि पौर्वात्य देशांच्या अभ्यासकांनी) ती उसनी घेतली आणि समाजशास्त्राच्या परिभाषेत समीक्षा न करता तिचा अनुवाद करून जातीची सामान्य संकल्पना म्हणून तिला सादर केलं. मॅक्सम्युलरच्या जातीविषयक दृष्टिकोनाची मूलभूत कल्पना मॅक्स वेबरच्या लिखाणातून डोकावते. जो एक दर्जा गट म्हणून जातीची तुलना फ्रान्समधील *प्राचीन राजवटीच्या* तीन वतनवाड्यांशी करतो. लक्षणीय गोष्ट अशी की एकीकडे ड्युमॉन्ट जात ही मूलतः धार्मिक असलेल्या कल्पनेसकट वेबरच्या जातीविषयक सिद्धान्तातील प्रत्येक महत्त्वाचा घटक उसना घेतो, तर दुसरीकडे, दर्जा गट म्हणून जातीची पाश्चिमात्य देशांसकट भारताबाहेरील देशांतील अशाच गटांशी तुलना करण्याच्या वेबरच्या कल्पनेवर आक्षेप घेतो. वेबरवर आणि त्याच्यासारख्या जातीची पाश्चिमात्य देशातील कुठल्याही गोष्टीशी तुलना करणाऱ्या इतरांवर असा आरोप आहे की ते पाश्चिमात्य सामाजिक केंद्रीयतेला बळी पडल्यामुळे त्यांना भारतातील जातीचा विलक्षणपणा दिसत नाही. हे पाश्चिमात्य देश आणि भारत यांच्यातील परस्परविरोध दाखवणारे उत्तम उदाहरण आहे (ज्याला तुलना हे चुकीचे नाव दिले गेले आहे). ड्युमॉन्ट पारंपरिक भारताचा विलक्षणपणा केवळ आधुनिक पाश्चिमात्य देशाच्या विरोधात दाखवत आहे, या शक्यतेचे खंडन करण्यासाठी हा मुद्दा महत्त्वाचा आहे. कारण ड्युमॉन्ट असे करत असता, तर त्याने वेबरच्या जात आणि आधुनिकपूर्व पाश्चिमात्य देशातील वतनवाडी यांच्या तुलनेवर तीव्र आक्षेप घेतला नसता. हा विरोध विशेषकरून लक्षणीय ठरतो. कारण वेबरची दर्जाची कल्पना ड्युमॉन्टच्या जातीविषयक सिद्धान्ताचा अर्क असलेल्या दर्जा-सत्ता भेदाच्या केंद्रस्थानी आहे. याविषयी आपण पुढे चर्चा करू.

जात हे सामाजिक वर्गाचे 'संकुचित उदाहरण' आहे या क्रोबरच्या कल्पनेवर ड्युमॉन्टने अशा कारणाने टीका केली आहे की आर्थिक वैशिष्ट्य सामाजिक दर्जा परिभाषित करतात आणि म्हणून आर्थिक गटाला दर्जा गट म्हणजेच जात समजू नये. क्रोबरची जातीला वर्ग मानण्याची दुसरी चूक म्हणजे जाणिवांना दुय्यम परिणाम मानला जातो. ज्यामुळे जातीचे धार्मिक स्पष्टीकरण वगळले जाते. ड्युमॉन्टच्या दुय्यम परिणाम आणि अपूर्व गोष्टीच्या हास्यास्पद तर्काविषयी (एपिफेनॉमेनन आणि फेनॉमेनन) वक्तव्य करण्यात काहीच तथ्य नाही जो त्याच्याच शब्दांत सांगायचे झाले तर, शीतयुद्धाचा अवशेष आहे. त्याऐवजी, आपण लक्ष देऊ त्याच्या या दाव्याकडे की क्रोबर, इतर अनेक जणांसारखा सामाजिक स्तरीकरणाच्या सिद्धान्तामुळे आपली वाट चुकतो, असाच सिद्धान्त जो असमानतेची मोहोर लागलेल्या सर्व सामाजिक भेदांचे एकत्रीकरण करतो आणि त्या अर्थाने समाजकेंद्रित आहे. ड्युमॉन्टला हे ठसवायचे आहे की जातिभेदाला सामाजिक असमानता मानू नये. जात ही अधिकारश्रेणी आहे आणि अधिकारश्रेणी म्हणजे असमानता नव्हे. (आधुनिक-पूर्व) पाश्चिमात्य देशात

असमानता अस्तित्वात होती, पण भारतात भूतकाळात काय किंवा वर्तमानकाळात काय, कधीच नव्हती. पाश्चिमात्य देशांमध्ये असमानता होती पण ते असमानतेतून समानतेकडे वळले (समतावाद!). जातीच्या आधारे परिभाषित झालेल्या भारतात अधिकारश्रेणी होती; जी आजही जातीच्या लवचीकपणामुळे भारताला चिकटून आहे. असमानता धर्मनिरपेक्ष आहे; अधिकारश्रेणी धार्मिक आहे. असमानता भ्रष्ट आहे; अधिकारश्रेणी पवित्र आहे. जात पवित्र आहे.

ड्युमॉन्ट मान्य करतो की जातयुक्त समाज आणि आधुनिक समाज यांच्यातला अजून एक दुवा आहे जो दोघांमधील सातत्य राखतो. हेच श्रमाचे विभाजन आहे आणि नेस्फील्डचा जातीविषयक दृष्टिकोन याच श्रेणीतला आहे. त्याच्या मते, जात ही 'धर्मापेक्षा वेगळी आहे' असा पाश्चिमात्य वाचकांचा समज होण्यासाठी हा दृष्टिकोन अतिशय भुरळ पाडणारा आहे. तसाच तो सुशिक्षित हिंदूंना (भारतीय: ही दोन संबोधनं त्याच्या लिखाणात अनेकदा एकत्रितपणे वापरण्यात येतात) देखील भुरळ पाडतो, जे भारतीय प्रथेचे पाश्चिमात्य समर्थन शोधण्यास उत्सुक असतात. नेस्फील्डप्रमाणेच जेम्स मिल्सने जातीला श्रमाचे विभाजन म्हणून पाहिले, खेडुतांच्या जमिनीतून शेतीप्रधान जीवनाकडच्या संक्रमणातून निर्माण झालेली एक ऐतिहासिक घडामोड. त्याला याची कल्पना होती की कायदे करणाऱ्यांनी जाती विभाजनाला दैवी योजनेची निष्पत्ती ठरवली होती. त्याचे असेही म्हणणे होते की जातीची प्रथा प्राचीन काळात दूरवर पसरली होती (इजिप्त, ग्रीस आणि इराण मध्ये). ड्युमॉन्टला मिल्सचे स्पष्टीकरण मान्य नाही, मुख्यत्वे या कारणासाठी की त्याला तांत्रिक व आर्थिक पैलू आणि धार्मिक पैलूच्या द्वंद्वामध्ये समेट साधता आला नाही. अधिक महत्त्वाचे म्हणजे मिल्स, दु बॉईच्या उलट, 'अवशिष्ट' भूमिका ब्राह्मणाची (कायदे करणारा) आहे, असे मानतो जणू काही 'श्रमाचे विभाजन आपोआप घडले' (ड्युमॉन्ट १९८०: २४–२६).

श्रमाचे विभाजन आपोआप घडत नाही आणि मिल्सने तसे म्हटले नाही. मिल्सचे म्हणणे असे होते की जातीच्या श्रमाचे विभाजन राजकीय अर्थव्यवस्थेतील बदलांमुळे घडले– पशुपालन ते पद्धतशीर शेती व्यवस्थेच्या रूपात झालेला बदल. हे त्याचे मत पटण्यासारखे आहे. ऐतिहासिकदृष्ट्या आर्थिक विकासाचा एखादा विशिष्ट टप्पा श्रमाच्या विभाजनाच्या एका विशिष्ट रूपाशी निगडित असतो. शिकार करणाऱ्या आणि कंदमुळं गोळा करणाऱ्या समाजांच्या श्रमाच्या विभाजनाचा एक विशिष्ट प्रकार होता (समतावादी), शिकार करणाऱ्या जमाती जाऊन जेव्हा पशुपालन सुरू झाले तेव्हा श्रमाच्या विभाजनाचे रूपदेखील बदलले (त्याचे अधिक विशेषीकरण झाले). पशुपालन ते पद्धतशीर शेतीच्या संक्रमणासोबत त्यात पुन्हा बदल झाला (मालक आणि गुलामातील भेद), मग गुलामगिरी ते वेठबिगारी अशा सरंजामशाहीच्या संक्रमणात पुन्हा बदल झाला (मालक आणि वेठबिगार यांच्यातील भेद)

आणि वेठबिगारी ते मजुरी या भांडवलशाहीतील संक्रमणात परत बदल झाला (भांडवलशहा आणि कामगार). प्रत्येक संक्रमणासोबत कायद्यातदेखील बदल झाला. श्रमाच्या विभाजनतला बदल आणि त्यायोगे कायद्यामधील झालेला बदल यांच्या परस्परसंबंधांचा हा खरा इतिहास आहे. ड्युमॉन्ट त्याला उलटे फिरवून जातीच्या श्रमाचे विभाजन कायदे करणाऱ्याच्या इच्छेचा परिणाम आहे, असे भासवतो. त्याविषयी पुढे चर्चा करू या.

अंतर्विवाह

ड्युमॉन्टच्या मते, जातीच्या श्रमविभाजनाला धर्मनिरपेक्ष मानण्याखेरीज नेसफील्ड ची दुसरी समस्या म्हणजे, जातीला शुद्ध धर्मनिरपेक्ष असल्याचे दाखवायचा प्रयत्न करूनही, तो संस्कारविषयक कर्तव्यांचा उल्लेख करतो आणि तो अंतर्विवाहाचे कोणतेच स्पष्टीकरण देत नाही: जातबाह्य विवाह का अमान्य करते? (ड्युमॉन्ट १९८०: २६–२७). ड्युमॉन्टला कदाचित हे मत पटेल की मध्ययुगीन युरोपातील मालक आणि शेतकरी यांच्यातील असमानता धर्मावर आधारित नव्हती, ती अंतर्विवाहांवर बेतलेली होती—वर्गातील अंतर्विवाहांचे उदारहण. दुसऱ्या बाजूला, भारतातील अंतर्विवाह हे सर्वस्वी किंवा प्रामुख्याने धार्मिक स्वरूपाचे नव्हते. ते आर्थिक-राजकीय स्वरूपाचे होते. रजपूत जमीनदार आणि राजस्थानातील शासक यांच्यामधील विवाह हे प्रामुख्याने राजकीय आणि आर्थिक होते—धार्मिक नव्हे. वर्षा जोशी लिहितात त्याप्रमाणे सैद्धान्तिकदृष्ट्या, नातेसंबंधांवर आधारित व्यवस्था ही पक्की एकजूट असलेले एकक असावे लागते. पण रजपूत राज्यांचे वास्तव भिन्न होते. एकाच गटाच्या किंवा एकाच घराण्याच्या लोकांनी आपली आर्थिक-राजकीय सत्ता वाढवण्याकरता केलेल्या विद्रोहाची उदाहरणं कमी नाहीत. या धमकीची प्रतिक्रिया म्हणून घडलेली एक लक्षणीय गोष्ट अशी की शासक त्यांच्या नातेवाइकांना विवाहाच्या अनुषंगाने इनाम देत (ठिकाणा/जागीर) ज्याला सागा किंवा गेनायत म्हणत, जे आंतरजातीय विवाहांमुळे कुळाबाहेरील गणले जात. अतिरिक्त खंडकरी आणि नातेसंबंध जोडून नाते आणि खंडकरी जपायचा हा नाजूक प्रयत्न होता. रजपूत सत्ताधारी वर्गात रक्त आणि जमिनीच्या विरोधाभासांनी विवाहसंस्थेला आकार देण्यात आपले योगदान दिले. रियासतींतील रजपुतांमधील विवाह, त्या म्हणतात त्यानुसार, केवळ विधींद्वारा ठरत नसत. खरंतर, ते राजकीय-आर्थिक स्वार्थाच्या आडव्यातिडव्या मेळ्याच्या जोरावर घडत असत (जोशी १९९५: १५–१६).

प्रभुत्वशाली जातीच्या स्तरावर (सत्ताधारी जात) विवाह एक वर्गीय स्वरूपाची अपूर्व घटना होती. रजपुतांमधील अंतर्विवाह हे आफ्रिका, आशिया आणि मध्ययुगीन युरोपातील अमीर-उमरावांतील विवाहांसारखेच होते. पुढे चर्चा केल्याप्रमाणे, रजपुतांमधील अंतर्विवाह हे आंतरजातीय अनुलोम-विलोम विवाहांद्वारा आर्थिक-राजकीय स्वार्थ आणि जातीची

ओळख जपत असत. आर्थिक-राजकीय स्वार्थांसाठी ते जातीबाहेर आणि धर्माबाहेर विवाह संबंध जोडत असत: हिंदू शासक मुस्लीम शासकांच्या मुलींशी विवाह करीत. जोशी यांच्या नोंदीनुसार (तथैव: १४), अकबराने रजपूत शासकांबरोबर करार करून आणि विवाहसंबंध जोडून राजस्थानवर अधिराज्य गाजवले. सामान्य रजपूत लोकांमध्येसुद्धा विवाह हा आर्थिक, राजकीय आणि सामाजिक-सांस्कृतिक सोहळा होता; ज्यात धार्मिक आणि ऐहिक घटकांची सरमिसळ असे. आमचा हेतू अंतर्विवाहाला कमी लेखण्याचा नाही; आम्हाला एवढंच सिद्ध करायचं आहे की अंतर्विवाह केवळ किंवा प्रामुख्याने धार्मिक स्वरूपाचे नव्हते.

रजपुतांमधील विवाहात पावित्र्याचा विचार केला जाई; पण हे पावित्र्य होते रक्ताचे. अर्थातच, रक्ताच्या पावित्र्याची कल्पना धार्मिक नसून भौतिक आणि राजकीय-आर्थिक धाटणीची आहे. धार्मिक पावित्र्याप्रमाणेच, रक्ताचे पावित्र्य ही सामाजिक रचना होती; कारण रजपुतांचे उत्पत्तीस्थान अनेक प्रकारच्या रक्ताच्या नात्यांचे मिश्रण होते. ते काही असो पण रजपूत रक्ताच्या पावित्र्याच्या कल्पनेकडे गांभीर्याने बघत असत. धार्मिकदृष्ट्या पवित्र असलेल्यांबद्दल, म्हणजेच ब्राह्मणांबद्दल त्यांना आदरभाव होता; पण ते कधीच धार्मिक पावित्र्याला रक्ताच्या पवित्रापेक्षा श्रेष्ठ मानीत नसत. म्हणजेच धार्मिकदृष्ट्या पवित्र असलेल्यांना रक्ताच्या आधारे पवित्र असलेल्यांपेक्षा श्रेष्ठ मानीत नसत. रक्ताचे पावित्र्य राखण्यासाठी ते आपल्या प्राणाची आहुती देण्यास सज्ज असत. पण आपल्या रोजच्या दिनचर्येत धार्मिक पावित्र्याचे उल्लंघन करीत—खाण्यापिण्याच्या सवयींमध्ये तसेच भेटीगाठींतून आणि संभोगातून. अंतर्विवाहांना धार्मिक पावित्र्याच्या संकुचित चौकटीत बसवणे म्हणजे अतिसुलभीकरण करणे होय.

इथे हे लक्षात ठेवले पाहिजे की बरेचशे जातीविषयक नमुनात्मक पैलू, उदाहरणार्थ, रोटीव्यवहार किंवा अंतर्विवाह, हे जातीच्या शिडीच्या वरच्या पायऱ्यांवरच्या नियमांवर बेतलेले होते. त्यात खालच्या आणि मधल्या पायऱ्यांचा विचार नसे. त्यांचा जर विचार झाला तर विवाहांचे भौतिक तत्त्व प्रकर्षाने उघड होईल. जातीच्या मुख्य प्रवाहाच्या समाजशास्त्रात प्रबळ असलेल्या आदर्शवादी चौकटीत, वरच्या जातींच्या वर्तणुकीच्या वैशिष्ट्यांचे सामान्यीकरण करण्याची प्रवृत्ती दिसून येते. कारण ही वैशिष्ट्ये काळ आणि प्रदेश यांच्या बाबतीत अभेद्य असलेली जातिव्यवस्थेचे सार्वत्रिक मूल्ये मानली जातात.

जातीची धार्मिकता

ड्युमॉन्टच्या मते, जात ही धार्मिक का सामाजिक हा खरा प्रश्न होता. धार्मिक आणि सामाजिक हे परस्परअनन्य नसतात, हे आम्हाला नमूद करायचे आहे. जात धार्मिक असली तरी ती सामाजिकच राहते. म्हणूनच ड्युमॉन्टच्या प्रश्नाचा खरा अर्थ, जातीतील धार्मिक

आणि गैर धार्मिक (आर्थिक-राजकीय) परस्परसंबंधांशी निगडित आहे. त्याच्या मते, जातीतील धार्मिक आणि आर्थिक राजकीय पैलूंमधले परस्परसंबंध विलक्षण स्वरूपाचे आहेत. ज्यामुळे त्यांची तुलना पाश्चिमात्य देशातील पैलूंशी होऊ शकत नाही आणि तरीही तो त्याच्या संशोधनाला तौलनिक अभ्यास म्हणतो. तो असा युक्तिवाद मांडतो की जेव्हा जेव्हा जातीला कशाचे तरी टोकाचे रूप मानले जाते, जे पाश्चिमात्य देशात अस्तित्वात आहे, तेव्हा तेव्हा व्यवस्थेच्या धार्मिक पैलूला दुय्यम ठरवले जाते. या दृष्टिकोनातून पाहता, वर ज्यांचा आढावा घेण्यात आला त्या भूतकाळातील आणि वर्तमानकाळातील आढाव्यांमध्ये, जातीच्या सर्व स्पष्टीकरणांत, या मर्यादा जाणवतातः अंशाला (जात) पूर्ण समजून (जातिव्यवस्था), धार्मिक बाबींना गैरधार्मिक बाबी मानणे आणि अधिकारश्रेणीचे कमी मूल्यांकन करणे (तिला मूलतः धार्मिक मानून). त्याच्या मते, १९४५ नंतरच्या अभ्यासांमध्ये व्यवस्थेच्या विविध पैलूंच्या विश्लेषणात काही प्रगती झाली; पण अजून काही अडथळे जसेच्या तसे आहेत. यापैकी दोन गोष्टी म्हणजे अधिकारश्रेणीला मूलतः धार्मिक मानण्याचा घट्ट गैरसमज आणि सामाजिक स्तरीकरणाच्या सिद्धान्ताची या काळातली व्यापक लोकप्रियता [!] ज्यामुळे अधिकारश्रेणी आणि जातिव्यवस्थेचे आकलन होऊ शकत नाही, असे तो मानतो. ज्या कारणांसाठी अधिकारश्रेणी म्हणजे असमानता नव्हे, त्याच कारणांसाठी जात ही स्तरीकरण नव्हे. स्तरीकरण हे धर्मनिरपेक्ष असते आणि ते पाश्चिमात्य देशात आढळते. दोन्ही निकषांवर ते भारत आणि इथल्या जातीच्या विलक्षणपणाहून भिन्न आहे. जातीला धर्मनिपेक्ष मानणे म्हणजे तिच्या आणि भारताच्या विलक्षणपणाला नाकारणे, पाश्चिमात्य देशांच्या तुलनेत त्यांच्या वेगळेपणाला नाकारणे (१९८०: २६–३२).

दोन संक्षिप्त टिप्पण्या: पहिली, १९४५ नंतरच्या (संस्कृतिवर्णनशास्त्रीय) अभ्यासांविषयीची ड्युमॉन्टची टीका की त्यांच्या संस्कृत अर्थात धार्मिक ग्रंथांवरील दुर्लक्षामुळे ते अनैतिहासिक ठरतात, ही चुकीची आहे. धार्मिक ग्रंथ जातीच्या नमुनात्मक पैलूंशी निगडित आहेत. जे वरील चर्चा केल्याप्रमाणे पारसूत्रिक आहेत. पारसूत्रिक आणि अनैतिहासिक यात निवड करण्यासारखे काहीच नाही. दुसरी काहीशी उपरोधिक बाब अशी की १९४५ आधीच्या व नंतरच्या जातीच्या अभ्यासात ड्युमॉन्टला वाटते त्यापेक्षा जास्त साम्य आहे. दोन्ही कालखंडातले अभ्यास एकाच वैचारिक दृष्टिकोनातून केले गेले आहेत. जे जातीला आर्थिक-राजकीय संबंधांपासून अलिप्त असलेली मूलतः विचारांची व्यवस्था मानून अभ्यासतात. इथे हे लक्षात घेण्यासारखे आहे की १९४५ नंतरचे संस्कृतिवर्णनशास्त्रीय अभ्यास विशिष्ट प्रदेश आणि काळातील जातींवर उपयुक्त माहिती पुरवतात. त्या अर्थाने, ते धार्मिक ग्रंथांवर आधारित जातीच्या अभ्यासांपेक्षा जास्त सशक्त आहेत. मात्र, भौतिक संदर्भ आणि इतिहासापासून तुटलेल्या कल्पनांवर लक्ष केंद्रित केल्यामुळे त्यांचे मूल्य मर्यादित आहे.

जात ही धार्मिक असल्याच्या आपल्या मूलभूत गृहीतकाचे सातत्य राखून, ड्युमॉन्ट अशा अभ्यासाचा शोध घेतो जे त्याच्या गृहीतकाचे समर्थन करते. त्यामुळेच, तो बूगलच्या जातिव्यवस्थेच्या परिभाषेला प्राधान्य देतो:

> जातिव्यवस्था संपूर्ण समाजाला असंख्य आनुवंशिक गटांमध्ये विभागते, जे तीन वैशिष्ट्यांमुळे एकमेकांपासून अलिप्त आहेत आणि जोडलेलेदेखील आहेत: विवाह आणि संबंधांच्या बाबतीतले *अलगीकरण* [मूळ]; *श्रमाचे विभाजन,* सैद्धान्तिकदृष्ट्या किंवा परंपरेने प्रत्येक गटाचा व्यवसाय ज्यातून काही मर्यादा बाळगूनच सदस्यांना बाहेर पडता येते; आणि सरतेशेवटी, *अधिकारश्रेणी,* जी गटांना एकमेकांपेक्षा तुलनेने श्रेष्ठ किंवा कनिष्ठ ठरवते (ड्युमॉन्ट १९८०: २१).

जात आणि हिंदू धर्म

जात आणि हिंदू धर्म हे एकमेकांशी अविभाज्यपणे जोडले गेले आहेत, असा युक्तिवाद केला जातो. 'जातीशिवाय हिंदूंचे अस्तित्व नाही,' असे वेबर लिहितो (१९५८b: २९). जातीने हिंदूंना (भारतीयांना) सभ्यता शिकवली, असे आम्हाला सांगितले जाते. जातीशिवाय भारतीय लोक 'हिंदूंच्या विचित्र वैशिष्ट्यांमुळे रानटीपणाकडे झुकतील' (ड्युमॉन्ट: २३) असे जर असते तर दक्षिण आफ्रिका, कॅरेबिअन द्वीप समूह येथील भारतीय (वेठबिगार भारतीय मजुरांचे वंशज) भटके रानटी लोक असले पाहिजेत. ते जातिविहीन भारतीय आहेत. त्यापेक्षा वाईट गोष्ट म्हणजे ते जातिविहीन हिंदू आहेत. प्रत्यक्षात मात्र, जात हरवल्यामुळेच वेठबिगारीच्या काळात आणि नंतरही एक होऊन त्यांना जंगली करण्याच्या वसाहतवादी प्रयत्नांविरुद्ध सामूहिकपणे प्रतिकार करू शकले आणि लढा देऊ शकले; कारण ब्रिटिश राजवटीत गुलामगिरीच्या प्रथेवर बंदी आल्यानंतर वसाहतवादी लागवडीच्या अर्थव्यवस्थेत काम करणाऱ्या गुलाम मजुरांचे बदली नेमण्यासाठी भारतीय मजुरांची वेठबिगारी हे एक वसाहतवादी—साम्राज्यवादी साधन होते (प्रकरण ७ पहा).

वेबर जात आणि हिंदू धर्म यांचा संबंध कर्म आणि पुनर्जन्माच्या तत्त्वप्रणालींवर असलेल्या विश्वासाच्या बळावर लावतो. त्यांच्या परस्परसंबंधांची ही दोन मूलभूत तत्त्वे 'अस्तित्वात असलेल्या सामाजिक म्हणजेच जातिव्यवस्थेच्या अद्वितीय दैवी हिंदू स्पष्टीकरणाचा सारांश आहे. ...कर्माचा अपरिहार्य आणि गतिमान कार्यकारणभाव जातिव्यवस्थेच्या शाश्वततेशी एकोपा ठेवून आहे.' भरपाईची कल्पना प्रत्येक व्यक्तीच्या सामाजिक प्राक्तनाशी म्हणजेच जातिव्यवस्थेशी जोडली गेली. भारतीय लोक गतजन्मातील पुण्यकर्मांचे फलित म्हणून जन्माकडे बघतात. वेगवेगळ्या 'रंगांच्या वंशांचे' (!) जीवन आणि सहअस्तित्व स्थलांतरणाच्या कल्पनेच्या उत्पत्तीस सहायक ठरले असावे. हीच गोष्ट

प्राचीन ग्रीसमध्येही घडून आली. दक्षिण भारतात रामायणातल्या रावणाच्या विरुद्ध लढताना रामसोबत असलेली वानरांची सेना ही द्रविडीयन लोकांची सेना होती असे मानले जाते–हे कृष्णवर्णीय लोक आर्यन लोकांना वानरांसारखे भासले, असे तो लिहितो. पुढे, 'कर्माच्या तत्त्वप्रणालीने जगाला एका शिस्तबद्ध, तर्कशुद्ध आणि नैतिकतेवर आधारलेले विश्व बनवले; ते इतिहासातील सर्वांत जास्त सातत्यपूर्ण दैवाचे स्पष्टीकरण आहे.' शेवटी, मार्क्स आणि एंजल्स यांच्या द कम्युनिस्ट मॅनिफेस्टो मधील विचार वेगळ्या शब्दांत मांडून तो म्हणतो.'.. त्यांना [खालच्या जातींना] त्यांच्या बेड्या सोडून काहीच गमवण्यासारखे नाही, त्यांना एक जग जिंकायचे आहे.' खालच्या जातीचा पवित्र हिंदूदेखील जग जिंकू शकतो–या जन्मात नाही तर पुढच्या. खालच्या जातींना विधींचे कटाक्षाने पालन करून आणि आपल्या जातीच्या कर्तव्यांपासून न ढळता बरेच काही साध्य करण्यासारखे होते (वेबर १९५८b: १२१–१२३).

वेबर युक्तिवाद लढवतो की गतजन्मांच्या कर्मांवर ठरणाऱ्या भरपाईच्या तत्त्वावर [आधारित] कर्माची तत्त्वप्रणाली जातिसंघटनेचे आणि बऱ्याच इतर गोष्टींचे स्पष्टीकरण देते: 'तात्त्विक पातळीवर माणसे... एकसमान नव्हती एकसमान नव्हते, तर कायम असमान होती... मात्र सर्व व्यक्तींकडे समान संधी होत्या, या जन्मी नव्हे–केवळ पुनर्जन्मामुळे... कुठल्या हुकुमतीपुढे, निदान देवापुढे नक्कीच माणसांमधली कुठलीच 'स्वाभाविक' समानता नव्हती' (वेबर १९५८: १४४). ख्रिस्ती धर्मात कर्माचा सिद्धान्त नव्हता; तरी सुद्धा, मध्ययुगीन युरोपातल्या माणसामाणसांत स्वाभाविक समानता नव्हती. आधुनिक पाश्चिमात्य देशात माणसामाणसांतही स्वाभाविक समानता होती का–जेव्हा गुलामांना दिली जाणारी वागणूक ख्रिस्ती धर्म लागू असूनही अस्तित्वात होती? मध्ययुगीन युरोप असो, युद्धापूर्वीची दक्षिण अमेरिका अस किंवा भारतातील जाती असो, माणसांच्या स्वाभाविक समानतेच्या अभावाचे कारण धर्मात नव्हे तर राजकीय अर्थव्यवस्थेत सापडते. मध्ययुगीन युरोपातील वेठबिगारीचा आधार (ज्यायोगे वेठबिगार आणि त्यांचे मालक 'स्वाभाविक' रीत्या असमान झाले), युद्धापूर्वीच्या दक्षिण अमेरिकेतल्या गुलामगिरीचा आधार (ज्यामुळे गुलाम स्वाभाविक रीत्या असमान ठरले) आणि जाती असमानतेचा आधार (ज्यामुळे जाती 'स्वाभाविकपणे' असमान झाल्या) हा समकालीन उत्पादन आणि मालमत्तेच्या परस्परसंबंधात सापडतो. प्रभुत्वशाली वर्ग आणि त्यांच्या आदर्शवादी चित्रणांनी धार्मिक कल्पनांच्या रूपात केलेल्या या स्वाभाविक असमानतेच्या आधाराचे स्पष्टीकरण विचारात घ्यायला हरकत नाही. पण त्यामुळे जाती असमानतेचा खरा आधार डावलून भारताला जगाच्या इतिहासापासून अलिप्त करून इतिहास हरवलेला, अशी त्याची विलक्षण प्रतिमा तयार करण्याचे कारण नाही. विचारप्रणालीच्या औपचारीकरणात मध्ययुगीन युरोप किंवा युद्धपूर्व दक्षिण अमेरिकेतल्या सरंजामशाहीच्या प्रबळ विचारधारेत धर्माचा अभाव होता असे नव्हे. एंजल्स (१९७४) ने

नमूद केल्याप्रमाणे, धार्मिक विचारधारेचा प्रभाव इतका होता की शोषित वर्गांची विरुद्ध दिशेची विचारधारादेखील तेच रूप धारण करताना दिसत होती. त्याचप्रमाणे, रॉडनी हिल्टन (१९७४: २१२) लिहितात की बंडाच्या काळातदेखील, युरोपातील सामान्य जनतेला 'मुख्यत्वे चर्चच्या वर्चस्वाच्या विचारधारेने प्रख्यापित केलेल्या समाजाच्या त्रिपक्षीय प्रतिमेला झुगारून टाकणे अशक्य झाले.'

जात ही हिंदू धर्माचा अद्वितीय परिपाक आहे. इस्लाम, ख्रिस्ती धर्म आणि इतर कुठल्याही धर्मात कोणतीच जात अस्तित्वात नाही. नीट विचार केला असता, तथाकथित इस्लामी जाती या मुळात दर्जाचे गट आहेत; जाती नव्हेत, असे वेबर म्हणतो. याचे मुख्य कारण म्हणजे धार्मिक विटाळाच्या कल्पनेचा अभाव, खासकरून 'हिंदू जातिव्यवस्थेचे सर्वांत महत्त्वाचे वैशिष्ट्य (मूळ ठिकाणी असल्याप्रमाणे)' असलेला इतर जातीच्या सदस्यांबरोबरच्या रोटीव्यवहारातून झालेला विटाळ. अल्लाहच्या दरबारातली धार्मिक समानता अशा किंवा तत्सम प्रकारच्या विटाळाच्या कल्पनेसाठी कुठलाही वाव देत नाही; त्यामुळे इस्लाम धर्मात जातीचा विकास होणे अशक्य आहे. पाश्चिमात्य समाजातदेखील वेगवेगळ्या सामाजिक स्तरांमधील रोटीव्यवहार आणि परस्परसंबंधांवर कडक बंधने आहेत; पण ही मनाई धार्मिक स्वरूपाची नाही (वेबर १९५८b: १३२). रोटीव्यवहाराशी निगडित विटाळ, हे जातीचे विलक्षण वैशिष्ट्य आहे हे मान्य आहे; पण आधी म्हटल्याप्रमाणे जातीला धार्मिक विधींच्या संकुचित चौकटीत बसवणे हे समस्याप्रधान आहे. ही समस्या आणखी बिकट होते जेव्हा जातीला भारताचे मूलतत्त्व मानले जाते. तशा अर्थाने भारताचा इतिहास हा जातीचा इतिहास (इतिहासाचा अभाव) ठरतो, जो धार्मिक विधींमधील विटाळाचा इतिहास ठरतो.

वेबर मनू-भाष्यातील एका लक्षणीय उद्धृताचा उल्लेख करतो, ज्यावर विजय मिळवलेला आहे असा एखादा 'रानटी' प्रदेश यज्ञाकरिता धार्मिक विधींच्या रूपात कधी पवित्र ठरतो? उत्तर: 'जेव्हा राजा चारही जातींची स्थापना करतो आणि रानटी लोकांना चांडाळ ठरवतो' (वेबर १९५८: ७). वेबर हा उल्लेख जातिव्यवस्थेतील धार्मिक विधींचे प्राधान्य दाखवण्यासाठी करतो. मात्र यांचा अजून एक अर्थ लागू शकतो. प्राचीन काळातील प्रादेशिक विजय आणि विस्तार करताना, विजय मिळवलेल्या प्रदेशातील विरोध नष्ट करणे आणि तिथे उत्पादनविषयक परस्परसंबंध आणि जातीवर आधारित श्रमाचे विभाजन ही कामे विजेता गटाद्वारा केली जात. ही शेती आणि संस्कृतीचा एकत्र विकास घडवणारी प्रक्रिया होती. वर नमूद केल्याप्रमाणे पशुपालन ते शेतीव्यवस्था या संक्रमणाच्या प्रक्रियेत जातीचा (आणि वर्गाचा) जन्म झाला. एखादा प्रदेश यज्ञासाठी तेव्हाच पवित्र मानला जाई जेव्हा तो शेतीच्या अपवित्र व्यवसायासाठी खुला केला जाई. विजय मिळवलेल्या शत्रू प्रदेशाचे संपादन फक्त यज्ञविधींसाठी केले जाई, असे मानणे म्हणजे शेती उत्पादनाचा विस्तार करण्याच्या खऱ्या

उद्देशाला बगल देणे होय, ही एक गंभीर त्रुटी आहे. धार्मिक विधींचे पावित्र्य आणि शेती कामाचे अपावित्र्य यांच्यामध्ये एक अंतर्निहित जोड होती. या उदाहरणातील रानटी लोक हे वेगळ्या स्वरूपातली आर्थिक, राजकीय संघटना आणि मूल्ये बाळगणारे मूळचे रहिवासी होते, ज्यांनी शेतीच्या विकासाला विरोध केला कारण त्यामुळे त्यांचे पारंपरिक जीवनाची पद्धती धोक्यात आली. वेबर या साऱ्याला केवळ धार्मिक विधींच्या पैलूंचा परिपाक मानतो, मनू-भाष्यातील उताऱ्यामुळे नव्हे तर आपल्या सैद्धान्तिक योजनेला—भौतिक संदर्भ वगळून केलेला धार्मिक विधींचा अभ्यास—बळकटी आणण्याच्या उद्देशाने. मनू-भाष्यातील रानटी चांडाळ (अपवित्र) हे रोमन राजवटीतील किंवा युरोपातील वसाहतवादी काळातील रानटी लोकांसारखेच होते—ज्यांना भांडवलशाहीच्या विस्तारासाठी ताब्यात घेतलेल्या जमिनीवरून हटवण्यासाठी शांत केले गेले (किंवा संपुष्टात आणले गेले) हा खटाटोप सभ्यता स्थापित करण्याच्या उद्देशाचा एक भाग होता. हिंदूंचा आपली संस्कृती स्थापित करण्यासाठीचा एक स्वतंत्र प्रकल्प होता; ज्याला शुद्धीकरण म्हणत. या दोन्ही हेतूंमागची प्रेरक शक्ती एकच होती—समकालीन आर्थिक—राजकीय व्यवस्थेसाठीच्या भौतिक साधनांची गरज, जी एक उच्च ध्येय या नावाखाली झाकली गेली.

धार्मिक संस्कारांच्या मलिनतेला जातीचे मूलतत्त्व किंवा विलक्षणपणा मानण्यात वेबर, ड्युमॉन्टला काय अपेक्षित आहे याचा अंदाज घेतो. दोघांमधला दुवा ठरतो ते जातीला अवघ्या सामाजिक व्यवस्थेच्या संदर्भात ओळखणे आणि धार्मिक कल्पनांमध्ये जातीचा आधार शोधणे. त्यांच्या सूत्रीकरणात दोन समस्या आढळतात. एक, भारतीय समाजाकडे फक्त जात म्हणून पाहणे आणि जातीला धर्म (आणि जादूटोणा) मानणे; ज्यायोगे भारताला एक आल्हाददायी असे जादुई उद्यान बनवणे. जात हा भारतीय समाजाचा आणि इतिहासाचा परिपाक आहे आणि त्याकडे तसेच पाहायला हवे, उलट अर्थाने नव्हे. दुसरी गोष्ट म्हणजे, जातीला (आणि भारताला) धर्माच्या संकुचित चौकटीत बसवण्यापेक्षा, जातीला तिच्या खऱ्या रूपात ओळखायला हवे, ते रूप म्हणजे भारतीय समाज आणि इतिहास यांच्या एका विशिष्ट टप्प्यावर निर्माण झालेल्या आर्थिक-राजकीय परिस्थितीचा आणि विचारधारांचा परिपाक म्हणून ओळखले पाहिजे. वेबरनं कबूल केल्याप्रमाणे वेदांमध्ये आत्म्याचा पुनर्जन्म आणि कर्मसिद्धान्ताचा कोणताच उल्लेख नाही, न मोक्षाच्या कल्पनेचा उल्लेख आहे (वेबर १९५८b: २८). त्यातून एक लक्षणीय प्रश्न उभा राहतो, मग जातिव्यवस्थेचा आधार ठरलेल्या या कल्पना अस्तित्वात तरी कधी आल्या. कर्म आणि निर्वाणाचा सिद्धान्त जेव्हा अस्तित्वात आले तेव्हा मालमत्ता आणि उत्पादनाच्या परस्परसंबंधांचे आणि सामाजिक श्रमाच्या विभाजनाचे मुख्य रूप कोणते होते? जातीचा धार्मिक सिद्धान्त या समर्पक प्रश्नांकडे पाठ फिरवतो. त्यामुळे असा प्रश्न विचारावासा वाटतो की कर्म आणि पुनर्जन्माच्या सिद्धान्तांनी

जातिव्यवस्था निर्माण केली की हे सिद्धान्त म्हणजे नंतरच्या घडामोडी आहेत, अधिकारश्रेणीच्या गणनेच्या (पहिला वर्ण मग जात) उदयानंतरच्या, ज्या अधिकारश्रेणीचे मूळ आर्थिक-राजकीय आणि सांस्कृतिक साधनांच्या वापराच्या असमान संधीमध्ये होते.

प्रत्यक्षात प्रभुत्वशाली वर्गांनी कर्म आणि पुनर्जन्म या कल्पनांचा जातिव्यवस्थेतील अंगभूत विषमता आणि शोषण यांचे औपचारीकरण आणि समर्थन करण्यासाठी केला. जातिव्यवस्थेच्या औपचारीकरणाला आणि सुसूत्रीकरणाला त्याचा आधार मानणे, ही एक गंभीर त्रुटी आहे. आधी चर्चा केल्याप्रमाणे (प्रकरण १) खालच्या जातींशी संवाद साधणाऱ्या समाजशास्त्रज्ञांनी असे म्हटले आहे की खालच्या जातीच्या लोकांना असे मुळीच वाटत नाही की जातिव्यवस्थेतील त्यांचे स्थान गतजन्माच्या कर्मामुळे निर्धारित केले गेले आहे. तसेच त्यांना मोक्षप्राप्तीसाठी पुनर्जन्माची वाटही पाहत नाहीत.

जात एक मनोवस्था?

एक बंदिस्त व्यवस्था म्हणून जातिव्यवस्था हा सातत्यपूर्ण ब्राह्मणी विचारांचा परिपाक आहे आणि घराघरांतील भटजी व रियासतींचे जीवनाच्या सर्व बाबतीतले सल्लागार म्हणून ब्राह्मणांच्या प्रखर प्रभावाशिवाय जातिव्यवस्थेला सत्ता प्राप्त झाली नसती, असे वेबर लिहितो (वेबर १९५८b: १३०). तो हे मान्य करतो की प्राचीन भारतीय परिस्थितीने जातिव्यवस्थेसाठी संरचनात्मक घटक पुरवले. हे घटक होते पारंपरिक स्वरूपाचे, श्रमाचे विशेषीकरण गावातील हस्तव्यवसायाच्या संघटनेचे आनुवंशिक आधार, व्यवसायातील विशेषीकरणावर आधारित आनुवंशिक दर्जाचे अलगीकरण आणि आश्रयदातेपणाची मक्तेदारी. वेबरच्या मते हे संरचनात्मक घटक गरजेचे होते; पण जातीला घडवण्यासाठी पर्याप्त नव्हते. हे लक्षात घेण्यासारखे आहे की धार्मिक कल्पनांना प्राधान्य देताना आश्रयदातेपणाच्या मक्तेदारीचा जातीच्या उत्पत्तीवर होणाऱ्या व्यापक परिणामांकडे पुरेसे लक्ष दिले जात नाही. वेबर स्वतः जातिव्यवस्थेतील कल्पनांची निर्णायक भूमिका अधोरेखित करतो. तो लिहितो की, जगात इतरत्र जातिव्यवस्थेच्या विकासाला कारणीभूत ठरलेले घटक असंघटित आणि एकेरी स्वरूपात कार्यरत होते. फक्त भारतात हे विशेष भारतीय परिस्थितीत संयुक्त रूपात कार्यरत होते: अवर्णनीय आणि तीक्ष्ण अशा 'वांशिक' (!) आणि वर्णामुळे समाजात दृश्यमान झालेल्या विरोधांच्या दरम्यान एका प्रदेशांवर मिळवलेला विजय. इतर ठिकाणांहून जास्त सशक्तपणे, परकीयांबरोबरच्या परस्परसंबंधांवर दैवी आणि सामाजिकदृष्ट्या असलेल्या मनाईने रक्ताच्या नात्यांच्या तेजोवलयाच्या जोडीने स्थानिक आर्थिक समुदायांमधील अपरिचित परंपरेच्या लोकांचे एकीकरण झाल्यानंतरही त्यांच्यात अनुल्लंघनीय प्रतिबंध निर्माण केले. शेवटी,

> मात्र आम्ही पुनरुच्चार करतो: की सुसूत्रपणे एकटवलेली अद्वितीय सामाजिक व्यवस्था अस्तित्वात आली नसती... आणि टिकली नसती जर तिला ब्राह्मणांच्या व्यापक आणि महाशक्तिशाली प्रभावाचा आधार लाभला नसता... जातीचे औपचारीकरण आणि कर्माचा सिद्धान्त यांची जोड आणि दैवाचे विशिष्ट ब्राह्मणी स्पष्टीकरण—एका परीने अलौकिक बुद्धिमत्तेचा परिणाम—उघडपणे तर्कशुद्ध नैतिक विचाराची रचना आहे, कुठल्या आर्थिक परिस्थितीचा परिपाक नव्हे (वेबर १९५८: १३१).

आर्थिक परिस्थितीला वगळून कल्पनांचा परिपाक म्हणून जातीची संकल्पना तयार करण्यात वेबर आपले प्रमुख वैचारिक ध्येय साध्य करतो; ते ध्येय म्हणजे विचारांचा परिपाक म्हणून, जात ऐतिहासिक भौतिकवादाची विचारप्रणाली अमान्य करणे; हा वेबरच्या स्वगृही असलेल्या वैचारिक संघर्षाचा केंद्रबिंदू आहे. त्याच वेळी तो दुसरे प्रमुख वैचारिक ध्येय साध्य करतो जे सामाजिक कायापालटातील विचारांच्या प्राधान्याशी संबंधित आहे आणि ज्याची रूपरेषा वेबरने *प्रोटेस्टंट इथिक अँड द स्पिरिट ऑफ कॅपिटॅलिझम* मध्ये मांडली आहे—भांडवलशाही पाश्चिमात्य देशात का उदयास आली, इथे पूर्वेत म्हणजेच भारतात का नाही (थापर २०००: ४० पहा), जिथे सारी गरजेची साधनं उपलब्ध होती पण आदर्श परिस्थिती नव्हती. आदर्श परिस्थितीच्या अभावाचे कारण म्हणजे जातीच्या जादूटोणायुक्त पैलूचा पगडा ज्यामुळे भांडवलशाहीच्या भावनेला तडा गेला. मार्क्सवाद आणि मुख्य प्रवाहातील समाजशास्त्राच्या संघर्षात, जातीने दोहोंपैकी दुसऱ्या पक्षाला एक साधन म्हणून मोलाची सेवा दिली आहे. इथे हा उल्लेख प्रस्तुत ठरतो की भारतातील मुख्य प्रवाहातील समाजशास्त्र जात वर्गालाच नव्हे तर मार्क्सवादालाच अमान्य करतो आणि म्हणूनच जातिव्यवस्थेच्या अभ्यासासाठी मार्क्सवादी दृष्टिकोनाला दूर ठेवले पाहिजे, असे प्रत्यक्षपणे मानून वेबरच्या मताला कौल दिला आहे.

जातीला एक मानसिक प्रक्रिया मानून ड्युमॉन्टने वेबेरच्याच मताचा पुनरुच्चार केला आहे:

> ...जात ही 'समुदाय' या सामान्य अर्थापेक्षा एक मनोवस्था (मूळ) ज्याची अभिव्यक्ती वेगवेगळ्या परिस्थितीत वेगवेगळ्या व्यवस्थांच्या वेगवेगळ्या समुदायांच्या उदयात होते. ज्यांना सामान्यतः जातीच्या नावाने संबोधले जाते. जात ही कल्पनांची आणि मूल्यांची व्यवस्था आहे, याच पैलूमुळे ॲबी दुबॉई याने जातीला गतकाळातील कायदे तयार करणाऱ्यांची जाणीवपूर्वक निर्मिती मानली, असा युक्तिवाद ड्युमॉन्ट करतो; म्हणूनच त्याने कल्पना आणि मूल्ये यांच्या व्यवस्थेला प्राधान्य दिले (ड्युमॉन्ट १९८०: ३४–३६).

ड्युमॉन्टच्या मताच्या उलट, जातिव्यवस्था ही मनोवस्था नसून राजकीय अर्थव्यवस्थेत आणि तत्सम विचारधारेत रुतलेल्या सामाजिक परस्परसंबंधांचा एक संच आहे—असे परस्पर सामाजिक संबंध जे उत्पादन प्रक्रियेत लोकांनी जोडले. हे संबंध परिस्थितीमुळे आकारास

आले होते, जे त्यांनी स्वेच्छेने निवडलेले नसत आणि त्याचमुळे त्यांच्या इच्छेवर अवलंबून नसत. जातीचे परस्परसंबंध हे मानसिक नसून भौतिक असतात आणि व्यक्तिनिष्ठ नसून वस्तुनिष्ठ असतात. वेबर आणि ड्युमॉन्ट यांनी जिचा उल्लेख केला आहे त्या 'मनोवस्थेच्या' व्यक्तिनिष्ठतेकडे दुर्लक्ष करण्याचे कारण नाही; पण त्यात समस्या अशी आहे की खरेखुरे लोक, त्यांच्या खऱ्याखुऱ्या जीवनातील प्रसंग आणि त्यांची भौतिकता या साऱ्यांना व्यक्तिनिष्ठ बनवले जाते–एक मनोवस्था म्हटले जाते. जे भौतिकवादाच्या तथाकथित एकतर्फीपणावर टीका करतात ते स्वतः ज्याचा स्वीकार करतात त्या आदर्शवादाच्या एकपेशीयपणापासून अनभिज्ञ असतात.

जात आणि दर्जाः ब्राह्मणकेंद्रित दृष्टिकोन

जातिव्यवस्थेची परिभाषा करताना, बुगल दर्जाला तीन मुख्य वैशिष्ट्यांपैकी एक मानतो. जात ही दर्जायुक्त व्यवस्था आहे. आदर्शवादी सिद्धान्तात जातिव्यवस्थेतील दर्जा ठरवण्याची पद्धत ब्राह्मणकेंद्रित असते. ब्राह्मण सगळीकडे सर्वांत वरती आढळतो, हे ड्युमॉन्टचे वारंवार म्हणणे त्याच्या जातीच्या मूलतः धार्मिक दृष्टिकोनातून उद्‌भवतं. ड्युमॉन्टच्या अगोदर वेबरचेदेखील तेच म्हणणे आहे. वेबरच्या युक्तिवादानुसार जात मूलतः एक सामाजिक दर्जा आहे आणि तो तसाच राहील. स्वभावतः एका मोठ्या समुदायात जात ही सामाजिक दर्जाबरोबर अविभाज्यपणे बांधली गेलेली असते आणि जातीचे सामाजिक स्थान ब्राह्मणांशी असलेल्या त्याच्या सकारात्मक किंवा नकारात्मक संबंधांवर निर्धारित होते. हाच हिंदू जातिव्यवस्थेचा वेगळेपणा आहे. गैर हिंदू जातींमध्ये–मुस्लीम आणि ख्रिश्चन–सामाजिक अंतर मोजण्याचे ब्राह्मणाशी समतुल्य प्रमाण उपलब्ध नाही (वेबर १९५८: २९–३१).

ब्राह्मणांची प्रतिष्ठा, जी जातिव्यवस्थेच्या विकासास कारणीभूत ठरली, एक स्तर म्हणून अंशतः दैवी आणि अंशतः सांस्कृतिक स्वरूपाची होती. ब्राह्मण एका विशेष गुणाचे प्रतिनिधित्व करीत असत, असे वेबर लिहितो. पुरोहित हा राजदरबारातला जादूगार होता. आधी चर्चा केल्याप्रमाणे, वेबर हे मान्य करतो की पाश्चिमात्य देशातदेखील गावंढळपणा अस्तित्वात होता. प्राचीन ग्रीसमधील वंशपरंपरागत पुजारी हे भारतातील पुरोहितांसारखेच 'गावंढळपणाचे' प्रतिनिधित्व करीत. मात्र शहराचा विकास झाल्यामुळे त्यांचा स्वतंत्र प्रभाव हिरावून घेतला गेला. याउलट, भारतातील ब्राह्मणांनी आपल्या जादूटोणा आणि यज्ञाद्वारे अधिपतींच्या 'सेवेत' गावंढळपणा टिकवला (वेबर १९५८b: १३८–१३९). जर ब्राह्मणत्व हे गावाकडील मूर्खपणाचे भांडार आहे; तर जात जे की ब्राह्मणाच्या विचारांचा परिपाक आहे ती शुद्ध स्वरूपातील गावंढळपणाचे प्रतिनिधित्व करते. हा युक्तिवाद वेबरच्या व्यापक ध्येयाशी सातत्य राखतो आणि ते ध्येय म्हणजे, पूर्वेत काय किंवा पश्चिमेत काय

कल्पनांना इतिहासाचे चालक मानणे. पूर्व पश्चिम यांच्यातील फरक एवढाच की पश्चिमेत कल्पना, खासकरून धार्मिक कल्पना तर्कशुद्ध होत्या तर भारतात त्यांच्यात तर्काचा अभाव होता. या प्रकाशात साहजिकच एक जादूटोण्याची प्रक्रिया म्हणून आणि गावंढळपणाचे भांडार म्हणून जातीने भारतात भांडवलशाहीच्या (तर्कशुद्धतेचा सर्वोच्च बिंदू) विकासात अडथळे निर्माण केले, हे समजण्यासारखे आहे.

ब्राह्मणाच्या स्थानाच्या केंद्रीयतेचा आधार घेऊन जातिव्यवस्थेचे वेगळेपण ठरवताना, ड्युमॉन्ट वेबरचे अनुकरण करतो आणि जातीची धार्मिक संस्कारांचे हक्क आणि जबाबदाऱ्या यांच्या रूपात व्याख्या करतो. इथे समस्या अशी आहे की जात ही निव्वळ धार्मिक संस्कारांचे हक्क आणि जबाबदाऱ्या यांचे गाठोडे नव्हे. जातीचे हक्क आणि जबाबदाऱ्या आर्थिक, राजकीय आणि धार्मिक संस्कारांच्या घटकांना सामावून घेतात. मी वर युक्तिवाद केल्याप्रमाणे, वेबरपासून चालत आलेल्या मुख्य प्रवाहातील समाजशास्त्रातल्या जातिव्यवस्थेतील धार्मिक संस्कार आणि राजकीय-आर्थिक घटकांना भलताच ग्रह करून चुकीने वेगळे केले जातात, तर ड्युमॉन्ट त्याचा पूर्ण उलटा अर्थ लावतो. ब्राह्मणाच्या स्थानाला जातीचा दर्जा ठरवताना केंद्रस्थानी मानणे ही त्या विसंगत सैद्धान्तिक गृहीतकाचा सुसंगत परिणाम आहे जे जातीला आर्थिक-राजकीय परस्परसंबंधांपासून विभक्त करून धार्मिक संस्कारांच्या रूपात पाहते. एकदा का जात धार्मिक संस्कारयुक्त आहे असे मानले की अशी जात आपोआप जातीच्या दर्जाच्या केंद्रस्थानी येऊन ठेपते. ब्राह्मणाचा सर्वोच्च्च अधिकार फक्त धार्मिक संस्कार आणि धर्मग्रंथांपुरता होता. त्यामुळे अशा जातीच्या दृष्टिकोनात, जिच्या व्यवस्थेत धर्म संस्कार आणि तत्त्व प्रणालीला सर्वश्रेष्ठ मानले जाते, तिथे ब्राह्मणांनादेखील सर्वश्रेष्ठ गणले जाते (आंबेडकर २००३). ब्राह्मणाची सर्वश्रेष्ठता जातीसाठी मुळीच अनिवार्य नव्हती, असे हबीब लिहितात (२००३: १७३).

ऐतिहासिकदृष्ट्या ब्राह्मण सर्व काळांसाठी आणि सर्व प्रदेशांमध्ये जातीच्या क्रमवारीत केंद्रस्थानी नव्हता. पुढे चर्चा केल्याप्रमाणे, वेबर (जो इतिहासाच्या बाबतीत जागरूक आहे ड्युमॉन्ट आणि इतरांसारखा इतिहासाला डावलून जातीला फक्त पौराणिक कल्पना मानीत नाही) मान्य करतो की मौर्य काळात ब्राह्मणाचा दर्जा केंद्रस्थानी नव्हता. मी पुढे चर्चा केल्याप्रमाणे (प्रकरण ४ आणि ५) राजस्थानच्या रियासती राजवटीत जातीचे पद ब्राह्मणांशी असलेल्या संबंधांवर नसून प्रभुत्वशाली जात व वर्ग असलेल्या रजपुतांशी असलेल्या संबंधांवर निर्धारित केली जात असे. मायाराम यांनी (२००८) दाखवल्याप्रमाणे, राजस्थानमधील पूर्वाश्रमीचे स्वतंत्र समुदाय (मीणा, भिल्ल आणि मेओ) ज्यांना मुगल राजवटीच्या काळात दामटवून खालच्या दर्जाचे केले गेले आणि वसाहतवादाच्या काळात त्यांना कलंकित केले गेले, त्यांनी प्रभुत्वशाली जात असलेल्या क्षत्रिय जातीवर त्यांच्या प्रदेशातील एक वेळचे शासक म्हणून हक्क सांगितला (मायारामदेखील पहा). या संदर्भात

प्रभुत्वशाली जातीची संकल्पना विशेषकरून महत्त्वाची आहे; कारण ती हिंदू धर्मग्रंथांच्या आधारावर ब्राह्मण ही सार्वत्रिकपणे प्रभुत्वशाली जात असल्याच्या मिथकास पुष्टी देण्याऐवजी वेगवेगळ्या काळात आणि वेगवेगळ्या ठिकाणी असलेली जाती प्राबल्याची विविधता दाखवते.

जातीच्या मक्तेदारीचा नियमः एक गैरसमज

ब्राह्मणकेंद्रित दृष्टिकोनाची समस्या सुरूच आहे. व्यापारी आणि त्यांचे 'संघ' (वेबरच्या मते जातीच्या भावनेने संघाच्या भावनेला पांगळे केले, हे लक्षात ठेवा १९५८b: ३४), मौर्य काळात राजा महाराजांची मर्जी राखून त्यांच्या व्यावहारिक महत्त्वामुळे प्रतिष्ठेच्या बाबतीत वर चढले. दुसरीकडे ब्राह्मणांच्या सामाजिक प्रतिष्ठेत घट झाली. आता वेबर आपले मत पालटतो आणि म्हणतो की जातीची सत्ता अजून अविकसित होती आणि बौद्धधर्म आणि जैनधर्म (नवे धर्म) हे ब्राह्मणद्वेष्टे होते, त्यामुळे असे घडले. पुढे (मौर्य काळानंतर) जातिव्यवस्थेच्या मक्तेदारीचा नियमामुळे ब्राह्मणांचे सामर्थ्य वाढले (आणि राजांचीही) व त्यामुळे संघांची सत्ता भेदली गेली (वेबर १९५८: ३८).

मुळात, जातीची भावना ब्राह्मण शक्तिमान असल्यानेच जिवंत राहते, असे गृहीत धरले जाते. याउलट, जर ब्राह्मण कमकुवत ठरला, तर जातीची भावना क्षीण होते किंवा लोपदेखील पावते, हा जातीच्या ब्राह्मणकेंद्रित दृष्टिकोनामधील तर्कदोष आहे, काळ आणि प्रदेश यांचे फरक न लक्षात घेता ब्राह्मणाचे वर्चस्वाला गृहीत धरले जाते. वेबरच्या तर्काच्या उलट, मौर्य काळात व्यापाऱ्यांना आर्थिक-राजकीय सत्ता प्राप्त झाली आणि राजेलोकांच्या मान्यतेमुळे त्यांचा सामाजिक दर्जा वाढला. ते जातीचे नियम कमकुवत किंवा अविकसित असल्यामुळे नव्हे तर देशात आणि देशाबाहेरील व्यापार आणि दळणवळण यांच्या वाढत्या पसाऱ्यामुळे. जर आपण मौर्य पूर्व (बुद्ध धर्माच्या आधीच्या) काळाचा विचार केला, तर असे दिसून येते की जातीचे नियम व्यापाऱ्यांच्या तुलनेत ब्राह्मणांसाठी जास्त उपकारक होते. मौर्य काळात राजकीय अर्थव्यवस्थेतील एका मूलभूत बदलामुळे चित्र पालटले. पुढे (मौर्य काळानंतर), व्यापारात घट झाली (शर्मा २००९: १७), व्यापारांनी आपली आर्थिक आणि राजकीय सत्ता गमावली आणि त्यांचा दर्जादेखील घसरला. याउलट, ब्राह्मणांनी राजेलोकांची मर्जी राखून भौतिक लाभ मिळवले आणि आपली सामाजिक प्रतिष्ठा पुन्हा प्राप्त केली. मात्र याचे कारण वेबरने म्हटल्याप्रमाणे 'जातीच्या मक्तेदारीचा नियमाचे' परतणे नसून, तर एका नव्या आर्थिक-राजकीय व्यवस्थेचा उदय होता, ज्यात अर्थव्यवस्था प्रामुख्याने शेतीप्रधान आणि ग्रामीण बनली, केंद्रीय हुकुमत विघटित झाली आणि तिच्या जागी छोटेखानी राज्य उदयास आले. राजे आपापल्या प्रदेशातील सर्व जमिनींचे सर्वोच्च मालक झाले. संमिश्र पारंपरिक कुळांमधून उदयास येणाऱ्या आणि पारंपरिक प्रभुत्वशाली जात असलेल्या क्षत्रिय दर्जावर हक्क सांगणाऱ्या

राजेलोकांकडून ब्राह्मणांना इनाम म्हणून भरभरून जमिनी प्राप्त झाल्या. ब्राह्मणांच्या सेवेच्या फलस्वरूप गतकाळातील प्रतिष्ठा पुन्हा प्राप्त झाल्यामुळे राजेलोकांनी ब्राह्मणांना दिलेला आर्थिक-राजकीय अनुग्रह आणि सामाजिक प्रतिष्ठेमुळे हे घडले. वेबर, मौर्य पूर्व ते मौर्य काळ आणि मौर्य काळ ते त्यानंतरचा काळ यामधील राजकीय अर्थव्यवस्थेतील बदल तसेच व्यापारी वर्ग आणि ब्राह्मणांच्या दर्जावर काळानुरूप झालेल्या परिणाम विचारातच घेत नाही. त्याऐवजी तो त्यांच्या जातीच्या पदांतील फरकांचे तथाकथित शाश्वत स्वरूपाच्या 'जातीच्या मक्तेदारीचा नियमाच्या' आधारे (ज्यात ब्राह्मणांना सर्वोच्च बहाल केले जाते) स्पष्टीकरण करतो.

शर्मा यांनी नमूद केल्याप्रमाणे (२००९: २४८) मध्ययुगीन काळातील सुरुवातीचा (११ व्या आणि १२ व्या शतकात) सर्वांत महत्त्वपूर्ण बदल असा होता की फार मोठ्या प्रमाणात पूर्व भारतातील रजपूत राज्यांमधल्या राजे आणि त्यांच्या जाहगीरदारांनी जमिनीचे उत्पन्न धार्मिक संस्थांना बहाल केले. ब्राह्मणांनी प्रभुत्वशाली जात (आणि वर्ग) असलेल्या या दोहोंच्या शासनाच्या औपचारीकरणात बजावलेल्या व्यापक वैचारिक भूमिकेची ही परतफेड होती. इतरांच्या विरोधात उभे ठाकलेले क्षत्रिय (राजा) आणि ब्राह्मण (पुरोहित) यांच्या ऐक्याचा हाच आधार होता, हे या अधिकारश्रेणीचे असे वैशिष्ट्य आहे ज्याचे ड्युमॉन्टने विस्तृत वर्णन केले आहे. व्यवस्थेतील दर्जा आर्थिक आणि राजकीय सत्तेवर अवलंबून होता. ब्राह्मणाचा दर्जा याला अपवाद नव्हता. तथाकथित 'जातीच्या मक्तेदारीचा नियम' हा आर्थिक-राजकीय सत्तेच्या मक्तेदारीचा नियम होता. जातीच्या समाजशास्त्राने त्याला आलटून पालटून धार्मिक स्वरूपाच्या 'जातीच्या मक्तेदारीच्या नियमाला' आर्थिक-राजकीय सत्तेच्या नियमापेक्षा वरचे स्थान दिले. जातिव्यवस्थेतील दर्जाच्या नियमाला राजकीय अर्थव्यवस्थेच्या नियमापासून वेगळं करणे, ही एक वैचारिक कसरत आहे ज्यात अनुभवाधिष्ठित-ऐतिहासिक साराचा लवलेश नाही.

जातीच्या ब्राह्मणकेंद्रित दृष्टिकोनाची अजून एक समस्या आहे. ती जातिव्यवस्थेतील ब्राह्मणाच्या श्रेष्ठतेला (किंवा श्रेष्ठतेच्या अभावाला) जातिव्यवस्थेच्याच सामर्थ्याशी किंवा शक्तिहीनतेबरोबरचे मानते. जातिव्यवस्थेतील ब्राह्मणाचे वर्चस्व गृहीत धरले गेले आहे. ते अनुभवाधिष्ठित-ऐतिहासिकदृष्ट्या तपासले गेले नाही. असे गृहीतक जे ऐतिहासिक-अनुभवाधिष्ठित तपासणीसाठी खुले नाही त्याला सिद्धान्त म्हणता येणार नाही.

जातीची अधिकारश्रेणी आणि मानवी पुरुषार्थ

जातिव्यवस्थेतील धर्माची केंद्रीयता आणि जातीच्या अधिकारश्रेणीतील ब्राह्मणाचे श्रेष्ठत्व स्थापित करण्यासाठी, ड्युमॉन्ट हिंदू धर्मातील मानवी कर्तव्याचा प्रश्न उभा करतो. त्याच्या तर्काप्रमाणे तीन 'मानवी पुरुषार्थ' आहेत [मूळ], धर्म, अर्थ, काम. हे तीनही अनिवार्य आहेत,

वैध आहेत आणि अधिकारश्रेणीमधील त्यांची क्रमवारी ठरलेली आहे: धर्म (जागतिक व्यवस्थेच्या अनुरूप वागणे) पुरुषार्थाचा हा अर्थ या पुरुषार्थापेक्षा (सत्ता आणि धन यांचे एकत्रीकरण) वरच्या स्थानावर आहे आणि अर्थ हे कामापेक्षा (तात्कालिक सुख) श्रेष्ठ आहे. पुढे असा युक्तिवाद केला जातो की या तीन मानवी पुरुषार्थांची अधिकारश्रेणी आणि वर्णाची अधिकारश्रेणी यांमधील तुल्यभाव उघड आहे: धर्माचा संबंध पुरोहित असलेल्या ब्राह्मणाशी आहे, अर्थाचा संबंध ज्याच्याकडे ऐहिक सत्ता आहे अशा राजाशी म्हणजेच क्षत्रियाशी आहे आणि कामाचा संबंध इतरांशी म्हणजेच वैश्य आणि शूद्रांशी आहे. आम्हाला सांगितले जाते की या विषयावर समाजशास्त्रातली एकमेव संरचनात्मक योजना टॅलकॉट पार्सन्सच्या रचनात्मक विश्लेषणात सापडते, ज्यात धर्म हे नैतिक कर्तव्य आहे, अर्थ हे साधनीभूत कर्तव्य आहे आणि काम हे अभिव्यक्त कर्तव्य आहे. धर्म व अर्थ आणि काम यांच्यातील विरोध म्हणजेच 'पवित्र विरुद्ध अपवित्र' यांच्यातील विरोध (ड्युमॉन्ट १९८०: २७१–२७२).

मानवी पुरुषार्थांची अधिकारश्रेणी आणि जातीची अधिकारश्रेणी यांच्या तुल्यभावाचा युक्तिवाद चुकीचा आहे. या योजने अंतर्गत, सूत्र सांभाळणाऱ्या ब्राह्मणाला उपभोगापासून दूर राहणे गरजेचे होते. असे त्याने केले का? तसेच क्षत्रियाने आदर्शरीतीने अर्थाचा (धनाचा) ध्यास घ्यायला हवा पण त्याचा दूरदूरपर्यंत अर्थाशी संबंध नव्हता; कारण ते वैश्याचे कार्यक्षेत्र होते. पारंपरिक सांस्कृतिक योजनेत अर्थामध्ये गुंतणे क्षात्र धर्माच्या विरुद्ध होते (योद्धा आणि शासक असलेल्या क्षत्रियाचा धर्म) त्यामुळे जो क्षत्रिय अर्थाशी संबंध जोडत असे त्याची समाजात टिंगल केली जाई आणि खालच्या दर्जाच्या वैश्य जातीचा ठरवून त्याला हिणवले जाई. कर्जाच्या डोंगराच्या ओझ्याखाली सापडलेल्या रजपूत (क्षत्रिय), ठिकाणेदार (जमीनदार), राजा आणि राजस्थानच्या रियासतींमधील प्रतिनिधी यांचे पालुपद होते 'आम्ही बनिया (वैश्य) नव्हे.' खानदानी (क्षत्रिय) आणि व्यापारी (वैश्य) जातींची मानसिकता–युरोपातील अमीर उमरावाच्या काळातल्या खानदानी आणि व्यापारी वर्गांप्रमाणेच–वेगवेगळी होती. दुसरीकडे, राजकीय किंवा ऐहिक सत्तेचा–क्षत्रियाचे मुख्य पुरुषार्थाचा–साधा उल्लेखदेखील केला गेलेला नाही; मानवी पुरुषार्थांच्या त्रयीमध्ये राजकीय सत्तेची कोणतीच परिभाषा केली गेलेली नाही आणि हे प्रकरण इथेच संपत नाही.

ड्युमॉन्ट (आणि पार्सन्सच्या) योजनेत, काम हा पुरुषार्थ वैश्य आणि शूद्रांचा मानला जातो. हा चुकीचा युक्तिवाद आहे. रीतीने आदर्शानुसार आणि व्यावहारिकदृष्ट्या, अर्थ हे वैश्याचे कार्यक्षेत्र होते जे मूलतः विरक्त होते (कामाच्या विरुद्ध). काम अशा रीतीने स्वच्छ आणि अस्वच्छ शारीरिक श्रम करणाऱ्या चौथ्या वर्णाचा पुरुषार्थ (शूद्र) मानला जाई. समस्या अशी होती की शूद्राला उपभोग घेण्यासारखे काहीच उरत नसे. त्याचे श्रम (त्यास प्राप्त झालेले एकमेव साधन) किंवा त्याच्या श्रमाचा परिपाक दोहोंना क्षत्रिय (शासक) ब्राह्मणाच्या

(पुरोहित) सोबतीने उपभोग घेण्यासाठी हिरावून घेत. त्यामुळे शूद्राला तग धरण्याइतकेच उरत असे. तथाकथित विरक्त असलेल्या ब्राह्मणाला धर्मसंस्कारांच्या मंजुरीने अमर्यादित उपभोग घेण्याची मुभा होती. त्याचप्रमाणे क्षत्रियांना उघड उघड उपभोग घेण्याची सांस्कृतिक मंजुरी प्राप्त होती. मात्र श्रमाशी निगडित असलेल्या वर्णाला (शूद्र) जातीच्या पवित्र नियमांचा रचयिता असलेल्या मनूच्या आदेशानुसार सर्व प्रकारच्या आनंद आणि उपभोगाची मनाई होती. मानवी पुरुषार्थांची अधिकारश्रेणी आणि वर्णव्यवस्थेची अधिकारश्रेणी यांच्या तुल्यभावाचा युक्तिवाद म्हणूनच तग धरत नाही आणि तुल्यभावाच्या अभावाचे गुपित धर्मात नसून राजकीय अर्थव्यवस्थेत सापडते. या प्रकाशात हे स्पष्ट होते की मानवी पुरुषार्थांची अधिकारश्रेणी आणि वर्णव्यवस्थेची अधिकारश्रेणी यांचा तुल्यभाव शेवटी समाजशास्त्र आणि धर्मशास्त्र यांना एकजीव करतो. आपल्या समावेशक-समाविष्ट या सैद्धान्तिक योजनेच्या बळावर ड्युमॉन्ट युक्तिवाद लढवतो की मानवी पुरुषार्थांच्या त्रयीत धर्म, अर्थ आणि काम या पुरुषार्थांना समाविष्ट करतो. त्याच्या मते, याचे सर्वांत चांगले उदाहरण बायबल मध्ये सापडते: 'ते म्हणजे आदमच्या बरगडीतून झालेल्या इव्हची जन्माची कहाणी' (ड्युमॉन्ट १९८०: २३९).

वेबर, ड्युमॉन्ट आणि त्यांच्या भारतीय आणि गैरभारतीय अनुयायांची समस्या अशी की ते पाश्चिमात्य देशांच्या तुलनेत भारताचा वेगळेपणा सिद्ध करण्यासाठी धर्माला जातिव्यवस्थेतील दर्जाचा आधार मानतात. जात ही दर्जायुक्त व्यवस्था होती. तीच गोष्ट पाश्चिमात्य देशांतील अमीर उमरावांच्या व्यवस्थेच्या बाबतीत खरी होती. याच गोष्टीला आपण इतिहासात मागे जाऊन प्राचीन काळातील नागरिक आणि गुलाम यांच्या पदवीस्थानाच्या व्यवस्थेसही लागू करू शकतो. जातीतील दर्जाचे समर्थन करण्यात धर्माने बजावलेल्या भूमिकेबद्दल दुमत नाही. पण धर्माला जातीतील दर्जाचा एकमेव आधार बनवणे म्हणजे तथ्यांमध्ये फेरफार करण्यासारखे आहे. मुख्य प्रवाहातील समाजशास्त्र जातीच्या पदवीस्थानाचे खरे–आर्थिक-राजकीय–आधार डावलून त्याऐवजी धर्माला एकमेव आधार बनवते आणि त्यायोगे मलिन पैलूंना पवित्र करते. भारत पाश्चिमात्य देशांसारखाच होता, आहे किंवा असायला हवा (किंवा नसायला हवा) हा माझा युक्तिवाद नाही किंवा हेतूही नाही. खरं तर, मला एवढेच म्हणायचे आहे की जातिव्यवस्थेतील दर्जाचा आधार धर्म नव्हता आणि जातीतील दर्जाचा आधार हा आधुनिकपूर्व, भांडवलशाहीपूर्व पाश्चिमात्य देशांतील दर्जाच्या आधारापेक्षा मूलभूतदृष्ट्या वेगळा नव्हता, तो म्हणजे धार्मिक आणि गैरधार्मिक सांस्कृतिक मान्यतेने लपवलेल्या आर्थिक-राजकीय साधनांच्या वापराच्या असमान संधी. भारत आणि पाश्चिमात्य देशांमध्ये ओढूनताणून साम्य शोधणे (तथ्यांची जोड नसलेला) हा चुकीचा प्रयत्न आहे. तसेच तथ्यांशी खेळ करून भारताला पाश्चिमात्य देशांपेक्षा वेगळं ठरवणे हीदेखील तितकीच गंभीर त्रुटी आहे, मग ती भारतीयांनी केली असो वा गैरभारतीयांनी.

जात, सामाजिक अंतर आणि विकास

'जातीचे अवसान' हे पाश्चिमात्य देशातील व्यापारी आणि कारागीर यांच्या संघांपेक्षा सर्वस्वीपणे वेगळे होते: जातिव्यवस्थेने इतर संस्थांना पूर्णपणे विस्थापित केले किंवा 'अंशतः' पांगळे केले (वेबर १९५८: ३४). भांडवलशाहीच्या 'चैतन्याचा' शोध घेताना वेबरला एक आध्यात्मिक कारण हवे होते; ज्यामुळे भांडवलशाहीचा भारतातील विकास आटला, असे दाखवता येईल. ते कारण त्याला जातीच्या सत्वात सापडले आणि अशा रीतीने जातीला धर्माचे रूप मानून त्याने धार्मिक नैतिकता आणि भांडवलशाहीच्या सत्वाची परिक्रमा पूर्ण केली: हिंदू धर्माचे वैशिष्ट्य असलेल्या भारतातील जातीने भांडवलशाहीच्या सत्वास निकामी केले (वेबरच्या भारतातील धर्म आणि जातीच्या अभ्यासातील मुख्य हेतूवर बेतलेला आपल्या प्रोटेस्टंट नैतिकता आणि भांडवलशाहीचे सार यांच्यावरील प्रबंध आटोपता घेण्यासाठी हा खटाटोप झाला, थापर २०००: २४ पहा). पुढे, वेबर भारतातील जातींमधील आणि पाश्चिमात्य देशातील संघांमधील फरक टिपतो. जातीने सामाजिक गटांच्या परस्परसंबंधांमध्ये एक 'जादुई अंतर' निर्माण केले. धर्मसंस्कारांची बंधने, जी जातीसाठी अतिअनिवार्य आहेत, जातीच्या आधाराचा एक भाग आहेत, असे वेबर लिहितो. जाती ह्या पूर्णपणे सामाजिक दर्जाकडे झुकलेल्या असतात ज्यामुळे त्यांच्यात द्वेषयुक्त आर्थिक स्वार्थ नसतानाही एक गहन असा बेबनाव निर्माण होतो. जातीतील शिष्टाचार आणि दर्जा यांचे प्रश्न हे पाश्चिमात्य देशांमधील प्रश्नांपेक्षा सर्वस्वी वेगळे आहेत. कारण जातीभोवती धार्मिक नांगराची पकड आहे (वेबर १९५८b: ३४–३८).

वेबरच्या युक्तिवादाच्या अगदी उलट, जातींमधील अंतर हे धार्मिक जादूटोण्यावर आधारलेले नव्हते. सर्वांत महत्त्वाचे म्हणजे धार्मिक संस्कारांचे अडथळे जातीतील सामाजिक अंतराचे आधार नव्हते. धार्मिक जादूटोणा हे भारताचे वैशिष्ट्य आहे, जे पाश्चिमात्य देशांच्या तुलनेत भारताचे वेगळेपण सिद्ध करते. पाश्चिमात्य देशांमध्ये जादूटोण्याचा अभाव होता पण मालक आणि गुलाम यामधील सामाजिक अंतर (वर्ग आणि वंशाच्या भेदाच्या आधारे) हे जातींमधील अंतराइतकेच ताठर होते. तीच गोष्ट मध्ययुगीन युरोपातील मालक आणि वेठबिगार व मालक आणि व्यापारी यांची. त्यामुळे पाश्चिमात्य देशातल्या आर्थिक विकासाला आळा बसला का? खरंतर, गुलामगिरी—सामाजिक अंतर हे जिचे वैशिष्ट्य होते— आधुनिक पाश्चिमात्य देशांच्या आर्थिक विकासाचे इंजीन ठरली. आधुनिक पाश्चिमात्य देशातील (अमेरिका) वंशावर आधारित मालक-गुलाम परस्परसंबंधातले सामाजिक अंतर इतके व्यापक स्वरूपाचे होते की गुलामगिरी संपून १५० वर्षे उलटल्यानंतरही आणि नागरी हक्क चळवळी पश्चात ५० वर्षांचा काळ लोटल्यानंतरही तिचे अस्तित्व दैनंदिन व्यवहारात आणि संभाषणात आजही जाणवते. पण त्यामुळे अमेरिकेच्या आर्थिक विकासाला आळा

बसला नाही. उलटपक्षी, अमेरिकेच्या जडणघडणीच्या केंद्रस्थानी हेच सामाजिक अंतर होते (पहा, *स्लेव्हरी अँड द मेकिंग ऑफ अमेरिका*, पीबीएस सिरीज).

पाश्चिमात्य देशांतील भांडवलशाहीचा विकास व्यस्त प्रमाणात झाला नसून, सामाजिक अंतराच्या निर्माणातून आणि शोषणातून विकसित झाला (आणि होतोच आहे). ज्यामुळे पाश्चिमात्य देशांतील भांडवलशाही वाढीस लागली, अशा दर्जावर आधारित सामाजिक अंतराची, भांडवलशाह आणि कामगार (भांडवलशाहीचा पाया), गोरे आणि कृष्णवर्णीय (ज्यात सर्व वर्णांचा समावेश आहे), पुरुष आणि स्त्रिया, वसाहती निर्माण करणारे आणि वसाहतीत काम करणारे आणि ऑस्ट्रेलिया, न्यूझीलंड आणि अमेरिकेतील स्थानिक लोक आणि स्थायिक गोरे यांच्यामधली अंतरं ही काही ठळक उदाहरणं आहेत. संघांच्या रोटीव्यवहार करण्याच्या प्रथेत आणि लॉर्ड्ज सपरमध्ये भांडवलशाहीचा सत्वाचा शोध यामुळे एक विशिष्ट वैचारिक कार्य पार पाडले जातेः हा शोध भांडवलशाहीला तिच्या स्वगृहातल्या आणि वसाहतींमधल्या हिंसक आणि रक्तरंजित इतिहासापासून मुक्त करतो. याउलट, तो अजून एक विशिष्ट वैचारिक कर्तव्य निभावतोः तो जातिव्यवस्थेतील सामाजिक अंतराला भांडवलशाहीच्या विकासात अडथळा घालण्यासाठी जबाबदार धरतो, वसाहतवादामुळे नव्हे तर वसाहतवाद असूनही (भांडवलशाहीच्या विकास घडवण्यात भारताला आलेल्या अपयशामागच्या वसाहतवादाच्या भूमिकेकडे वेबरने केलेल्या दुर्लक्षाविषयी थापर २०००: ४४–४५ पहा).

जात आणि श्रमाचे सामाजिक विभाजनः पवित्र आणि अपवित्र

जातिव्यवस्थेत विशेषीकरण आणि परस्परावलंबित्व यांचा समावेश होतो, जे बुगलने नोंदवलेल्या तीन वैशिष्ट्यांपैकी एक आहे आणि ड्युमॉन्टच्या जातीच्या परिभाषेचा मुख्य स्रोत आहे. तो असा युक्तिवाद लढवतो की विशेषीकरणामुळे समूहांमध्ये आपसूकच परस्परावलंबित्व निर्माण होते, पण त्याचा कल पूर्णत्वाच्या गरजेकडे असतो. पूर्णत्वाशी असलेला हा परस्परसंबंध श्रमाच्या विभाजनास अधिकारश्रेणीशी जोडतो. त्याचप्रमाणे, वैयक्तिक नफ्याकडे झुकलेल्या आणि पूर्णत्वाचे बाजाराकरवी नियमन करवणाऱ्या श्रमाच्या विभाजनाच्या आधुनिक आर्थिक रूपाच्या तुलनेत श्रमाच्या विभाजनाचे भारतीय रूप पूर्णतः भिन्न ठरवतो (ड्युमॉन्ट १९८०: ९२). इथे ड्युमॉन्टच्या दृष्टिकोनात डोकावणारी तीच समस्या परत दिसून येते—दोन वेगवेगळ्या ऐतिहासिक प्रजातींची तुलना. जातीच्या विभाजनाची योग्य तुलना युरोपातील आणि इतरत्र ठिकाणच्या भांडवलशाही—पूर्व-सरंजामशाहीच्या समाजातील श्रमाच्या विभाजनाशी होऊ शकते; जिथे मालमत्तेचे मुख्य रूप आणि उदरनिर्वाहाचे मुख्य स्रोत असलेले जमीन हक्क श्रमाच्या विभाजनाच्या केंद्रस्थानी होते. जातीच्या विभाजनाची तुलना आधुनिक औद्योगिक पाश्चिमात्य देशांच्या श्रमाच्या

विभाजनाशी करणे म्हणजे तौलनिक आणि ऐतिहासिक पद्धतीचा गैरवापर करणे होय. मात्र ही अनेक समस्यांपैकी एक आहे आणि नक्कीच सर्वांत महत्त्वाची नाही.

जातिव्यवस्थेतील श्रमाच्या विभाजनाचे स्पष्टीकरण देण्यासाठी, ड्युमॉन्ट जजमानी (बलुतेदारी) पद्धतीकडे वळतो—जातिव्यवस्थेतील श्रमाच्या विभाजनाचे ग्रामीण पातळीवरचे विशिष्ट रूप. पुढे जाण्यापूर्वी, शर्मा यांच्या निरीक्षणाची नोंद लक्षात घ्यायला हवी जी या समस्येच्या संदर्भात प्रस्तुत ठरते. ती अशी की, बलुतेदारी पद्धत सरंजामशाहीच्या काळातील सामाजिक-आर्थिक परस्परसंबंधांचे (जातीच्या परस्परसंबंधांचे) स्पष्टीकरण देऊ शकते पण त्याआधीच्या (सरंजामशाही आधीच्या) किंवा नंतरच्या काळातील सामाजिक-आर्थिक परस्परसंबंधांचे स्पष्टीकरण देऊ शकत नाही. त्यांच्या मते कौटिल्याच्या अर्थशास्त्रामध्ये बलुतेदारी पद्धतीचा उल्लेख नाही (शर्मा २००९: २). ड्युमॉन्ट मात्र बलुतेदारी पद्धतीचा उपयोग सर्वकालीन जातिव्यवस्थेतील श्रमाच्या विभाजनाचे स्पष्टीकरण देण्यासाठी करतो, जी त्याच्या मते ऋग्वेदाच्या काळापर्यंत मागे जाते (जर आपण त्याच्या वर्ण आणि जातीच्या समरूपाला खरे मानले) आणि आजतागायत सुरूच आहे. ड्युमॉन्टच्या जातीविषयक चर्चेतील ऐतिहासिक वैशिष्ट्यांबद्दलच्या असंवेदनशीलतेचे हे एकमेव उदाहरण नाही. मात्र, असे करणारा ड्युमॉन्ट हा एकटाच नाही.

असे म्हटले जाते की जातिव्यवस्था ही खऱ्या अर्थाने फक्त व्यावसायिक व्यवस्था नव्हे. जात ही व्यापारी संघापेक्षा भिन्न आहे. होकार्टच्या मते, ज्याला ड्युमॉन्टची संमती आहे, जात आणि व्यवसाय यांना जोडणाऱ्या धर्माच्या दुव्यामुळे जात वेगळी ठरते. न्हावी आणि परीट यासारख्या धार्मिक संस्कारांच्या विशेषज्ञांच्या बाबतीत हे उघडपणे दिसून येते (ड्युमॉन्ट १९८०: ९२–९३). जातिव्यवस्थेतील या विशिष्ट श्रमाच्या विभाजनाच्या संदर्भात त्याला बुगलच्या मताचे समर्थन लाभते: 'हिंदू सभ्यतेत आर्थिक प्रवृत्तींऐवजी धार्मिक दृष्टिकोन प्रत्येक गटाचा दर्जा अधिकारवाणीने ठरवतात,' हा सावध इशारा त्याच्या मते निर्गमनाचा बिंदू ठरतो (तथैव: ३६९).

इथे खरी समस्या कोणती आहे? धर्म आणि धार्मिक संस्कारांवर लक्ष केंद्रित करून, ड्युमॉन्ट धार्मिक संस्कारात गुंतलेल्या जातींकडेच पाहतो. असे करताना तो श्रमाच्या विभाजनाच्या सर्वांत महत्त्वाच्या पैलूला बगल देतो, ते म्हणजे जमिनीची मालकी असणारी आणि नियंत्रण करणारी जात आणि त्यावर कष्ट करणारी जात यातील भेद, जो जातीच्या श्रमाच्या विभाजनाचा पाया होता. केवळ न्हावी आणि परीट यांचाच दर्जा आणि कार्य नव्हे, तर पुरोहित आणि राजा, जमीनदार आणि शेतकरी आणि कारागीर आणि रखेली यांचा दर्जा आणि कार्यदेखील या सर्वांत महत्त्वाच्या पैलूद्वारा ठरवले जात असे. त्याचे स्पष्टीकरण—पावित्र्य-अपावित्र्याच्या निकषांवर निर्धारित होणाऱ्या विशिष्ट जातींच्या संस्कारांच्या धार्मिक चौकटीतून दिले जाऊ शकत नाही. समाजशास्त्राच्या मुख्य प्रवाहात न्हावी आणि परीट यांच्या (कर्मकांडात्मक) कार्यावर इतका भर का दिला गेला आहे? शेती उत्पादन करणाऱ्या लोकांच्या

कार्याकडे दुर्लक्ष का केले गेले आहे असे कार्य जे न्हावी, परीट, पुरोहित आणि त्यांचे विश्वस्थ (राजा) यांच्या गरजा भागवीत असे. ड्युमॉन्ट हे मान्य करतो की धर्म केवळ काही बाबतीत जात आणि व्यवसाय यांच्यातील दुव्याची स्पष्टपणे दखल घेतो. धार्मिकदृष्ट्या तटस्थ असे काही (खरं तर बरेच) व्यवसाय आहेत जे अनेक जातींमध्ये आढळतात, असे तो लिहितो. अशा धार्मिकदृष्ट्या तटस्थ व्यवसायांच्या बाबतीतले श्रमाचे विभाजन आणि धर्म यांच्यामधले ओढूनताणून जुळवले संबंध समस्याप्रधान बनतात. ड्युमॉन्टच्या मते एक तथ्य प्रकर्षाने दिसून येतेः बहुतांश व्यवसाय हे खऱ्या अर्थाने धार्मिक आहेत. याला अपवाद म्हणजे सामान्यतः व्यापार आणि शेती, खासकरून श्रमिकांचे योगदान असलेली शेती (तथैव: ९३–९४).

जर सामान्यतः व्यापार आणि विशेषकरून शेती यांना वेगळं काढलं आणि जर आपण लक्षात घेतलं की शेती हे अर्थव्यवस्थेचे मुख्य रूप होती ज्यावर सर्व जातींचे अस्तित्व अवलंबून होते जातीच्या श्रमाच्या विभाजनात काय उरतं असा प्रश्न आहे. धर्माला जातिव्यवस्थेचा सर्वांत महत्त्वाचा घटक मानणाऱ्या सिद्धान्ताने जातिव्यवस्थेतील श्रमाच्या सामाजिक विभाजनाच्या सर्वांत महत्त्वाच्या घटकाला—सामान्यतः व्यापार आणि विशेषकरून शेतीला—बगल देणे साहजिक आहे; कारण व्यापार आणि शेती हे धार्मिक निकषांवर ठरत नाहीत. एकदा का जातीच्या समाजशास्त्राने शेतीच्या श्रमाच्या विभाजनाकडे दुर्लक्ष केले, की मग लक्ष केंद्रित करण्यासाठी केवळ धार्मिक संस्कारातील श्रमाचे विभाजन उरते—अन्नग्रहण करणे, गाव जेवण घालणे, व्रतवैकल्य करणे, दाढी करणे, स्नान करणे आणि वस्त्र धुणे यासारखे पावित्र्य आणि अपावित्र्याच्या निकषांवर ठरवण्यात येणारे धार्मिक संस्कार. मग यात काय आश्चर्य की जातिव्यवस्थेचे सार कोणी कुणाकडून अन्नग्रहण केले, कुणासोबत अन्नग्रहण केले, कोण पवित्र आहे, कोण अपवित्र आहे आणि कशा रीतीने सत्रांत स्नानाद्वारा पवित्र लोकांचे (तात्पुरती) अपावित्र्य मिटवले जाते, अपवित्र लोकांचे नव्हे, यातच सामावते.

ड्युमॉन्टचा शेतीविषयक श्रमाच्या विभाजनाचा दृष्टिकोन बारकाईने तपासण्याजोगा आहे. राजस्थानच्या रियासतींमधील (छोटेखानी राज्ये ज्यांना ड्युमॉन्ट अनुभवाधिष्ठित-ऐतिहासिकदृष्ट्या जातिव्यवस्थेला कार्यान्वित करण्यासाठी उभारण्यात आलेली सुयोग्य प्रादेशिक एककं मानतो) सर्वांत महत्त्वाचे श्रमाचे विभाजन जमीनदार आणि शेतकरी यांच्यामधील होते. जमीनदारांची जमिनीवर मालकी होती आणि शेतकरी त्यावर शेती करीत आणि त्याच्या मोबदल्यात विशिष्ट प्रसंगी भाडे, उपकर आणि विनामोबदला श्रम (बिगार) दिले जाई. बाकी सेवा देणाऱ्या जातींच्या वतीने, ज्यात जमीनदारांची (राजा हा राज्यातील सर्वांत मोठा जमीनदार होता) सेवा करणाऱ्या ब्राह्मणाचा (पुरोहित) समावेश होता, शेतकरी मोबदला देत. हे श्रमाचे विभाजन धर्माच्या मध्यस्थीने नसून जमीन अमदानीच्या व्यवस्थेद्वारा ठरत असे. जातीची काही कर्तव्ये धार्मिक स्वरूपाची होती खरी, पण ती जातीच्या

समाजशास्त्राचे मुख्य लक्ष्य असलेले श्रमाचे धार्मिक विभाजन घडवून आणणाऱ्या शेती आणि व्यापार या मुख्य क्षेत्रांमधील श्रमाचे विभाजन निर्धारित करीत नसत. जमिनीची मालकी असणाऱ्या आणि जमिनींवर राबणाऱ्या अशा दोन प्रमुख वर्गांमधील श्रमाच्या विभाजनाने अवघ्या सामाजिक-आर्थिक जडणघडणीवर आपली छाप पाडली, ज्यात जातिव्यवस्थेतील श्रमाच्या सामाजिक विभाजनाचा समावेश आहे (मेईलासॉ १९७३: ९९ देखील पहा).

पावित्र्य आणि अपावित्र्याच्या कल्पना अस्तित्वात होत्या पण व्यवसाय आणि उदरनिर्वाहाच्या साधनांच्या वापराच्या संधीच्या प्रमाणात. असे गट ज्यांना इतर सर्व साधनांच्या वापराची मनाई होती आणि ज्यांचा उदरनिर्वाह खालच्या दर्जाच्या, वाईट आचरणाच्या आणि मलिन समजल्या जाणाऱ्या व्यवसायांवर अवलंबून होता, त्यांना अपवित्र मानले जाई. याउलट, देवळं, देवी-देवतांची काळजी घेणाऱ्या, धर्माच्या संमतीने शारीरिक श्रमापासून मुक्त असलेल्या आणि उदरनिर्वाहाची हमी प्राप्त झालेल्या (खरं तर अजून बऱ्याच गोष्टींची हमी असलेल्या) पुरोहित म्हणून सेवा देणाऱ्या ब्राह्मणांना पावित्र्य, सामाजिक प्रतिष्ठा आणि मोठेपण बहाल केले जाई. इथे हे लक्षात ठेवले पाहिजे की गावातील आणि जातिव्यवस्थेतील (मला ज्ञात असलेल्या पूर्व उत्तर प्रदेशामधील जमीनदारी गावात आणि राजस्थानमधील रियासतीत) श्रमाच्या धार्मिक विभाजनाच्या केंद्रस्थानी ब्राह्मण नसून जमीनदार होता. संस्कृतीतील श्रमाचे धार्मिक विभाजन हे शेतीमधील श्रमाच्या सामाजिक विभाजनावर अवलंबून होते—जे जातिव्यवस्था आणि गावातील समुदायाचा पाया होते. वेबर, ड्युमॉन्ट आणि त्यांचे अनुयायी जातिव्यवस्थेतील श्रमाच्या विभाजनास पवित्र मानतात. वास्तवात मात्र जातिव्यवस्थेतील श्रमाचे विभाजन हे भ्रष्ट स्वरूपाचे होते.

जातिव्यवस्थेतील श्रमाचे विभाजन हे मुळात धार्मिक स्वरूपाचे होते, या वेबर आणि ड्युमॉन्टच्या मताशी सगळे समाजशास्त्रज्ञ सहमत नाहीत, हे इथे लक्षात ठेवायला हवे. जातिव्यवस्थेतील वाटणीची पारंपरिक पद्धत (बलुतेदारी) जमिनीशी निगडित वेगवेगळ्या संबंधांवर आधारित असमानतेवर बेतली होती, असे बीडलमॅन नमूद करतो. ड्युमॉन्ट या मताचे अधिकारश्रेणीचे आकलन करून घेऊ न शकणारा 'दुराग्रही आणि आंधळा भौतिकवाद' अशा शब्दांत खंडन करतो. तो उत्पादनाच्या साधनांची विल्हेवाट लावणारे आणि न लावणारे यांच्यातील परस्परसंबंध शेवटी दोहोंपैकी दुसऱ्या पक्षाच्या फायद्याचे ठरतात, हा ऑर्नस्टाईनचा युक्तिवाददेखील धुडकावून लावतो. जातिव्यवस्थेतील श्रमाच्या सामाजिक विभाजनातली राजकीय आणि आर्थिक विषमता ड्युमॉन्टला मान्य नाही. कॅथलिन गॉगच्या अभ्यासावर टिप्पणी करताना तो लिहितो की अगोदर जसे व्यवस्थेतील धार्मिक पैलूला अनेकदा गौण लक्षण मानले जाते, इथे निदान अधिकारश्रेणीला सत्तेच्या परस्परसंबंधाच्या संकुचित चौकटीत बसवण्याच्या मानववंशशास्त्रज्ञ प्रयत्न करताना दिसतात. तो लिहितो की गावातील श्रमाच्या

विभाजनाच्या व्यवस्थेच्या अभ्यास खऱ्या अर्थाने अधिकारश्रेणीचे आकलन करून देत नाहीत अशा प्रकारे तो वायजरवरही टीका करतो जो त्याच्या मते 'सर्व पुराव्याच्या विरोधात' (!) बलुतेदारी व्यवस्थेत देवाणघेवाण पाहण्याचा हट्ट धरतो. ड्युमॉन्ट बीडलमॅनचेसुद्धा खंडन करतो कारण नुसत्या दुय्यम स्रोतांवर अवलंबून असल्यामुळे तो त्याला शोषण मानण्याची चूक करतो. शेवटी तो निष्कर्ष काढतो की वायजर आणि बीडलमॅन दोघांना कळले नाही की 'व्यवस्था *प्रत्येकाच्या दर्जाच्या प्रमाणात त्याच्या* उदरनिर्वाहाची हमी देते' (ड्युमॉन्ट १९८०: ३१–३२).

व्यवस्था खालच्या पातळीच्या कामांसाठी थोडीफार सुरक्षितता पुरवते, या युक्तिवादाची समीक्षा होणे गरजेचे आहे. प्राचीन काळातील (आणि आधुनिक काळातील) गुलामगिरी आणि मध्ययुगीन काळातील वेठबिगारी खालच्या वर्गांना 'थोडीफार सुरक्षा' प्रदान करीत असत, या संदर्भात असे म्हणता येईल. जसे की आधुनिक काळातील खालच्या वर्गांसाठी मजुरांचे वेतन काही प्रमाणात सुरक्षा पुरवते. खालच्या वर्गांची सुरक्षितता ही वरच्या वर्गांच्या सुरक्षिततेची मूलभूत अट आहे. कारण दोहोंपैकी दुसऱ्या पक्षाचे जीवनच मुळी पहिल्या पक्षाच्या अतिरिक्त श्रमावर अवलंबून होते. या सर्व श्रमाच्या विभाजनाच्या रूपांचा शोषण हा अंतर्निहित भाग होता. उत्पादनाच्या साधनांची मालकी असलेले आणि फक्त श्रम प्रदान करणारे यामधील द्वंद्वात्मक ऐक्य मुळातच असमान आणि शोषणयुक्त आहे. जातिव्यवस्थाही याला अपवाद नाही.

शेवटी, ड्युमॉन्ट जातिव्यवस्थेच्या श्रमाच्या विभाजनातील धार्मिक आणि आर्थिक घटकांच्या परस्परसंबंधांच्या प्रश्नाला हात घालतो. तो उत्तर भारतातील चर्मकारांचे (चामड्याचे कारागीर) उदाहरण देतो, जे चामड्याचे काम करण्याव्यतिरिक्त शेतमजूर म्हणूनदेखील काम करायचे, तेदेखील अस्पृश्य होते. तो मोठ्या नाट्यमय अंदाजात विचारतो, 'धार्मिक संस्कारांचा' [मूळ] सिद्धान्त हा काय त्यांच्या 'शोषणाचे' [सर्व अवतरण चिन्ह मूळ संहितेतील आहेत] स्पष्टीकरण मानायचे का' (ड्युमॉन्ट १९८०: १०३)? याचे उत्तर होकारार्थी आहे. पण ड्युमॉन्टला ते मान्य नाही; कारण त्याच्या मते ते 'व्यवस्थेच्या पूर्णत्वाच्या प्रश्नाचा समग्र' विचार करत नाही. अगोदर चर्चा केल्याप्रमाणे त्याच्या सिद्धान्तातील 'पूर्णत्व' हे वैचारिक स्वरूपाचे आहे. आपण त्याचा मागोवा नंतर घेऊ.

पूर्णत्वाच्या प्रश्नाचा विचार करण्याकरिता ड्युमॉन्ट दोन दृष्टिकोनांमधला भेद मांडतो: एक, मॉसचा दृष्टिकोन (मूल्य आणि बाजार यांच्या आधारे अर्थव्यवस्थेची परिभाषा) आणि दुसरा मार्क्सचा दृष्टिकोन (गरज आणि उपयुक्ता यांच्या आधारे अर्थव्यवस्थेची परिभाषा). सर्वांत पहिली गोष्ट म्हणजे मार्क्सच्या अर्थव्यवस्थेच्या परिभाषेचा त्याने लावलेला अर्थ हा समस्याप्रधान ठरतो; कारण तो मार्क्सच्या अर्थव्यवस्थेच्या आणि समाजाच्या संकल्पनांमधील सामाजिक परस्परसंबंधांच्या केंद्रीयतेकडे दुर्लक्ष करतो. पण तो मूळ मुद्दा नव्हे. मॉसने बाजार आणि मूल्य समाजातील मांडलेला भेद हा खरंतर भांडवलशाही पूर्व आणि भांडवलशाही

समाजातील भेद आहे. तथाकथित मूल्यांवर आधारित समाज हा सरंजामशाहीतील मालमत्ता आणि उत्पादन यांच्या परस्परसंबंधांचा परिपाक आहे; जसे की बाजारावर आधारित समाज हा उत्पादनाच्या भांडवलशाही परस्परसंबंधांचा परिपाक आहे. त्यामुळेच दोहोंतील श्रमाच्या सामाजिक विभाजनातील भेद विचारात घेतला जातो. जातिव्यवस्थेतील श्रमाच्या सामाजिक विभाजनावर त्याचा काय परिणाम होतो? खुद्द मार्क्सच्या मते,

> पितृप्रधान व्यवस्थेत, जातिव्यवस्थेत, सरंजामशाही आणि संस्थांच्या व्यवस्थेत, काही निश्चित नियमांच्या आधारावर सर्व समाजातील श्रमाचे विभाजन केले जात असे. हे नियम कुणा कायदे करणाऱ्यांनी निर्धारित केले होते का? नाही. मुळात भौतिक उत्पादनाच्या परिस्थितीमधून जन्मलेल्या या नियमांना कायद्याचा दर्जा नंतर प्राप्त करून देण्यात आला,

असे तो उत्तर देतो.

डयुमॉन्ट जमीनदार आणि पुरोहितासकटच्या बलुतेदारी व्यवस्थेतील कार्यकर्त्यांच्या वेगवेगळ्या श्रेण्यांमधील उत्पादनाचे वितरण कसे केले जाई, याचे स्पष्टीकरण देण्यासाठी पारंपरिक भारताच्या गावातील खतावणीचे उदाहरण देतो. त्याचा युक्तिवाद असा आहे की खतावणीच्या जमिनीवर घडणारे व्यवहार हे आर्थिक स्वरूपाचे दिसत असले तरी ते मुळात धार्मिक स्वरूपाचे होते. त्यांना आर्थिक स्वरूपाचे मानणे म्हणजे एका 'अस्पष्ट बाह्यांगाला' प्राधान्य देण्यासारखे ठरेल. हा दावा सिद्ध करण्यासाठी तो वेबरच्या मताचा आधार घेतो. ज्याने बाजारी समाज आणि गैर बाजारी समाजात गहन भेद केला आणि या दोहोंपैकी दुसऱ्या पक्षाला बहुतांश वैयक्तिक परस्परसंबंधांचे वैशिष्ट्य प्रदान केले, 'व्यवस्थेत प्रवेश करणाऱ्या सर्व लोकांच्या गरजा भागवण्यासाठी... इथे प्रभावीपणे मोजलं जातं ते म्हणजे... परस्परावलंबित्व' (डयुमॉन्ट १९८०: १०५).

आता वरील स्पष्टीकरणाची समस्या कोणती? हे खरं आहे की भांडवलशाही पूर्व आणि बाजारीकरण पूर्व समाजातील जमीनदार आणि शेतकरी (किंवा शेतमजूर) यांचे परस्परसंबंध वैयक्तिक स्वरूपाचे असून त्यात व्यवस्थेतले परस्परावलंबित्व होते. पण तसे असूनही हे संबंध ठळकपणे विषम आणि शोषणयुक्त होते. सर्वांत महत्त्वाचं म्हणजे उत्पादनाच्या वितरणाची यंत्रणा—अतिरिक्त उत्पादनाचे वितरण—भांडवलशाही पूर्व मालमत्ता आणि उत्पादनाच्या परस्परसंबंधांवर निर्धारित केले जाई. बाजारीकरण पूर्व समाजातील अंतर्निहित असलेली असमानता आणि शोषण या परस्परसंबंधात बांधले गेले होते आणि त्या काळच्या मूल्य व्यवस्थेचे समर्थन त्यांना लाभले होते. संबंधांच्या वैयक्तिक स्वरूपाला आणि व्यवस्थेतील परस्परावलंबित्वाला गैरबाजारी समाजातील अतिरिक्त उत्पादनाच्या वितरणातील असमानता, शोषण आणि अतिरिक्त—आर्थिक जोर जबरदस्तीला झाकण्यासाठी अधोरेखित करणे, ही विचारधारा आहे—प्रभुत्वशाली जातीची (आणि वर्गाची) विचारधारा.

डयुमॉन्ट पुढे लिहितो: '...जेव्हा धार्मिक प्रतिष्ठा आणि आर्थिक प्रतिष्ठा यांची प्रत्यक्षपणे सरमिसळ घडते, तेव्हा ती विहित व्यवस्थेच्या, म्हणजेच धार्मिक व्यवस्थेच्या अंतर्गत घडते. दोहोंच्या गरजांना जाती आणि अधिकारश्रेणीवर निर्धारित करण्यात येते... खतावणीच्या जमिनीवरचे वितरण बाजारातील वितरणापेक्षा मूलतः वेगळे आहे...' (डयुमॉन्ट १९८०: १०५). याचे आश्चर्य वाटते की मूल्य, विशेषकरून धार्मिक मूल्य जमीनदारांच्या घरातील सदस्यांच्याच गरजांना नव्हे तर त्यांच्या घोडे, हत्ती, कुत्री, मांजरी, पक्षी आणि इतर पाळीव प्राण्यांच्या गरजांना सर्वांसाठी उत्पादन करणाऱ्या आणि तरीही जेमतेम तग धरणाऱ्या शेतकरी परिवार किंवा शेतमजूर आणि त्यांच्या आश्रितांच्या उदरनिर्वाहाच्या गरजांच्या आधी कशा काय परिभाषित करीत असत. इथे नैतिक भावना महत्त्वाची नसून हे तथ्य महत्त्वाचे आहे की वेगवेगळ्या जातीतील गरजा (आणि दर्जा) धर्माच्या मध्यस्तीने निर्धारित होत नसून अस्तित्वात असलेल्या मालमत्ता आणि उत्पादनाच्या परस्परसंबंधांच्या आधारे निर्धारित होत असत. इरफान हबीब यांनी म्हटल्याप्रमाणे अभिजात रूपातली जातिव्यवस्था स्वाभाविक अर्थव्यवस्था आणि बाजारी अर्थव्यवस्था दोहोंमध्ये सहजपणे कार्यरत होती. दोन्हीकडे तिचे मुख्य कार्य 'कल्पनेतल्या पावित्र्याच्या रचनेला जपणे नसून (तसे होत असल्यास ते प्रासंगिक स्वरूपाचे म्हणावे लागे) अतिशय कठोर अशा वर्गीय शोषणाच्या व्यवस्थेला अभंग राखणे होते' (हबीब २००३: १७०–१७३; मेंचर १९७४: ४७८).

खतावणीच्या जमिनीवर अतिरिक्त उत्पादन खेचून घेण्यात आले आणि हे खेचणे आर्थिक-राजकीय व्यवस्थेच्या अंतर्गत झाले. ज्यात उत्पादनांच्या साधनांचे मालक (राजा आणि जमीनदार) आणि त्यांचे सहयोगी (पुरोहित) हे उत्पादनाचा जास्तीत जास्त हिस्सा मिळवत (पहा... मेलियासॉ १९७३: ९२–९३). त्या अर्थाने हे चित्र भांडवलशाही पूर्व यद्यपि सरंजामशाहीच्या राजवटीच्या चित्रातून मूलभूतरीत्या वेगळे नव्हते. इथे हे लक्षात ठेवले पाहिजे की जातीला जन्म देणाऱ्या आणि तिचे पुनरुत्पादन करणाऱ्या आर्थिक-राजकीय व्यवस्थेला धर्मनिरपेक्ष आणि धार्मिक मूल्ये पृष्ठांकित करीत होते. ही मूल्ये राज्यसभेद्वारा कायदेशीर केली जात, तोलामोलाच्या सरदारांच्या सभेद्वारा (जमीनदार) मंजूर केली जात आणि मंदिरांतून (रियासतींच्या भूमीवरील) जिचा प्रसार केला जाई. पुरोहित दिवस-रात्र राजा आणि जमीनदारांच्या शारीरिक आणि आध्यात्मिक कल्याणासाठी प्रार्थना करीत. असे करताना ते राजा आणि जमीनदार यांच्या उत्पादनाच्या शिलकीच्या वाटपाच्या अतिक्रमणाच्या हक्कावर जोर देत आपला स्वतःचा हिस्सा कुठल्याही श्रमाविना मिळवत असत. जातिव्यवस्थेतील प्रतिष्ठा धार्मिक नसून धर्मनिरपेक्ष होती सहमतीने नसून शोषणाचा परिपाक होती, पवित्र नसून भ्रष्ट होती.

आधुनिक आर्थिक व्यवस्था ज्यात एक व्यक्ती स्वतःच्या लाभाचा पाठपुरावा करते आणि जातिव्यवस्था ज्यात अधिकारश्रेणीच्या समूहाचा स्वार्थ वरचढ ठरतो, या दोहोंमध्ये

भेद करताना ड्युमॉन्ट युक्तिवाद लढवतो की जातिव्यवस्थेतील शेतकरी आपल्या पिकाचा बऱ्यापैकी हिस्सा व्यवस्थेतील बऱ्याच जणांच्या फायद्यासाठी प्रदान करतो. 'ही एक प्रकारची सहकारी संस्था असते जिचा मुख्य उद्देश प्रत्येकाच्या सामाजिक कर्तव्यानुसार त्याच्या उदरनिर्वाहाची हमी देणे हा असतो' (ड्युमॉन्ट १९८०: १०५). त्याचा युक्तिवाद स्तरीकरणाच्या कार्यात्मक सिद्धान्तापेक्षा वेगळा आहे का, जरी त्याने स्तरीकरण आणि कार्यात्मक सिद्धान्ताच्या संकल्पनेला आणि जातीच्या अभ्यासाच्या पद्धतीला अमान्य केले आहे? दुसरा प्रश्न असा की शेतकरीच का आपल्या हिश्शाचा वाटा व्यवस्थेच्या कल्याणासाठी खर्च करतो, अधिकारश्रेणीतील सर्वोच्च स्थानावर विराजमान असलेले राजा आणि पुरोहित का करीत नाहीत? प्रत्यक्षात राजा आणि पुरोहित जे प्रभुत्वशाली वर्गाचे (आणि जातीचे) सदस्य आहेत, कापणीचा मोठा हिस्सा बळकावतात. ज्यामुळे इतरांच्या तुलनेत त्यांचे जीवनमान सर्वस्वी वेगळे होते. ड्युमॉन्टचे विचार वेगळ्या शब्दांत असे मांडता येतील की राजा आणि पुरोहित इतरांच्या विरोधात एकी करून थेट उत्पादकांकडून शिल्लक बळकावतात ज्यामुळे त्यांची विशिष्ट जीवनशैली आपला वेगळेपणा सिद्ध करते (मॅक्स वेबरच्या मते ज्याला दर्जाचे प्रतीक म्हणतात) आणि ज्याचा भार थेट उत्पादक उचलतात (शोषण). हे खरं आहे की शेतकरी जे भरतो ते पूर्णत्वाच्या भलाईसाठी असते. मात्र हे पूर्णत्व धार्मिक नसून किंवा आर्थिक-राजकीय हे बाह्य स्वरूप मानणारे आदर्शवादी नसून आर्थिक-राजकीय स्वरूपाचे आहेत ज्याची विचारधारा (धर्मासकट) ही अंतर्गत बाब आहे.

सरतेशेवटी, श्रमाच्या विभाजनाचे आणि शिलकीच्या वितरणाचे आकलन करून घेण्यासाठी, पुराभिलेखातील, राजदरबारांतील, गडांवरील आणि मंदिरांतील जमिनीचे दस्तऐवज तपासणे गरजेचे आहे. त्याचा जोडीला संस्कृतिवर्णनशास्त्रीय पुराव्याच्या प्रकाशात जातिव्यवस्थेतील धार्मिक आणि आर्थिक-राजकीय पैलूंचे परस्परसंबंध पडताळणेदेखील गरजेचे आहे. असा दृष्टिकोन जो धार्मिक ग्रंथांतील पुराव्याच्या (पवित्र मानला जाणारा) तुलनेत भ्रष्ट स्वरूपाच्या पुराभिलेखाचा, ऐतिहासिक आणि संस्कृतिवर्णनशास्त्रीय पुराव्याला कमी लेखतो किंवा कवडीमोलाचा मानतो, तो जातिव्यवस्थेतील श्रमाच्या सामाजिक विभाजनाचे आणि शिलकीच्या (प्रतिष्ठा) बळकावणीचे आकलन करून देऊ शकत नाही.

जातिव्यवस्थेतील बदल आणि सातत्य

शेवटी प्रश्न उरतो तो जातिव्यवस्थेतील बदल आणि सातत्याचा. आधी चर्चा केल्याप्रमाणे, वर्ण आणि जात परिवर्तनापासून मुक्त नव्हते. उलटपक्षी, बदलती आर्थिक-राजकीय परिस्थिती आणि विचारधारा यांच्यामुळे त्यांच्यात बदल होत गेला. दोन वर्णांचे तीन आणि नंतर चार अशी संक्रमण परिवर्तनाची प्रक्रिया होती. भारतीय इतिहासाच्या वेगवेगळ्या

पर्वांमध्ये (मौर्य पूर्व काळ, मौर्य काळ आणि मौर्य पश्चात काळ) ब्राह्मण, क्षत्रिय, वैश्य आणि शूद्र यांच्या तुलनात्मक दर्जातील झालेले चढउतार या परिवर्तनाची कहाणी सांगतात. वैश्यांमधील शेती करणाऱ्या आणि गुरं राखणाऱ्या लोकांपासून व्यापाऱ्यांचे अलगीकरण हा एक मूलभूत बदल होता. तसेच वर्ण ते जात हे संक्रमण हादेखील एक बदल होता. संशयास्पद कुळाच्या लोकांचे प्रदेशांवरील अतिक्रमण झाल्यानंतर त्यांचे क्षत्रियीकरण (किंवा राजपुतीकरण) देखील एक बदल होता. जातिव्यवस्थेच्या बदलविरहित असण्याचे परस्परविरुद्ध अशा ऐतिहासिक आणि संस्कृतिवर्णनशास्त्रीय पुराव्याच्या आधारे खंडन होते.

वसाहतोत्तर काळात भारतामध्ये जातिव्यवस्थेत एक मूलभूत बदल घडला. इरफान हबीब यांनी म्हटल्याप्रमाणे आधुनिक परिस्थितीमुळे जातिव्यवस्थेचा आर्थिक पाया कोलमडून पडला. कारण सध्याच्या अर्थव्यवस्थेने कित्येक व्यावसायिक आणि कारागिरी करणाऱ्या जातींचे हस्तव्यवसाय नष्ट केले (हबीब २००३: १७८).

गतकाळाची जातिव्यवस्था आज अस्तित्वात नाही (पण जात अजून टिकून आहे). राजे-राजवाडे गेले, जमीनदार गेले तसेच गतकाळातील शेतकरीदेखील गेले. गतकाळातील पुरोहित, पंडा, भाट, न्हावी आणि परीट लोप पावले. ते मूर्त स्वरूपात हयात असले तरी त्यांचे जुन्या व्यवस्थेतील दर्जा आणि कर्तव्ये परिभाषित करणारे सामाजिक परस्परसंबंध आता राहिले नाहीत. कारण ते सामाजिक परस्परसंबंध आणि मूल्ये यांचा पाया असलेली पारंपरिक जमीन अमदानीची व्यवस्था आज अस्तित्वात नाही. १९५० च्या दशकामधल्या गावातील आंतरजातीय परस्परसंबंध (प्रकरण ६ मध्ये वर्णन केलेले) हे १९४० च्या दशकाच्या शेवटापर्यंतच्या आंतरजातीय परस्परसंबंधांपेक्षा सर्वस्वी वेगळे होते. जमीनदारी हक्कांचे उन्मूलन आणि सार्वत्रिक मताधिकार लागू झाल्यामुळे पूर्वाश्रमीचे जमीनदार (रजपूत) आणि कुळे (अहीर, कुर्मी, कोयरी आणि पासी), कारागीर आणि इतर कामगारांच्या परस्परसंबंधातच नव्हे तर दर्जा आणि प्रतिष्ठेच्या कल्पनांमध्येदेखील बदल झाला. गतकाळातील जवळजवळ सर्व गावातील जाती आजही मूर्त स्वरूपात अस्तित्वात आहेत; पण भूतकाळातील आंतरजातीय परस्परसंबंध मात्र मूलभूत स्वरूपात बदलले. राजस्थानातील रियासतींच्या बाबतीत तेच घडले. जमीनदारांची पूर्वीची आर्थिक-राजकीय सत्तेची मक्तेदारी संपुष्टात आली आणि त्यांच्या दर्जाही अनुषंगाने घसरला. दुसरीकडे शेतकरी वर्गाला (जाट, सीरवी, धाकड आणि बिष्णोई) पूर्वी नसलेली आर्थिक-राजकीय सत्ता लाभली आणि त्यांचा दर्जा वर गेला. उत्तर प्रदेशातील रजपुतांना आणि ब्राह्मणांना मायावती यांच्या निवासस्थानी (त्या मुख्यमंत्री असतानाच्या काळात) मिळालेल्या चहाच्या आमंत्रणाचा अभिमान वाटू लागला. अनुसूचित जातीची आणि स्त्री असणाऱ्या याच मायावती यांना त्यांनी १९४० च्या दशकात चहाच्या पेल्याला हातदेखील लावू दिला नसता. खऱ्या अर्थाने 'जगाची उलथापालथ झाली नसली तरी'

(कारण मालमत्ता आणि उत्पादने यांच्या परस्परसंबंधाची कोणतीच पुनर्रचना झालेली नाहीः बहुतांश खालच्या जाती आजही उदरनिर्वाहाच्या साधनांपासून आणि उत्पादनाच्या इतर साधनांपासून आणि संधींपासून वंचित आहेत, उदारहरणार्थ आधुनिक शिक्षण आणि रोजगार) एकूण जातिव्यवस्थेतील झालेले बदल नाकारता येत नाहीत, हे बदल अधिकारश्रेणीच्या परवानगीने झालेले 'परिघावरचे' किंवा 'दुय्यम' वर्तुळांतील बदल नव्हे तर केंद्रस्थानी घडलेले बदल आहेत.

इरफान हबीब एक महत्त्वाचा प्रश्न उपस्थित करतातः जर जातिव्यवस्थेचा आर्थिक आधार हलला आहे, तर त्याच्या मागच्या विचारधारेच्या बाबतीत पण तेच घडले आहे का? पारंपरिक आर्थिक व्यवस्था लोप पावल्यानंतर जातीच्या विचारधारेच्या पैलूंच्या लुप्त होण्याविषयी (उदाहरणार्थ, अंतर्विवाह) ते रास्त शंका उपस्थित करतात (हबीब २००३: १७८). सर्वांत पहिली गोष्ट म्हणजे, आपण त्यांचे निरीक्षण इतर अनेक समाजशास्त्रज्ञांच्या (ज्यात ड्युमॉन्टचा समावेश आहे) निरीक्षणांपासून वेगळं ठरवू या जे जातिव्यवस्थेतील घडणसुलभता आणि लवचीकपणाविषयी बोलतात पण त्यांना याचे भान नसते की व्यवस्थेतील काही विशिष्ट पैलू घडणसुलभ असतात तर काहींचा कायापालट होऊ शकतो. आर एस शर्मा यांनी म्हटल्याप्रमाणे (वर उल्लेख केला आहे) हा परिवर्तनाचा अभ्यासात रुची असलेल्या सामाजिक इतिहासकारांपुढचा प्रश्न आहे. आपल्याला लक्षात ठेवायला हवे की अनेक शतकांपासून अस्तित्वात असलेली व्यवस्था आणि त्यातील प्रथा (उदाहरणार्थ अंतर्विवाह) आणि कल्पना (उदाहरणार्थ, पावित्र्य-अपावित्र्य) ज्या लहान मोठ्या परंपरा धार्मिक ग्रंथ, आख्यायिका आणि मिथके यांच्यामध्ये कोरल्या गेल्या आहेत आणि मंदिरे, तीर्थक्षेत्रे, शाळा आणि नागरी संस्थांमधून ज्यांचा दिवस-रात्र पुनरुच्चार होतो, त्या इतक्या लवकर लुप्त होणार नाहीत. बऱ्याच मोठ्या कालावधीनंतरही त्या पूर्णपणे लोप पावणार नाहीत. अंशतः याचे कारण सध्याच्या असमानतेच्या रचनांमध्ये सापडते ज्या परंपरेने हक्क हिरावलेल्या जातींच्या विरुद्ध भेदभाव करतात आणि परंपरेने आणि आताही विशेषाधिकृत जातींचे विशेषाधिकार संरक्षित करतात (तेलतुंबडे २०१२). त्या दृष्टीने भारतातील जात ही अपवाद नव्हे. पाश्चिमात्य देशात वंशाच्या बाबतीत काय घडतंय ते पाहायला हवे. तेथील वांशिक परस्परसंबंध बदलत चालले आहेत पण वांशिक असमानतेच्या रचना जशाच्या तशा आहेत. तीच गोष्ट वांशिक ओळखींशी निगडित विशेषाधिकार आणि अधिकारांचा अभाव यांची. गोरा वर्ण विशेषाधिकारास पात्र ठरतो आणि कृष्णवर्ण हा अधिकाराचा अभाव सोसतो आणि अशा रीतीने हा संघर्ष सुरूच आहे.

जातिव्यवस्थेतील बदल हे सहजपणे कधीच घडले नाहीत, हे मान्य करायला हवेः ते न त्वरित घडले न आपसूक घडले. त्यांना वेळोवेळी वरच्या जातींकडून प्रतिकार झाला आहे.

जो अनेकदा हिंसक स्वरूपाचा होता. या पुस्तकातील (प्रकरण ६) उल्लेख झालेल्या १९५० च्या दशकातील पूर्व उत्तर प्रदेशातील एका गावाची कहाणी भारताच्या कुठल्या न कुठल्या प्रांतात अजून मोठ्या प्रमाणात आणि हिंसक रूपात परत परत घडतच असते. थाराकाम (२०१२) च्या एका अलीकडच्या लेखात लिहिल्याप्रमाणे 'वेलची, पिपरा, देवळी-साधुपुर, किलावेनमणी, विल्लूपुरम, कांचीकाचेरला, करमचेडू, चुन्दूर, लक्ष्मणपूर- बाथे, बथनी-तोला, जज्झर, खैरलांजी, कंबलहल्ली, गावाचे नाव कोणतेही असो, कहाणी तीच असते... नावं आणि आकडे बदलू शकतात. रचना आणि सत्तेची संरचना तीच राहते.' थाराकाम आंध्र प्रदेशमधील उत्तरी किनाऱ्यावरच्या लक्ष्मीपेटा गावातील पाच दलितांच्या खुनाच्या संबंधात लिहीत होते. ही कहाणी आहे जमिनीची मालकी, राजकीय सत्ता आणि दर्जाची मक्तेदारी टिकवण्यासाठी प्रभुत्वशाली वर्गांनी पत्करलेल्या हिंसेच्या टोकाच्या मार्गांची. दुसरीकडे संघर्ष सुरूच आहे (अइलैया २००५). परंपरेने वंचित असलेल्या गटांना प्रशासन आणि सरकारी पदाचे औपचारिक प्रतिनिधित्व वगळता आजही जमीन, राजकीय सत्ता आणि दर्जा यांच्यापासून वंचित ठेवले जाते (जॉन २००५; कपाडिया १९९५ पहा). ते आजही त्यांच्या उदरनिर्वाहासाठी त्याच लोकांवर अवलंबून आहेत जे त्यांच्या साधनांचे नियंत्रण करतात आणि म्हणूनच त्यांना भौतिकदृष्ट्या वंचित असलेले आणि खालच्या दर्जाचे व्यवसाय आजही करावे लागतात (साईनाथ २००५). मुख्य प्रवाहाच्या समाजशास्त्रात, जात ही सहज सोपी गोष्ट आहे. पण जातीचा खरा इतिहास मुळीच तसा नाही. वाचकांच्या लक्षात आले असेल की मी मार्क्सचेच विधान (१९७५: ७३६–७३९) वेगळ्या संदर्भात मांडत आहे.

शेवटी, या कथा जातिव्यवस्थेबद्दल काय सांगतात? या कथा आहेत 'जातीच्या संघर्षाच्या' ज्यातला संघर्ष जमीन, राजकीय प्रतिनिधित्व, शिक्षण-व्यवसायाच्या संधी आणि हो, धार्मिक संस्कारांची मान्यता-मनाई या गोष्टींवरचा आहे. जातीच्या व्यवस्थेची कहाणी आर्थिक, राजकीय आणि धार्मिक पैलूच्या गुंफणाची कहाणी आहे. समाजशास्त्र धार्मिक घटकाला आर्थिक आणि राजकीय घटकांपासून वेगळं करते आणि दोहोंपैकी पहिल्याला संपूर्ण कथा म्हणून सादर करते. आर्थिक आणि राजकीय संघर्ष जातीने घेतलेले गैर-जातीचे रूप–आधुनिकतेचा एक विचलन किंवा दोष म्हणून सादर केले जाते, यात आश्चर्य ते काय. विरोधाभास असा की समाजशास्त्र त्याच्या धार्मिक संस्कारांच्या विस्कळीत कथा गुंतागुंतीची आणि बहुआयामी म्हणून सादर करते आणि मार्क्सवादी दृष्टिकोन धुडकावून लावते, ज्यात जातिव्यवस्थेतील आर्थिक, राजकीय आणि धार्मिक घटक यांना एकमेकांशी अंतर्गतरीत्या संबिधित मानले जाते, तसेच जातिव्यवस्थेस एकआयामी, सरलीकृत आणि परिणतिवादी मानले जाते.

४ जात आणि सबाल्टर्न अभ्यास

अभिजनांची विचारधारा, संशोधक धाटणीचे इतिहासलेखन*

'या ग्रंथाद्वारे समाजशास्त्रज्ञांच्या एका गटाने क्रांतिकारी इतिहासलेखनाच्या एका महत्त्वाच्या विचारधारेचा श्रीगणेशा केला आहे... शेतकरी वर्गात किंवा भारतीय समाजात रुची असणाऱ्या साऱ्यांनी या विचारधारेचा काटेकोर अभ्यास केला पाहिजे'. (भर देऊन)–सिलेक्टेड सबाल्टर्न स्टडिज [गुहा आणि स्पायवाक, १९८८] या पुस्तकाच्या मलपृष्ठावर खालीलप्रमाणे दावा करण्यात आला आहे.

> माहितीचे अमूर्त जग पैशाच्या भौतिक जगात विलीन होते आणि दोघांच्या संगमातून नवीन वाक्प्रचार... प्रचलित होतात; म्हणून या काळात अशा लोकांचा उत्कर्ष होतो जे कल्पनांना आणि भावनांना उत्पादनांचे मूर्त स्वरूप प्रदान करू शकतात. हे उच्चशिक्षित लोक एक पाऊल बोहेमियन सर्जनशीलतेच्या निर्भय जगात ठेवतात तर दुसरे पाऊल बूर्जवा महत्त्वाकांक्षेच्या आणि भौतिक यशाच्या व्यावसायिक क्षेत्रात ठेवतात... हे लोकं बोबो आहेत... हेच बोबो आजच्या युगाला परिभाषित करतात–डेव्हिड ब्रुक्स बोबोज इन पॅराडाइस [२०००].

शेतकरी आणि शेतकरी चळवळीचा प्रश्न हा वसाहतीच्या काळातील भारताच्या इतिहासलेखनाचा सर्वांत महत्त्वाचा नसला तरी निश्चितपणे महत्त्वाच्या प्रश्नांपैकी एक आहे. याचे कारण असे की वसाहतींकरणाच्या काळात भारत प्रामुख्याने एक शेतीप्रधान समाज होता आणि वसाहतपूर्व शेतीप्रधान रचनेने–जमीनदार आणि शेतकरी यांच्यातील आंतरिक भेद–अवघ्या सामाजिक रचनेवर आपली मोहोर लावली आणि वसाहतींच्या सामाजिक जडणघडणीच्या चलनशास्त्राला आकार दिला. या दृष्टीने, 'खालून वर' बघणारा सबाल्टर्न अभ्यास प्रकल्पाचा उदय, जो वसाहतींच्या काळातल्या भारतातील शेतकरी आणि त्यांच्या निषेधावर केंद्रित होता [गुहा, १९८३], एक स्वागतार्ह प्रगती मानली पाहिजे. त्यामुळेच दक्षिण आशियात आणि त्याच्या बाहेरदेखील सबाल्टर्न अभ्यासाच्या चौकटीविषयीचे वाढते कुतूहल योग्य आणि समजण्याजोगे आहे. आता जेव्हा हा प्रकल्प इतर गोष्टींकडे वळला

---

* कास्ट, क्लास अँड पीजन्ट एजन्सी इन सबाल्टर्न स्टडीज डिसकोर्स: रिवीजनीस्ट हिस्टीरिओग्राफी, एलिट आयडियालॉजी', द *जर्नल ऑफ पीजन्ट स्टडीज*, २००३.'

आहे–पण शेतीविषयक बाबींमधल्या आपल्या रुचीचा त्याग न करता–तेव्हा शेतकऱ्यांच्या (= सबाल्टर्न वर्ग) बंडखोरीला भारताच्या वसाहतींच्या इतिहासलेखनातील त्याचे योग्य स्थान मिळवून देणाऱ्या त्याच्या योगदानाचा आढावा घेण्याची ही योग्य वेळ आहे [गुहा, १९८२–८९; १९८३; गुहा आणि स्पायवाक, १९८८; अर्नॉल्ड आणि हार्डीमॅन, १९९४].

त्यानुसार, मी आता १९व्या शतकापासून ते वसाहतवादी राजवटीच्या अस्ताच्या १९४० च्या दशकापर्यंत राजस्थानच्या रियासतींमधील शेतकरी आणि शेतकरी चळवळी यावरील माझ्या संशोधनाच्या प्रकाशात शेतकरी बंडखोरीमधील वर्ग आणि जाती या विषयांवरील मुख्य गृहीतक, तर्क आणि पुरावे यांची समीक्षा करतो. काही विशिष्ट शैक्षणिक वर्तुळांमध्ये लोकप्रिय झाल्यानंतर आणि दखल घेतली गेल्यानंतर, सबाल्टर्न अभ्यासाच्या दृष्टिकोनावर वेगवेगळ्या क्षेत्रातून काटेकोर समीक्षा झाली. यात अशा लोकांचाही समावेश होता ज्यांना त्याच्या ज्ञानमीमांसेचा पूर्वपक्ष स्वीकार होता आणि सुरुवातीच्या काळात त्यांनी या प्रकल्पाला सहकार्य केले होते पण अखेरीस मतभेद होऊन ते वेगळे झाले. टॉम ब्रास [२०००] सबाल्टर्न अभ्यासाच्या टोकाच्या समीक्षांचा, त्याच्या सिद्धता आणि विसंगतीचा संक्षिप्त आढावा घेतो. माझा दृष्टिकोन या समालोचनापेक्षा वेगळा आहे कारण मी एका विशिष्ट संदर्भातल्या शेतीविषयक परिस्थितीच्या अनुभवाधिष्ठित पुराव्याच्या आधारे वसाहतीच्या काळातील भारतातल्या शेतकरी आणि शेतकरी चळवळींबद्दल या प्रकल्पाने केलेल्या दाव्यांचे मूल्यांकन करतो आणि तो संदर्भ म्हणजे १८७० च्या दशकापासून १९४० च्या दशकापर्यंत राजस्थानमधील रियासती. पुढच्या विश्लेषणाचा रोख या प्रकल्पातील दोन सर्वांत कमकुवत मुद्द्यांवर आहे. एक, असा मुद्दा जो शेतकरीविषयक सबाल्टर्न संभाषणाच्या केंद्रस्थानी आहे; पण ज्याची काटेकोर समीक्षा झालेली नाही: शेतजमिनीच्या सामाजिक रचना आणि चळवळींमधील जात आणि वर्ग यांचे परस्परसंबंध आणि दुसरा, रियासतींचा संदर्भ जो वसाहतींच्या राज्याच्या कार्यक्षेत्राच्या थेट हद्दीबाहेर होता आणि जिथे वसाहतपूर्व आर्थिक-राजकीय रचना वसाहतींच्या काळाच्या अस्तापर्यंत अस्तित्वात राहिल्या.

या दृष्टिकोनामुळे दोन गोष्टी घडतात. एक, सबाल्टर्न अभ्यास प्रकल्पाच्या एका मूलभूत गृहीतकाची काटेकोर तपासणी: ते गृहीतक म्हणजे वसाहतपूर्व भारतीय समाजाचे सांप्रदायिक स्वरूपतत्त्व, विशेषकरून ग्रामीण भागातील जमीन आणि सामर्थ्यामधला संबंध आणि दुसरी गोष्ट म्हणजे, इथे नमूद केलेला अनुभवाधिष्ठित पुरावा केवळ या प्रकल्पाच्या उणिवा अधोरेखित करीत नाही तर अभिजनांच्या विचारधारेशी आणि संशोधक धाटणीच्या इतिहासलेखनाशी असलेली त्याची जवळीकीही अधोरेखित करतो.

जात, वर्ग आणि सबाल्टर्न अभ्यास

शेतजमिनीची रचना आणि तिच्याकडून झालेल्या प्रतिकारामध्ये जातिव्यवस्थेचे महत्त्व, हा महत्त्वाचा मुद्दा सबाल्टर्न अभ्यास मांडतो. सबाल्टर्न अभ्यासाच्या दृष्टिकोनाच्या अनुयायांनी वेगवेगळ्या संदर्भात जातीच्या अभ्यासाला हात घातला आहे आणि भारतीय समाज आणि संस्कृती, खासकरून वसाहतपूर्व, वासाहतिक व वसाहतोत्तर काळातील शेतकरी आणि शेतकरी चळवळींशी निगडित असलेल्या या मुख्य मुद्द्यावरची त्यांची मते जाणून घेणे अतिशय महत्त्वाचे आहे.

यात काही अतिशयोक्ती नाही की जातिव्यवस्था हा भारतीय समाज आणि इतिहासातील सर्वांत जास्त अभ्यासला गेलेला आणि तरीही अनेक गैरसमाजांवर पोसलेला मुद्दा आहे. उपखंडाच्या इतिहासलेखनात जात अपरिहार्यपणे डोकावते, मग ते भारताच्या 'पौर्वात्य अपवादाशी' निगडित असो किंवा इथल्या सांस्कृतिक वैशिष्ट्यांशी शेतकरी निष्क्रियता/बंडखोरी, वसाहतींच्या राजवटीच्या किंवा वसाहतोत्तर राजकारणाविरुद्धच्या संघर्षाशी निगडित असो. विरोधाभास असा की जात विसंगत असते तितकीच ती अनाकलनीय आणि गूढ भासते. भारतातील समाजशास्त्रज्ञ आणि जातिव्यवस्थेची कहाणी हत्ती आणि नेत्रहीन व्यक्तींच्या गोष्टीची आठवण करून देते, ज्यात प्रत्येक व्यक्तीच्या हाताला त्या महाकाय हत्तीच्या ज्या अंगाचा स्पर्श झाला त्याला त्याने संपूर्ण प्राणी मानले. फारच मोजके अभ्यास, स्थानिक किंवा राष्ट्रीय पातळीवर, विशिष्ट काळातील किंवा मोठ्या कालावधीदरम्यान, जमीनहक्क, विशिष्ट जात (किंवा जाती) आणि तिचे अधिकारश्रेणीतील स्थान यांच्यामधील परस्परावलंबित्वाचा संदर्भ टिपताना दिसतात.[१] याच कारणामुळे, राजस्थानबद्दलचा अनुभवाधिष्ठित पुरावा जमीन हक्क आणि जातीच्या अधिकारश्रेणीच्या परस्परसंबंधांना अधोरेखित करण्यासाठी पुढे करण्यात आला आहे.[२]

सबाल्टर्न अभ्यासाच्या चौकटीचे एक मुख्य पुरस्कर्ता असलेले पार्थ चटर्जी यांनी वेगवेगळ्या संदर्भात जातिव्यवस्थेचा अभ्यास केला आहे. [चटर्जी, १९८३; १९८८; १९८९; ११९६] आणि म्हणूनच त्यांचे कार्य जातिव्यवस्थेचे आणि शेतकरी वर्गाविषयीच्या सबाल्टर्न दृष्टिकोनाचे विश्लेषण करण्यासाठी एक सोयीस्कर आरंभ बिंदू आहे. चटर्जी मार्क्सवादी दृष्टिकोनावर आक्षेप घेतात; कारण त्यांच्या मते मार्क्सवाद जातिव्यवस्थेला एक महारचनेचा सहप्रत्यय बनवतो [चटर्जी, १९८९: १७४–५]. त्यामुळे मार्क्सवादी दृष्टिकोनाची ही चूक दुरुस्त करण्यासाठी ते जातिव्यवस्थेच्या जडणघडणीत तळ आणि महारचनेच्या समान योगदानाला प्रमाणाने दाखवण्यासाठी त्यांच्या परस्परसंबंधांचा अभ्यास करतो. त्यांनी रचना आणि भव्य रचनेच्या रूपातले काढलेले मार्क्सवादी दृष्टिकोनाचे व्यंगचित्र हे कोणत्याही टिप्पणीस पात्र नाही.[३] त्याऐवजी आपण त्याच्या जातीविषयक आकलनावर

लक्ष केंद्रित करूया. आपल्या सबाल्टर्न अभ्यासाच्या दृष्टिकोनातील आदर्शवादी विचारधारेशी इमान राखत चटर्जी जातीला एक कल्पनांची व्यवस्था मानतो, 'धर्माच्या आधारे बनलेल्या' जाणिवांची लोकोत्तर घटना [चटर्जी, १९८९: १६९]. चटर्जी यांच्या मते मते, धर्मात दोन विरुद्ध प्रवृत्ती आढळतात. एका बाजूला तो एकूण समाजाला वैश्विक सूत्र प्रदान करतो, तर दुसऱ्या बाजूला तो सबाल्टर्न वर्गाला वर्चस्वाचा प्रतिकार करण्यासाठी मदत करणाऱ्या जाणिवांचे रूप ठरतो [चटर्जी, १९८९: १७४]. हा दृष्टिकोन वेगवेगळ्या परिस्थितीतील सबाल्टर्न वर्गाच्या न्यूनत्वाला समायोजित करण्यासाठी उच्चभ्रू लोकांच्या हातातले वर्चस्वाच्या अस्त्राच्या रूपातल्या धर्माच्या भूमिकेकडे दुर्लक्ष करतो: उदाहरणार्थ, गुलामगिरी, वेठबिगारी आणि लिंग–दडपशाही आणि भारतातील खालच्या जातींच्या जन्मजात न्यूनत्वाविषयी वेगळं सांगायला नको (त्याविषयी खाली अधिक चर्चा केली आहे). धर्माच्या या सक्षमता हटवण्याच्या भूमिकेचे दुर्लक्ष किंवा अवमूल्यन केल्यामुळे सबाल्टर्न अभ्यासाची चौकट धर्माला अनिवार्यपणे एकतर्फी (आणि दिशाभूल करणाऱ्या) पद्धतीने धर्माचा सिद्धान्त मांडते.

पूर्णत्व (= जातिव्यवस्था) आणि त्याच्या अंशातील (जाती) परस्परसंबंधांच्या महत्त्वाच्या विषयावर, चटर्जी [१९८९: १८०] दोन दावे करतात: एक, की केवळ सत्तेच्या मध्यस्तीने (मूळचा शब्दांवरचा विशेष आघात); आणि दुसरा, की ही सत्ता म्हणजेच धर्म होय. या मुद्द्यावर त्याला ड्युमॉन्टकडून [१९७०] समर्थन लाभते. ज्याच्या मते धर्माची आदर्शवादी सत्ता प्रत्येक जातीचे व्यवस्थेतील स्थान परिभाषित करून आणि वेगवेगळ्या जातींना एकाच वेळी जोडून आणि वेगळं करून एकवटून ठेवते चटर्जी [१९८९: १८०]. ड्युमॉन्ट यांच्या अभ्यासाचे 'जातीच्या कृत्रिम सिद्धान्ताची सर्वांत प्रभावी आणि विधायक रचना' या शब्दांत समर्थन करतात पण, त्यातील एकत्रित करणाऱ्या मूलतत्त्वाला सबाल्टर्न वर्गाचे वर्गीकरण करण्यासाठी अमान्य करतो, जे त्याच्या मते 'उच्च जातींच्या सार्वत्रिक विचारधारेच्या छत्राखाली आपली स्वतंत्र विचारधारा बाळगून असतात.' दोन विरोधाभास युक्त प्रक्रियांतील ताणतणाव ड्युमॉन्टच्या मते [१९८९: १८४] ती पोटभाषा आहे जी ड्युमॉन्टला सापडलीच नाही. चटर्जी आणि ड्युमॉन्ट मध्ये अजून एक भेद आहे, ड्युमॉन्ट धर्माला अर्थव्यवस्थेपासून वेगळं करतो आणि त्याच्या मते धर्म अर्थाला समाविष्ट करतो. ड्युमॉन्टला हे मान्य आहे की जातीच्या अधिकारश्रेणीच्या मध्यावर आर्थिक (आणि राजकीय) बाबी अवशिष्ट भूमिका निभावतात, पण सर्वांत वरची आणि सर्वांत खालची दोन टोकं मात्र केवळ पावित्र्य/अपावित्र्य या निकषावर निर्धारित केली जातात. चटर्जी ड्युमॉन्टच्या प्रबंधातील सर्वसमावेशक धार्मिक पैलू पासून राजकीय पैलू सोडवून घेतो आणि सत्तेच्या परस्परसंबंधांना मध्यवर्ती सत्तेच्या रूपात पुन्हा प्रस्तुत करतो. ज्यामुळे जातिव्यवस्थेतील विरोधी पक्ष नाहीसे होतात (म्हणजेच त्यांचे एकीकरण होते). अशा रीतीने चटर्जी ड्युमॉन्ट,

वेबर आणि फॉकॉल्टची सरमिसळ करून जातिव्यवस्थेचे विश्लेषण करतात, जे धर्म आणि राजकारण यांच्यामध्ये हेलकावे खात राहते आणि अर्थशास्त्रापासून अलिप्त राहते. जाती आणि वर्गाला विरोधात उभं ठाकले जाते जरी त्याच्या सुरुवातीच्या दाव्याप्रमाणे जातिव्यवस्थेतील रचनेत आणि भव्य रचनेत ऐक्य असते [चटर्जी, १९८९: १८१].

सबाल्टर्न समूहाचा अजून एक सदस्य असलेल्या ज्ञानप्रकाश यांनी [१९९२] असा युक्तिवाद केला आहे की, 'उत्पादनाची पद्धत' याविषयीची चर्चा चुकून वर्गाला जातिव्यवस्था, पितृसत्ता, वंश, पारंपरिक परस्परसंबंध या साऱ्यांच्या विरोधात उभी करते. याउलट, त्यांच्या मते या इतर निर्धारणामुळे वर्गाचे स्पष्टीकरण होते. ते डर्क्सच्या अभ्यासाचा [१९८७] दाखला वर्ग आणि जातिव्यवस्थेचा एक योग्य अभ्यास म्हणून देतात [प्रकाश, १९९२: १७६]. यात समस्या अशी आहे की चटर्जी सकट सबाल्टर्न अभ्यासाच्या दृष्टिकोनाच्या इतर कैवाऱ्यांप्रमाणेच डर्क्स अत्यंत काटेकोरपणे वर्गाच्या विषयाला दूर सारतो. त्याचे मुख्य लक्ष आर्थिक परस्परसंबंध वगळून जात आणि सत्ता यांच्यामधील परस्परसंबंधांवर केंद्रित आहे. डर्क्सच्या दक्षिण भारतातील पुदुकोट्टाई राज्यातील मानववंशशास्त्रीय–ऐतिहासिक वृत्तान्ताप्रमाणे शेतकरी वर्गाचा इतिहास त्याच्या अभावानेच उल्लेखनीय ठरतो. हा मुद्दा महत्त्वाचा आहे कारण शेतकरी आणि जमीनदार या दोन मुख्य शेती करणाऱ्या वर्गांतील परस्परसंबंध राज्याच्या सामाजिक रचनेतील मध्यवर्ती घटक होते आणि राजा स्वतःच त्याच्या राज्यातील सर्वांत मोठा जमीनदार होता. शेतकरी वर्गाने केलेल्या श्रमाच्या बळावरच मुळी पुदुकोट्टाईचा पाया रचला गेला होता आणि त्यांचा उल्लेखदेखील न करणारा राज्यावरील लिहिलेला निबंध खऱ्या अर्थाने वर्गाचा अभ्यास ठरत नाही.

शेतकरी आणि वर्गाशी निगडित परस्परसंबंधित प्रश्नांना बगल देऊन डर्क्स आपला युक्तिवाद उघडपणे ड्युमॉन्टच्या विरोधात मांडतो, त्याच्या मते जातीच्या अधिकारश्रेणीतील आध्यात्मिक (= धार्मिक) घटकामध्ये आर्थिक आणि राजकीय पैलूंचा समावेश होतो. चटर्जी यांच्याप्रमाणेच डर्क्सला ड्युमॉन्टची धर्म आणि राजकारणाच्या परस्परसंबंधाची संकल्पना मान्य नाही आणि परिणामस्वरूप तो त्याच्या उलट असा युक्तिवाद करतो की जातीच्या अधिकारश्रेणीत, राजकीय पैलूंचा धार्मिक पैलूंमध्ये समावेश होतो. अशा रीतीने डर्क्स राजकीय अधिकारश्रेणी मांडतो–कारण त्याच्या अभ्यासात शेतकरी वर्गाचा नाममात्र उल्लेख होतो, शासक आणि प्रजा यामधील एक दुवा म्हणून ज्यात फक्त देवता आणि भाविकांसारखे जमीनदारीवर्गाशीच असलेले परस्परसंबंध समाविष्ट असतात. महत्त्वाचा मुद्दा असा की राजा आणि जमीनदार (आणि शेवटी शेतकरी वर्गदेखील) यामधील परस्परसंबंधांचा आधार असलेल्या जमिनीचा उल्लेख डर्क्सच्या अभ्यासात कुठेच सापडत नाही. या संदर्भात ड्युमॉन्ट आणि डर्क्स यांच्या ज्ञानमीमांसेत साम्य आढळते, जरी डर्क्सने आपल्या

वेगळेपणाचा दावा केला तरी: परिणामस्वरूप, डर्क्स ड्युमॉन्टच्या मुख्य दाव्याचे समर्थन करतो. राजकीय अधिकारश्रेणीला देवता आणि भक्तामधील नात्याची परिभाषा प्रदान करून डर्क्स त्या योगे आध्यात्मिक कार्यक्षेत्राला निर्णायक स्वरूप मिळवून देतो. ड्युमॉन्ट आध्यात्मिक पैलूला बळकटी देतो तर डर्क्स राजकीय सत्तेचे अध्यात्मीकरण करतो. ड्युमॉन्ट, डर्क्स आणि चटर्जी हे समान वैचारिक दृष्टिकोन बाळगताना दिसतात: प्रत्येकाच्या मते राजकीय सत्ता ही मुळात आध्यात्मिक/धार्मिक असते. प्रकाश यांनी जाती आणि वर्गातील परस्परसंबंध काढून घेतल्याचा दावा केला असला तरी, सबाल्टर्न अभ्यासाच्या जातीविषयक संभाषणात वर्गाचा लवलेश दिसत नाही: त्या संभाषणात जातीची अधिकारश्रेणी धार्मिक स्वरूपाची आहे. इथे मला दीपंकर गुप्ता यांच्याशी [१९८४: १८३] मी सहमत आहे; धर्म (पावित्र्य/अपावित्र्य) हा जातीच्या अधिकारश्रेणीचा आधार ठरत नाही. खरं तर, धर्म हे जातीच्या अधिकारश्रेणीचे औपचारीकरण करणारे तत्त्व आहे, तिचा आधार नव्हे. खाली स्पष्ट होईलच की जातीचे वर्गापासूनचे अलगीकरण ही एक वैचारिक कसरत आहे; जी भौतिक वास्तव भंग करते आणि मिथकं घडवणाऱ्या मूर्त प्रक्रियेशी मेळ खाते.

सबाल्टर्न अभ्यास ब्राह्मणी विचारधारेच्या रूपात

अशा रीतीने सबाल्टर्न अभ्यासाचा जातीचा कृत्रिम सिद्धान्त ड्युमॉन्टच्या पावित्र्य/अपावित्र्य हा मूलभूत पूर्वपक्ष स्वीकारतो आणि तत्पश्चात त्याला सबाल्टर्न प्रतिकाराच्या कल्पनेशी जोडून टाकतो. उदाहरणार्थ, चटर्जी यांच्या मते, प्रतिकार करणाऱ्या बलरामी वर्गानी हादी मेहतर (एक अस्पृश्य) ला मदतीचा हात पुढे करून जाती अधिकारश्रेणीत त्याला सर्वांत पवित्र स्थान बहाल केले आणि त्या अनुषंगाने ब्राह्मणांना एका विशिष्ट अपवित्र आणि भ्रष्ट वंशाच्या पातळीवर खाली आणले. या उलथापालथीमुळे, आम्हाला सांगितलं जातं की बलरामी लोकांनी 'वर्चस्व असलेल्या धर्माच्या या दाव्यालाच उलथून पाडलं की जातीचे प्रत्यक्ष परस्परसंबंध तिच्या वैश्विक आदर्शाला पूर्णपणे अनुरूप आहे' [चटर्जी, १९८९: २०३]. मात्र, जेणेकरून ही उलथापालथ कल्पनांच्या क्षेत्रातच घडते, जो सबाल्टर्न अभ्यासाच्या मते शुद्ध जाणिवेच्या तर्काचा अंतर्निहित भाग आहे, हा प्रश्न अनिवार्यपणे उभा राहतो की तळागाळातील परिस्थितीत कोणता—जर बदल घडला आहे तर—कोणता प्रत्यक्ष बदल घडला आहे. म्हणजेच 'उलथापालथीच्या या क्रियेमुळे' सबाल्टर्न वर्गांच्या जीवनात काही बदल घडला आहे का, त्यामुळे ब्राह्मण आणि मेहतर यांच्यातील विद्यमान परस्परसंबंध परिवर्तित झाले आहे का?[४] या संदर्भात, हे लक्षात ठेवणे महत्त्वाचे आहे की जातिव्यवस्थेच्या बाबतीत अशीच एक आदर्शवादी 'उलथापालथीची क्रिया' महात्मा गांधींनी राबवली होती—जी पुढे प्रत्यक्षात निष्फळ ठरली. त्यांनी आर्थिक/राजकीय अधिकारश्रेणीच्या तळाशी असलेल्या आणि

सर्वांत अपवित्र मानल्या जाणाऱ्या अस्पृशांना (शूद्र/दलित) हरिजन (= देवाची लेकरं) असे नवे नाव दिले. या नव्या नावानी मात्र त्यांचा अधिकारश्रेणीतील दर्जा वर चढला नाही आणि आर्थिकदृष्ट्या गांधींचे हरिजन आजही आपली परिस्थिती सुधारण्याकरिता झगडतानाच दिसतात. थोडक्यात सांगायचे तर जाती अधिकारश्रेणीच्या वैचारिक उलथापालथीत आणि तिच्या भौतिक वास्तवाच्या क्षीण होण्यात कोणताच कार्यकारणभाव असलेला दुवा दिसत नाही.

जातीची ही आदर्शवादी संकल्पना आपल्याला कुठे घेऊन जाते व का, याचा शोध घेणे फारसे कठीण नाही. चटर्जी [१९८९: २०३] यांच्या मते, जातीचा उगम या तथ्यात दडला आहे की आपल्या शरीराचे पावित्र्य राखण्यासाठी ब्राह्मणाला अपवित्र करणाऱ्या श्रमापासून लांब राहायला हवे आणि परिणामस्वरूप अशी कामे अस्वच्छ (= अशुद्ध) जातींनी करायाची. परिमाणस्वरूप, मोजक्या लोकांच्या धार्मिक संस्काराच्या पावित्र्याचे पुनरुत्पादन करण्यासाठी अपवित्र जातीतील कामगारांचे मोठ्या प्रमाणावर श्रम खर्ची पडले. पवित्र वर्गांनी ग्रहण केलेले धान्य, विहिरींमधून प्यायलेले आणि स्नानासाठी वापरलेले पाणी, आपले पवित्र शरीर झाकण्यासाठी परिधान केलेले वस्त्र आणि राहण्यासाठी उभारलेली घरं, हे सारं अपवित्र वर्गाच्या श्रमामुळे शक्य झाले आणि तरीही, या अपवित्र लोकांना आपली दूषित करणारी सावली त्यांच्या श्रमातून उभारलेल्या कुठल्याही उत्पादनावर पडू देण्याची मुभा नव्हती. भारताच्या जातींचे हे असे वास्तव आहे, जे आजही संपूर्णपणे लोप पावलेले नाही.

त्यामुळे पवित्र वर्ग आपले पावित्र्य राखण्यासाठी अपवित्र करणाऱ्या कामापासून दूर राहतात ज्यामुळे असे काम अपवित्र लोकांचा व्यवसाय बनते, हा प्रश्न नसून कोणती चलनशक्ती श्रमाचे असे विभाजन करते, हा आहे कशामुळे पवित्र लोकांना अस्वच्छ व्यवसायातून मुक्ती मिळते आणि कशामुळे अपवित्र लोकांना अशी कामे करणे बंधनकारक ठरते? या साऱ्या प्रश्नांचे उत्तर सरळसोपे आहे. हे सारे पवित्र अशा धर्माच्या सत्तेमुळे नसून कर्माच्या रचनेमुळे घडतेः जातीशी निगडित असलेले श्रमाचे विभाजन पावित्र्याच्या श्रेत्राच्या हुकुमतीमुळे नसून भ्रष्ट, भौतिक जगातील वरच्या वर्गांच्या आर्थिक आणि राजकीय सत्तेच्या मक्तेदारीमुळे घडते. थोडक्यात, आपल्या उदरनिर्वाहाच्या साधनांसाठी पवित्र वर्गावर अवलंबून असलेल्या अपवित्र जातींना ही अस्वच्छ कामे करणे बंधनकारक होते.[५] धर्म केवळ या व्यवस्थेचे औपचारीकरण करतो. यात काय आश्चर्य की केन [१९७४] सारखे ब्राह्मणी क्षमायाचक जातीतील भेदांना नैसर्गिक प्रजातींचे भेद मानतात [पहा. चटर्जी, १९८९: १८३]. वर्चस्व गाजवणारी विचारधारा असमान गटांमधील सामाजिक भेदास—जात, वंश, लिंग—नैसर्गिकपणे आणि त्यामुळेच न बदलणाऱ्या रूपात सादर करते [बेटली १९८१]. मात्र, औपचारीकरणाचे तत्त्व दर्शनी मूल्यावर समजून घेणे म्हणजेच भास आणि वास्तव यात गोंधळ करणे होय. मुख्य प्रवाहाच्या समाजशास्त्राप्रमाणेच सबाल्टर्न अभ्यास जातिव्यवस्थेचे

औपचारीकरण करणाऱ्या धार्मिक तत्त्वाला म्हणजेच वर्चस्व गाजवणाऱ्या विचारधारेला त्याच्या दर्शनी मूल्यावर घेऊन त्याला स्वतःचीच बळकटी प्राप्त करून देणाऱ्या सबाल्टर्न वर्गाच्या जाणीव तत्त्वाच्या लोकप्रिय कल्पनेची जोड देतो आणि हे सारे अस्तित्वाच्या सामाजिक परिस्थितीपासून अलिप्त असते.

कदाचित त्याच्या स्थानिक स्वरूपाच्या भारतकेंद्रित दृष्टिकोनामुळे, सबाल्टर्न अभ्यास इतरत्र घडणाऱ्या अशाच स्वरूपाच्या तंत्रांना कार्यान्वित करणाऱ्या घटकांच्या अस्तित्वाकडे कानाडोळा करतो. प्राचीन काळातील नागरिक, मध्ययुगीन युरोपात स्थायिक झालेले अमीर-उमराव आणि नव्या जगातील गुलामांचे धनी हे सारे अस्वच्छ कार्यापासून मुक्त होते, ज्यासाठी श्रमिक वर्ग, गुलाम आणि वेठबिगारांची नेमणूक झाली होती आणि जे भारतातील अपवित्र जातींप्रमाणेच आर्थिक तग धरण्याकरिता अभिजात वर्गावर अवलंबून होते. ही तुलना महत्त्वाची आहे कारण पावित्र्य/अपावित्र्य हा विरोध हा न चुकता भारतीय संस्कृतीचे असाधारण वैशिष्ट्य म्हणून सादर केला जातो, जिथे तो धर्मात रुतलेला असतो आणि जातिव्यवस्थेत सामाजिक स्वरूपात सन्निहित असतो.

समुदायाच्या रूपात जात

सबाल्टर्न अभ्यासाचे पुरस्कर्ते जातीला लाक्षणिक सामंजस्याने आणि सौम्य स्वरूपात समुदाय म्हणून संबोधतात [चटर्जी १९९६] यात काही आश्चर्य नाही. इथे समुदायाचा उल्लेख 'दर्जाचा गट' या वेबरिअन अर्थाने केला जातो ज्यात गटामधील समानता आर्थिक स्थान किंवा राजकीय सत्तेपासून मुक्त होती (यासाठी वेबर [१९५८b] पहा). ज्याअर्थी जात ही काही स्वयंनिहित एकक नव्हती/नाही, त्याला समुदाय समजणे हे केवळ सैद्धान्तिक रीत्या दिशाभूल करणेच नव्हे तर अनुभवाधिष्ठितदृष्ट्यादेखील असमर्थनीय ठरते. जरी रोटीव्यवहाराच्या आणि अंतर्विवाहाच्या विशिष्ट मर्यादित क्षेत्रांमध्ये जात ही तुलनेने स्वायत्त असली तरी व्यापक सामाजिक संदर्भात–ज्यात जातीच्या पुनरुत्पादनाच्या केंद्रस्थानी असलेल्या उदरनिर्वाहाच्या तऱ्हा आणि सत्तेच्या परस्परसंबंधांचा समावेश आहे–जातीला एका व्यवस्थेचा अंश समजणे अनिवार्य ठरते: म्हणजेच अशी जातिव्यवस्था जी सांप्रदायिक नव्हती/नाही. जातिव्यवस्था ही अंतर्निहित स्वरूपातली असमान रचना होती/आहे आणि त्या अर्थाने ड्युमॉन्टने जातिव्यवस्थेतील अधिकारश्रेणीयुक्त मूल तत्त्वावर जोर देणे रास्त ठरते. ड्युमॉन्टची समस्या अशी की विश्लेषण करताना तो जातिव्यवस्थेतील अधिकारश्रेणीला संपूर्णपणे उलटं करतो. अधिकारश्रेणीचे एकक म्हणून, जातिव्यवस्थेतील जात ही ऐक्याचा बिंदू आहे; तसेच जातींना एकमेकांपासून वेगळं करणाऱ्या भौतिक आणि प्रतीकात्मक सीमांचे ज्ञापकदेखील आहे. जातीने अधिकृत केलेला आणि तिचा अंतर्निहित भाग असलेला

अस्पृश्यतेचा घटक अशा भारतवादी आणि भारतीय विद्वानांपुढे समस्या निर्माण करतो (आशिष नंदी आणि इतर विद्वान, ज्यांचा उल्लेख चटर्जी यांनी केला आहे [१९९६: २९८]). ज्यांना संस्थात्मक आणि नैतिक ऐक्याचे मूर्तरूप म्हणून जातीच्या आदर्शावर भारताचे 'स्वतःचे असे आधुनिकतेचे व्यापारी चिन्ह' तयार करण्याची इच्छा आहे.

ज्याअर्थी सबाल्टर्न अभ्यासाची चौकट समुदायाचा आधार जातीत शोधते आणि तरीही जातीला मालमत्ता आणि उत्पादन संबंधांपासून विभक्त करते, त्याअर्थी तिचा भारताच्या तळागाळातील कार्यरत असलेल्या बळकटी आणणाऱ्या सबाल्टर्न वर्गाच्या जाणिवांशी याचा संबंध जोडण्याचा प्रयत्न कधीच विफल होणार नाही. सोप्या भाषेत सांगायचं झालं तर, जातीतील समुदायाच्या संकल्पनेला अनुभवाधिष्ठित वास्तवाचा आधार नाही आणि म्हणूनच ती मिथ्या ठरते. व्यापक स्वरूपात पाहता, या समस्येचा उगम सबाल्टर्न अभ्यासाच्या चौकटीच्या कैवाऱ्यांना जातीच्या अनिवार्य संकल्पनांपासून दूर राहण्यात आलेल्या अपयशात दडले आहे. उच्च जातींच्या शारीरिक श्रमातून झालेल्या मुक्ततेचा आधार म्हणून पावित्र्य/अपवित्रतेच्या कल्पनेला गृहीत धरल्यामुळे, ते याला नुसतेच भारताच्या सांस्कृतिक 'वैशिष्ट्याचे' कारण म्हणून पुढे करत नाहीत तर त्याला अधिकारश्रेणीच्या तळाशी असलेल्या लोकांचं भलं करणाऱ्या पारस्पारिकता आणि समुदायाचे स्रोत मानण्याची गंभीर चूक करतात. अशा रीतीने जात ही सशक्तीकरण करणाऱ्या ओळखीचे केंद्रस्थान ठरते. ज्याच्या आधारे सबाल्टर्न वर्ग त्याचा/तिचा प्रतिकार व्यक्त करते. वर्ग असमानतेवर बेतलेल्या सर्व सामाजिक-आर्थिक निर्मितींमध्ये उच्च जातींची शारीरिक श्रमातून झालेली मुक्तता दिसून येते, पण त्यांच्यामध्ये भारताच्या सांस्कृतिक वैशिष्ट्याचा अभाव असतो (पावित्र्य/अपावित्र्य यांची कल्पना). शारीरिक श्रमातून मुक्ती हा वर्ग असमानतेचा विषय झाला आणि जो अशाच लोकांचे सशक्तीकरण करतो ज्यांना त्याचा लाभ मिळतो. याउलट, शेतमजूर आणि शेतकऱ्यांसाठी श्रमाच्या विभाजनाचे अशा प्रकारचे औपचारीकरण त्यांना अजूनच कमकुवत बनवते. पावित्र्य/अपावित्र्य हे भारतातील जातिव्यवस्थचे एक विशिष्ट सांस्कृतिक स्वरूप असेलही पण ते सबाल्टर्न अभ्यासक आणि इतरांच्या या दाव्यापासून सर्वस्वी वेगळे आहे– की ते भारताच्या तथाकथित 'वैशिष्ट्याचे' किंवा 'अपवादवादाचे' कारण आहे.

शेतकरी वर्ग आणि राजकीय अर्थव्यवस्था

हा विरोधाभास म्हणावा लागेल की सबाल्टर्न अभ्यास प्रकल्पातील वापरली गेलेली 'शेतकरी वर्गाची' संकल्पना–ज्याच्या आधारे सबाल्टर्न वर्गाला 'गौण दर्जाची माणसे असे परिभाषित केले जाते, जी वर्ग, जात, वय, लिंग आणि कर्तव्य किंवा इतर तऱ्हेने व्यक्त होणाऱ्या सबाल्टर्नतेचं वर्णन करणारी संज्ञा असते' [गुहा १९८३: ३५]–ही इतकी सर्वसमावेशक

आहे की ती अर्थहीन ठरते. वर्ग, जात आणि लिंग यांच्याप्रमाणेच, सबाल्टर्न वर्ग गौण स्थानाच्या आधारे परिभाषित केलेली एक संबंधित श्रेणी आहे: आणि सबाल्टर्न वर्गाचे वैशिष्ट्य असलेल्या या गौण स्थानाचा आधार सबाल्टर्न वर्ग आणि उच्च वर्ग यांच्यातील आर्थिक, राजकीय, सांस्कृतिक परस्परसंबंधांमध्ये सापडतो. जरी गुहा [१९८३: ३५] मान्य करतात की 'विद्रोहाच्या काळातदेखील सबाल्टर्न वर्ग सत्ताधारी गटांच्या सेवेत कार्यरत असतात,' सबाल्टर्न वर्गातील श्रेणींमध्ये जमीनदार आणि/किंवा श्रीमंत शेतकरी यांच्या सत्ताधारी गटाची संकल्पना ही अशी शक्यता आहे जिच्याकडे सबाल्टर्न अभ्यास प्रकल्प दुर्लक्ष करतो [बेली, १९८८: १६]. थोडक्यात, स्वतः संकल्पित केलेल्या गौण ग्रामीण उत्पादकांच्या एकसारख्या श्रेणीतील आर्थिकदृष्ट्या प्रबळ असलेल्या घटकांना सबाल्टर्न अभ्यास प्रकल्पाने जसे दूर ठेवले, तसेच ते लोकानुनयवादी इतर अनेक संदर्भात [ब्रास, १९९१] देखील दूर ठेवताना दिसतात (आणि ऐतिहासिकदृष्ट्या त्यांनी असे केले आहे). ती अशी पद्धतिशास्त्रीय कार्यपद्धती आहे जी विशिष्ट उत्पादन संबंध आणि आंतरिकरीत्या विभागलेल्या शेतजमीनरचनेचे अस्तित्व आणि परिणाम यांच्याविषयी प्रश्न उभे करण्यास असमर्थ ठरते. यामुळे न केवळ सबाल्टर्न वर्गाच्या गौण स्थानाचा भौतिक आधार झाकला जातो, पण अशा रीतीने गौणत्व/वर्चस्वाचा आधार झाकला गेल्यामुळे ते मुळात प्रबळ (उच्चभ्रू/सत्ताधारी वर्ग) विचारधारेने पत्करलेल्या पर्यायासारखेच ठरते.

वसाहतींच्या राजवटीच्या काळात, गुहा यांच्या मते [१९८३], जमिनीवरील मालमत्तेच्या उत्पन्नाचा सर्वांत भरीव हिस्सा हा भाड्याच्या रूपात येत असे. ते अचूकपणे नोंद करतात की जमीनदार/खंडकरी हा दुवा सर्वांत प्रबळ स्वरूपाचे शेतजमिनीचे परस्परसंबंध होते आणि मुक्त व्यापार विनिमयाऐवजी अतिरिक्त–आर्थिक बळजबरीद्वारा शिल्लक जमा करण्याची प्रक्रिया आणि स्तर निर्धारित होत असे. या मुद्द्यावर दुमत असूच शकत नाही. मात्र पुढे जाऊन ते असा वादग्रस्त मुद्दा मांडतात की 'हे वर्चस्व आणि गौणत्व यांचे परस्परसंबंध होते–सरंजामशाही स्वरूपाचे असे राजकीय परस्परसंबंध ज्यांना अर्धसरंजामशाही म्हणणे योग्य ठरेल' [गुहा, १९८३: ६].[६] जमीनदार-खंडकरी यांचे परस्परसंबंध हे निर्विवादपणे वर्चस्व/गौणत्वावर बेतलेले होते पण जमीनदारांनी जमिनीवर गाजवलेली मक्तेदारी आणि त्याच्याशी सुसंगत असलेल्या शेतकऱ्यांच्या आपल्या उदरनिर्वाहाच्या साधनांसाठी (आणि तग धरण्यासाठी) जमीनदारावर असलेले आर्थिक अवलंबन हे त्याचे आधार होते. शेतजमिनीचे परस्परसंबंध रचणाऱ्या वर्चस्व/गौणत्वाच्या आधाराकडे दुर्लक्ष करणारा गुहा एकटेच नव्हेत: परिणामस्वरूप वर्गाच्या वगळण्यात आलेल्या उल्लेखामुळे, जे सबाल्टर्न अभ्यास ज्ञानमीमांसेचे मुख्य वैशिष्ट्य आहे, वसाहतींच्या काळातील भारतातील शेतकरी आणि शेतकरी चळवळींच्या आकलनावर गंभीर परिणाम झाल्याशिवाय राहत नाही.

शिल्लक जमा करण्याच्या प्रक्रियेत केल्या जाणाऱ्या बळजबरीविषयीच्या सबाल्टर्न अभ्यासाच्या दृष्टिकोनाच्या पुरस्कर्त्यांच्या विश्लेषणात अशाच प्रकारची समस्या दिसून येते. उदाहरणार्थ, गुहा [१९८३: ८] लिहितात ही बळजबरी 'शेतकऱ्यांशी असलेल्या त्यांच्या [जमीनदार] प्रत्येक संबंधात इतकी उघड आणि सर्वव्यापी होती की शेतकऱ्यांना हे परस्परसंबंध राजकीय स्वरूपाचेच भासले असणार'. शिल्लक जमा करण्याच्या प्रक्रियेतील राजस्थानच्या जमीनदाराने केलेली अतिरिक्त-आर्थिक बळजबरी हा नित्याचा प्रघात होता आणि गुहा यांनी ही या प्रक्रिया रास्तपणे सर्वव्यापी ठरवली आहे.[७] मात्र समस्या अशी आहे की ते बळजबरीला सर्वार्थाने केवळ एक राजकीय क्रिया मानतो आणि म्हणूनच त्याला आर्थिक पैलू नसलेले परस्परसंबंध मानतो. जरी जमीनदारांनी केलेली अतिरिक्त-आर्थिक बळजबरी भांडवलशाही/सरंजामशाही -पूर्व सामाजिक जडणघडणीतल्या शेतजमीन संबंधांचे अविभाज्य भाग होती, तरी हे संबंध केवळ भांडवलशाहीच्या बाजार विनिमयापासून मुक्त होते, आर्थिक परिशीलनापासून नव्हे. मॉरिस डॉब [१९७६] ने म्हटल्याप्रमाणे, 'थेट राजकीय-न्यायिक सक्ती' सरंजामशाहीच्या उत्पादन पद्धतीतील शेतकऱ्यांच्या शोषणासाठी तोवरच अनिवार्य ठरते जोपर्यंत त्यांच्याकडून त्यांच्या उत्पादन आणि उदरनिर्वाह यांचे साधन असलेल्या जमिनी हिरावून घेतल्या जात नाही. पेरी अँडरसन [१९७८] अशाच प्रकारचा युक्तिवाद लढवतात. सरंजामशाहीमधील जमीनहक्कात राजकीय-न्यायिक सत्तेचा समावेश होता; कारण जमीनदारांना अतिरिक्त-आर्थिक शोषण करण्याची गरज भासली. त्यांच्या मते जमीन मालकीतील आर्थिक हक्क आणि राजकीय-न्यायिक सत्तेतील अतिरिक्त-आर्थिक हक्क हे दोघे 'उत्पादन व्यवस्थेच्या पूर्णत्वाचा' भाग होते. त्यामुळेच सरंजामशाहीतील राजकारण आणि अर्थव्यवस्था यांच्यामध्ये 'संघटनात्मक स्वरूपाचे ऐक्य' घडून आले. गुहा आणि सबाल्टर्न अभ्यासाच्या दृष्टिकोनाच्या इतर पुरस्कर्त्यांसमोरची समस्या ही आहे की आर्थिक पैलूच्या महत्त्वास कमी लेखल्यामुळे किंवा नाकारल्यामुळे, ते अर्थव्यवस्था आणि राजकारणातील संघटनात्मक ऐक्याला विभाजित करतात. परिणामस्वरूप ते राजकीय पैलूच्या प्राधान्यला नको इतके महत्त्व देतात जे (खाली नमूद केल्याप्रमाणे) संशोधक धाटणीच्या इतिहासलेखनाचे एक वैशिष्ट्य आहे.

तीच समस्या पुन्हा उद्भवते जेव्हा गुहा सरकारी, साहुकारी आणि जमीनदारी या त्रयीने वापरलेल्या सत्तेचे आकलन आपल्या पद्धतीने करतात. सरकारी, साहुकारी आणि जमीनदारी यांच्यातील संगनमत त्यांच्या मते 'स्थानिक स्तरावरील सर्वत्र आढळणारा निर्धन आणि सबाल्टर्न वर्गाच्या समान अनुभवाचा भाग होता', जेणेकरून वसाहतींच्या काळातल्या भारतात 'शेतकऱ्यावरच्या वर्चस्वाचे एक संमिश्र उपकरण' तयार झाले. ते पुढे लिहितात की या त्रयी पुढची शेतकरी वर्गाचे गौणत्व हे मुळात [जोर देऊन] राजकीय स्वरूपाची होती

[गुहा, १९८३: ८]. पुन्हा या त्रयीने शेतकऱ्यावर गाजवलेल्या वर्चस्वासंबंधीच्या गुहा यांचे निरीक्षण अमान्य करण्याचा प्रश्न येत नाही. मात्र, हे मतैक्य त्याच्या या दाव्याचे समर्थन करू शकत नाही की हे वर्चस्व 'प्रामुख्याने राजकीय' स्वरूपाचे होते. त्याने संक्षिप्त साररूप वर्णन केलेल्या वर्चस्व/गौणत्वाचा आधार हा राजकीय आणि आर्थिक स्वरूपाचा होता. खरं तर, जमीन आमदानीच्या व्यवस्थेच्या बाबतीत, राजकीय पैलू हे आर्थिक पैलूंचे साधन होते.

राजकीय आणि आर्थिक पैलूंच्या गुंतागुंतीच्या गुणधर्माबद्दलचा दावा माझ्या राजस्थानवरील अभ्यासात सापडतो [सिंह, १९९८], जिथे जबर व्याज आकारण्याचा प्रघात रियासतींमधल्या शेतजमीन परस्परसंबंधांचा अविभाज्य भाग होता. गावातील सामान्य अर्थव्यवस्थेत सावकाराला फार महत्त्वाचे स्थान प्राप्त होते आणि तो शेतकरी वर्गासाठी बँक आणि व्यवस्थापकाची भूमिका निभावत असे व त्यांना वेगवेगळ्या शेतकी आणि गैरशेतकी हेतूंसाठी २५ ते १०० टक्के व्याज दरांवर कर्ज पुरवीत असे. त्याचा मोबदला म्हणून त्यांच्या शेती उत्पादनातील काही भाग प्राप्त करण्याचा त्याला अधिकार होता–दुसऱ्या शब्दांत, त्यांच्या अतिरिक्त श्रमावर त्याचा हक्क होता.[८] या व्यवस्थेचा परिणाम असा झाला की जमीनदारावर उदरनिर्वाहाचे मुख्य साधन असलेल्या जमिनीच्या वापरासाठी आर्थिकदृष्ट्या अवलंबून असल्याखेरीज, शेतकरी सावकारांवरदेखील अवलंबून होता आणि अनेकदा पिढ्यान्‌पिढ्या चालत येणारा कर्जबाजारीपणा (आणि त्यामुळे वेठबिगारी) त्याच्या नशिबी येई. मात्र, शेतकऱ्याच्या कर्जबाजारीपणा मागचा सर्वांत महत्त्वाचा घटक होता भाडेपट्टीच्या नूतनीकरणाच्या वेळी शुकराना (= प्रवेश शुल्क) आकारण्याचा प्रघात, ज्याची रक्कम फेडण्यासाठी शेतकऱ्याला सावकाराकडून कर्ज काढावे लागे. शुकरान्याव्यतिरिक्त, साद (= हमी किंवा तारण) देण्याचीदेखील एक प्रथा होती त्याच्या अंतर्गत भाडे आणि उपकर वेळेवर भरण्याची हमी देण्यासाठी पैशाच्या रूपात तारण द्यावे लागे. प्रामुख्याने ही हमी शेतकऱ्याच्या वतीने सावकार देत असे. जर शेतकरी जमीनदाराची थकबाकी भरण्यात असमर्थ ठरला, तर जमीनदार सावकाराला जबाबदार धरू शकत असे. सावकाराने मग अशा कर्जबाजारी शेतकऱ्याकडून परत मिळवण्यासाठी केलेल्या दाव्याला कायदा आणि शासन यांची मान्यता प्राप्त होती. म्हणूनच जेव्हा भाडेपट्टीच्या कराराचे नूतनीकरण होई तेव्हा सावकाराने शेतकऱ्याला दिलेल्या कर्जाचे व्याज आकारून उरलेली रक्कम जमीनदाराला दिली जाई. तसेच, सावकाराचे कर्ज फेडल्याशिवाय जमीनदार गहाण ठेवलेल्या जमिनीला भाडेपट्टीच्या नव्या कराराखाली दुसऱ्या खंडकरीला देऊ शकत नसे [सिंह, १९८३]. एकीकडे आड आणि दुसरीकडे विहीर (जमीनदार आणि सावकार) अशा कचाट्यात सापडलेला शेतकऱ्याला बारमाही दारिद्र्यात खितपत पडून राहावे लागे. कर्जाच्या ओझ्याखाली दबलेल्या शेतकऱ्याची व्यथा या ओळींमध्ये चोखपणे टिपली गेली आहे:

पहले लुटे शाहजी, दुजे जागीरदार
बचा-कुचा सो ले गये, इनसे मांगनहार

[शेतकऱ्याला सर्वांत प्रथम सावकार लुटतो, त्यानंतर जमीनदार आणि मग जे काही उरतं ते भिकारी घेऊन जातात]

अशा रीतीने, गुहा यांनी जिचा उल्लेख केला आहे ती त्रयी राजस्थानच्या रियासतींमधील शेतजमीन संबंधांचा अविभाज्य भाग होती. मात्र, गुहा यांच्या मताच्या विरुद्ध, या उदाहरणातील वर्चस्व/गौणत्व जमीनआमदानीच्या राजस्थानी व्यवस्थेतून उगम पावली होती व त्यामुळे ती मुळात राजकीय स्वरूपाची नसून आर्थिक पैलूंची निष्पत्ती होती. खरा मुद्दा मात्र राजकीय किंवा आर्थिक प्राधान्याचा नसून त्यांच्यातील ऐक्याचा आहे, ज्या मुद्द्याला सबाल्टर्न अभ्यास संभाषणातून सातत्याने वगळण्यात आले आहे. गुहा यांच्या युक्तिवादानुसार 'आर्थिक शोषण हे त्यापैकी *केवळ एक* उदाहरण आहे जरी ते सर्वांत उघड उदाहरण असले तरी' [गुहा, १९८३: ८, यावर मुळात जोर दिला गेला आहे]. हा मूलतः वेबेरिअन युक्तिवाद [पहा. वेबर, १९५८b: १८०–९४] मूळ मुद्द्यापासून भरकटतो: तो मुद्दा हा नव्हे की आर्थिक शोषण हे त्याचे *केवळ एक* उदहारण आहे; पण हा की आर्थिक आणि राजकीय पैलू एकमेकाशी एकसंधपणे जोडले गेले आहेत.

प्रतिकार आणि सामर्थ्याची राजकीय अर्थव्यवस्था

गुहा यांनी आग्रह धरल्याप्रमाणे जर जमीनदार/सावकार/सरकार ही त्रयी जर मुळात एक राजकीय नातं होतं [१९८३], त्याचे सामर्थ्य नष्ट करण्यासाठी झालेला निषेधदेखील मुळात एक राजकीय व्यवस्था होती. या युक्तिवादाप्रमाणे, कुठल्याही समस्येचे निराकरण करण्यासाठी अनिवार्य असलेल्या पूर्व अटीच्या रूपात, 'अस्तित्वात असलेल्या राजकीय परस्परसंबंधांना आलटून-पालटून टाकणे' हा तळागाळातील ग्रामीण प्रतिकाराचा मुख्य हेतू होता. या दृष्टिकोनाविरुद्ध खालील मुद्दा मांडणे शक्य आहे. सर्वांत प्रथम म्हणजे सबाल्टर्न अभ्यासाचा प्रकल्प असे कुठलेही उदहरण देत नाही जिथे निषेध करणाऱ्यांचा हेतू 'अस्तित्वात असलेल्या राजकीय परस्परसंबंधांना आलटून-पालटून टाकणे' हा होता, अशा प्रयत्नात त्यांना यश आल्याचे उदाहरण देणे तर दूरच राहिले. त्या ऐवजी सबाल्टर्न वर्गासाठी लढणाऱ्या पक्षांनी प्रबळ गटाकडून होणाऱ्या कुठल्यातरी 'अतिरेकामुळे' घडणाऱ्या तात्कालिक स्वरूपाच्या तक्रारींच्या निवारणाची याचना केल्याची उदाहरणं पुढे केली गेली आहेत. जास्त महत्त्वाचे असे, की 'सत्तेच्या परस्परसंबंधांना आलटून पालटून टाकण्यात'—गुहा आणि सबाल्टर्न अभ्यासाच्या कैवाऱ्यांना वाटते तसे केवळ 'अतिरेकाचे' निवारण नसून संपूर्ण व्यवस्थेचाच कायापालट होणे गरजेचे होते. दुसऱ्या शब्दांत सांगायचे झाले तर संघर्ष हा

जमिनींच्या पसरस्परसंबंधांच्या रचनेशी निगडित होता, जो केवळ 'अतिरेक' नसून सबाल्टर्न अभ्यासाच्या संभाषणातून गाळला गेलेला मुद्दा आहे.

गुहा यांच्या जमीनदार/सावकार/सरकार त्रयीतील वर्चस्व/गौणत्वाच्या संकल्पनेप्रमाणे, चटर्जी यांचे [१९८८] सत्तेच्या प्रकारांचे प्रकारनिष्ठ वर्गीकरण राजकीय सत्तेला उत्पादनाच्या सामाजिक परस्परसंबंधांपासून अलग करते. परिणामस्वरूप, ते आर्थिकच नव्हे तर सबाल्टर्न अस्तित्वाच्या सामाजिक-सांस्कृतिक आणि न्यायिक पैलूंकडेसुद्धा दुर्लक्ष करते. गंभीर समस्या अशी की त्याचे प्रकारनिष्ठ वर्गीकरण सत्तेच्या गुलाम आणि सरंजामशाही पद्धतींना एक करून टाकते, एक असे विलिनीकरण जे या तथ्याकडे दुर्लक्ष करते की गुलाम (गुलामगिरी खालील) आणि वेठबिगार (सरंजामशाही खालील) या दोन मूलभूतपणे वेगळ्या श्रेणी आहेत. सर्वांत पहिली गोष्ट म्हणजे, गुलामाकडे मालमत्ताचे कोणत्याही प्रकारचे हक्क तर नव्हतेच पण तो/ती स्वतःच मालकाची मालमत्ता होता/होती. वेबरने [१९७६: ३९७] म्हटल्याप्रमाणे, प्राचीन काळातील गुलामांना मालकीच्या विस्तारित परिवाराचा (सामुदायिक एकक) हिस्सा मानले जाई आणि त्यांना गाई गुरांशेजारी ('अर्धवट बोलकी उपकरणे' लॅटिन भाषेत इंस्ट्रुमेन्टम सेमी-व्होकॅल) राहणारी 'बोलकी उपकरणे' (लॅटिन भाषेत इंस्ट्रुमेन्टम व्होकॅल) म्हणत. ते बराकींमध्ये रहात आणि त्यांच्याकडे न मालमत्ता होती न परिवार. त्यांच्याकडे पिक्यूलियम (मालकाच्या परवानगीने धारण केली मालमत्ता) नसल्याने एकपतिव्रत किंवा एकपत्नीव्रताची प्रथा नव्हती, व त्यामुळे 'त्यांच्यातला संभोग हा एक प्रकारे पर्यवेक्षी वेश्याव्यवसाय होता' [वेबर, १९७६: ३९८]. गुलाम स्त्रिया मुलांना जन्म देत आणि त्यांचे संगोपन करीत आणि ती मुलेदेखील त्या स्त्रियांच्या मालकांची मालमत्ता बनत. हा काही योगायोग नव्हे की प्राचीन काळातील गुलाम आणि नव्या जगातील गुलाम हे मालकांसाठीच मुलांना जन्म देत. अमेरिकन स्वातंत्र्य, मुभा आणि लोकशाहीची प्रतिमा मानला जाणारा थॉमस जेफरसन हा गुलाम गरोदर स्त्रियांना विशेष आदराने वागवीत असे कारण बुद्धिनिष्ठ हिशोबात, 'दर दुसऱ्या वर्षाला जन्माला आलेले एक [गुलाम] बाळ सर्वांत जास्त कष्ट घेणाऱ्या शेतकऱ्याच्या पिकापेक्षा जास्त फायद्याचे ठरते' [वूड, १९९३: ९].

गुलामगिरी (प्राचीन काळातील) ते वेठबिगारी (मध्ययुगीन काळातील) या ऐतिहासिक संक्रमणात, वेठबिगारांनी उदरनिर्वाहाचे साधन असलेली मालमत्ता (जमीन) बाळगण्याचे हक्क प्राप्त केले; तसेच आपले स्वतःचे घर आणि परिवाराचा हक्कदेखील मिळवला [वेबर, १९७६]. त्यांच्या मुलांची वस्तूच्या रूपात जमीनदारांकडून होणारी खरेदी-विक्री बंद झाली. वेठबिगारांना वेगळा कायदेशीर-न्यायिक दर्जा मिळाला: गुलामांना प्राप्त नसलेला स्वतःचे प्रतिनिधित्व करण्याचा हक्क त्यांना मिळाला. पूर्वी ज्यांचे मालमत्ता (= बोलकी उपकरणे) म्हणून वर्गीकरण केले जात असे, ते जमिनीवर राबू लागल्यानंतर त्यांना 'व्यक्ती'

म्हणून ओळखले जाऊ लागले, जरी त्यांचा दर्जा जमीनदारांच्या तुलनेत बराच खालचा असला आणि ते त्याच्या वर अवलंबून असले तरी. चटर्जी दोन्ही भेदांचे तथ्य ओळखू शकत नाही. तसेच हे भेद एकाच वेळी आर्थिक, राजकीय, न्यायिक आणि सांस्कृतिक होते, ते अपयशी ठरतात कारण त्यांनी शेतकरी/जमीनदार यांच्या परस्परसंबंधांचा आधार असलेल्या जमीन–श्रमिक संबंधांच्या प्रश्नाला हात घातला नाही, हे ओळखण्यात. त्यामुळेच राज्य/जमीनदार/शेतकरी या दुव्याचा विचार करताना, चटर्जी [१९८८: ३८४–८६] जमीन परस्परसंबंधांचा साधा उल्लेखदेखील करीत नाहीत. ते सत्तेच्या प्रकारांचे प्रकारनिष्ठ वर्गीकरण लाक्षणिकरीत्या जमिनीचा उल्लेख केल्याशिवाय शेतकरी वर्गाचा सिद्धान्त मांडतात व त्यामुळे वसाहतपूर्व, वसाहतींच्या काळात किंवा वसाहतीनंतरच्या भारतात (किंवा इतरत्र कुठेही) शेतकरी आणि शेतकरी चळवळी यांच्या अभ्यासासाठी ही फारशी उपयुक्त चौकट ठरत नाही.

बहुधा, हे खूप महत्त्वाचे आहे की आर्थिक आणि राजकीय पैलूंमधले विश्लेषणात्मक विभाजन आणि परिणामस्वरूप झालेले आर्थिक पैलूंचे अवमूल्यन आणि राजकीय पैलूला मिळालेले प्राधान्य ही अशी ज्ञानमीमांसा आहे जी सबाल्टर्न अभ्यास चौकटीच्या स्वरूपातच १७८९ च्या फ्रेंच क्रांतीतील संशोधक धाटणीच्या इतिहासलेखनातही दिसून येते.[९] फेरतपासणी करणाऱ्या विद्वानांसाठी राजकारण हे उच्च दर्जाची राज्यसंस्था होती. ज्यात १७८९ च्या क्रांतीतील 'उदरनिर्वाहाच्या चिंतेच्या' किंवा 'व्यापारी संघाच्या स्वार्थाच्या' भूमिकांना स्थान नव्हते. याच संशोधक धाटणीच्या इतिहासलेखनाने आर्थिक आणि राजकीय पैलूंच्या सरमिसळीला 'लेनिनचे कलम' असे म्हणत नाकारले [काप्लान, १९९५: ७५] आणि त्याचा प्रमुख पुरस्कर्ता [फ्युरेट, १९८१] ह्याबाबत आग्रही होता की या क्रांतीने 'नव्या आर्थिक परस्परसंबंधांचा नव्हे तर नव्या राजकीय तत्त्वांचा आणि सुशासनाच्या तऱ्हांचा पाय रचला'. वास्तविक, राजकीय आणि आर्थिक पैलू हे 'फारच बारकाईने रचले गेले होते' [काप्लान, १९९५: ७८]. सबाल्टर्न अभ्यास दृष्टिकोनाच्या पुरस्कर्त्यांप्रमाणेच १७८९ क्रांतीच्या संशोधक धाटणीच्या इतिहास लेखकांनी राजकीय पैलूच्या 'प्राधान्याचा' आणि 'स्वायत्ततेचा' दावा केला आणि त्यांच्या समीक्षकांनी या दाव्याच्या 'निरुपयोगी, उच्चभ्रू आणि दुर्मीळ गुणधर्माला' अधोरेखित केले आणि राजकीय आणि सामाजिक पैलूंमधील 'पूरकता' आणि 'राजकीय आणि आर्थिक पैलूंच्या संयोगाला' ओळखण्यात आलेल्या अपयशावर बोट ठेवले. या समीक्षकांनी असा आग्रह धरला की १७८९ च्या फ्रेंच क्रांतीने तत्पूर्वीची राजकीय आणि सामाजिक व्यवस्था विरघळून टाकली आणि आधुनिक (मध्यमवर्गीय/उदारमतवादी) राजकीय व्यवस्थेचा पाया रचला, तो मुळात 'सामाजिक स्वरूपाचा' होता आणि ते अचूकपणे आणि ठामपणे म्हणतात की इतिहासाचे 'तुकडे करता

येत नाहीत' [काप्लान, १९९५: १०६–९]. सबाल्टर्न अभ्यास न केवळ इतिहास आणि समाजाचे वेगवेगळे राजकीय/आर्थिक/सांस्कृतिक कार्यक्षेत्राचे तुकडे करतात, पण (आणि त्यामुळेच) त्यांना वेगळं आणि परस्पअनन्य ठेवतात.

आर्थिक, राजकीय आणि सांस्कृतिक घटकांचे प्रतिच्छेदन

जमीनदार/शेतकरी वर्गाच्या परस्परसंबंधांशी निगडित असलेली राजकीय/आर्थिक/सांस्कृतिक कार्यक्षेत्रे गुंतागुंतीची होती, हे राजस्थानातील रियासतींच्या उदाहरणावरून स्पष्ट होतं, जिथे जमीन अमदानीच्या व्यवस्थेची रचना मालकी हक्काच्या अधिकारश्रेणीच्या व्यवस्थेच्या आधारे तयार झाली होती. राजस्थानातील रियासतींची जमीन ही जमीनदारांच्या मक्तेदारी खाली होती. ज्यात शासक (राज्यातील मोठ्या जमीनदाराच्या रूपात) आणि लष्करी सेवेच्या मोबदल्यात इनाम म्हणून जमीन प्राप्त करणाऱ्या जमीनदारांचा समावेश होता. शेतकरी वर्ग त्यांच्या उदरनिर्वाहाचे मुख्य स्त्रोत असलेल्या जमिनीत फेरबदल न करता वापराच्या हक्कासाठी जमीनदार वर्गावर अवलंबून होते. याच जमीन अमदानीच्या व्यवस्थेवर राजस्थानातील शेतकरी आणि जमीनदार यांच्यामधले सगळे परस्परसंबंध आधारले गेले होते. रियासतींतील अमदानीचे अजून एक वैशिष्ट्य म्हणजे जमीन मालकीचा हक्क, मालकांना राजकीय-न्यायिक प्रशासनाचा अतिरिक्त हक्क मिळवून देईल. जेव्हा शासकाच्या हद्दीत अवघ्या रियासतीच्या राज्याचा समावेश होई, तेव्हा ठिकाणेदार (लष्करी इनाम मिळवलेले जमीनदार) त्यांच्या त्यांच्या प्रदेशांचे राजकीय प्रशासक आणि न्यायकर्ते बनत. जमीन मालकीमुळे ज्याअर्थी राजकीय-न्यायिक अधिकार अनिवार्यपणे प्राप्त होत असे–जे वरील नमूद केलेले आर्थिक आणि 'राजकीय घटकांचे संघटनात्मक ऐक्य' होते–जमीनदारावर जमिनीसाठी अवलंबून असलेले शेतकरी राजकीय आणि न्यायिकदृष्ट्यासुद्धा त्याच जमीनदारावर अवलंबून असे.

वेगवेगळी भाडेपट्टी आणि उपकर वसुलण्यासाठी जमीनदारांनी केलेल्या अतिरिक्त-आर्थिक बळजबरीचे वेगवेगळे प्रकार होते, ज्यात शारीरिक छळ आणि पाणउतारा आणि शेतकऱ्याच्या जंगम आणि स्थावर मालमत्तेची जप्ती आणि विक्री यांचा समावेश होता. याशिवाय, राजस्थानातील शेतकऱ्यांवर वेगवेगळी सांस्कृतिक बंधनं लादण्यात आली. उदाहरणार्थ, शेतकरी जातींच्या बायकांना सोन्याची आभूषणं वापरण्याची मनाई होती.[१०] जमीनदाराच्या गडावर किंवा न्यायसभेत प्रवेश करताना शेतकऱ्याला पगडी घालण्याची मनाई होती. शेतकरी अश्वावर किंवा हत्तीवर स्वार होऊ शकत नसे. म्हणून एखाद्या खंडकऱ्याकडे १०० च्या वर गाई, बैल, बकऱ्या आणि मेंढ्या असण्यास हरकत नव्हती, पण एकदेखील अश्व किंवा हत्ती पाळण्यास सक्त मनाई होती. जरी शेतकरी स्वतःच

जमीनदाराच्या मालकीच्या सर्व हत्ती-घोड्यांचे पालन-पोषण करीत असे, तरी हे प्राणी जमीनदारांची अनन्य मालमत्ता होते; कारण ते त्याच्या दर्जाचे प्रतीक होते. जमीनदाराच्या सत्तेला आव्हान देण्याची क्षमता खंडकऱ्यांकडे नव्हती: जरी रियासतींमधील न्यायसभा वरकरणी खंडकऱ्यांना कायदेशीर संरक्षण देत असत, प्रत्यक्षात मात्र या संस्था जमीनदारी वर्गाच्या नियंत्रणाखाली कार्यरत होत्या. परिणामस्वरूप, जमीनदारी वर्गाच्या सदस्यांना शेतकरी आणि त्यांच्या बांधवांवर प्रचंड हुकूमत गाजवता येत असे: यामुळेच १९१० ते १९४० यामधील राजस्थानातील शेतकरी चळवळींचे आकलन उत्पादन आणि उदरनिर्वाहाचे साधन असलेल्या जमिनीच्या वापरासाठी जमीनदारांवर असलेल्या त्यांच्या अवलंबित्वाला वगळून करता येणार नाही.

सबाल्टर्न अभ्यास चौकटीमधला लक्षात येणारा गंभीर समस्येचा मुद्दा म्हणजे वसाहतींच्या काळातील भारताच्या शेतकरी वर्गाच्या इतिहासावर परिणाम साधणारे प्रादेशिक बदल लक्षात घेण्यात आलेले अपयश होय. उदाहरणार्थ, ब्रिटिश राजवटीच्या काळातील भारतात, राजस्थानातील रियासतींचा शेतकरी वर्गाचा इतिहास मद्रासमधील रयतवारी, किंवा औधमधील तालुकदारी, किंवा आग्र्यातील जमीनदारी या व्यवस्थेपेक्षा वेगळा होता. काळानुरूप झालेल्या शेतकरी वर्गातील प्रादेशिक बदल (किंवा न झालेले बदल) टिपण्यात सबाल्टर्न अभ्यासाच्या अपयशाचे एक कारण पुन्हा एकदा सहज लक्षात येण्यासारखे आहे: त्याचे जमीन प्रश्न आणि तिच्याशी निगडित मालमत्तेच्या संबंधांकडे झालेले दुर्लक्ष. या मुद्द्याकडे मी पुन्हा वळेन.

सबाल्टर्न जाणिवा आणि प्रतिनिधित्व

शेतकरी निषेधाचा अभ्यास करताना, सबाल्टर्न अभ्यास भारताच्या ग्रामीण भागातील तळागळातील लोकांच्या व्यक्तिनिष्ठ जागरूकतेच्या बाबतीत आपले वेगळेपण सिद्ध करतात. याच व्यक्तिनिष्ठतेत सबाल्टर्न ओळख दडली आहे, असा युक्तिवाद केला जातो: 'त्या विषयाचे पुनर्वसन करण्यासाठी आपणास शेतकऱ्याच्या आपल्या जगाच्या जाणिवेला आणि त्याला बदलण्याच्या निर्धाराला उचलून धरणे प्राप्त आहे' [गुहा, १९८३: ११]. सबाल्टर्न अभ्यास स्वतःला 'बाह्य घटकांऐवजी वृत्ती, कल्पना, मान्यता इत्यादी मनाच्या गुणधर्माचे संभाषण' म्हणवून घेतं [गुहा, १९८३: ३३, यावर जोर दिला आहे].[११] जरी व्यक्तिनिष्ठ जाणीव सबाल्टर्न (= शेतकरी) ओळख/प्रतिनिधित्वाचा निर्विवादपणे एक महत्त्वाचा पैलू असला, तरी तळागाळातील अस्तित्वाची रचना करणाऱ्या वस्तुनिष्ठ परिस्थितीपासून जाणिवांना वेगळं करणारी ज्ञानमीमांसा—दुसऱ्या शब्दांत, सबाल्टर्न वर्गाच्या 'विलक्षण स्वरूपाच्या' भौतिक जगातील 'बाह्यता'—शेतकरी प्रतिनिधित्वाचे आंशिक आणि म्हणूनच

अपर्याप्त स्पष्टीकरण देते. हे उघड आहे की उच्चभ्रूंच्या जाणिवांप्रमाणेच सबाल्टर्न जाणिवा या संबंधित सामाजिक अस्तित्वाच्या रूपाच्या खऱ्या परिस्थितीत बरोबर गुंडाळल्या गेल्या असतात आणि त्यांच्याद्वारे साकारही होत असतात. जमीन आणि उदरनिर्वाहाचे प्रश्न, ज्यांना सबाल्टर्न अभ्यासाच्या संभाषणात 'बाह्य' म्हणून वगळण्यात येते, खरं तर शेतकरी 'जाणिवांचा' पाया आहेत आणि त्यांना वेगळं करणं म्हणजे जाणिवांच्या अमूर्त कल्पनेला मूर्त स्वरूप देण्यासारखे ठरते.

सबाल्टर्न जाणिवा

सबाल्टर्न अभ्यासाच्या चौकटीमधील तळागाळातील व्यक्तिनिष्ठ जाणिवा या मुळात धार्मिक स्वरूपाच्या आहेत आणि असा युक्तिवाद केला जातो [चटर्जी, १९८८: १६९] की 'सबाल्टर्न जाणिवांसाठी धर्म ही एक संघटनात्मक सत्ता आहे'. शेतकऱ्यांच्या जाणिवांमधील धार्मिक मूलतत्त्वाला सबाल्टर्न अभ्यासाच्या चौकटीच्या बाहेरून इतर अनेकांनी नोंद करून अधोरेखित केले आहे [एन्जल्स, १९७४; हिल्टन, १९७; गॉग, १९७४]. मात्र, त्यांचे वेगळेपण त्यांच्या या दृष्टिकोनात आहे की शेतकऱ्यांच्या जाणिवा आणि त्यातील मुळातले धार्मिक स्वभावधर्म हे सबाल्टर्न अस्तित्वाला घडवणाऱ्या सामाजिक परिस्थितीपासून मुक्त असतात. वास्तविक, शेतकरी वर्गाच्या जाणिवांच्या धार्मिक आणि गैर धार्मिक परिणामांमध्ये—म्हणजेच भौतिक परिस्थिती/प्रश्नामध्ये एक अंतर्निहित दुवा असतो. दोहोंपैकी दुसरा पक्ष हा केवळ धार्मिक स्वरूपाचा नाही, हे सर्वत्र आढळणाऱ्या शेतकऱ्यांच्या आपल्या उदरनिर्वाहाच्या दैनंदिन, ऋतुमानाच्या किंवा वार्षिक गरजा भागवण्याचा क्षमतेवरून स्पष्ट होते. या पैलूंचे भावस्पर्शी चित्रण *ट्री ऑफ वूडन क्लॉग्ज* या चित्रपटातले एका दृश्यात केले गेले आहे. दिवसभर शेतात राबून जेव्हा शेतकरी घरी परततो तेव्हा त्याची पत्नी त्याला घरी नवीन पाहुणा येणार असल्याची सुवार्ता देते. पती मात्र लांब उसासा टाकत गंभीर स्वरात म्हणतो, 'अजून एका तोंडाला घास भरवावा लागेल.' हादेखील शेतकरी वर्गाच्या बोधावस्थेचा भाग होता. चियापसच्या मेक्सिकन राज्यात, मायन शेतकरी मक्याला त्यांच्या जीवनाचे आणि संघर्षाचे प्रतीक मानतात ('आम्ही मक्याची माणसे आहोत').[१२] त्यांचे मुख्य अन्न असलेली मका धर्मनिरपेक्ष तसेच धार्मिक कार्यक्रमांमध्ये प्रतिकाचे काम करतो [क्रोझ, १९९९].

संबंधित काळातील राजस्थानातदेखील हीच परिस्थिती होती, जेव्हा धर्म हा शेतकऱ्यांच्या जाणिवेचा एक महत्त्वाचा घटक होता. मात्र त्याच वेळी तेथील शेतकरी उदरनिर्वाहाच्या गरजा भागवण्यासाठी झटत होते आणि ही मग्नता त्यांच्या बोधावस्थेचा अविभाज्य भाग होती. खालील ओळी शेतकरी वर्गाच्या जाणिवांच्या व्यथेला शब्द रूप देतात:

नई मुंजरी खाट के ना छुटा पानी
भैसरल्यान दो चार के दुजे बपारी
बाजर हंडा बाट दही में ओयरा
इत्था दे कर्तार फिर नहीं बोलना

[नव्या तागाची एक खाट, न गळणारे छप्पर, दूध देणाऱ्या दोन-चार म्हशी, हंडाभर शिजवलेली बाजरी (मक्याच्या जातीची) आणि दही, परमेश्वरा मला एवढं दे, मग या पुढे काही मागणे नाही]

शेतकरी स्त्रीच्या जाणिवा सांसारिक प्रश्नांबाबतदेखील तितक्याच सजग आहेत:

उत्थे ही पीरो होय, उत्थे ही सासरो
अथुने होय खेत, छाबे नाहीं अरसो
नारा खेत नजीक, जाथे हल खोलना
इत्था दे कर्तार फिर नहीं बोलना

[माझे माहेर आणि सासर एकाच गावी राहो; आमची शेतं पश्चिमेकडे असो (जेणेकरून मध्यान्ही शेतावर नवऱ्यासाठी जेवण नेताना आणि परतताना तिला ऊन न लागो]; वरचे शाकार छप्पर न गळो, शेताजवळ एक तलाव असो जिथे गुरांना पाणी पाजण्यासाठी मोकळं सोडता येईल. परमेश्वरा मला एवढं दे, मग या पुढे काही मागणे नाही]

खऱ्याखुऱ्या शेतकऱ्याचा खऱ्या जाणिवांमध्ये, धार्मिक (पवित्र) आणि धर्मनिरपेक्ष (भ्रष्ट) मुद्दे एकमेकात गुंतलेले असतात. याउलट, सबाल्टर्न अभ्यासाची चौकट धार्मिक घटकांना धर्मनिरपेक्ष घटकांपासून वेगळे करून सबाल्टर्न जाणिवा संपूर्णपणे पवित्र स्वरूपाच्या ठरवतात.

अभिजनांची बोधावस्था

बळकटी आणणाऱ्या सबाल्टर्न वर्गीय जाणिवांचा मुख्य घटक म्हणून धर्माला श्रेणीबद्ध करताना, सबाल्टर्न अभ्यासाच्या दृष्टिकोनाच्या पुरस्कर्त्यांना याचा विसर पडतो की धर्म हा अभिजनांच्या बोधावस्थेचा तितकाच भाग आहे जितका की तो सबाल्टर्न वर्गीय बोधावस्थेचा आहे. त्यामुळे हे सर्व स्वयंसिद्ध सत्य आहे की राजस्थानमध्ये धर्म हा जमीनदारी जीवनाचा अतिशय महत्त्वाचा घटक होता. तेथील माझ्या क्षेत्रीय संशोधनाच्या सुमारास, मी शासकांच्या आणि त्यांच्या लष्करी इनाम मिळवलेल्या सरदारांच्या (जमीनदार) त्यांच्या पारंपरिक कामासंबंधीच्या (= 'जात धर्म') म्हणजेच लढाई वर जाण्यासंबंधीच्या अनेक कथा ऐकल्या— कसे ते हत्ती-घोड्यावर स्वार होताना आपापल्या कुलदेवतांच्या तसबिरी सोबत नेत असत. तसेच, दिल्ली ते जयपूर प्रवास करताना अंबर (जयपूर) जवळील बऱ्याच टेकड्यांवर

पूर्वाश्रमीच्या शासक आणि जमीनदारांनी बांधलेली छोटेखानी देवळं नजरेस पडल्यावाचून राहत नाही, जी त्यांच्या धार्मिक आवेशाची (= भान) आठवण जागी करतात. राजस्थानातील प्रत्येक घराचे आणि प्रत्येक ठिकाण्याचे स्वतःचे असे परिवाराचे मंदिर आणि पुरोहित होते त्याशिवाय त्यांच्या प्रदेशातील अनेक लहान (आणि काही मोठ्या) मंदिरांना त्यांचे आश्रय आणि संरक्षण प्राप्त होते. नियमितपणे भिक्षा गोळा करणाऱ्या लांबून येणाऱ्या पुरोहितांना आणि ब्राह्मणांना जमीनदारांचा आश्रय प्राप्त होता. या संदर्भातला महत्त्वाचा प्रश्न असा: की आश्रयदात्यांकडून आश्रय प्राप्त करताना देवळं, पुरोहित आणि ब्राह्मण मोबदला म्हणून कोणती सेवा पुरवीत होते.

पुन्हा एकवार, याचे उत्तर सरळ व सोपे आहे. मंदिरातील पुजारी आणि ब्राह्मण कायम प्रबळ विचारधारेचा जयघोष करीत (म्हणजेच पुनरुच्चार करीत) की जमीनदारांना दैवी योजनेअंतर्गत शासन करण्याची क्लिष्ट जबाबदारी सुपूर्त करण्यात आली आहे. असा दावा केला जात असे की राजस्थानच्या रियासतींमधील जमीनदार न्यायकर्त्यांची भूमिका (त्यांच्या जमीन इनामाशी निगडित असलेला हक्क म्हणून) देवाच्या चरणी अर्पण करण्याचे कर्तव्य पार पडत होते: 'देवांनी आमच्या देखरेखीखाली सुपूर्त केलेल्या प्रजेसाठी' [सिंह, १९९८] हा राज्यातील प्रमुख जमीनदारांच्या अधीन असलेल्या प्रदेशांमधील न्यायाचा प्रबळ दृष्टिकोन होता. शेतजमीन वर्गातल्या उच्चभ्रूंना वेगवेगळ्या काळात आणि प्रदेशात धर्म कोणती सेवा पुरवीत होता यात काहीच गूढ असे नाही आणि नसावे: या वर्गाच्या विचारधारेने कायम जमीन धारण करणाऱ्या वर्चस्व असलेल्या स्थानिक वर्गाच्या आर्थिक/राजकीय/सांस्कृतिक सामर्थ्याला वाढविण्याच्या आणि टिकविण्याच्या क्षमतेला विधीचे विदान म्हणूनच सादर केले. भारतातील ब्राह्मण, प्राचीन आणि मध्ययुगीन काळातील पुरोहित आणि आधुनिक काळातील समाजशास्त्रज्ञ आणि इतिहासकार या साऱ्यांनी प्रभुत्वशाली वर्ग/जाती यांच्या धनाचे आणि शासनाचे मुख्य स्पष्टीकरण धार्मिक कल्पनांमध्येच शोधले. भांडवलशाहीच्या बाबतीतही तसेच घडले. जिथे व्यापारी वर्गाच्या नफ्याच्या पाठपुराव्याला (= 'तर्कसंगत संपादन') प्रोटेस्टंट नीतीची परिपूर्ती मानली गेली [वेबर, १९५८c]. त्यामुळेच, सबाल्टर्न वर्गाच्या शोषणासाठी आणि त्यांच्यावर अधिराज्य गाजवण्यासाठी अनिवार्य असलेल्या राजकीय/न्यायिक/लष्करी सत्तेच्या मक्तेदारीला कार्यान्वित करण्यासाठी स्वर्ग आणि नरकाच्या कल्पनेवर बेतलेल्या भेट/दंडाच्या कल्पना या परिणामकारक वैचारिक पद्धती ठरल्या [शर्मा, १९८५]. थॉमस जेफर्सन, जो गुलामांच्या श्रमांवर मिळणाऱ्या उत्पन्नावर आपला उदरनिर्वाह करीत असे, गुलामगिरीला शाबूत ठेवणे नियतीने त्याला सोपवलेली एक जबाबदारी मानत असे आणि 'ही एक अशी वेळ आहे जेव्हा नियतीच्या आशीर्वादाने आमचे स्वार्थ आणि आमच्या जबाबदाऱ्या एकमेकांशी पूर्णपणे तंतोतंत जुळल्या आहेत' [वूड, १९८३: ९]. म्हणूनच 'विधीचे विधान' केवळ ग्रामीण सबाल्टर्न वर्गाचे प्रांत नसून ते त्याला

बळकटी प्राप्त करून देते. शेतजमीन वर्गातील उच्चभ्रूदेखील 'विधीच्या विधानाद्वारा' बळकटी प्राप्त करतात, मात्र अशा रीतीने ज्यामुळे सबाल्टर्न वर्ग कमकुवत होतो: म्हणजेच धार्मिक संभाषणाचा उपयोग सबाल्टर्न वर्गाच्या शोषणाला आणि त्यांच्यावरच्या अधिराज्याला दैवी सत्तेची प्रक्रिया असे म्हणून कायदेशीर ठरवणे. या परिस्थितीतील विरोधाभास चटकन लक्षात येणार आहे. सबाल्टर्न अभ्यासाच्या चौकटीचे पुरस्कर्ते ज्याला ते उच्चभ्रू स्वरूपाचे इतिहासलेखन म्हणतात (खासकरून मार्क्सवादी विचारसरणीचे) सबाल्टर्न वर्गाच्या बोधावस्थेतील धार्मिक गुणधर्मांचे आकलन न करता आल्याबद्दल त्यावर कठोर शब्दांत टीका करतात, मात्र ते स्वतःच धर्माचा अर्थ अशा रीतीने लावतात जो (सरंजामशाही/व्यापारी) उच्चभ्रू स्वरूपाच्या इतिहासलेखनापेक्षा वेगळा नाही.

जाणिवा आणि प्रतिनिधित्व

सबाल्टर्न वर्गाचे प्रतिनिधित्व करताना सबाल्टर्न वर्गाच्या जाणिवांच्या ज्ञानमीमांसेतील समस्यांचे विदारक रूप सामोरे येते. भारतातील शेतकरी वर्गाच्या निषेधाला सबाल्टर्न वर्गाच्या बोधावस्थेशी ताडून जोडून पाहताना त्यामुळेच गुहा [१९८३: ४] लिहितात:

> त्यामुळेच, निषेध हा शब्द शीर्षकात आणि मजकुरात अशा जाणिवेचे नाव म्हणून वापरला गेला आहे जी ग्रामीण लोकांमध्ये... विद्रोह, बंड इत्यादी घडवून आणते... शेतकऱ्याला त्याच्या स्वतःच्या बंडाचा कर्ताकरविता मानणे म्हणजेच, आम्ही या अभ्यासात केल्याप्रमाणे, त्याच्या ठायी एक जाणीव चिकटवणे होय.

शेतकऱ्यांच्या निषेधाचा शोध घेतानाचा सबाल्टर्न अभ्यासाचा नमूद केलेला उद्देश म्हणजे 'वसाहतींच्या काळातील बंडखोरांच्या जाणिवांमधील काही 'समान रूप किंवा कल्पना' शोधणे हा होता... हे *प्राथमिक पैलू*... आमच्या शेतजमिनीच्या चळवळींमध्ये जवळजवळ सर्वत्र वारंवार घडत असतात' [गुहा, १९८३: १२, मूळच्या संहितेत जोर दिला गेला आहे]. असा युक्तिवाद केला जातो की, विद्रोही सबाल्टर्न वर्गीय जाणिवेचा सर्वांत प्राथमिक पैलू त्याचा धार्मिक गुणधर्म आहे. म्हणूनच सबाल्टर्न वर्गाच्या प्रतिकाराला धार्मिक जाणिवांची निष्पत्ती म्हणून श्रेणीबद्ध केला जातो: 'एकूणच, निषेधाला धार्मिक जाणिवा किंवा... स्वतःमधल्याच तेढीचे भव्य प्रदर्शन याव्यतिरिक्त इतर कुठल्या शब्दांत निषेधाचे वर्णन करणे शक्य नाही' [गुहा, १९८३: ३४]. या स्पष्टीकरणाच्या समस्या (धर्म = सबाल्टर्न वर्गीय जाणिवा = सबाल्टर्न वर्गीय प्रतिनिधित्व) खालीलप्रमाणे आहेत.

सर्वात पहिलं म्हणजे आणि ज्याच्याविषयी इतरत्र युक्तिवाद केला गेला आहे [सिंह,१९९८], शेतकरी चळवळींमधील प्राथमिक पैलू शोधणे म्हणजेच दोहोंपैकी दुसऱ्या पक्षाचे पारसूत्रीकरण करणे होय.[१३] दुसरं म्हणजे, ज्याच्याविषयी वर युक्तिवाद केला गेला

आहे, जरी सबाल्टर्न अभ्यासाचा दृष्टिकोन रास्तपणे शेतकरी निषेधातील धर्माच्या महत्त्वाला अधोरेखित करतो, तो तीन गोष्टींचे आकलन करण्यास असमर्थ ठरतो. एक, जिथे धर्म सबाल्टर्न वर्गीय विरोधामध्ये एक पुरोगामी भूमिका निभावतो असे मानण्यात येते आणि जो त्याच्यातील मुख्य संभाषण ठरतो, तेव्हा त्याला एक सामाजिक-आर्थिक परिमाण प्राप्त होते.[१४] मात्र अनेकदा, धार्मिक संभाषणाची भूमिका खरं तर तितकी पुरोगामी नसते. त्यामुळे सबाल्टर्न अभ्यास दृष्टिकोनाचा जिथे संभ्रम झाला तो दुसरा मुद्दा असा की धर्म सामान्यतः विद्रोहाला कमी लेखतो आणि त्याऐवजी यथास्थितीच्या (निष्क्रिय) स्वीकृतीचा पुरस्कार करतो.[१५] तिसरा मुद्दा असा की जेव्हा धर्म तळागाळातील संघटन करण्याचे औपचारीकरण करतो, तेव्हा या प्रतिनिधित्वाचा हेतू पूर्वीची यथास्थिती पुनर्संचयित करण्याचा असतो.[१६] मात्र, सबाल्टर्न अभ्यासाच्या संभाषणात सबाल्टर्न वर्गीय जाणिवांच्या धार्मिक स्वरूपाला त्याच्या सामाजिक संदर्भापासून वेगळं करून त्याला सबाल्टर्न वर्गीय मनोवृत्तीची विलक्षणपणे मूलगामी असलेली मालमत्ता मानली जाते. या दुसऱ्या दृष्टिकोनाच्या विरोधात, हा पुनरुच्चार करणे अनिवार्य ठरते की धर्म हे न सबाल्टर्न वर्गीय जाणिवांचे विलक्षण वैशिष्ट्य आहे, न ते बंडखोरीचे विलक्षण उपकरण आहे.

शेतकरी वर्गाच्या जाणिवा/प्रतिनिधित्व यामधील दुव्याचा सबाल्टर्न अभ्यासाने केलेल्या स्पष्टीकरणाच्या विरोधातल्या या तीन मुद्द्यांचा अधिक विस्ताराने चर्चा करणे गरजेची आहे. पहिला मुद्दा—जिथे धर्म पुरोगामी असतो तिथे तो सामाजिक संदर्भाला धरून असतो (= उदरनिर्वाहाच्या गरजा)—मुख्यत्वे स्वयंसिद्ध आहे. त्यामुळेच धार्मिक रूढीप्रसंगातील शेतकरी वर्गाच्या विषयपत्रिकेत अशा वेळी स्वायत्त राजकीय प्रतिनिधित्व, अन्न, निवारा, जमीन, रोजगार आणि वेतन, तसेच श्रमाचे भाडे, उपकर आणि जोरजबरदस्तीने करवण्यात आलेल्या श्रमाचा विरोध एवढ्या गरजा सामील आहेत. यासंदर्भातला एक महत्त्वाचा घटक असा की अनेकदा सबाल्टर्न वर्गाच्या धार्मिक जाणिवांऐवजी उच्च वर्गांनी सबाल्टर्न वर्गाच्या भौतिक परिस्थितीच्या संबंधात केलेल्या धार्मिक प्रवचनामुळे विद्रोहाशी संबंधित रूढीप्रसंग प्रस्तुत ठरतात. सबाल्टर्न अभ्यास गटातील एक मातब्बर व्यक्ती असलेल्या ग्यान पांडे [१९८८: २५८–५९] यांच्या औध मधील शेतकरी चळवळीच्या दाखल्यात हेच पाहायला मिळते आणि त्यांचे शेतजमीनिशी निगडित संघटनविषयक अभ्याससुद्धा अनुभवाधिष्ठित आहे. यासंदर्भात, वर्गाने किंवा जातीने सबाल्टर्न नसलेल्या बाबा रामचंद्रन यांचे 'सीतारामाचा विजय असो' (सीताराम की जय) हे घोषवाक्य शेतकरी वर्गाने उचलून धरले. कारण ते जमीन हक्क, भाडे आणि श्रमिक सेवा या त्यांच्या सामाजिक अस्तित्वातील खऱ्या मुद्द्यांशी निगडित असलेल्या न्यायाचे प्रतीक होते.[१७] मात्र, सबाल्टर्न अभ्यास चौकटीतील बहुतांश पुरस्कर्ते सबाल्टर्न वर्गीय जाणिवांच्या विकासात गैर शेतकरी उच्चभ्रू वर्गातील लोकांनी

बजावलेली भूमिका अमान्य करतात. हा नकार त्यांना चुकीने या जाणिवांचे निर्माण/पुनरुत्पादनाच्या संबंधात स्वायत्तता हा जाणिवांचा गुणधर्म आहे आणि प्राधान्य हा धर्माचा गुणधर्म आहे, असं मानायला भाग पाडतो. दुसरा आणि तिसरा मुद्दा असा की सबाल्टर्न अभ्यास धर्माने 'तळागाळातील' आव्हानांना तथाकथित कायदेशीररीत्या नामंजूर करण्याच्या मर्यादेचे कमी मूल्यांकन करतात आणि धर्म ज्या विद्रोहांना मान्यता देतो ते प्रत्यक्षात प्रतिगामी स्वरूपाची बंड असतात. त्यांचा हेतू इतिहासातील 'सुवर्णयुग' पुनःप्रस्थापित करणे हा असतो, एकसारखा आहे आणि म्हणूनच एकत्रितपणे त्यांचा विचार करता येईल. ही भारतातील [फुक्स, १९६५] तसेच भारताबाहेरील नव्या युगाच्या चळवळींची वैशिष्ट्ये आहेत. त्यामुळेच १७९३–९५ [गॉडशॉर्ट, १९७२] या काळातील फ्रेंच शेतकऱ्यांचा सहभाग असलेला वेंडी विद्रोह आणि १९२० च्या दशकाच्या शेवटाला [मेयर, १९७६] मधील क्रिष्टी याडा उठावात मेक्सिकन शेतकऱ्यांचा सहभाग ही प्रतिक्रियावादी धार्मिक मान्यता आणि प्रतिक्रांतिकारी सामाजिक सत्तांच्या समर्थनाच्या सबाल्टर्न संघटनाची उदाहरणं आहेत. त्या दृष्टीने, असं म्हणता येईल की धार्मिक वाक्प्रचार जितके धर्मावरच केंद्रित असतात, तितके त्यांच्यावर आधारित सबाल्टर्न प्रतिनिधित्व कमी पुरोगामी ठरण्याची शक्यता आहे. याउलट, हे वाक्प्रचार जितके धार्मिक मान्यता/अधिकारापासून जितके दूर असतात, सबाल्टर्न जमवाजमव तितकीच जास्त पुरोगामी ठरते.

राजस्थानातील शेतकरी वर्ग जमीनदारांच्या (शासक आणि जमीनदार) वर्तनाचे परीक्षण करताना, धार्मिक निकषांचा वापर करीत आणि त्यांच्या असे लक्षात आले की जमीनदारांचा प्रघात त्यांनीच सिद्धान्तात मांडलेल्या नियमांच्या विरोधात होता. मेवाड (१९१७–२२) मधील बिजोली या चळवळीचा नेता असलेला पथिक याने, जो औध अधिक बाबा रामचंद्रनप्रमाणेच जातीने किंवा वर्गाने शेतकरी नव्हता, मेवाडमधील मुख्य शेतकरी जातींच्या सदस्यांसाठी विशेष धार्मिक महत्त्व असलेल्या रामनवमीच्या दिवशी चळवळीची सुरुवात केली. त्याने सामाजिक सुव्यवस्थेसाठी कार्यरत असणाऱ्या संन्याशाला साजेशी दाढी आणि भगवी वस्त्रे परिधान केली. त्याच्या अनेक अनुयायांनी याचे अनुकरण करीत भगवी वस्त्रे परिधान केली आणि दाढी वाढवली. पथिकाने आपला संदेश एक प्रचलित लोकसंगीताचे माध्यम असलेल्या भजनावलीच्या (धार्मिक गीते) रूपात व्यक्त केला. राजस्थानातील शेखावती प्रदेशातील मुख्य शेतकरी जातीच्या जाटांनी आपला निषेध व्यक्त करण्याआधी शुद्धीकरणाचा धार्मिक समारंभ म्हणजेच महायज्ञाचे आयोजन केले. मात्र, या उदाहरणांमध्ये शेतकऱ्यांच्या सामाजिक जाणिवांना त्यांच्या आर्थिक/राजकीय/सांस्कृतिक संदर्भापासून तोडून पाहता येत नाही. खरं तर, या सर्व उदाहरणात धार्मिक वाक्यप्रयोगांनी नटलेले आणि धार्मिक प्रथांचा समावेश करणारे संभाषण हे सबाल्टर्न वर्गाच्या भौतिक स्वार्थ आणि राजकीय हक्क व जबाबदाऱ्यांमध्ये रुतलेले होते. या चळवळींच्या गैर शेतकरी नेतृत्वाने जमीनदारांनी

शेतकऱ्यांच्या आर्थिक आणि राजकीय हक्कांना हिरावून घेण्याच्या आणि त्यांच्या सांस्कृतिक स्वातंत्र्यावर बंधनं आणण्याच्या कृतीला धार्मिक व्यवस्थेचे उल्लंघन ठरवले, ज्याला मोठ्या प्रमाणावर तळागाळातील लोकांचे समर्थन प्राप्त झाले. जेव्हा जयपूर राज्यातील शेखावती प्रदेशातील जाटांना तेथील जमीनदाराने धार्मिक शुद्धीकरणाच्या समारंभानंतरच्या मिरवणुकीत हत्तींचा वापर करण्यास मनाई केली, परिणामस्वरूप एक अतिशय प्रबळ अशी जमीनदारविरोधी भावना उत्पन्न झाली. अशा परिस्थितीत, म्हणूनच, धार्मिक जाणिवांना शेतकरी (आणि जमीनदार) त्यांच्या भौतिक आणि प्रतीकात्मक स्वार्थांशी असलेला त्यांचा दुवा तळागाळातील ग्रामीण असंतोषाच्या संदर्भात प्रस्तुत ठरवतो. शेतकरी वर्गाच्या जाणिवांना घडवण्याच्या प्रक्रियेत धर्म, भौतिक स्वार्थ आणि प्रतीकात्मक प्रतिनिधित्वामधील अतिशय महत्त्वाचा आणि गुंतागुंतीचा दुवा सबाल्टर्न अभ्यासाच्या चौकटीतून वगळण्यात आला आहे.

१७८९ ची फ्रेंच क्रांती आणि इतिहास संशोधनात्मक प्रतिक्रांती

सबाल्टर्न अभ्यासाच्या चौकटीने ग्रामीण तळागाळातील विद्रोहाचे धार्मिक जाणिवेच्या सरळसोप्या अवतारात केलेले रूपांतर आणि भारतीय इतिहासातून क्रांतीला काढून टाकण्याचा प्रयत्न बऱ्याच अर्थांनी फ्रान्समधील फेरबदल करणाऱ्या इतिहासकारांच्या शेतकरी प्रतिनिधित्वाचे रूपांतर आणि १७८९ मधून क्रांतीला पुसून टाकण्याच्या प्रयत्नासारखेच आहे.

म्हणूनच, फेरबदल करणाऱ्या संशोधकांच्या 'तारकामंडळातील' एक मातब्बर व्यक्तिमत्त्व पियर चाउनु यांनी दावा केला की 'ख्रिस्ती धर्म कलंकित झाल्यामुळे जुनी राजवट दूषित झाली' [काप्लान, १९९५: २९]. त्यांचा युक्तिवाद होता की, १७८९ च्या फ्रेंच क्रांतीतील मूलभूत तत्त्वे—स्वातंत्र्य, समानता, बंधुता—ज्यू/मूर्तिपूजक/ख्रिस्ती परंपरेचे भाग होते (आणि त्यामुळे त्यांच्या विरोधात नव्हते) [काप्लान, १९९५: ४०]. त्याचप्रमाणे, फ्रँकॉईस फयूरेटच्या मते, 'प्रत्येक गोष्ट हे स्पष्ट करते की... विंडियन विद्रोहाची मुख्य प्रेरक शक्ती धार्मिक स्वरूपाची होती, सामाजिक किंवा नुसती राजकीय नव्हती' [काप्लान, १९९५: ७२], ज्यामुळे धार्मिक संभाषणाचे पुरोगामी रूप आणि प्रतिगामी रूप समोरासमोर उभे ठाकते (संदर्भासाठी वर पहा). फेरबदल युक्त इतिहासलेखनाने व्यक्तिनिष्ठतेवर (= जागरूकता) दिलेल्या भरामागे—सबाल्टर्न अभ्यास दृष्टिकोनाप्रमाणेच ग्रामीण तळागाळातील भौतिक प्रश्न—परिस्थितीपासून मुक्त असलेल्या प्रतिनिधित्वावरची मग्नता कारणीभूत आहे.[१८] थोडक्यात सांगायचं तर, 'संभाषणाच्या पलीकडची एकाग्र दृष्टी ही न प्रस्तुत ठरते न वैध' हा दृष्टिकोन, ज्याने परिणामस्वरूप इतिहासातले सामाजिक घटकांचे स्थान अमान्य केले. त्यामुळे, उदाहरणार्थ, फ्युरेटची सहयोगी मोना ओझूफ यांनीही युक्तिवाद केला की 'कल्पनाच महत्त्वाच्या होत्या... कल्पनांना कोणत्याही संदर्भीय निर्मितीच्या उबवण यंत्राची गरज नव्हती' [काप्लान, १९९५:

५४] आणि फ्युरेटने स्वतः घोषित केले की आदर्शवादी नसलेले 'वैचारिक नाही असे जवळजवळ सर्व काही बाह्य स्वरूपाचे... आणि अप्रस्तुत ठरते'. ही आदर्शवादी ज्ञानमीमांसा जवळजवळ तंतोतंतपणे गुहा आणि चटर्जी यांच्या मते भारतातील सबाल्टर्न वर्गीय जाणिवा/प्रतिनिधित्वाच्या पिढीतील 'बाह्यतेच्या' क्षुल्लक भूमिकेविषयीच्या मतांचा पुनरुच्चार करते.[१९]

सबाल्टर्न अभ्यास आणि १७८९ मधील फ्रेंच क्रांतीतील फेरबदलवादी इतिहासलेखनामधील ज्ञानमीमांसेचे एकाच वेळी उद्भवणे वर्गविषयीच्या एकसमान तीव्र तिरस्कारातून उद्भवते. 'बाह्य स्वरूपाला' नाकारण्यात, त्यामुळेच, फेरबदलवादी इतिहासकार १७८९ च्या फ्रेंच क्रांतीच्या आकलनासाठी वर्गाची जडणघडण आणि वर्गीय संघर्षाला अप्रस्तुत मानतात. 'सामाजिक' घटकाला ऐतिहासिक भौतिकता आणि वर्गीय संघर्षाशी जोडून, फ्युरेटने दोहोंपैकी दुसऱ्या पक्षाला बगल देण्यासाठी पहिल्या पक्षाला दूर केले.[२०] 'सामाजिक' घटकाला 'आर्थिक घटक आणि त्यातून जन्मलेल्या सामाजिक परस्परसंबंधांवर पूर्व कल्पित वैश्विक स्पष्टीकरणाचेच रूप मानून' [काप्लान, १९९५: १००–१०१], फेरबदलवादी इतिहासकारांनी आर्थिक परिस्थितीला विश्लेषण आणि स्पष्टीकरण या बाबतीतल्या तिच्या तथाकथित अप्रासंगिकतेमुळे धुडकावले आणि त्याऐवजी 'महत्त्वाचा मुद्दा वैचारिक स्वरूपाचा आहे' या मताच्या बाजूने कौल दिला. या फेरबदलवादी प्रवृत्तीवर भाष्य करताना समीक्षकांनी म्हटले की 'राजकीय कार्यक्षेत्र आणि विचारसरणी ही सामाजिक सत्य किंवा पायाभूत रचना आहेत असं म्हणण्याऐवजी; दुसऱ्या शब्दांत कपातीच्या भौतिकवादाच्या कुचकामीपणावर बोट ठेवण्याऐवजी, फ्युरेटची पद्धत सरंजामशाहीला [फ्रान्समधील] निव्वळ एक कल्पना मानते आणि शेतजमिनीच्या रचनांना अवास्तव मानते [काप्लान, १९९५:६७]. परिणामस्वरूप, १७८९ च्या फ्रेंच क्रांतीच्या फेरबदलवादी इतिहासकारांना–आणि भारतीय इतिहासातील सबाल्टर्न वर्गाविषयीच्या सबाल्टर्न अभ्यास दृष्टिकोनाला–हे मान्य करणे शक्य नाही की 'राजकीय भिन्नता सामाजिक वास्तवात खोलवर रुतली होती' [काप्लान, १९९५: १०४].[२१]

शेतकरी वर्गाचा विद्रोहः जात आणि वर्ग

राजस्थानातील पुरावा सुचवतो की भारताविषयीच्या सबाल्टर्न अभ्यासाच्या आणि फ्रान्स मधील १७८९ च्या क्रांतीविषयीच्या फेरबदलवादी इतिहासकारांच्या अभिकथनांच्या उलट, शेतकरी वर्गाच्या जाणिवा आणि असंतोष हे नक्कीच ग्रामीण तळागाळातील भौतिक परिस्थितीमुळे उद्भवले आणि टिकले. राजस्थानच्या बाबतीत या पुराव्यात शेतकऱ्यांनी त्यांच्या जमीनदारांच्या विरुद्ध सादर केलेल्या याचिकांचा समावेश आहे, ज्या निर्विवादपणे संरचनात्मक परिस्थिती बोधावस्था आणि निषेध यांच्यातील घनिष्ट परस्परसंबंध सिद्ध करतात.[२२] या याचिकांचे १९१० ते १९४० च्या शेवटापर्यंत शेतकऱ्यांनी मांडलेले सतत

उल्लेखिलेले मुद्दे होते अस्तित्वात असलेल्या जमीन अमदानीच्या व्यवस्थेतील आर्थिक, राजकीय आणि सांस्कृतिक तक्रारी: भाडेपट्टी, उपकर आणि अतिरिक्त-आर्थिक जोर जबरदस्तीचे विवादांचे मूळ जमीन परस्परसंबंधांमध्ये होते.[२३] या याचिकांमधील महत्त्वाच्या आर्थिक मुद्द्यांमध्ये जमीन समझोता, पट्ट्याचे नूतनीकरण, जमीन अमदानी आणि कुरण, अरण्य आणि सिंचनाच्या विहिरींच्या वापराचा समावेश होता.[२४] राजस्थानमधील शेतकरीसुद्धा शिलकीच्या वेच्याच्या वेळी आणि/किंवा भाडेपट्टीचे नूतनीकरण/रद्द करताना तक्रार करीत की जमीनदार या प्रक्रियांमधल्या रिवाजांचे उल्लंघन करीत.[२५] अतिशयोक्ती न करता असे म्हणता येईल की जमीन अमदानी याचिकांमधून व्यक्त होणाऱ्या शेतकऱ्यांच्या बहुतांश व्यथेच्या मुळाशी होती.

जमीन अमदनीशी निगडित दुसरा महत्त्वाचा मुद्दा होता नगद भाडे आणि गैर-नगद भाडे (किंवा उपकर) यांच्या वरच्या विवादाचा, खासकरून दोहोंपैकी दुसऱ्या पक्षाच्या विवादाचा. राजस्थानात जमीनदारांकडून भाड्यावर प्राप्त झालेल्या जमिनीच्या मोबदल्यात शेतकऱ्यांकडून शिल्लक मुख्यत्वे करून रोख/वस्तुविनिमय/श्रमाच्या रूपात आकारण्यात येई. ज्याअर्थी श्रमाचे दिवस आणि एखाद्या श्रम-सेवेच्या मोबदल्यात दिली जाणारी रक्कम नियमानुसार ठरवलेली नव्हती, यातून भाडेपट्टी वसुलीचे अनियंत्रित रूप स्पष्ट होते; जेणेकरून जमीनदारांना अमर्यादित अधिकार प्राप्त होत असे. जमीनदार आणि शेतकऱ्याच्या जीवनचक्राच्या प्रत्येक महत्त्वाच्या टप्प्यावर कुठल्या न कुठल्या उपकराचा संबंध येत असे; त्यामुळे यात काहीच आश्चर्य नाही की जमिनी संबंधित जवळजवळ प्रत्येक याचिका उपकराची आणि खासकरून त्याच्या अनियंत्रित गुणधर्माची तक्रार केली जात असे.[२६] जमिनीच्या मोबदल्यात जमीनदारासाठी शेतकऱ्याने पार पडायच्या तीन मुख्य कर्तव्यांपैकी एक असलेल्या बळजबरीने करवून घेतलेल्या श्रमाच्या (बिगार) अनेक तक्रारी असत.[२७] शिल्लक वसूल करण्याबाबत जमीनदाराला अतिरिक्त-आर्थिक बळजबरी करण्याचा अधिकार असल्यामुळे शेतकरी या प्रक्रियेतील क्रूरपणा आणि अन्यायाचा निषेध करीत.[२८] गावातील शेतकरी आणि इतर श्रमिकांच्या आर्थिक आणि अतिरिक्त-आर्थिक शोषणावर बेतलेले असल्यामुळे आणि बळजबरीने लादलेल्या श्रमाची पुष्टी लावल्यामुळे जमीनदारांच्या डामडौलीच्या जीवनशैलीविरुद्ध आवाज उठत असे. त्यामुळेच याचिकांमध्ये जमीनदारांच्या विलक्षण उपभोगावर आणि शेतकऱ्यांच्या कसंतरी तग धरण्याच्या तफावतीवर जोर दिला जाई: 'एकीकडे गड्डीत राहणारे ठिकाणेदार, उंची कपडे, आहार, मदिरा आणि इतर उपभोग घेण्यात मग्न आहेत, शेतकरी मात्र हालअपेष्टा सहन करून कसातरी उदरनिर्वाह करीत आहे'. याचिकांमध्ये जमीनदारांनी केलेल्या शारीरिक हिंसेची, खासकरून शेतकरी कुटुंबातील स्त्रियांवरच्या अत्याचाराची निर्भर्त्सना केली जाई.[२९]

पुढे चर्चा केल्याप्रमाणे (प्रकरण पाचवे), चळवळीच्या सुरुवातीस, १९३० च्या दशकाआधी, शेतकरी जमीनदाराने वसूल केलेले भाडे, काही उपकर आणि लादलेले श्रम

सेवेच्या रूपात देण्याच्या प्रथेला, ज्याला ते जमीनदाराचे 'सरावाचा हक्क' म्हणत, मुकाट्याने स्वीकार करीत. मात्र, जसजसा काळ पुढे सरकला निषेधाचे स्वरूप बदलत गेले: जमीनदाराने केलेल्या चालीरीतींच्या उल्लंघनाविरुद्धच्या तक्रारी मागे पडल्या आणि शेतकऱ्यांची मागणी अधिक मूलगामी स्वरूपाची झाली, १९३० च्या दशकानंतर राजस्थानातील शेतकरी जमीन अमदानी व्यवस्थेच्या कायदेशीरपणावरच शंका व्यक्त करू लागले. चळवळीच्या नंतरच्या टप्प्यात त्यांची घोषवाक्ये होती 'ठिकाणेदारी [जमीनदारी] प्रथा का नाश हो' आणि 'ठिकाणेदारों [जमीनदार] के जुल्मो का नाश हो'. शेतकरी ज्याला 'निष्ठूर आणि निरंकुश' जमीनदारी राजवटीचे 'बेजबाबदार प्रशासन' आणि 'अनियंत्रित न्यायव्यवस्था' म्हणत, अशा व्यवस्थेच्या विरुद्धच्या चळवळींच्या आर्थिक मागण्यांच्या जोडीला राजकीय आणि न्यायिक मागण्यांचादेखील होत्या. जर यामुळे असे भासत असेल की 'सुवर्ण युग' परत स्थापित करण्याचे आव्हान करण्यात आले (दरबार = प्रामाणिक/नीतिमान शासकाचा त्याने अधिकार/जमीन सुपूर्द केलेल्या लोकांनी केलेला विश्वासघात), ठिकाणेदारांच्या राजकीय अधिकारावरचा हल्ला मुळात दरबाराच्या अधिकारावर केलेला हल्ला होता. हे अशासाठी की तो रियासतींच्या जमीन अमदानीचा प्रमुख होता आणि परिणामस्वरूप दरबाराचे स्थान/अधिकार/सामर्थ्य ठिकाणेदारांच्या शिवाय हेतुशून्य होते. दरबाराची सत्ता शेवटी राज्यातील सर्व जमिनीवरच्या त्याच्या मालकीत रुतलेली राजकीय-न्यायिक सत्ता होती.[३०]

या आर्थिक आणि राजकीय मागण्यांव्यतिरिक्त, शेतकऱ्यांनी त्यांचा सांस्कृतिक स्वायत्ततेचा हक्क मागितला आणि जमीनदारांनी त्यांच्यावर लादलेल्या वेगवेगळ्या सांस्कृतिक बंधनांच्या विरुद्ध संघर्ष केला. शेखावती भागात, त्यामुळेच, जाट लोकांनी रजपूत जमीनदारांच्या बरोबरीचा दर्जा मागितला आणि त्यांच्यासाठी राखीव असलेले 'सिंग' (शब्दशः सिंह) हे बिरूद आपल्या नावाच्या मागे जोडले. भौतिक हक्कांसाठी केलेल्या लढ्याच्या जोडीला दोन्ही मुख्य वर्गांमधील प्रतीकात्मक सीमांवरचा संघर्षदेखील होता. हे संघर्ष—ज्यात केवळ आर्थिक, राजकीय आणि सांस्कृतिक परिणाम नव्हते तर त्यांचा संयोगही होता—अधोरेखित करतात की, सबाल्टर्न अभ्यासाच्या चौकटीतील आदर्शवादी ज्ञानमीमांसेचा अपवाद वगळता, वर्गीय स्वार्थ एका संरचनात्मक पोकळीत कार्यरत राहत नाही (आणि राहू शकत नाही).[३१]

शेतकरी, राजे आणि काँग्रेस

ब्रिटिश काळातील आणि स्वातंत्र्यानंतरच्या भारतात राजस्थानमधील शेतकरी चळवळी वेगवेगळ्या स्थानिक/प्रांतिक/राष्ट्रीय राजकीय संस्थांच्याद्वारे शेतजमिनीशी निगडित संघटनाशी संबंधित होत्या. १९२० ते १९३० दरम्यान, राजस्थानमधील रियासतींमध्ये

सामान्यतः गैर-शेतकरी वर्गाच्या सुशिक्षित शहरी युवकांच्या नेतृत्वाखाली काही स्थानिक पातळीच्या राजकीय संघटना (प्रजा मंडळ आणि लोक परिषद) उदयास आल्या. या संघटनांनी तळागळातील शेतकऱ्यांना प्रांतिक आणि राष्ट्रीय स्तराच्या राजकीय संघटनांशी, विशेषकरून ऑल इंडिया स्टेट पीपल्स कॉन्फरन्स आणि इंडियन नॅशनल काँग्रेसशी जोडले. या नेत्यांचे आणि संस्थांचे एक लक्षणीय यश म्हणजे त्यांनी रियासतींमधल्या शेतकरी चळवळींची अलिप्तता नाहीशी करून त्यांना देशातील इतर प्रचलित चळवळींशी जोडले आणि शेतकऱ्यांमध्ये एकात्मतेची भावना जागी केली त्यामुळे ब्रिटिश काळातील आणि स्वातंत्र्यानंतरच्या भारतातील दुफळीची पायमल्ली झाली.[३२] ग्रामीण भारताच्या इतिहासलेखनाची रूढिबद्ध बुद्धी हे सांगते की रियासतींच्या शेतकरी चळवळी इंडियन नॅशनल काँग्रेसच्या आवाक्याच्या बाहेर होत्या. त्यामुळे ब्रिटिश काळातील काँग्रेसला यश आले पण रियासतींच्या राज्यात नाही; कारण रियासतींमध्ये नागरी स्वातंत्र्याच्या संदर्भांचा अभाव होता तसेच काँग्रेसच्या वर्दळीवर राजकीय बंदीचे सावट होते, असा युक्तिवाद लढवला जातो.

बिपीन चंद्रा यांनी याच तर्काचा वापर करून तेलंगणातील शेतकरी चळवळीची मदार काँग्रेसच्या नाही साम्यवादाच्या हातात का गेली याचे स्पष्टीकरण दिले आहे [रुंझा, २००१: ८६]. या युक्तिवादासमोर अनेक समस्या उभ्या राहतात. सर्वांत पहिली गोष्ट म्हणजे, नागरी स्वातंत्र्याच्या अभावाचा परिणाम काँग्रेसवर झाला असेल तितकाच तो साम्यवाद्यांवरही झाला असेल. दुसरी गोष्ट म्हणजे, तेलंगणात जसे काँग्रेसचे स्वागत झाले नाही तसेच ते साम्यवाद्यांचेही झाले नाही. राजस्थानातील रियासतींमध्ये, जिथेही नागरी स्वातंत्र्याचा अभाव होता, काँग्रेस व साम्यवाद्यांना दोघांनाही स्थान नव्हते आणि तरीही दोघांनी तेथील शेतकरी चळवळीमध्ये हिरीरीने भाग घेतला. खरं तर, नागरी स्वातंत्र्याचा अभाव एक अडथळा ठरण्याऐवजी राजकीय पक्ष आणि त्यांच्या स्थानिक संस्था, प्रजामंडळ आणि लोकपरिषदांच्या सक्रिय सहभागासाठी एक प्रेरक गोष्ट ठरली. महात्मा गांधी आणि जवाहरलाल नेहरू यांसारख्या काँग्रेसच्या पुढाऱ्यांनी रियासतींमधील शेतकऱ्यांच्या असंतोषासंबंधी वेळोवेळी विधानं केली आणि रियासतींच्या बाबतीत गांधींची मनोभूमिका अशी होती की काँग्रेसनी सर्व परिस्थितीत आणि सर्व काळासाठी निष्क्रिय आणि निःसंशय हस्तक्षेप न करण्याच्या धोरणाला दूर ठेवले आहे.[३३]

गांधींनी असे एक धोरण विकसित केले ज्यायोगे एकीकडे जमीनदार आणि शासक यांच्या विरुद्ध असलेल्या शेतकरी लढ्याला उचलून धरले तर दुसरीकडे, दरबार आणि वसाहतींच्या राज्यात दुफळी निर्माण करण्याचा प्रयत्न केला.[३४] रियासतींमधील शेतकरी चळवळी, ऑल इंडिया पीपल्स कॉन्फरन्स (राष्ट्रीय स्तरावर रियासतींमधल्या शेतजमिनीशी निगडित जमावाजमवीचे समन्वय साधणारी राजकीय संघटना) आणि इंडियन नॅशनल काँग्रेस

यांच्यातले राजकीय नाते, त्यांच्या पुढाऱ्यांच्या अधूनमधून जाहीर केलेली विधानं जशी भासवत त्यापेक्षा प्रत्यक्षात अधिक सक्षम होते. जमीनदारवर्ग एकमेकांशी जोडलेल्या तीन समस्यांचा अधिकाधिक महत्त्वाचा भाग मानला जाऊ लागला: भारतावरील परकीय सत्ता, मागासलेल्या अर्थव्यवस्थेची अपरिपक्व अवस्था आणि परिणामस्वरूप बहुतांश ग्रामीण लोकसंख्येची निर्धनता; म्हणूनच, रियासतींमधल्या जमीनदारविरोधी चळवळीत आणि ब्रिटिश काळातील भारतातल्या काँग्रेसच्या नेतृत्वाखालचे वसाहतविरोधी/जमीनदारविरोधी व्यापक संघर्षांमध्ये वैचारिक दृष्टीने, तर्कसंगतपणे आणि धोरणात्मक दृष्टीने एक संघटनात्मक दुवा अस्तित्वात होता. जमीनदारांच्या विरोधात असलेल्या एकसमान शेतकरी संघर्षाच्या ऐक्यामुळे ब्रिटिश काळातील भारत आणि त्यानंतरच्या काळातील भारत यामधील प्रादेशिक सीमा विरून गेल्या आणि वसाहतींच्या विरोधात असलेल्या संघर्षात या चळवळी एक मुख्य घटक ठरल्या; ज्यामुळे पुढे भारताला स्वातंत्र्य मिळाले आणि भारतीय राज्य जन्मले [मूर, १९८३].

अजून एक याहून गंभीर स्वरूपाचा गैरसमज आहे: तो म्हणजे, काँग्रेसने निष्क्रिय क्रांतीचा डावपेच रचला ज्यामुळे गावागावातील वर्गीय संघर्ष भारताची वसाहतींच्या राजवटीतून मुक्तता होईपर्यंत पुढे ढकलले गेले. अलीकडच्या काळात हा दृष्टिकोन रुसा [२००१: ८८] ने मांडला आहे तो असा की तेलंगणामध्ये, 'काँग्रेसचे धोरण गावांमधील मालमत्ता आणि धान्यावरच्या तातडीच्या संघर्षांचे निवारण स्वातंत्र्य लाभेपर्यंत तुंबवून ठेवण्याचा होते.' या तर्काची समस्या अशी की तो वसाहतीविरोधी स्वातंत्र्याच्या चळवळीला गावाकडील जमीन हक्क, राजकीय प्रतिनिधित्व आणि सांस्कृतिक सुधारणेच्या वर्गीय संघर्षापासून तोडून टाकतो. शिवाय, राजस्थानमधल्या रियासतींतील शेतजमिनीच्या चळवळी काँग्रेसने वरून घडवून आणल्या नव्हत्या, म्हणूनच स्वातंत्र्य मिळेपर्यंत त्यांना पुढे ढकलायचे की नाही ही या निवडीचा पर्याय काँग्रेसकडे उपलब्ध नव्हता. मात्र, बिजोलीया चळवळीपासून (१९१७–२२) अशा संघटनामध्ये साम्यवादी पक्ष आणि काँग्रेस यांच्या सहभागामुळे राजस्थानातील शेतकरी चळवळींच्या संघटनाचे वैचारिक प्रमाण, पवित्रा आणि डावपेचांमध्ये बदल घडून आला. इतरत्र चर्चा केल्याप्रमाणे [सिंह, १९९८], सुरुवातीच्या चळवळी विजय सिंह पथिक यांच्या नेतृत्वाखाली असलेल्या साम्यवादी पक्षाने चालवल्या.[३५] या टप्प्यावर, या चळवळींमध्ये अनेक वर्गांची युती घडून आली, ज्यात गरीब शेतकरी आणि शेतजमीन मजुरांव्यतिरिक्त आदिवासी शेतकरी आणि श्रीमंत मध्यम वर्गीय शेतकऱ्यांचा समावेश होता आणि हे सारे एक होऊन जमीनदारांविरुद्ध लढा देत होते. कालांतराने, गांधींच्या नेतृत्वाखाली काँग्रेस या चळवळीत सामील झाली आणि तिच्या सहयोग्यांच्या (रियासतींतील प्रजामंडळ आणि लोकपरिषद) आणि भारतातील मुख्य औद्योगिक केंद्रांमध्ये (मुंबई,

कलकत्ता, मद्रास) उद्योगधंदे उभारणाऱ्या राजस्थानी मूळ असणारा व्यापारी आणि उद्योजक यांच्या मदतीने निर्धन शेतकरी, भूमिहीन मजूर आणि आदिवासी लोकांचे वर्गाच्या श्रेणीनुसार संघटन करणाऱ्या डाव्या विचारसरणीच्या नेतृत्वाला दूर करण्यात यश मिळवले.[३६]

या सुमारास, राजस्थानमधील शेतकरी चळवळींच्या वर्गाच्या स्वभाववृत्तीत एक महत्त्वाचा बदल झाला: निर्धन शेतकरी आणि आदिवासी यांच्या लोकांच्या प्रश्नांऐवजी श्रीमंत आणि मध्यमवर्गीय शेतकऱ्यांचे प्रश्न केंद्रस्थानी आले. 'कसेल त्याची जमीन' या श्रीमंत आणि मध्यमवर्गीय शेतकऱ्यांनी इंडियन नॅशनल काँग्रेसच्या रणनीतीविषयक आणि वैचारिक मार्गदर्शनाखाली अवलंबिलेले घोषवाक्य निर्धन शेतकरी, भूमिहीन मजूर आणि बलुतेदारी व्यवस्थेतील अंतर्भूत झालेल्या सेवा पुरविणाऱ्या जातींचे प्रतिनिधित्व करत नव्हते, कारण हे सारे आता 'मशागत करणारे' मानले जात नव्हते. चळवळींतून अशा प्रकारे वगळण्यात आल्यामुळे त्यांना स्वातंत्र्यानंतरच्या भारतातल्या जमीन सुधारणेच्या कार्यक्रमांमधूनदेखील वगळण्यात आले. या कार्यक्रमांचे लाभार्थी असे संपन्न खंडकरी होते जे या चळवळींमध्ये आघाडीवर होते आणि राज्यातील अधिकाराचा हिस्सा मिळवल्यानंतर त्यांनी गावाकडचे मालमत्तेचे परस्परसंबंध बदलून टाकून पूर्वाश्रमीच्या खंडाच्या जागांवर मालकी हक्क मिळवला. जे आधी केवळ वापराचा हक्क मिळवलेले आश्रित शेतकरी होते, ते आता स्वतंत्र जमीनदारी वर्गाचे सदस्य बनले. ज्या पूर्वाश्रमीच्या जमीनदारांनी या नव्या परिस्थितीशी जुळवून घेतले ते श्रीमंत आणि मध्यमवर्गीय शेतकऱ्यांमध्ये सामील झाले पण जमीनदार म्हणून त्यांचा आणि त्यांच्या पूर्वाश्रमीच्या खंडकरींचा दर्जा मात्र आता समान होता. वसाहतींच्या काळातील राजस्थानातील मुख्य शेतकरी जातीचे जाट, सीरवी, विष्णोई आणि धाकड आता त्यांच्या पूर्वाश्रमीच्या रजपूत जमीनदारांप्रमाणेच स्वतंत्र मालक आहेत आणि प्रांतिक व राष्ट्रीय स्तरांवरील राज्याधिकारात त्यांचे भागीदार आहेत.

हे लक्षात ठेवणे महत्त्वाचे आहे की शेतीच्या क्षेत्रातील निर्धन शेतकरी आणि इतर दुर्लक्षित गटांचे कैवारी असलेल्या साम्यवाद्यांच्या विरोधात काँग्रेसला केवळ गावाकडील श्रीमंत आणि मध्यमवर्गीय शेतकरी आणि शहरातील व्यापारी/उद्योजकांचीच साथ लाभली नाही, तर जमीनदारी वर्ग आणि वसाहतींच्या राज्यातील काही गटांचे समर्थनदेखील प्राप्त झाले. त्यामुळेच राजस्थानमध्ये गांधी आणि नेहरू (काँग्रेस पक्षाचे नेते), बिर्ला, बजाज आणि सुराणा (तद्देशीय राजस्थानी उद्योजक), मुख्य शेतकरी जातीतील श्रीमंत व मध्यमवर्गीय शेतकरी, 'प्रबुद्ध' जमीनदारांची तुकडी आणि वसाहतींची राज्ये, हे सारे एक होऊन गावाकडील वर्गीय संघर्षाच्या यशाला प्रतिबंधित करण्यासाठी झटले. त्यांचे ऐक्य घडले ते साम्यवादाच्या भावी संकटाबाबत वाटणाऱ्या तीव्र चिंतेतून—म्हणजेच ग्रामीण भागातील निर्धन लोक आणि आदिवासी शेतकरी राज्यातील अधिकारात आपला हिस्सा

मागतील आणि त्यायोगे मालमत्तेच्या परस्परसंबंधांना स्वतःच्या बाजूने फिरवतील याची भीती. साम्यवाद्यांचा या ना त्या मार्गाने निकाल लावणे गरजेचे होते; मग ते राजकीय डावपेच असोत (राजस्थानातील) किंवा लष्करी कारवाई असो (तेलंगणामधील).[३७] *म्हणूनच, राष्ट्रीय स्वातंत्र्य चळवळ आणि वर्गीय संघर्ष या दोन स्वतंत्र प्रक्रिया नव्हत्या की एक शेवटास गेल्यावर दुसऱ्याची सुरुवात होईल. राष्ट्रीय स्वातंत्र्य हा वर्गीय संघर्ष होता आणि विजेता ठरलेल्या वर्गाला देश पारितोषकाच्या रूपात लाभला.* मात्र, जाणिवा/प्रतिनिधित्वाचे हे प्रश्न–म्हणजेच ग्रामीण भागातील वर्गाच्या जडणघडण/संघर्षातून उद्‌भवणाऱ्या राजकीय युतींविषयीचे प्रश्न–सबाल्टर्न दृष्टिकोनाचे कैवारी उपस्थित करतानाच दिसत नाहीत, त्यांचे उत्तर शोधणे दूरच राहिले.

समारोपाच्या टिप्पण्या

असा युक्तिवाद केला जातो की सबाल्टर्न अभ्यास १७८९ च्या फ्रेंच क्रांतीच्या अलीकडील फेरबदलवादी इतिहासलेखनाची काही ज्ञानमीमांसाशास्त्रीय मूलभूत गृहीतके अवलंबितो. या गृहीतकांमध्ये आर्थिक/सामाजिक अभूतपूर्व घटनांना बाह्य मानणे, आर्थिक आणि राजकीय पैलूंचे अलगीकरण, वर्गाला परिणतवादी दृष्टिकोनातून 'आर्थिक स्वरूपाचे मानणे', वर्गीय संघर्ष नाकारणे आणि राजकीय घटकांची केंद्रीयता स्वीकारणे या साऱ्यांचा समावेश आहे. सर्वांत महत्त्वाचे म्हणजे, दोन्ही अभ्यासांचा आग्रह (आणि कल) कल्पनांचे प्राधान्य मानण्याकडे आहे, विशेषकरून धार्मिक कल्पनांकडे आणि दोन्ही जाणिवांच्या भौतिक नसलेल्या रूपाला सामाजिक जडणघडण आणि परिवर्तनाचा निर्णायक घटक मानतात. फ्रेंच फेरबदलवादी इतिहासलेखनातील ख्यातनाम विद्वानांनी (चाउनु, ओझेफ, फ्युरेट) १९७० आणि १९८० च्या दशकांत या कल्पनांना स्वीकारले. तर जर्मनीत सामाजिक इतिहासकारांनी मार्क्सकडे पाठ फिरवून वेबरच्या बाजूने कौल दिला आणि लगेचच फ्रेंच, ब्रिटिश आणि अमेरिकन समाजशास्त्रज्ञांनी त्यांच्या पावलावर पाऊल ठेवले.[३८] १७८९ च्या फ्रेंच क्रांतीच्या फेरबदलवादी इतिहासलेखनाप्रमाणेच, तितकाच फेरबदलवादी सबाल्टर्न अभ्यास प्रकल्पदेखील 'योग्य वेळी' अवतरला. पुन्हा फ्रान्समधील त्यांच्या सारख्याच विद्वानांप्रमाणेच, सबाल्टर्न अभ्यास दृष्टिकोनातील प्रभृति पूर्वाश्रमीचे मार्क्सवादी होते जे क्रांतीच्या नक्षलवादी सिद्धान्ताचे समर्थन करीत होते.[३९] परिणामस्वरूप, दोन्ही प्रकारचे फेरबदलवाद–फ्रेंच तसेच भारतीय इतिहासातील–एकसमान ज्ञानमीमांसा बाळगतात; कारण त्यांची राजकीय वंशावळ एकसारखी आहे.

सबाल्टर्न अभ्यासप्रकल्पाच्या वतीने केले गेलेले सर्व बौद्धिक आणि राजकीय दावे समस्याप्रधान आहेत. म्हणूनच हा प्रकल्प युक्तिवाद केल्यानुसार कोणताच नवा आणि

वेगळा दृष्टिकोन मांडत नाही.[४०] उलट, तो पुराणमतवादी ज्ञानमीमांसेतून उत्पन्न होणाऱ्या अनेक प्रवाहांचे सारग्राही एकीकरण आहे—ब्राह्मणी, पौर्वात्य, संरचनात्मक/व्यवहारात्मक आणि मध्यमवर्गीय—उदारमतवादी. या प्रकल्पाने जातीचे केलेले मुळातले धार्मिक विश्लेषण ब्राह्मणी आणि पौर्वात्य आहे (= ड्युमॉन्ट आणि डर्क्स चे समर्थन करणारे).[४१] या वरवर वेगळ्या भासणाऱ्या दोन्ही दृष्टिकोनांमध्ये जातीय संघर्षाद्वारे सबाल्टर्न वर्गाच्या आर्थिक/राजकीय/सांस्कृतिक बंधविमोचनाचा विरोध सारखाच आहे. पितृप्रधान समाजातील लिंग ओळख/प्रतिनिधित्वाच्या अस्तित्वाला नाकारण्याप्रमाणे किंवा वंशविद्वेषी समाजात वंश ओळख/प्रतिनिधित्वाला नाकारण्याप्रमाणे वर्गीय समाजात वर्गीय ओळख/प्रतिनिधित्वाच्या अस्तित्वाला नाकारणे ही विनामूल्य कसरत ठरत नाही. ती सरळसोटपणे अभिजनांच्या विचारधारेचे एक रूप ठरते. या विचारधारेचे कैवारी जातीला 'कंटाळले' आहेत (सिंह, २०१३).

सबाल्टर्न अभ्यास वसाहतींच्या काळापासून पहिल्या महायुद्धाच्या अखेरपर्यंतच्या सर्व शेतकरी चळवळींना स्वातंत्र्याच्या चळवळीचा (उदारमतवादी इतिहासकार) किंवा समाजवादी आणि साम्यवादी संघटनाचा भाग मानल्यामुळे वसाहतींच्या काळातील भारताच्या 'उच्चभ्रू' स्वरूपाच्या इतिहासलेखनावर आक्षेप घेतात.[४२] अभिजन इतिहासकार राजकारणाला राजकीय नेतृत्व आणि नेटकेपणाने परिभाषित केलेले राजकीय कार्यक्रम लाभलेली एखाद्या चळवळीची 'सुसंघटित राज्यसंस्था' समजण्याची चूक करतात. या नमुन्यात न बसणाऱ्या शेतजमिनीच्या चळवळीला 'शासनाशी संबंधित' म्हणून धुडकावले जाते. या असमतोलावर सबाल्टर्न अभ्यास कोणता तोडगा पुढे करतात? ते १९१७ नंतरच्या सर्व चळवळींना शेतकरी निषेधाच्या 'इतिहासाच्या नंतरच्या घटना' मानतात, प्रामुख्याने या समजुतीवर की काँग्रेस आणि साम्यवाद्यांच्या सहभागामुळे या चळवळी डागाळल्या गेल्या. काँग्रेस आणि साम्यवाद्यांच्या उपस्थितीमुळे वसाहतींच्या काळातील भारतातील शेतकरी वर्ग आणि शेतकरी जाणिवा विरघळून गेल्या का? मुळीच नाही. सबाल्टर्न अभ्यास मात्र १९१७ नंतरच्या शेतकरी चळवळींना मान्यच करीत नाही कारण ते त्यांच्या सैद्धान्तिक चौकटीत बसत नाहीत: म्हणजेच शेतकरी चळवळींची प्राथमिक रूपं ज्यात सबाल्टर्न ओळख आणि प्रतिनिधित्वाला 'बाह्यतेचा' स्पर्श होत नाही. समस्या मात्र अशी आहे की सरंजामशाहीतील मालमत्तेच्या परस्परसंबंधांची उतरती कळा, वसाहतींच्या राजवटीचे विघटन आणि १९४७ नंतरच्या काळातील शेतजमिनीच्या भांडवलशाही यासारख्या भारतीय इतिहासातील शेतकऱ्यांशी संबंधित खऱ्या मुद्द्यांचे आकलन करण्यासाठी या चळवळींकडे दुर्लक्ष करून चालणार नाही.

सबाल्टर्न अभ्यासाचा सबाल्टर्न वर्गाच्या आवाजाचे प्रतिनिधित्व करण्याचा अशा भाषेतला दावा; जी भाषा सबाल्टर्न वर्गाला समजत नाही आणि त्यांना आपली वाटत नाही, सबाल्टर्न अभ्यासाच्या गूढतेला आणखी ठळक करते, अशी गूढता जी उच्चभ्रू स्वरूपाच्या

विचारसरणीचे वैशिष्ट्य आणि कार्य आहे. हुक्स [१९९०: २१५] ने सबाल्टर्न जाणिवांचे प्रतिनिधित्व करणाऱ्या अशा दाव्यांचा खरपूस समाचार घेतला आहे:

> कधी कधी मला जणू काहीतरी भयंकर प्रत्ययास आले आहे, अशी भीती वाटते, जेव्हा मी पाहतो की ह्या लोकांपैकी कित्येक जण जे वर्चस्व आणि शोषणावर लिहितात ते स्वतः मात्र दुःखापासून, जखमांपासून, ओंगळपणापासून किती अंतर राखून आहेत. त्यांच्यासाठी तो फक्त एक विषय आहे–एक 'संभाषण'. जेव्हा अशी व्यक्ती म्हणते की इथे मी जे म्हणतो, हा जो सिद्धान्त मी मांडला आहे, तो माझ्या जीवनातले आणि इतरांच्या जीवनातले दुःख दूर करण्यास साहाय्य करेल, तेव्हा अशा म्हणण्यावर त्या व्यक्तीचा खऱ्या अर्थाने विश्वास नसतो.

टिपा

१. प्रोफेसर अब्दुल कलाम, मानववंशशास्त्र विभाग, मद्रास विश्वविद्यालय यांचे खाजगी पत्रव्यवहार.

२. राष्ट्रीय स्तरावरचे जातिव्यवस्थेचे मूलभूत संघटनात्मक मूलतत्त्व वर्णव्यवस्थेत सापडते. तात्त्विकदृष्ट्या, वर्ण (संस्कृत धातू वृ पासून तयार झालेला शब्द) हे निवडीवर आधारित होते: म्हणजेच एखाद्या वर्णाच्या व्यक्ती एकच व्यवसाय त्यांच्या निवडीनुसार करीत. दुसरीकडे जाती हा शब्द संस्कृत धातू जन्-जायते (जन्मलेला) पासून तयार झाला आहे. ज्याचा अर्थ एखाद्याचा व्यवसाय त्याच्या जन्माने निर्धारित होतो असा लागतो–वर्णाच्या मूलतत्त्वाचे प्रत्यावर्तन. मुख्य प्रवाहाच्या समाजशास्त्रात, हे प्रत्यावर्तन कसे, कधी व का घडले याची कोणतीच नोंद सापडत नाही. वर चर्चा केल्याप्रमाणे वर्ण कधी ऐतिहासिक वास्तव होते आणि ते कधी जातीच्या विभाजनाच्या केवळ एका सैद्धान्तिक योजनेत रूपांतरित झाले, याचा कोणताच पुरावा दिला जात नाही; म्हणूनच हा निष्कर्ष काढला जातो की वर्ण हा जातीचे औपचारीकरण करणारा आदर्शवाद आहे. ज्यायोगे मग मुळातल्या सामाजिक/ऐतिहासिक घटकांना नैसर्गिक किंवा दैवी रूप बहाल केले जाते.

   वर्णाचा सगळ्यात पहिला उल्लेख ऋग्वेदात सापडतो ज्यात विश्वाच्या निर्मात्याच्या (भगवान) अवयवांतून चार वर्ण निर्माण झाले: पुरुषाच्या मुखातून ब्राह्मण, बाहूंमधून क्षत्रिय, जांघांतून वैश्य आणि पायांपासून शूद्र. याची तुलना मध्ययुगीन युरोपातील थ्री इस्टेट्सच्या कल्पनेशी करता येईल, ज्यात पुरोहित, मालक आणि गुलाम देवाच्या तीन वेगवेगळ्या अवयवांतून उत्पन्न झाले.

३. रेमंड विल्यम्स [१९७६/१९८३] ने दाखवून दिल्याप्रमाणे 'निर्धारणाला' परिणत करणारा अर्थ हा तत्त्वज्ञानापेक्षा ब्रम्हज्ञानाच्या जवळ जातो. याहून महत्त्वाचे म्हणजे, निर्धारण म्हणजे केवळ यांत्रिक किंवा संकुचित परस्परसंबंध नव्हे, तीच गोष्ट मार्क्सच्या लिखाणातील रचना–भव्य रचना रूपकाचे यांत्रिक किंवा संकुचित अर्थाला लागू पडते. जर एखाद्याचा मार्क्सवादाच्या 'ओंगळवाण्या' किंवा परिणतवादी अर्थावर आक्षेप आहे, पण मार्क्सवादावर नव्हे, तर त्याचे कर्तव्य आहे की त्याने मार्क्सच्या लिखाणाचे परीक्षण करून हे दाखवून द्यावे की रचना/भव्य रचना परस्परसंबंधांचा संकुचित किंवा विशिष्ट (धर्मवादी) निर्धारित करणारा दृष्टिकोन बिनबुडाचा आहे. सबाल्टर्न अभ्यास प्रकल्पाशी निगडित एकही विद्वान हे करताना दिसत नाही. त्याऐवजी ते निवडकपणे विशिष्ट विद्वान किंवा एखाद्या विद्वानाचे विशिष्ट लिखाण उचलून त्याला मार्क्सवादाचे प्रतिनिधित्व करणारे लिखाण ठरवून मार्क्सवादी अर्थाला अटळपणे संकुचित, यांत्रिक किंवा ओंगळवाणा ठरवून मोकळे होतात.

४. हे वेगळे सांगणे नको की स्वतःला सामर्थ्यवान समजणे आणि प्रत्यक्षात सामर्थ्यवान असणे यात फरक आहे.

५. शुद्ध जातींमध्ये केवळ ब्राह्मणांचाच समावेश नव्हता तर, कदाचित अधिक महत्त्वाच्या रजपुतांचादेखील समावेश होता.

६. 'सरंजामशाहीयुक्त' आणि 'अर्ध-सरंजामशाहीयुक्त' या गुहा यांनी वापरलेल्या संज्ञांच्या औचित्यावर टिपणी करण्याची ही जागा नव्हे, कारण मी या विषयावर आधीच विस्तृत विवेचन केले आहे [सिंह, १९९३].

७. १९३० मध्ये ठिकाणा वकिलांनी (कायदेशीर प्रतिनिधी) एका रियासतीच्या दरबाराला सादर केलेल्या एका याचिकेत, असे विधान होतेः

> अत्यंत प्राचीन काळापासून, खालसा भागातील राज्य महसूल अधिकाऱ्यांप्रमाणे ठिकाणेदारांना त्यांच्या खंडकरींकडून न फेडलेले थकबाकी थेट वसूल करण्याचा हक्क प्राप्त होता. जर एखादा खंडकरी थकबाकी फेडू शकला नाही, तर त्याला ठिकाण्याच्या गडावर/न्यायसभेपुढे हजर व्हावे लागे आणि एक तर थकबाकी फेडेपर्यंत किंवा पुढच्या कापणीच्या हंगामापर्यंत वसुली पुढे ढकलण्याची विनंती करण्यासाठी पर्याप्त कारणे देईपर्यंत त्याला तिथे डांबून ठेवले जात असे... थकबाकी न फेडू शकणाऱ्या खंडकरींची मालमत्ता जप्त करून आणि विकून ठिकाणा थकबाकी वसूल करणे ही असामान्य गोष्ट होती [जागीर फाईल C/३/४, खंड १, जागीरदारांचे महसूल अधिकार, RSAB].

८. एका रियासतीच्या सावकारांनी १८८५ मध्ये सादर केलेल्या एका याचिकेत असा दावा केला होताः

> आम्ही शेतकऱ्यांच्या पोटापाण्याची काळजी घेतली आहे आणि त्यांना विवाह, जन्म, मृत्यूच्या वेळी पैसे देऊन त्यांच्या गरजा भागवल्या आहेत. आम्ही त्यांना दुष्काळात अन्न पुरवले आहे. अधिक महत्त्वाचे म्हणजे, आम्ही त्यांना सर्वतोपरी मदत करून त्यांना जास्त क्षेत्रफळाच्या जमिनी मशागतीखाली आणण्यासाठी प्रोत्साहित करण्याच्या आमच्या कर्तव्याला जागलो आहे आणि फलस्वरूप, हासील (रोख भाडे), बिगोरी (वस्तूच्या रूपातले भाडे) आणि लाग-बाग (उपकर) श्री दरबार (राज्य) यांच्याकडे भरला गेला आहे. अशा रीतीने आम्ही आमचा हेतू चांगल्या प्रकारे साध्य केला आहे.

९. १७८९ च्या फ्रेंच क्रांतीच्या अर्थावरील वादासाठी, कॉम्निनेल [१९८७] आणि बेस्ट [१९८९] पहा.

१०. जोधपूर विश्वविद्यालयाच्या एका जाट जातीच्या विद्यार्थिनीने मला सांगितले की ती जाणीवपूर्वक सोन्याचे पैंजण जाहीरपणे परिधान करते. कारण ते जाट स्त्रियांवरील अशी आभूषणं न वापरण्याच्या गतकाळाच्या बंधनांपासूनच्या मुक्ततेचे प्रतीक आहे. सोन्याचे पैंजण घालणे हे रजपुतांच्या (= ठिकाणेदार आणि दरबार यांची जात) विशेषाधिकृत दर्जाचे प्रतीक होते. हा विशेष अधिकार रजपूत जमीनदारांनी आपल्या आवडत्या रखेलींना बहाल केला, जेणेकरून त्यांनाही सोन्याचे पैंजण परिधान करण्याची परवानगी मिळाली.

११. वसाहतकालीन बिहारमध्ये अफवांच्या भूमिकेच्या संदर्भात आपले मत मांडताना कुमार [२०००] म्हणतात, ज्याला गुहा 'बाह्यता' म्हणतात त्याची नुसती जाणीवच शेतकऱ्यांना होती असं नव्हे पण त्यांचे प्रतिनिधित्वदेखील प्रामुख्याने याच मुद्द्यांवर होते.

१२. *प्लेस कॉल्ड चीयापस* या शीर्षकाचा १९९८ चा कॅनेडिअन ब्रॉडकास्टिंग कॉर्पोरेशन (CBC) चा माहितीपट पहा.

१३. या मुद्द्याविषयी रेंजर [१९८७] देखील पहा.

१४. हिल्टन [१९७४] यांनी नोंदवल्याप्रमाणे मध्ययुगीन काळातील शेतकरी निषेध चळवळींच्यादरम्यान धर्माला विशेष महत्त्व प्राप्त झाले. कारण धर्माचाच नावावर जमीनदार आपले आर्थिक, राजकीय आणि न्यायिक अधिकार गाजवत असे.

१५. एंजल्स [१९७४] ने दाखवून दिल्याप्रमाणे अशा परिस्थितीत धर्माच्या भाषेला अंतर्भूत करणारे दुय्यम गट त्यांच्यावर शासन करणाऱ्या गटांविषयीच्या धार्मिक नियमांचे पालन करतात.

१६. याला 'नैतिक अर्थव्यवस्था' संभाषण म्हणता येईल, जिथे सबाल्टर्न वर्ग यथास्थितिला नाकारतात ते साऱ्यातून पार होण्यासाठी नव्हे तर अशा पूर्वीच्या स्थितीकडे परत जाण्यासाठी जेव्हा सध्याची अनिष्ट परिस्थिती (दुष्काळ, उपासमार, युद्ध इत्यादी) अस्तित्वात नव्हती.

१७. इतर परिस्थितींमध्येसुद्धा अशा प्रकारची उदाहरणं सापडतात. म्हणून वेगवेगळ्या संदर्भांतील आणि काळांतील शेतकरी चळवळीचा इतिहास—मध्ययुगीन युरोपात असो वसाहतींच्या काळातील भारतात असो किंवा समकालीन लॅटिन अमेरिकेत असो—हेच दाखवतो की धार्मिक आणि धर्मनिरपेक्ष पैलू मिळून सबाल्टर्न वर्गाच्या जाणिवा बनतात. बिशप डॉन सॅम्युअल रुईजने लिबरेशन थिऑलॉजिचा उपयोग करून बायबलचा नवीन अर्थ लावत चीयापस मधील मयान भारतीयांचे अत्याचार आणि शोषण उघडकीस आणले. हे धर्म विद्रोही जाणिवा निर्माण करण्यास कारणीभूत झाल्याचे अलीकडचे उदाहरण आहे. त्यामुळे हे तथ्य अधोरेखित होते कि अनेकदा अभिजनांच्या गटाच्या सदस्यांनी लावलेला धर्माचा अर्थ—पुरोहित बुद्धिनिष्ठ व्यक्ती आणि पक्षाचे कार्यकर्ते जे सर्वच्या सर्व धार्मिक आणि धर्मनिरपेक्ष घटकांमधल्या परस्परसंबंधांवर जोर देतात—शेतकऱ्यांमध्ये बंडखोर जाणिवा निर्माण करण्यात आपले योगदान देतात.

१८. उदाहरणार्थ, चाउनो ने १७८९ च्या फ्रेंच क्रांतीला प्रामुख्याने 'एक बुद्धिनिष्ठ अपूर्व घटना' मानले [काप्लान, १९९५: २९].

१९. फ्रेंच इतिहासलेखनाच्या फेरबदलाविषयीच्या वादाच्या समीक्षकांचे मत संक्षिप्तपणे मांडताना असे म्हणता येईल—काप्लान [१९९५: ५५] च्या पावलावर पाऊल ठेवत जरी 'बाह्य बाजू'च्या आधारे प्रत्येक गोष्टीचे स्पष्टीकरण शक्य नसले तरी केवळ 'आतील बाजू' च्या जोरावर कुठल्याही गोष्टीचे स्पष्टीकरण देता येईल का याविषयी शंका आहे.

२०. लक्षणात्मकदृष्ट्या फ्युरेटने वर्गाला 'एकमितीय आणि पूर्णपणे आर्थिक स्वरूपाचे' परस्परसंबंध म्हणून योजिले. त्याच्या साम्यवादाच्या तीव्र विरोधाविषयी फ्युरेट [१९९९] पहा.

२१. सबाल्टर्न अभ्यासाप्रमाणे, म्हणूनच, फेरबदलवादी ज्ञानमीमांसेने कल्पनांच्या इतिहासाला स्वार्थांच्या इतिहासापासून वेगळे केले व त्यायोगे कल्पना आणि परिस्थितीच्या दुव्याकडे दुर्लक्ष केले, हा असा दृष्टिकोन आहे जे 'आच्छादित निर्धारण' ठरते [काप्लान, १९९५: १०२]. पुन्हा एकदा यातला उपरोध असा की सबाल्टर्न अभ्यासाच्या पुरस्कर्त्यांप्रमाणेच, फेरबदलवादी इतिहासकारांची सामाजिक इतिहासाविरुद्धची तक्रार हे निर्धारण होते/आहे, जरी ते आर्थिक स्वरूपाचे असले तरी.

२२. या विभागात उल्लेखिलेल्या सर्व शेतकरी चळवळीत १९१० पासून १९४०च्या दशकाच्या शेवटपर्यंत ३० वर्षांच्या कालावधीत राजस्थानात घडल्या [सुराना, १९८३: राम, १९८६]. त्यापैकी पहिली चळवळ, जी बिजोलियाच्या (मेवाड राज्य), ठिकाण्यात १९१७–२२च्या दरम्यान घडली. इंडियन नॅशनल काँग्रेस आणि समाजवाद्यांमधील रणांगण ठरली. एका तर्काप्रमाणे, काँग्रेस, श्रीमंत शेतकरी आणि व्यापाऱ्यांनी—ज्यापैकी बिर्लांसारखे काही कालांतराने भारताचे प्रमुख उद्योजक झाले—अनेक 'प्रबुद्ध' राजे आणि ठिकाणेदार यांच्याशी युती करून समाजवाद्यांच्या विरोधात एकत्रितपणे लढा दिला. बिजोलियानंतर मात्र या चळवळी राजस्थानातील रियासतींच्या इतर राज्यात पसरल्या (यापैकी जयपूर आणि जोधपूर सर्वांत महत्त्वाची राज्य होती). पूर्वीच्या शेतजमिनीच्या निषेधाच्या उलट, या चळवळीत काँग्रेसशी नुसत्याच जोडल्या गेल्या नव्हत्या तर संघटनात्मक आणि वैचारिकदृष्ट्या काँग्रेसच्या

नियंत्रणाखाली होत्या. या चळवळींचे आधीच्या आणि नंतरच्या टप्प्यांचे भेद म्हणजेच १९३० च्या पूर्वीचे आणि यानंतरचे भेद होय. आधीच्या टप्प्याच्या उलट, म्हणूनच, १९३० पासून ते १९४० च्या दशकाच्या शेवटपर्यंतच्या दुसऱ्या टप्प्यात, राजस्थानातील शेतकरी चळवळी अधिक संघटित, मूलगामी आणि आर्थिक, राजकीय आणि सांस्कृतिक मागण्यांच्या संदर्भात मोठ्या प्रमाणात संलग्न होत्या. याविषयी अधिक माहितीसाठी सिंह पहा [१९९८].

२३. या तक्रारी राजस्थानपुरत्या मर्यादित नव्हत्या. शेतकरी निषेधाच्या इतर दाखल्यांमध्ये, त्यापैकी काही सबाल्टर्न अभ्यास समूहाच्या सदस्यांनी पुढे केले आहे, जमिनीच्या मुख्य प्रश्नाशी निगडित तेच विषय समोर येताना दिसतात. १९२० मधील औधच्या शेतकरी चळवळीच्या सर्व मागण्या जमीन आमदानीशी संबंधित होत्या: १९२१ च्या एका सी आय डी मेमोची नोंद अशी आहे, की खंडकरींची, 'सर्वांत मोठा आरडाओरडा बेदखल्ली [निष्कासन] विरुद्ध आहे... हाच शब्द प्रत्येकाच्या तोंडी आहे... तक्रार ही आहे की जमीनदार नजराणा [खंडकरींनी भरावयाचे प्रवेश शुल्क] घेऊन आणि भाड्याची रक्कम वाढवून वाढत्या महागाईच्या झळीपासून आपली मुक्तता करीत होते' [पांडे, १९८८: २८३]. त्याचप्रमाणे १९४० मधील तेलंगणाचे बंड, एका महिला कार्यकर्तीच्या मते, 'तांदळामुळे' पुकारले गेले [रुझा, २००१:६७]. या चळवळीबद्दल सुन्दरैया यांनी लिहिले १९४९ मध्ये लिहिले की 'निर्धन आणि शेतजमीन मजुरांनी त्यांच्या जीवनात पहिल्यांदा दोन वेळचे जेवण घेतले... हा ह्या संघर्षाच्या सर्वांत मोठ्या फायद्यांपैकी एक आहे [रुझा, २००१: ७७]. शेतकरी बंडखोरीच्या जमीन आणि भाकरीच्या विषयांच्या केंद्रीयतेला चीयापसमधील झापातिस्ता नेता सबकमांडंट मार्कोस याने समर्पक शब्दांत मांडली आहे. 'आमचा लढा जमिनीसाठी आहे...हृदय आणि मन बाळगणाऱ्या लोकांसाठी पुकारलेल्या या युद्धात, अन्न हे एक हत्यार ठरते' (१९९८ CBC माहितीपट *अ प्लेस कॉल्ड चीयापस* पहा).

२४. म्हणून एका याचिकेत विधान केले गेले आहे की:

> ठिकाणेदार जमीन समझोत्याचे नियमांचे आणि कायद्याचे पालन करीत नाही. समझोत्याची तारीख उलटल्यानंतरही जुनेच दर कायम ठेवले जातात. त्यामुळे नवीन भाडेपट्टी घेणाऱ्या शेतकऱ्यांना जुनेच दर स्वीकार करण्यास भाग पडले जाते... मशागतीखालच्या जमिनीच्या तुलनेत शेती होत नसलेल्या जमिनीच्या मोठ्या भागावर जमीन महसूल लादण्यात येतो [जागीर फाईल C/४/३, खंड ४, ठिकाणेदाराविरुद्धच्या तक्रारी, RSAB].

अजून एक तक्रार अशी आहे:

> अनेक पिढ्यांपासून शेतकऱ्यांच्या ताब्यात त्यांच्या शेतजमिनीलगत काही विहिरी आहेत. गतकाळात, शेतकरी प्रत्येक विहिरीपाठी ४० रुपये भाडे ठिकाणेदाराला देत असत. आता ठिकाणेदार ६० रुपये प्रतिविहीर मागत आहे. शेतकऱ्यांचा दावा असा आहे की या विहिरी त्यांच्या पूर्वजांनी खोदल्या आहेत आणि त्यांच्या दुरुस्तीचा सर्व खर्च शेतकरीच स्वतः करीत आहे त्यामुळे ठिकाणेदाराला जास्त किमतीची मागणी करण्यास कोणताही आधार नाही... पूर्वी शेतकरी विहिरींलगतच्या जमिनींवर त्यांच्या गुरांना गवत चरायला नेत असत ज्यासाठी ते तलई नावाचा उपकर भरत असत. आता ठिकाणेदाराने त्यांना त्या जमिनीवर गुरं आणण्याची मनाई केली आहे कारण तो ती जागा स्वतःच्या घोड्यांसाठी वापरीत आहे. मात्र तो दुसरीकडे शेतकऱ्यांकडून तलईची मागणी करतोच आहे. [जागीर फाईल C/४/३, खंड ४, ठिकाणेदाराविरुद्धच्या तक्रारी, RSAB].

अजून एका याचिकेची तक्रार अशी:

> ठिकाणेदार आम्हाला आमची गुरं आमच्याच वडिलोपार्जित विहिरींलगतच्या जमिनींवर चरायला नेण्यास मनाई करीत आहे. अशी कुठलीही जमीन नाही जिथे आम्ही आमच्या गुरांना चरण्यासाठी नेऊ शकू. परिणामस्वरूप, पावसाळ्यातदेखील आम्हाला आमच्या गुरांना कोरडा चाराच देणे भाग आहे. [जागीर फाईल C/४/३, खंड ४, ठिकाणेदाराविरुद्धच्या तक्रारी, RSAB].

२५. म्हणून एक याचिका हे तथ्य मांडते:

> प्राचीन काळापासून शेतकरी वस्तूंच्या रूपात हासील (भाडे) भरत आहेत. ज्यातला काहीच भाग धान्याच्या रूपात असतो मात्र आता ठिकाणेदार धान्य आणि चारा दोन्ही हासील म्हणून मागत आहे. त्याशिवाय आम्ही उपटलेल्या रानगवताच्या मोबदल्यातदेखील तो रक्कम आकारात आहे. पूर्वी मका आणि गाजराच्या पिकांवर भाडे रोख स्वरूपात आकारले जाई. आता ठिकाणेदार हे भाडे वस्तूच्या रूपात मागत आहे. परिणामस्वरूप, शेतकऱ्यांनी ही पिके घेणेच बंद केले आहे [जागीर फाईल C/४/३, खंड ४, ठिकाणेदाराविरुद्धच्या तक्रारी, RSAB].

अजून एका याचिकेचा ओझरता उल्लेख असा आहे की रजपुतानातील ८० टक्के पेक्षा जास्त जनसंख्या खंडकरी आणि शेजमजुरांची आहे. मात्र, या नावाची महसूल कोड असलेली दुसरी रियासत नाहीत जमा आहे. परिणामस्वरूप, भाडेपट्टीचे मूल्यांकन आणि वसुली फार मोठ्या प्रमाणात सत्ताधारी लोकांच्या मर्जीवर ठरते, ज्यात मुख्यवेकरून ठिकाणेदारच आहेत [जागीर फाईल C/४/३, खंड ४, ठिकाणेदाराविरुद्धच्या तक्रारी, RSAB].

२६. म्हणूनच एका याचिकेत हा मुद्दा मांडला आहे:

> ठिकाणेदार खारकर लाग (गवतावरील उपकर) आकारण्याचा आग्रह करीत आहे. या लागा ऐवजी, तो प्रत्येक घरातील सात व्यक्तींनी त्याच्या घोड्यांसाठी विनामोबदला गवत कापावे अशी मागणी केली आहे. कुणी असे न केल्यास गावातील एका दिवसपाळीच्या मजुराला मिळणाऱ्या वेतनाच्या दुप्पट रक्कम त्या व्यक्तीकडून आकारण्यात येत आहे. कानसालाग (विवाह उपकर अजूनही आकारण्यात येत आहे जरी तो दरबाराने अधिकृतपणे रद्द केला आहे. जर कुणी हा लाग भरण्यास नकार दिला तर ठिकाणेदार त्याला विवाहसोहळा पार पाडू देत नाही. अलीकडच्या काळात काही लागाची रक्कम वाढवण्यात आली आहे [जागीर फाईल C/४/३, खंड ४, ठिकाणेदाराविरुद्धच्या तक्रारी, RSAB].

अजून एका याचिकेची तक्रार अशी:

> पूर्वी शेतकरी ठिकाण्यासाठी वेगवेगळ्या सेवा पुरवणाऱ्या जातींच्या वतीने उपकर भरत असत जसं की भांबी (चांभार), कुम्हार (कुंभार), लुहार (लोहार), खाटी (सुतार) इत्यादी. नियमाप्रमाणे, या जातीची माणसे ठिकाण्यासाठी काम करण्याव्यतिरिक्त शेतकऱ्यांसाठीदेखील काम करत असत. आता ठिकाणेदारांनी या जातींना शेतकऱ्यांसाठी काम करण्यास मनाई केली आहे आणि तरीही शेतकऱ्यांनी त्यांच्या सेवेच्या मोबदल्यात उपकर भरावा असे त्याची मागणी आहे. [जागीर फाईल C/४/३, खंड ४, ठिकाणेदाराविरुद्धच्या तक्रारी, RSAB].

अजून एक याचिका असे विधान करते की 'ठिकाणा आमच्याकडनं शिक्षण कर वसूल करतो पण आमच्या मुलांना रीतसर शिक्षण मिळत नाही' [जागीर फाईल C/४/३, खंड ४, ठिकाणेदाराविरुद्धच्या तक्रारी, RSAB].

२७. ठिकाणेदारांनी मागितलेल्या बिगाराविरुद्धच्या तक्रारी सादर करण्याऱ्या याचिकांमध्ये अशी नोंद आहे की हे जवळ जवळ 'नैसर्गिक' हक्क असल्यासारखे केले जात असे. अनेक तक्रारींमध्ये बिगारीतून उद्भवलेल्या घरगुती गुलामगिरीचा उल्लेख आढळतो. ठिकाणांनी बिगार आकारताना शेतकऱ्यांवर केलेल्या अत्याचाराला वारंवार एक गंभीर समस्या म्हणून सादर केली जाते. म्हणूनच एका याचिकेचे निरीक्षण असे आहे:

> बिगारीच्या (विनामोबदला श्रम) अंतर्गत शेतकऱ्यांना ठिकाणेदाराच्या घरी त्यांच्या बैलगाड्यांतून गवत पोचवण्यास भाग पाडले जाते. जर एखाद्या शेतकऱ्याने बिगार भरण्यास नकार दिला, ठिकाणेदार त्याला त्याच्या शेतातून बेदखल करण्याची धमकी देतो. ठिकाण्याला पत्र पोहोचवण्यासाठी वगैरे बिगाराची बंधनं असलेली माणसे हवी असतात. त्या शिवाय, ठिकाणा अजून इतर प्रकारचे लाग आणि बिगारी वसूल करण्याबाबत आग्रही असतो. [जागीर फाईल C/४/३, खंड ४, ठिकाणेदाराविरुद्धच्या तक्रारी, RSAB].

अजून एक याचिका असे विधान करते 'आम्हाला महाराजांच्या [दरबार] सेवेत बिगार भरण्यावर काहीच आक्षेप नाही, पण इतर कोणासाठी बिगार भरण्यावर आमचा नक्कीच आक्षेप आहे.' शेतकऱ्यांची तक्रार आहे की रजपुतानातील लाग-बाग चे अनियंत्रित स्वरूप 'शोषणाच्या गमतीशीर आणि कल्पक पद्धतींचे प्रतिनिधित्व करतात.' [जागीर फाईल C/४/३, खंड ४, ठिकाणेदाराविरुद्धच्या तक्रारी, RSAB].

२८. एक याचिका असे विधान करते:

> एका ठिकाणाच्या गावचे शेतकरी त्यांच्या एका आप्ताचा अंत्यविधी संस्कारासाठी निघाले असताना, त्यांना ठिकाण्याच्या माणसांनी घेरले. अंत्यविधी पार पडताच त्यांना थेट ठिकाणा कोट [गड] येथे नेण्यात आले आणि ठिकाणेदाराला थकबाकी फेडण्याची हमी देईपर्यंत त्यांना तिथे सक्तीने बंदी बनवण्यात आले [जागीर फाईल C/४/३, खंड ४, ठिकाणेदाराविरुद्धच्या तक्रारी, RSAB].

दुसऱ्या एका ठिकाण्याचा याचिकेत असा आरोप केला गेला होता की 'पहाटे ४ वाजता गावातील शेतकऱ्यांना ठिकाणीच्या सशस्त्र माणसांनी घेरले आणि ते थकबाकी भरण्यास तयार होईपर्यंत त्यांना त्यांची दैनंदिन कामे करण्यास मनाई केली गेली' [जागीर फाईल C/४/३, खंड ४, ठिकाणेदाराविरुद्धच्या तक्रारी, RSAB].

जवळ जवळ ठिकाणाच्या भाडे आणि उपकर वसुलीसंबंधी प्रत्येक याचिकेत, अतिरिक्त-आर्थिक बळजबरीच्या वापराचा उल्लेख आढळतो.

२९. प्रजा सेवक, २६ जून १९४२, फाईल C/४, वर्तमानपत्राची कात्रणं, RSAB.

३०. जॉन रुसा [२००१: ८७] याने युक्तिवाद मांडला आहे की १९४०च्या तेलंगणातील (दक्षिण भारतातील हैदराबाद रियासतीचा एक भाग) शेतकरी चळवळी सुरुवातीला निजामाच्या विरोधात नसून 'जमीनदार आणि पोलीस यांच्या विरुद्ध एक मोठ्या प्रमाणातला बचावात्मक संघर्ष होता'. निजामाने भारतीय राज्यात विलीन होण्यास नकार दिल्यानंतरच ही चळवळ राज्याधिकाराविरुद्धच्या संघर्षात रूपांतरित झाली. हा युक्तिवाद हा मुद्दा विचारातच घेत नाही की रियासतींमधील जमीनदारांविरुद्धचा संघर्ष म्हणजेच शासकांच्या अधिकाराविरुद्धचा संघर्ष होता. कारण जमीनदार आणि शासक यांच्या राजकीय आणि न्यायिक सत्तेचा आधार एकाच होता: तो म्हणजे, *जमीन मालकीच्या मक्तेदारीचा हक्क ज्यांच्यासोबत शासन आणि न्याय करण्याचा हक्कदेखील सामील होता.* म्हणूनच एकाच्या विरोधातली चळवळ अटळपणे दुसऱ्याच्या विरोधातली चळवळ ठरली.

३१. याविषयी मी वेगळ्या संदर्भात सविस्तर चर्चा केली आहे. [सिंह, १९९८].

३२. स्टँडिंग कमिटी ऑफ द ऑल इंडिया स्टेट्स पीपल्स कॉन्फरन्स (राष्ट्रीय स्तरावर रियासतींच्या राज्यामधील शेतकरी चळवळींमध्ये समन्वय साधणारी संघटना (च्या या विधानात) हे सापडते:

> हे स्पष्ट आहे की राज्यांचे भवितव्य अविभाज्यपणे भारताच्या भवितव्याशी जोडले गेले आहे. आणि भारतावरचे संकट हे तितकेच राज्यांवरचे संकट आहे. मातृभूमीवरच्या या गंभीर समरप्रसंगी, वेगवेगळ्या राज्यातील लोकांनी खांद्याला खांदा लावून भारतातील इतर जणांबरोबर स्वातंत्र्यासाठी लढा दिला पाहिजे. [जय नारायण व्यास कागदपत्रे, नेहरू म्यूझीयम लायब्ररी, नवी दिल्ली]

२७ सप्टेंबर, १९३७ ला स्टेट पीपल्स कॉन्फरन्सच्या वतीने जवाहरलाल नेहरू यांनी खालील विधान केले:

> भारतीय जनतेला, मग ती ब्रिटिश राजवटीच्या काळातली असो किंवा त्यानंतरची असो, संपूर्ण स्वराज्याचा हक्क आहे. भारतातील वेगवेगळ्या प्रांतात राहणाऱ्या लोकांची सर्व सहानुभूती भारताच्या रियासतींच्या राज्यांच्या लोकांकडे जाते आणि आम्ही त्यांच्याबरोबर एकजूट आहोत. स्वराज्य मिळवण्यासाठीचा आमचा संघर्ष आणि भारतीय रियासतींचा मुक्तता मिळवण्यासाठीचा संघर्ष दोन्ही एक आहेत [जय नारायण व्यास कागदपत्रे, नेहरू म्यूझीयम लायब्ररी, नवी दिल्ली].

१५ मे १९४१ ला स्टँडिंग कमिटी ऑफ द ऑल इंडिया स्टेट्स पीपल्स कॉन्फरन्स खालील विधान केले:

> अशा वेळी जेव्हा देशावर बाहेरून संकट आहे आणि आतून उलथापालथ झाली आहे, कमिटीने देशापुढच्या आणि तिच्या पुढे उभा ठाकलेला प्रश्न फार गांभीर्याने घेतला आहे. हे स्पष्ट आहे की राज्यांचे भवितव्य हे अविभाज्यपणे भारताच्या भवितव्याशी जोडले गेले आहे आणि भारतावरचे संकट हे तितकेच राज्यांवरचे संकट आहे. धोका आणि संकटाने अशा रीतीने भारताच्या इतर प्रांतातील लोकांचे आणि राज्यातील लोकांचे ऐक्य अधोरेखित केले आहे. संकटाच्या या टांगत्या तलवारीने राज्यात स्वतंत्र स्थापण्याच्या गरजेला अत्यावश्यक केले आहे. ती वेळ येऊन ठेपली आहे जेव्हा राज्यांतील जनतेला संपूर्णपणे जबाबदार असे सरकार लाभायला हवे आणि रियासतींतील राजे आणि सामान्य लोकांनी स्वतंत्र भारताच्या सरकाराप्रति आपली निष्ठा कायम केली पाहिजे [जय नारायण व्यास कागदपत्रे, नेहरू म्यूझीयम लायब्ररी, नवी दिल्ली].

कमिटीने दरबारांना 'बुरसटलेली विचारसरणी आणि हुकूमशाहीच्या कल्पनांचा त्याग करून लोकांच्या स्वायत्ततेच्या हक्काचा आदर करण्याचे' आवाहन केले. ७ जून १९४२ ला नेहरूंनी अजून एक विधान केले:

> जेव्हा रणांगणावर पराक्रमी सेना दोन्ही बाजूनी उतरल्या आहेत आणि साम्राज्याचे भवितव्य अनिश्चित आहे, तेव्हा रजपूतनाचा गाभा मानल्या जाणाऱ्या जोधपुरात महत्त्वाच्या घडामोडी होत आहेत... [या घडामोडी] भारतीय रियासतींच्या मूळ स्वभावालाच स्पष्ट करतात असं नव्हे पण भारतातील ब्रिटिश सरकार स्थानिक राज्यांचे सरंजामशाहीयुक्त रचनेला जपून त्यांच्या माध्यमातून कसे शासन करीत आहे हेदेखील स्पष्ट करतात. संपूर्ण स्वातंत्र्याची आमची मागणी हीच या साऱ्या अक्राळविक्राळ घडामोडींना पूर्णविराम देण्यासाठी उपलब्ध असलेला एकमेव तोडगा आहे [जय नारायण व्यास कागदपत्रे, नेहरू म्यूझीयम लायब्ररी, नवी दिल्ली].

३३. रियासतींमधील शेतकरी चळवळींवरील इंडियन नॅशनल काँग्रेसची भूमिका गांधींनी अशी परिभाषित केली होती: 'अशा वेळी जेव्हा भारतीय राज्यांमध्ये लोक आपले हक्क मिळवण्याकरिता जागरूक झाले आहेत व त्या हक्कांसाठी लढायची आणि मरायचीदेखील त्यांची तयारी आहे, काँग्रेस बाजूला उभे राहून

त्यांच्या दुःखाकडे मूक साक्षीदार बनून कसे बघू शकेल? [जय नारायण व्यास कागदपत्रे, नेहरू म्यूझिअम लायब्ररी, नवी दिल्ली].

३४. २ ऑगस्ट १९४१ रोजी गांधींनी खालील विधान केले:

> जोधपूर सरकारने राज्यात, विशेषकरून ठिकाणांच्या क्षेत्रात कायदेशीर शासन स्थापले पाहिजे आणि याची खात्री करायला पाहिजे की लोकपरिषदेच्या कार्यकर्त्यांना ठिकाणेदार किंवा त्यांच्या हाताखालच्या माणसांच्या दमदाटी आणि अत्याचाराच्या भीतीशिवाय संपूर्ण नागरी स्वातंत्र्य लाभावे [जय नारायण व्यास कागदपत्रे, नेहरू म्यूझीयम लायब्ररी, नवी दिल्ली].

२२ मे १९४२ रोजी गांधींनी मारवाड लोकपरिषदेला एक तार केली आणि लागलीच *हरिजन* मध्ये एक लेख लिहिला:

> सामान्यतः माझे आणि काँग्रेसचे धोरण भारतीय रियासतींच्या आंतरिक मामल्यांमध्ये हस्तक्षेप न करण्याचे आहे. पण मारवाडची परिस्थिती हाताबाहेर गेली आहे... ठिकाणे हे राज्यांच्या हद्दीतील 'राज्ये' बनले आहेत आणि त्यांच्या प्रदेशांमधील सामान्य लोकांचे हाल प्राचीन राजवटींच्या गुलामांइतकेच बिकट आहेत [जय नारायण व्यास कागदपत्रे, नेहरू म्यूझीयम लायब्ररी, नवी दिल्ली].

३५. विजय सिंह पथिक, जे पथिक या नावाने ओळखले जात, मेवाड (उदयपूर) रियासतीतील बिजोलीया येथील शेतकरी चळवळीचे नेते होते. १९२० दरम्यान औधमधील शेतकरी चळवळीचे नेते असलेलया बाबा रामचंद्रनप्रमाणे, पथिक यांच्या वैयक्तिक भूमिकेभोवती गूढतेचे पांघरूण आहे. ते मेवाडचे होते का राजस्थानातील इतर रियासतीचे का इतर कुठल्या प्रांताचे याविषयी ठामपणे काहीच सांगता येत नाही. पथिक हे आडनाव नव्हे: मात्र ते अमुक एक स्थायी निवास स्थान/मुक्काम नसल्याचे द्योतक आहे. पथिक म्हणजे हिंदू जीवन पद्धतीत नमूद केलेल्या वर्णाश्रम पद्धतीतील शेवटच्या टप्पा गाठलेल्या संन्याशाप्रमाणे असलेला कायमचा प्रवासी. संन्याशाला स्वतःचे कायमस्वरूपी घर नसते, न कोणता स्थायी व्यवसाय असतो. असे गृहीत धरले जाते की तो स्वतःसाठी नसून समाजाच्या भल्यासाठी जगतो आणि त्याच्या मूलभूत गरजा भागवणे हे समाजाचे कर्तव्य आहे. सामाजिक चळवळीत अशा व्यक्तीचे वैचारिक महत्त्व नेहमीच वादातीत असते कारण अशी व्यक्ती न्याय आणि समाजाच्या भल्यासाठी निःस्वार्थपणे लढा देतात असे गृहीत धरले जाते.

३६. १९३० दरम्यान काँग्रेस आणि भारतीय उद्योजकांच्या व्यापारी गटाचे वाढते संबंध मार्कोविट्स ने रेखाटले आहेत [१९८५].

३७. जोधपूरचे मुख्यमंत्री सर डोनाल्ड फिल्ड यांना पाठवलेल्या पत्रात बिकानेरचे दरबार सर गंगा सिंह लिहितात:

> सर डोनाल्ड फिल्ड, मी आपणास सांगू इच्छितो की रियासतींच्या शासनाचे गौरवान्वित केलेले स्तंभ काय किंवा रिजन्सी बक्समधील डाव्या विचारसरणीचे पुरस्कर्ते काय, यापैकी कुणीही सबाल्टर्न वर्गाच्या आक्रमक कैवाऱ्यांपुढे टिकणार नाही (प्रजामंडळ आणि लोकपरिषदेचे नेते)... भारतातील अनेक शतकांपासूनचे सार्वभौमत्व त्यांच्या हाती येणार आहे आणि आमच्यातील काही जण बहुधा त्यांच्याकडे न्याय मागतील. सोव्हिएत रशियामधील जनतेच्या अराजकतेचा दहशतवाद पाहून जगाचे डोळे उघडले आहेत आणि अशा प्रकारचे अराजक आपणांस भारतीय राज्यांमध्ये घडलेले आवडणार नाही याची मला खात्री वाटते [जय नारायण व्यास कागदपत्रे, नेहरू स्मारक संग्रहालय आणि ग्रंथालय, नवी दिल्ली].

३८. याविषयी अधिक माहितीसाठी काप्लान [१९९५: १४] पहा. ही गृहीतकं प्रचलित झाली ती त्यांच्या बौद्धिक श्रेष्ठतेमुळे नव्हे तर युरोप आणि अमेरीकेतील प्रतिक्रियावादी राजकीय आणि वैचारिक वातावरणाशी त्याचे तर जुळल्यामुळे. फ्युरेटने स्वतःच मान्य केले आहे की: 'मी योग्य वेळी पोहोचून परिस्थितीचे आकलन खूप आधी केले', आणि हे जाहीर केले की क्रांतीचा लावलेला सामाजिक अर्थ हा संग्रहालयात शोभणारा आहे' [काप्लान, १९९५: ६०, १०४].

३९. काही नक्षलवादी आता मार्क्सवाद आणि ऐतिहासिक भौतिकवादाचेच नव्हे तर कोणत्याही आणि सर्व रूपातील धर्मनिरपेक्षतेचे कडवे समीक्षक बनले आहे (उदाहरणार्थ, रे [१९९९] आणि सिंह [२००१] यांच्यातील विनिमय पहा). मार्क्सवादी इतिहास लेखन मार्क्सचे काटेकोरपणे पालन करीत नाही या फ्युरेटच्या आक्षेपाचा पाठपुरावा सबाल्टर्न अभ्यासाच्या या दाव्यातून होतो की मार्क्सवादी इतिहास लेखनाने केलेल्या मार्क्सवादाच्या संकुचित अनुप्रयोगावर त्यांचा आक्षेप आहे आणि मार्क्सवादावर नव्हे [चक्रवर्ती, १९८४]. मात्र समस्या अशी आहे की सबाल्टर्न अभ्यास चौकटीच्या कोणत्याही पुरस्कर्त्यांने मार्क्सवादाची सैद्धान्तिकदृष्ट्या 'अचूक' अशी आवृत्ती काढलेली नाही की जी सबाल्टर्न अभ्यासाच्या भारतीय इतिहासविषयक दृष्टिकोनाला अनुसरून असेल. सबाल्टर्न अभ्यासाच्या काही सदस्यांनी अजून एक दावा केला आहे की (उदाहरणार्थ, प्रकाश [१९९२] पहा) मार्क्स/मार्क्सवादाचे वेगवेगळे (आणि तितकेच वैध) अर्थ लागतात, ज्यातील एक वर्गाची जडणघडण/संघर्ष आणि उत्पादनांच्या तऱ्हांचा सैद्धान्तिकदृष्ट्या त्याग करण्याचा तर्क लढवतो.

४०. गुहा यांनी [१९८२–८९; १९८३], गुहा आणि स्पायवॉक [१९८८] आणि दास [१९८९] 'नव्या'/'विशिष्ट' सैद्धान्तिक दृष्टिकोनाचा दावा केला आहे.

४१. सबाल्टर्न अभ्यास फ्रेंच प्रत्यक्षार्थवाद आणि कार्यात्मकता यांची मते उसने घेतात (गुहा लिखित *एलिमेंट्री आस्पेक्स्ट ऑफ पिझन्ट इन्सरजनसी आणि डर्खाईमचे एलिमेंट्री फॉर्म्स ऑफ रिलिजीअस लाइफ*) आणि मध्यमवर्गीय–उदारमतवादी समाजशास्त्राकडून वर्गाला तांत्रिक–आर्थिक अपूर्व घटना मानण्याची आणि जातीला समुदाय मानण्याची वेबेरिअन कल्पना उसनी घेतात. चटर्जी [१९९८] ने कबुल केल्याप्रमाणे, ते फोकॉल्ट आणि डेरिडाकडून उत्तरआधुनिकता उसनी घेतात, जिला प्रकाश [१९९२] मार्क्सवादाबरोबर संयोगित करण्याचा प्रयत्न करतो: (दोन घोड्यांवर स्वार होणे, 'बिनडोक बौद्धिकतेचे' एक रूप [ब्रूक्स, २०००: ४३, ४५, १६५] जो विकोपाला गेलेल्या विरुद्ध बाजूंमध्ये समेट घडवण्याचा प्रयत्न ठरतो.

४२. हा मुद्दा गुहा यांनी मांडला आहे [१९८३: ४].

५ जातींमधल्या आणि जात्यंतर्गत विषमता

नातेसंबंध, जात आणि जमीन*

रूढिबद्ध समाजशास्त्राचा मूलभूत दोष असा की त्यात आर्थिक आणि राजकीय रचनेला वगळून जात आणि नातेसंबंधांचा अभ्यास केला जातो. परिणामस्वरूप, नातेसंबंध आणि जातींच्या गटामधल्या ऐक्याच्या आधाराचे तो आकलन करून देऊ शकत नाही. माझा तर्क असा आहे की एकाच जातीच्या आणि नात्यातल्या सदस्यांमधले ऐक्य शेवटी आर्थिक आणि राजकीय हितावर ठरते. त्यामुळे जेव्हा मारवाडमधल्या शेतकऱ्यांनी जमीनदारांच्या विरोधात बंड पुकारले, तेव्हा जमीनदारांना त्यांच्या स्वतःच्या नातेवाइकांची आणि जातीच्या लोकांशी ऐक्य साधता आले नाही. त्याचे कारण असे की जरी त्यांच्यात नात्याचे आणि जातीचे ऋणानुबंध असले तरी त्यांचे आर्थिक आणि राजकीय स्वार्थ मात्र एकसमान नव्हते. समाजशास्त्रीय दृष्टिकोन, जो जातिव्यवस्थेतील विषमतेच्या आधाराकडे 'पवित्र आणि अपवित्र' यांच्या विभाजनात बघतो तो निष्फळ ठरला आहे कारण, एकाच जातीतील आणि नातेसंबंधातील विषमतेचे, ज्यांचा आधार जमिनीच्या असमान नियंत्रणात आणि राजकीय सत्तेच्या असमान वितरणात आढळतो, तो स्पष्टीकरण देऊ शकत नाही.

भारतीय समाजाचा अभ्यास करणारे रूढिबद्ध समाजशास्त्रज्ञ नातेसंबंध आणि जातीला खूप महत्त्व देतात. सुबोधतेचा धोका पत्करून असे म्हणता येईल की रूढिबद्ध समाजशास्त्राचे असे मत आहे की भारतीय सामाजिक वास्तवाला नातेसंबंध आणि जाती यांच्यामुळे—आणि खासकरून जातीने भारतीय सामाजिक रचनेच्या संदर्भात निभावलेल्या अद्वितीय म्हणजेच निर्णायक भूमिकेमुळे विलक्षण असा रंगप्राप्त झाला आहे.[१]

रूढिबद्ध समाजशास्त्राचे एक महत्त्वाचे गृहीतक असे की नातेसंबंध आणि जातीचे ऋणानुबंध एकाच वेळी दुहेरी भूमिका निभावतातः म्हणजेच ते गटाच्या आतील सदस्यांचे एकीकरण करतात आणि गटाबाहेरील सदस्यांचे विभाजन करतात. हे गृहीतक, जे अनेकदा रूढिबद्ध समाजशास्त्रात निर्णायक निष्कर्ष म्हणून पुढे केले जाते, ते दोषयुक्त आहे आणि हा दोष मूलभूत स्वरूपाचा आहे. तो आर्थिक आणि राजकीय वास्तवाला वगळून नातेसंबंध आणि जातीच्या अनैतिहासिक अभ्यास करण्याऱ्या रूढिबद्ध समाजशास्त्राच्या प्रमुख दृष्टिकोनात रुतलेला आहे. परिणामस्वरूप, तो जातीला आणि नातेसंबंधांना अशी स्वायत्तता

---

* 'किन, कास्ट अँड किसान मुव्हमेंट्सः सम क्वेशन्स टू कन्व्हेंशनल सोशिओलॉजी ऑफ किन अँड कास्ट', *जर्नल ऑफ पीझन्ट स्टडीज,* १९७८ वरून रूपांतरित

चिकटवतो जिचा या रचनांमध्ये अभाव आहे आणि ज्याअर्थी रूढिबद्ध समाजशास्त्र पद्धतशीरपणे भौतिक वास्तवाचे भान न बाळगता नातेसंबंधांना आणि जातीला मुख्यत्वेकरून कल्पनांच्या क्षेत्रात अभ्यासतात, ते शेवटी नातेसंबंध आणि जातीच्या गुणधर्मांना गूढ स्वरूप प्रदान करतात. त्याविषयाकडे मी पुढे वळेन.

या प्रकरणाचा मुख्य भर एका विशिष्ट परिस्थितीतील नातेसंबंध आणि जातीच्या भूमिकेच्या विश्लेषणावर आहे आणि ती म्हणजे पूर्वाश्रमीची रियासत असलेल्या मारवाड (जोधपूर) मधील १९३० ते १९४० च्या दशकांमध्ये झालेल्या शेतकरी चळवळी. या विश्लेषणाच्या आधारे असे सिद्ध करण्यात येईल की रूढिबद्ध समाजशास्त्रज्ञाच्या गृहीतकाच्या विरुद्ध, नातेसंबंध आणि जात प्रत्येक वेळी आतील गटाच्या लोकांमध्ये ऐक्य घडवत नाहीत; तसेच प्रत्येक वेळी बाहेरील गटांच्या लोकांचे विभाजनदेखील करत नाही. नात्यातील आणि एकाच जातीच्या गटातील सदस्य एक होताना दिसत नाहीत जेव्हा त्याचे आर्थिक आणि राजकीय, यद्यपि वर्गाचे स्वार्थ वेगळे असतात, असा युक्तिवाद केला जातो. दुसरीकडे, नातेसंबंध-जात यांतील संबंध एकाच गटातील लोकांच्या ऐक्याचा अतिरिक्त आधार बनतो जर त्यांचे आर्थिक आणि राजकीय (वर्गीय) स्वार्थ एकसारखे आहेत. केवळ हेच नाही, तर जर आर्थिक आणि राजकीय स्वार्थ एक असले तर वेगळ्या नात्याच्या-जातीच्या गटांच्या सदस्यांमध्येदेखील ऐक्य होऊ शकते. दुसऱ्या शब्दांत सांगायचे झाले तर नातेसंबंध आणि जातीचे कार्य निर्धारित करणारे घटक हे नातेसंबंध आणि जातीच्या कक्षेबाहेर सापडतात, म्हणजेच शेतजमिनीशी निगडित स्वार्थांमध्ये सापडतात. नातेसंबंध आणि जातीचे हे ते वास्तव आहे ज्याचे आकलन रूढिबद्ध समाजशास्त्र करू शकलेले नाही.

या प्रकरणाच्या शेवटी, एका महत्त्वाच्या प्रश्नाचे परीक्षण करण्याचा प्रयत्न केला गेला आहे: जातिव्यवस्थेतील विषमतेचा आधार कोणता? रूढिबद्ध समाजशास्त्र ह्या आधाराचा शोध कल्पनांच्या क्षेत्रात म्हणजेच पवित्र आणि अपवित्र यांच्या विरोधात शोधते.[२] रूढिबद्ध समाजशास्त्राच्या या गृहीतकावर इथे प्रश्न उभा उपस्थित केला गेला आहे.

त्या पुढे, मी शेतजमिनीच्या व्यवस्थेच्या रचनेची थोडक्यात एक कच्ची रूपरेषा मांडू इच्छितो तसेच त्यातील अंतर्निहित विरोधाभासातून उद्भवणारी शेतजमिनीशी निगडित असलेल्या चळवळीचा संक्षिप्त दाखला देतो. या प्रबंधाचा मुख्य हेतू शेतजमिनीच्या व्यवस्थेच्या रचनेशी किंवा त्यातील चळवळीशी निगडित नसून १९३० ते १९४० च्या दशकांमध्ये मारवाडमधील शेतकरी चळवळींच्या विशिष्ट परिस्थितीत नातेसंबंध आणि जातीच्या परस्परसंबंधांच्या प्रतिक्रियेचे विश्लेषण करण्याचा आहे.

मारवाडच्या (जोधपूर राज्य) शेतजमीन व्यवस्थेची रचना १८७०–१९४० चे दशक

मारवाड रियासतीची सर्व भूमी दोन श्रेण्यांमध्ये विभागली गेली होती, त्या म्हणजे खालसा किंवा राज्याच्या जमिनी आणि जागीर किंवा इनाम मिळालेल्या व्यक्तींच्या जमिनी. १८७०च्या दशकापर्यंत राज्यातील ८० टक्क्यांपेक्षा जास्त जमिनी या इनाम मिळवलेल्या व्यक्तींच्या मालकीच्या होत्या आणि बाकी राज्याच्या मालकीच्या होत्या.[३] राज्यातील जमिनी मारवाडच्या महाराज किंवा दरबाराच्या थेट नियंत्रणाखाली होत्या. राज्यातील सर्वांत मोठ्या जमीनदाराच्या रूपात त्याला जमिनीवरचे सर्वोच्च अधिकार प्राप्त होते. इनाम मिळालेल्या व्यक्तींना (जागीरदार) तेवढेच हक्क प्राप्त होते जेवढे त्यांना दरबारने देऊ केले होते. जागीरदार ही वैविध्यपूर्ण रचनेच्या गटाला सामावून घेणारी व्यापक संज्ञा होती. इथे आपण जागिरदारांच्या ठिकाणेदार (लष्करी इनाम मिळालेले जमीनदार) नावाच्या विशिष्ट श्रेणीचाच विचार करणार आहोत ज्यांनी स्थायिक खानदानीपणा निश्चित केला आणि त्यामुळे राज्यातील प्रभुत्वशाली वर्ग ठरले. इतर जागीरदारांप्रमाणेच ठिकाणेदारांना दरबारने देऊ केलेले हक्कच प्राप्त होते; पण इनाम प्राप्त झाल्यानंतर मात्र, ठिकाणेदाराला (म्हणजेच जमीनदाराला) त्याच्या हद्दीतील जमिनींवर खाजगी मालकीचे सर्व हक्क प्राप्त होई आणि काही अत्यंत अपवादात्मक प्रकरणे वगळता दरबारदेखील त्याच्या आंतरिक मामल्यांमध्ये ढवळाढवळ करू शकत नव्हते.

राज्याच्या असो किंवा जमीनदारांच्या असो, सर्व जमिनींची मशागत तेथील कुळेकरीत असत; ज्यांना वेगवेगळ्या नावांनी ओळखले जाई जसं की रयत, कारशा, कश्तकार किंवा किसान (म्हणजेच शेतकरी) राज्यातील जमिनींच्या क्षेत्रात, शेतकरी आपली जमीन अमदानी दरबार म्हणजेच जोधपूरच्या महाराजांकडून मिळवीत आणि इनामाच्या जमिनीच्या क्षेत्रात, ते आपली जमीन अमदानी जमीनदारांकडून (जोधपूरच्या महाराजांकडून लष्करी इनाम मिळवलेले लाभार्थी) मिळवत. राज्यातील गावांमध्ये जमीनदार आणि शेतकरी असे दोन प्रमुख वर्ग होते. जमीनदारांना जमिनीचे वरच्या दर्जाचे हक्क प्राप्त होते तर शेतकऱ्यांना खालच्या दर्जाचे हक्क प्राप्त होते, जे त्यांना जमीनदारांच्या यातना सहन करून प्राप्त होई. जमीनदार हा शासक होता आणि त्याला सामाजिक अधिकारश्रेणीत वरचे स्थान प्राप्त होते; शेतकरी हे जमीनदाराच्या शासनाच्या अधीन होते आणि अधिकारश्रेणीमध्ये त्यांना खालचे स्थान होते.

रजपुतानातील इतर रियासती म्हणजेच जयपूर, उदयपर, बिकानेर इत्यादींमधील जमीनदारांप्रमाणेच, मारवाडचे जमीनदार जमिनीचे दस्तऐवज योग्य रीतीने बाळगण्याबाबत सजग नव्हते. परिणामस्वरूप, जमीनदारांच्या प्रदेशातील शेतकऱ्यांच्या जमीन अमदानीच्या हक्क आणि जबाबदाऱ्या यांच्याविषयी अतिशय त्रोटक माहिती उपलब्ध आहे; पण

आपल्याला २३ फेब्रुवारी, १९२५ रोजी एजंट, गव्हर्नर जनरल ऑफ इंडिया याला उद्देशून रिसिडेन्ट, वेस्टर्न रजपुताना स्टेट रेसिडेन्सीने लिहिलेल्या पत्राचा उल्लेख सापडतो. ज्यात मारवाडच्या जमीनदारी प्रदेशातील शेतकऱ्यांच्या जमीन अमदानीच्या हक्क आणि जबाबदाऱ्यांविषयीच्या काही मूलभूत प्रश्नांचा दाखला दिला गेला आहे. या पत्रानुसार जमीनदारांच्या प्रदेशांमधील कुळांना दोन प्रकारचे हक्क प्राप्त होते:

(१) वहिवाटदार खंडकरी (ज्यांना स्थानिक भाषेत बापोटी म्हणत)

(२) इच्छाधीन खंडकरी (ज्यांना स्थानिक भाषेत गैर-बापोटी म्हणत)

वहिवाटदार खंडकरी म्हणजे मालकी आणि वापराचे स्थायी स्वरूपाचे, वंशोपभोग्य काढून न घेता येणारे हक्क. जमीनदाराला त्यांचा ताबा असलेल्या जमिनींमधून त्यांची हकालपट्टी करण्याचे अमर्यादित हक्क प्राप्त नव्हते. जेव्हा एखाद्या जमीनदाराला वहिवाटीचा हक्क प्राप्त झालेल्या खंडकरीला बेदखल करण्याची गरज भासे तेव्हा त्याला राज्यातील महसूल न्यायालयात तशी फिर्याद करावी लागे. हा नियम इतका काटेकोर होता की जमीन महसुली थकबाकी आणि इतर देयांसाठीदेखील जमीनदाराला महसूल न्यायालयाची पायरी चढावी लागे. मात्र, जर वहिवाटदार खंडकऱ्याने त्याच्या ताब्यातील जमिनीची मशागत जाणूनबुजून न केल्यास, जमीनदाराला नुकसानभरपाई मिळवण्याचा हक्क होता; पण त्यासाठीदेखील त्याला महसूल न्यायालयात फिर्याद करावी लागे. जर एखाद्या जमीनदाराने वहिवाटदार खंडकऱ्याला स्वतःच्या इच्छेनेच बेदखल केल्यास, अशा खंडकऱ्याला महसूल न्यायालयात फिर्याद करण्याचा हक्क होता.[४]

वरील सर्व नियम कागदोपत्री होते, पण प्रत्यक्षात मात्र जमीनदार आपल्या हद्दीतील जमिनी आणि कुळे यांच्यावर व्यापक आणि अमर्यादित स्वरूपाची सत्ता गाजवत. याचा एक पुरावा राज्यातील महसूल न्यायालयांमध्ये दोन्ही बाजूने मांडलेल्या फिर्यादींच्या तुरळकपणावरून सापडतो. राज्यातील न्यायसभांमध्ये वहिवाटीसंबंधीच्या फिर्यादींचा अभाव होता; त्याचा अर्थ असा होत नाही की जमीनदारांनी कधीच आणि कोणतीच मनमानी केली नाही. याचा अर्थ हाच होतो की खंडकरी कायदेशीर पद्धतीने निषेध व्यक्त करण्यासही असमर्थ होते. दुसरीकडे मात्र जमीनदार हा अतिशक्तिशाली होता. त्याच्या प्रदेशातील सर्व जमिनींवर त्याला सर्वोच्च हक्क होता. त्याला त्याच्या प्रदेशातील सर्वोच्च राजकीय आणि न्यायिक हक्क प्राप्त होते. त्याच्याच नियंत्रणाखाली लष्करी आणि पोलीस यंत्रणा काम करी. राज्यातील महसूल न्यायालयसुद्धा जमीनदारांच्या गटांच्या अधिपत्याचा स्वीकार करीत असे. या सर्व वस्तुनिष्ठ परिस्थितींव्यतिरिक्त, 'जास्त लोकसंख्येच्या' आणि 'निम्न वर्गीयतेच्या' त्या काळात, शेतकऱ्यांना अशा प्रकारच्या वर्गीय जाणिवा विकसित करता आल्या नव्हत्या जेणेकरून त्यांना जमीनदारांच्या विरोधात बंड पुकारण्याची ऊर्जा प्राप्त होऊ शकली असती. मारवाडमधील

जमीनदार विरुद्ध खंडकरी ही परिस्थिती सुरुवातीच्या ब्रिटिश काळातील औधमधील नीलने अभ्यासलेल्या परिस्थितीशी मिळतीजुळती आहे. कुळांना ही जाणीव होती की ते मशागत करीत असलेल्या जमिनींवर त्यांना वहिवाटीचा आनुवंशिक हक्क प्राप्त होता. पण त्यांना हेदेखील चांगलेच ठाऊक होते की सत्ता हाती असलेल्या माणसाला काहीच अशक्य नाही.[५]

शेतकऱ्यांची कर्तव्ये

जमीनदारांच्या प्रदेशांमध्ये वहिवाटीच्या हक्क असलेल्या किंवा नसलेल्या जमीन अमदानीच्या मोबदल्यात शेतकऱ्यांना जमीन महसूल (हासील), सरंजामशाही उपकार (लाग-बाग) आणि सक्तीचे श्रम (बिगार) भरावे लागत असे. जमीन महसूल उत्पादनाच्या प्रत्यक्ष हिश्श्याचा १/१० वा ते ३/५ वा या पल्ल्यातला भाग असे. या महसुलाची प्रत्यक्ष आकारणी मातीचे गुणधर्म, सिंचनासाठी पाण्याची उपलब्धता, पिकाचे वैविध्य, जमीन अमदानीचा प्रकार यासारख्या निकषांवर निर्धारित केली जाई. खरं तर, जमीन महसूल आणि इतर उपकरांच्या रूपात जमीनदार शेतकऱ्यांकडून नेमके किती रक्कम–रोख किंवा वस्तूच्या रूपात–वसूल करत त्याची मोजमाप करणे शक्य नव्हते. कारण जितके म्हणून आणि जिथे म्हणून महसुलाचे दस्तऐवज उपलब्ध आहेत त्यात सर्व प्रकारच्या वसुलीची नोंद केली गेलेली नाही आणि जी नोंद आहे तीदेखील पूर्णतः विश्वसनीय नाही (सामान्यतः लेखी नोंदी केवळ कायद्याने निर्धारित वसुलीपर्यंत मर्यादित होत्या, पण सर्व सरंजामशाहीच्या समाजांचे हे वैशिष्ट्यच आहे की वसुलीची रक्कम नेहमीच कायद्याने ठरवलेल्या किंवा सुचवलेल्या रक्कमेपेक्षा जास्त असते).[६]

जमीन महसूल हे शेतकऱ्यांवरचे एकमेव किंवा मुख्य ओझे नव्हते. त्या व्यतिरिक्त, त्यांना अनेक प्रकारचे सरंजामशाही उपकर भरावे लागत; ज्यांना स्थानिक भाषेत *लाग-बाग* म्हणत आणि जे जमीन महसुलीच्या तुलनेने खूप चढे होते. या उपकरांची आकारणी नेमकी किती होती किंवा त्यांच्या ऐवजात किती रक्कम घेतली जाई, याचे मोजमाप करणे जमीन महसुलीच्या तुलनेत अजूनच अशक्य होतं. १८८४ च्या तुलनेने अलीकडच्या काळातसुद्धा, जमीनदारांच्या वतनवाड्यांच्या तर सोडाच, राज्याच्या जमिनींवरच्या उपकराच्यादेखील नियमित नोंदी उपलब्ध नव्हत्या. अंदाजानुसार, उपकरांचे प्रकार ५० ते १५० इतके होते. १९४१ साली दरबारने एका जमीनदाराच्या निंबोडच्या वतनवाडीच्या कारभाराचा तपास करण्यासाठी नियुक्त केलेल्या चौकशी समितीने शेवटी ६४ उपकर कायदेशीर म्हणून मंजूर केले.[७]

याव्यतिरिक्त, काहीशा अनियंत्रित स्वरूपाच्या इतर अनेक आकारण्या केल्या जात, ज्या सक्तीच्या श्रमाच्या नावाखाली शेतकऱ्यांवर लादल्या जाई. कमी-अधिक प्रमाणात शेतकऱ्यांची हलकी कामे आणि शारीरिक श्रम असलेल्या सक्तीच्या श्रमातून मुक्तता केली जाई. त्याऐवजी त्यांना सक्तीच्या श्रमाच्या नावाखाली काही सेवा पुरवाव्या लागत किंवा

काही रकमा भराव्या लागत. त्यामुळे शेतकऱ्याला जमीनदाराच्या धान्याच्या कोठारापर्यंत उत्पादनातील त्याचा हिस्सा विनामोबदला पोहोचवावा लागे. प्रवास आणि वाहतुकीसाठी जमीनदाराला कोणत्याही वेळी शेतकऱ्यांच्या बैलगाड्या किंवा उंट मागवून घेण्याचा अधिकार होता. अधिकृत किंवा खाजगी कामासाठी जमीनदाराची भेट घ्यायला आलेल्या कार्यकर्त्यांची राहण्याची व खाण्यापिण्याची सोय आणि इतर सरबराई शेतकऱ्याला करावी लागे. अनेकदा जमीनदाराच्या या गरजा शेतकऱ्याला आधीच अल्प असलेल्या सुखसोयींपासून स्वतःला आणि परिवाराला वंचित ठेवून पुरवाव्या लागत. या व्यथेचे समर्पक वर्णन पंछीडा या लोकगीतात आढळते जे १९२० च्या सुरुवातीच्या बिजोलियातील शेतकरी असंतोष चळवळीदरम्यान अतिशय लोकप्रिय झाले. त्यातील एक उतारा असा आहे:

> हे कृषका! सक्तीच्या श्रमाची टांगती तलवार तुझ्या डोक्यावर कायम नाचते आहे. जमीनदाराच्या शिपायांचे दर्शन होताच तू पळ काढतोस. तुझे नातेवाईक आणि अतिथी जमिनीवर झोपतात कारण जमीनदाराची माणसे तुझ्या खाटा आणि गाद्या उचलून नेतात. तुझे पाहुणे वाळकीचिळकी पोळी खातात. तर जमीनदाराची माणसे तुझ्या दूध, दही आणि लोण्यावर ताव मारतात...[८]

बळजबरीचा घटक

बळजबरी ही संपूर्ण व्यवस्थेचा अविभाज्य भाग होती, जरी ती प्रत्येक वेळी उघडपणे केली जात नसे. प्रत्येक जमीनदाराकडे स्वतःचे लष्करी जवान आणि पोलिसातील शिपायांची बडदास्त होती. त्याशिवाय, जमीनदाराकडे सशस्त्र पहारेकरी आणि घोडेस्वारांची टोळी होती; जी शेतकऱ्यांवर पाळत ठेवून असे. प्रत्येक वतनवाडीत ज्याला स्थानिक भाषेत काठी म्हणत त्याची योजना केली गेली होती. काठी ही दोन समांतर दांड्यांनी बनलेलेली एक लाकडी रचना होती. ज्यामध्ये माणसाला त्याचे हात ताणलेल्या किंवा मागच्या बाजूस बांधलेल्या अवस्थेत ठेवण्याची सोय होती. शारीरिक यातना देण्याची ही अतिशय पाशवी योजना होती; जिचा प्रसाद नित्यनेमाने 'दोषी' शेतकऱ्यांना मिळत असे. त्याशिवाय जमीनदाराच्या किल्ल्याच्या कोणत्यातरी निर्जन आणि काळोखी असलेल्या कोपऱ्यात या 'दोषी' शेतकऱ्यांना आणि कधी कधी तितके दोषी नसलेल्या स्त्री-पुरुषांना डांबून ठेवण्यात येत असे. जमीनदाराला शेतकऱ्यास न्यायसभेत बोलावण्याचा, हवा तितका वेळ त्याला ताटकळत ठेवण्याचा, त्याला किंवा त्याच्या नातेवाइकांना काठीचा प्रसाद देण्याचा किंवा जमीन महसूल किंवा सरंजामशाही उपकर यांची थकबाकी न फेडण्याचे कारण पुढे करून डांबून ठेवण्याचा कायदेशीर हक्क होता. याव्यतिरिक्त, जमीनदाराला आपली वसुली करण्यासाठी शेतकऱ्याच्या स्थावर आणि जंगम मालमत्तेचा लिलाव आणि विक्री करण्याचा अधिकार होता.[९]

चळवळ: स्वरूप आणि संघटन

वरच्या परिच्छेदांत मी १९३० ते १९४०च्या दशकातील शेतकरी चळवळीस कारणीभूत ठरलेले मारवाडमधील शेतजमीन व्यवस्थेच्या रचनेचे अंतर्निहित विरोधाभास दर्शवले आहेत. या चळवळींची सुरुवात बिगारी (सक्तीचे श्रम) च्या नावाखाली वसूल करण्यात येणाऱ्या जमीन महसूल सरंजामशाही उपकर आणि इतर अनियंत्रित आकारणीच्या ऐवजात शेतकऱ्यांच्या उत्पादनाच्या शिलकीला उपसण्याच्या जमीनदारांच्या प्रघाताविरुद्धच्या निषेधाच्या रूपात झाली. सुरुवातीस शेतकऱ्यांचा निषेध हा वतनवाडीच्या सर्व वसुलीविरुद्ध नव्हता पण त्याच आकारणीविरुद्ध होता जी त्यांच्या मते 'बेकायदेशीर' होती. पण जसजशी चळवळीला बळकटी येत गेली, 'कायदेशीर' आणि 'बेकायदेशीर' यांच्या सीमारेषा, ज्या कधीच स्पष्टपणे आखण्यात आल्या नव्हत्या, पूर्णपणे विरून गेल्या. सर्व प्रकारची आकारणी–अधिकृत आणि अनधिकृत–अस्तित्वात असलेल्या उत्पादनाच्या परस्परसंबंधांमुळे आकारण्यात येत असल्यामुळे, चळवळीचा अंतिम हेतू त्या उत्पादन संबंधांना बदलणे हा बनला. जरी तो स्पष्टपणे घोषित करण्यात आला नसला तरी.

शेतकऱ्यांनी जमीनदारांविरुद्ध दाखल केलेल्या याचिकांवर नजर टाकली की ही गोष्ट सहज लक्षात येते. या याचिका मुख्यत्वे करून राज्य सरकारकडे सादर केल्या जात; पण कधीकधी काही तक्रारी थेट राज्याच्या शासकांसमोर नेल्या जात. या याचिकांची प्रत्यक्ष संख्या खूप मोठी असावी. अशाच एका याचिकेतील काही उतारे मी खाली नमूद करत आहे. या याचिकेची गणना चळवळीतल्या तक्रारींचे सामान्य स्वरूप स्पष्ट करणारी नमुनेदाखल याचिका म्हणून करता येईल. ही याचिका ऑक्टोबर १३, १९३० रोजी अखेली ठिकाण्यातील शेतकऱ्यांनी सादर केली होती. ती खालीलप्रमाणे होती:

> प्रति,
> माननीय मुख्यमंत्री,
> जोधपूर सरकार यांस
> महोदय,
>
> ...लास आणि खारकर लाग (उपकर) यांची वसुली जमीनदार करीत आहे. या उपकराच्या ऐवजात प्रत्येक परिवारातील सात जणांना जमीनदाराला विनामोबदला गवत कापावे लागते. तसे न केल्यास गावातील दिवसपाळीच्या मजुराच्या वेतनाच्या दुप्पट रक्कम वसूल करण्यात येते. मशागत करणाऱ्यांना हे गवत आपल्या बैलगाड्यांवर लादून विनामोबदला जमीनदाराच्या घरी पोहोचवावे लागते. ही जबाबदारी संपूर्णपणे शेतकऱ्यांवर लादण्यात आली आहे. जर एखाद्या शेतकऱ्याने हे शक्तीचे श्रम करण्यास नकार दिला तर जमीनदार त्याला त्याच्या शेतजमिनीतून

बेदखल करण्याची धमकी देतो. स्वतःच्या वडिलोपार्जित जमिनीवरदेखील शेतकऱ्यांना त्यांची गुरं चरायला नेण्याची जमीनदाराने मनाई केली आहे. गावात अशी कुठलीही जमीन नाही जिथे गुरांना चरण्यासाठी नेता येईल, परिणामस्वरूप पावसाळ्याच्या दिवसांतही शेतकऱ्यांना आपल्या गुरांसमोर सुका चारा ठेवावा लागतो.

(२) विवाह सोहळ्यांवर कानसा उपकर आकारण्यात येतो. जर कुणी हा उपकर भरण्यास नकार दिला तर जमीनदार विवाह सोहळा पार पडू देत नाही.

(३) काही उपकरांच्या रकमा अलीकडच्या काळात वाढवल्या गेल्या आहेत. उदाहरणार्थ, गाव भोम्ब नावाचा उपकर जो पूर्वी २५ रु. होता तो आता १२५ रु. झाला आहे. त्याचप्रमाणे तलावत लाग जो पूर्वी ३० रु. होता तो आता १०१ रु. करण्यात आला आहे. ही सारी भाडेवाढ शेतकऱ्यांवर अतिरिक्त ओझं टाकते.

(४) अनेक वर्षांपासून शेतकरी आपल्या धान्याच्या उत्पादनाचा काही हिस्सा जमीनदाराला जमीन महसुलाच्या (हासील) रूपात देत होते. आता जमीनदार जमीन महसुलाखाली धान्य आणि चारा दोघांची मागणी करत आहे. त्याशिवाय, तो शेतकऱ्यांनी रान उपटून गोळा केलेल्या गवताच्या ऐवजात एका रकमेची मागणी करत आहे.

(५) मका आणि गाजराच्या पिकांच्या लागवडीसाठी पूर्वी प्रत्येक बिघ्याला (एकराचा जवळजवळ २/३ वा हिस्सा) एक रुपया आणि दोन आने आकारण्यात येत. आता जमीनदार या पिकांच्या कापणीचाही काही हिस्सा मागत आहेत. परिणामस्वरूप, शेतकऱ्यांनी ही पिके घेणेच बंद केले आहे.

(६) जमीनदाराला वाटेल तेव्हा सक्तीच्या श्रमाचा भाग म्हणून शेतकऱ्यांना आपल्या बैलगाड्या त्याच्या हवाली कराव्या लागतात.

(७) जमीनदाराच्या हलक्या कामाच्या ऐवजात धान्याच्या मोठ्या प्रमाणावरील धान्याच्या रूपात फेडका उपकर आकारला जातो.

(८) पूर्वी कवरिया (जमीनदाराचा कार्यकर्ता) साठी म्हणून तीन रुपये आकारण्यात येत होते आता जमीनदार १० रु. ची मागणी करत आहे.

(९) टपाल पाठवण्यासाठी जमीनदार शेतकऱ्यांकडून विनामोबदला माणसे पुरवण्याची मागणी करत आहे.

या शिवाय इतर अनेक विनामोबदला सेवा आणि उपकर जमीनदाराच्या कार्यकर्त्यांसाठी आकारण्यात येतात जसे की कुंभार, न्हावी इत्यादी. जर कुणी या मागण्या पुरवण्यास नकार दिला, त्याला मारहाण केली जाते; अयोग्य रीतीने कोंडले जाते आणि वेगवेगळ्या तऱ्हेने त्याचा छळ केला जातो.[१०]

जसजसा काळ पुढे सरकला, या चळवळीला जोर आणि गती दोन्ही प्राप्त झाले आणि तिचा आवाका वाढला. बेकायदेशीर किंवा प्रमाणाबाहेर आकारण्यांच्या विरोधात लहानसहान आर्थिक स्वरूपाच्या तक्रारी सोडून शेतकरी आता देयांचे निर्धारण आणि जमीन अमदानीचे तारण यांसारखे भारदस्त आर्थिक हक्क मागू लागले. त्याशिवाय ते राजकीय स्वरूपाचे हक्कदेखील मागू लागले. यातील सर्वांत महत्त्वाची होती 'महाराजांच्या अधिपत्याखाली जबाबदार सरकारच्या स्थापनेची' मागणी.[११] चळवळीचे नेतृत्व करण्यासाठी जोधपूर प्रजामंडळ, मारवाड लोकपरिषद आणि मारवाड किसान परिषद यांसारख्या नवीन संघटनांचा उदय झाला. या संघटना मुख्य शेतकरी जातींच्या म्हणजेच जाट, विष्णोई, सीरवी, माळी आणि कुम्हारांच्या जातिपरिषदांच्या (पंचायत) सहकार्याने कार्य करीत होत्या. एकीकडे तळागाळाच्या स्तरावर, या संघटना पारंपरिक जातिपरिषदांबरोबर कार्यरत होत्या, वरच्या स्तरावर या नवनिर्मित राजकीय संघटना राष्ट्रीय स्तरावरच्या राजकीय संघटनाच्या, विशेषकरून ऑल इंडिया किसान सभा आणि इंडियन नॅशनल काँग्रेसच्या नियमित संपर्कात होते. १९३० च्या दशकापासून ते १९४० च्या दशकाच्या सुरुवातीपर्यंत, चळवळीची खाली दिलेली वैशिष्ट्ये बऱ्यापैकी ठळक झाली होती:

(१) हा संघर्ष दोन प्रमुख ग्रामीण वर्गांमधला होता, म्हणजेच जमीनदार विरुद्ध शेतकरी.

(२) या संघर्षातील मुख्य मुद्दे आर्थिक (आणि राजकीय) स्वरूपाचे होते, उदाहरणार्थ, जमीन महसूल आणि इतर आकारण्या, जमीन अमदानीचे तारण इत्यादी.

(३) हा संघर्ष आता एक गाव किंवा एका जमीनदारापुरता स्थानिक, तुरळक स्वरूपाचा मामला राहिला नव्हता; त्याने अवघ्या राज्याला विळखा घातला होता. एवढेच नव्हे तर राष्ट्रीय स्तरावरच्या संघटना आणि चळवळींबरोबरचे त्याचे दुवे आता स्थिरस्थावर आणि घट्ट झाले होते.

नातेसंबंध आणि जातीची भूमिका

वरील मुद्द्यांचे स्पष्टीकरण देण्याइतका आवाका या प्रकरणाचा नसल्यामुळे, मी आता मुख्य प्रश्नाकडे वळतो: तो म्हणजे आर्थिक-राजकीय स्वार्थ आणि जात व नातेसंबंध यांच्यासारख्या आदिम संबंधांमधील बंध. चळवळीतील नाते आणि जाती यांच्या संबंधांची वेगवेगळी प्रतिक्रिया समजून घेण्यासाठी याची कल्पना येणे आवश्यक आहे की आर्थिक-राजकीय घटकांमुळे मारवाडमधील जमीनदार आणि शेतकरी यांच्याच्या आपसातल्या नातेसंबंध आणि जातीच्या रचनांवर कसा परिणाम झाला. हे आधीच नमूद करायला हवे की जमीनदारांच्या बाबतीत, आर्थिक-राजकीय घटकांनी त्यांच्या नातेसंबंध आणि जातीच्या रचनांमध्ये खोल स्वरूपाची दुफळी निर्माण केली होती. परिणामस्वरूप, जमीनदारांना त्यांच्या

नात्यातल्या आणि जातीच्या सदस्यांना शेतकऱ्यांच्या विरोधात एक करता आले नाही. दुसरीकडे, शेतकऱ्यांच्या नात्याच्या आणि जातीच्या रचना तुलनेने एकसंध आणि अविभाज्य राहिल्या; कारण जमीनदारांच्या नात्यात आणि जातीच्या अधिक्रमात जशी आर्थिक घटकांमुळे फूट पडली तशी शेतकऱ्यांच्या बाबतीत पडली नाही. परिणामस्वरूप, 'प्रमुख शेतकी जातीचे' शेतकरी, जे कमीतकमी पाच वेगवेगळ्या जाती गटांचे होते, संयुक्त होऊन जमीनदारांविरुद्ध आपल्या सामान आर्थिक-राजकीय स्वार्थांसाठी लढण्यास सज्ज झाले.

मारवाडमधील 'शेतकी जाती' आणि 'प्रमुख शेतकी जाती' यांच्या विषयीची थोडी प्रस्तावना परिस्थितीवर प्रकाश टाकण्यासाठी उपयुक्त ठरेल. मारवाडमध्ये, काही जाती शेतकरी जाती मानल्या जात आणि काही गैर-शेतकरी. शेतकरी या शब्दाचा अर्थ म्हणजे 'अशी कोणतीही व्यक्ती जिचा उदरनिर्वाह मुख्यत्वेकरून त्याने किंवा त्याच्या परिवाराच्या किंवा भाड्याच्या श्रमिकांच्या मदतीने केलेल्या जमिनीच्या मशागतीमुळे होतो'[१२] मारवाड राज्याच्या महसूल विभागाच्या ८ सप्टेंबर, १९३३ च्या परिपत्रकात खालील जातींची शेतकरी जातीत गणना केली गेली आहे–जाट, विष्णोई, सीरवी, माळी, कुम्हार आणि रजपूत.[१३]

चित्र अजूनच स्पष्ट करण्याच्या हेतूने ज्या क्षेत्रात ही चळवळ तुलनेने जास्त सक्रिय होती त्या क्षेत्रातल्या शेतजमिनीचा जातीच्या आधारे केलेल्या वर्गीकरणाचा तक्ता मी खाली मांडत आहे.

	क्षेत्रफळ (बिघा)	
जात	*मुश्तकील (कायम)*	*गैर-मुश्तकील (हंगामी)*
(१) *नागोर आणि दीपवाणा*		
रजपूत	२२७	५२,८४७
जाट	३२,१६७	३७०,४२५
सीरवी	१३५	५,१३०
माळी	२,३७७	२५,८८३
कुम्हार	१४५	१४,४८६
बिष्णोई	—	२९,०८३
(२) *मेरता, पूरबतसर आणि संभार*		
रजपूत	२,९६९	३१,११५
जाट	२४,६९४	२२७,१६७
माळी	१,३९०	७,८८८
कुम्हार	१,७६८	८,०१५
बिष्णोई	१२२	५,७१७

स्रोत—[१४]

हे लक्षात ठेवायला हवे की 'शेतकरी जातींच्या' रांगेत रजपुतांची संख्या बरीच जास्त होती; पण तरी त्यांना 'प्रमुख शेतकरी जातींच्या' श्रेणीतून वगळण्यात आले. १८८४ मध्ये संकलित करण्यात आलेल्या मारवाड राज्यातील सर्व्हे अँड सेटेलमेंट रिपोर्टनुसार जाट, सीरवी, विष्णोई, माळी आणि कुम्हार या 'प्रमुख शेतकरी जाती' होत्या पण रजपूत नव्हे. उलट, रजपुतांना, एक नियम म्हणून 'तटस्थ-शेतकरी' मानले गेले.[१५]

जमीनदारांचे नातेसंबंध आणि जातीच्या रचना यांच्यातील दुफळी

जमीनदारांचे नातेसंबंध आणि जातीच्या रचना आर्थिक आणि राजकीय स्वार्थाच्या आधारावर ठळकपणे विभाजित झाल्या होत्या. या विभाजनाचे मुख्य कारण होते अग्रजाधिकाराचा नियम; ज्यानुसार सर्वांत जेष्ठ भावाला (पटावी) वतनवाढीचा अधिकार मिळे तर लहान भावांना (छुटभाई) प्रतिपाळाचा हक्क दिलाजाई. जमीनदाराची वतनवाडी क्षेत्रफळाने मोठी असल्यास–उदाहरणार्थ, त्याच्याकडे १०० हून अधिक गावाची मालकी असल्यास–लहान भावाला एखादे गावदेखील प्रतिपाळासाठी मिळण्याची शक्यता होती. वतनवाडी लहान असल्यास, लहान भावाला वतनवाडीच्या एखाददुसऱ्या गावातील काही जमीन दिली जाई. वतनवाडीतून लहान भावांसाठीच्या वाटणीचा अमुक एक ठरावीक नियम नव्हता. खालील तक्त्यामध्ये दिदवाणा उपजिल्ह्यातील बधेरा येथील एका जमीनदाराच्या वतनवाडीचे वडील भाऊ आणि लहान भाऊ यांच्यामधल्या वाटणीचा तपशील दिला आहे:

पटावी	*क्षेत्रफळ (बिघा)*	*उत्पन्न*
छुटभाई	११,६७८	६४७/-
(१) जोर सिंह	१००	३३/-
(२) अनुप सिंह आणि सतन सिंह	५००	८०/-
(३) राम सिंह	१६०	३१/-
(४) सुजान सिंह	२००	३३/-

स्रोत—[१६]

वतनवाडीच्या मालमत्तेतील केवळ प्रतिपाळपुरता छोटासा हिस्सा ही कनिष्ठ बंधू आणि त्यांच्या वंशजांच्या हलक्या दर्जाच्या अस्तित्वाची सुरुवात ठरली, शेवट नव्हे. मोठ्या भावाच्या वाटणीच्या विपरित उलट, लहान बंधूंचा वाटा त्यांच्या मुलांमध्ये समसमान वाटला जाई; कारण अग्रजाधिकाराचा नियम तिथे लागू नव्हता. म्हणूनच प्रत्येक पिढीगणिक वडीलभावाचे वंशज आणि लहान भावाचे वंशज यांच्यामधील तफावत वाढतच गेली. मोठा भाऊ खानदानी म्हणून मिरवू लागला, तर इतर भाऊ सामान्य लोकांमध्ये गणले जाऊ लागले.

त्यामुळे एकाच परिवारातल्या लहान भावांची मुलं किंवा नातवंडं नोकर म्हणून काम करीत असल्याची अनेक उदाहरणं होती.

वडील भाऊ आणि लहान भाऊ यांच्यात वारसाहक्काचा मोबदला, लहान भावांनी घेतलेले दत्तक अपत्य, सरकार जमा मालमत्ता यासारख्या अनेक मुद्द्यांवर नित्यनेमाने भांडणतंटे होत असत. अनेकदा लहान भावांना वडील भावांकडून हलकी आणि भेदभावयुक्त वागणूक मिळे. आजतागायत अनेक लहान भाऊ वडीलभावांनी केलेला अतिरेक आठवून त्यांचा द्वेष करतात. लहान भावांशी साधलेल्या संवादांमुळे अशी समजूत होते की वडील बंधूंना त्यांचे कनिष्ठ बंधू आर्थिकदृष्ट्या संपन्न किंवा राजकीयदृष्ट्या महत्त्व पूर्ण होणे नामंजूर होते. जमीनदारांच्या अनेक लहान भावांनी त्यांची मुलाखत घेत असताना मला विश्वासात घेऊन असे सांगितले की त्यांना शक्यतोवर कमी सुपीक जमिनी प्रतिपाळासाठी दिल्या गेल्या. याचे अंशतः कारण असे की वडील भावाला लहान भावांच्या जमिनीतून कोणताच लाभ होत नव्हता, त्याउलट, जर अधिक सुपीक जमिनी शेतकऱ्याला दिल्या तर जमीनदाराला उत्पादनाच्या हिश्श्याच्या रूपात प्राप्तीची हमी होती. लहान भावाला कमी सुपीक जमिनी दिल्यामुळे ते आर्थिक किंवा राजकीयदृष्ट्या सशक्त होणे शक्य नव्हते. त्यामुळे मोठ्या भावाला त्यांच्यापासून धोका निर्माण होण्याचा संभव नव्हता. सरंजामशाहीच्या जमीन अमदानीच्या व्यवस्थेत नातेवाइकांकडून होणारा संभाव्य धोका हा त्यातील अंतर्निहित विरोधाभासाचा अविभाज्य भाग होता.

रजपुतानामधील रजपूत रियासतींच्या संघटनेतील नातेसंबंधांच्या महत्त्वाबद्दल बरेच लिहिले गेले आहे. सर्व नातेवाईक समान आहेत, असा दावा केला गेला आहे. नातेवाईकच नव्हे तर कुळाची माणसेदेखील तुल्य मानली गेली आहेत; इतकी की शासकदेखील 'तुल्य लोकांमधील श्रेष्ठ' मानला गेला आहे,[१७] कुळातल्या सर्वांत वडीलधारी माणसासारखा. या दृष्टिकोनामुळे नातेसंबंधांच्या रचनेचे आणि रियासतींच्या संघटनेच्या मूलतत्त्वाच्या गुणधर्मांना विकृत स्वरूप देऊन त्यांना निव्वळ कुळाच्या वसाहती मानले जाते. वासाहतिक काळातील विद्वान, प्रशासक आणि त्यांचे अनुयायी यांनी हा दृष्टिकोन का उचलून धरला, या प्रश्नाचा शोध घेणे ज्ञानाच्या समाजशास्त्रातील एक चित्तवेधक प्रयोग ठरेल. मात्र, कितीही मोहक वाटला तरी तत्कालीन संदर्भात हा प्रयोग करणे शक्य नाही. इथे मला एवढेच दाखवून द्यायचे आहे की भारतीय समाजातील नातेसंबंधांच्या स्थान आणि भूमिकेचा हा दृष्टिकोन कसा चुकीचा अर्थ लावतो.

मात्र काही महत्त्वाच्या क्षेत्रांमध्ये, जसे की विवाह, मृत्यू यांच्याशी निगडित असेलेले धर्म संस्कार, नातेसंबंधांचे महत्त्वाचे स्थान नाकारता येत नाही. पण या काही बाबतीतल्या वरवरच्या धर्मसंस्कारांच्या समानतेलादेखील तडा जातो कारण वडीलभाऊ आणि त्यांच्या

वंशजांचे विवाह थाटामाटाने केले जात पण लहान भाऊ आणि रजपूत कुळांच्या बाबतीत ह्या सोहळ्यांमध्ये काटकसर केली जाई. सांगण्याचा अर्थ असा की मालमत्तेच्या रचनेशी निगडित नियमांमुळे, विशेषकरून अग्रजाधिकाराच्या नियमामुळे जमीनदारांच्या नातेसंबंधांच्या रचनेत खोलवरची दुफळी झाली, ज्याचा नात्यातल्या सदस्यांवर दूरगामी असा मानसिक आणि सामाजिक परिणाम झाला.

अग्रजाधिकाराच्या नियमामुळे वडील भाऊ आणि कनिष्ठ बंधू यांच्यामधील भेद अनेक परिणामांचे जनक ठरले. एका कुटुंबातील वडील व कनिष्ठ भावांमधील फरक हा अगदी लहानपणापासून प्रत्ययास येत असे. दोहोंच्या जन्माशी निगडित सोहळे आणि धर्म संस्कार वेगवेगळ्या स्वरूपाचे असत आणि त्यानंतरच्या दोहोंच्या सामाजीकरणात हा फरक दिसून येई. पालक, नातेवाईक, कुळं, एवढच काय घरातील नोकरचाकरदेखील हा भेद आणि भेदभाव पाळत असत. वडीलभाऊ आणि कनिष्ठ भाऊ यांची जडणघडण एकसारखी नसे. एकाला भावी शासक म्हणून वाढवले जाई, तर दुसऱ्याला शासित मानले जाई; एक घरचा स्वामी होता तर दुसरा नोकर. एकाला मेओज कॉलेज, अजमेर येथे शिक्षणासाठी पाठवले जाई (उच्च कुलीन मुलांची शाळा) तर दुसऱ्याला चावपासिनी येथे भरती केले जाई (सामान्य मुलांची शाळा). अशा रीतीने, एकाच पिढीच्या भावंडांमध्ये खोलवरचे मानसिक आणि सामाजिक प्रतिबंध निर्माण करण्याचे कुटुंब हे एक प्रजनन केंद्र बनले. या सामाजिक आणि मानसिक प्रवृत्तींची पाळंमुळं वडीलभाऊ आणि कनिष्ठ भाऊ यांच्या व्यवस्थेतील संभाव्य आर्थिक, राजकीय आणि सामाजिक दर्जातल्या भेदांमध्ये सापडतात. फ्रेडरिक एंजल्सचे मत दुसऱ्या शब्दांत मांडायचे झाले तर असे म्हणता येईल की कुटुंब हे जमीनदारांच्या समुदायाच्या पेशींसारखे होते. ज्यामुळे गटामधील वेगवेगळ्या स्वरूपाचे दोष आणि विरोधाभास निर्माण होण्यास पोषक वातावरण लाभले.[१८]

जमीनदारांच्या जातिरचनेमधली दुफळी त्यांच्यातील नातेसंबंधातील दुफळीपेक्षा जास्त खोल आणि विस्तृत स्वरूपाची होती. रजपुतांच्या जाती, ज्यातून मारवाडमधील[१९] २७० पैकी २६२ सरंजामशाहीचे जमीनदार आले, या आर्थिक आणि राजकीय निकषांवर विभागल्या गेल्या होत्या. राज्यातील सर्वोच्च स्थान करणारा शासक (दरबार) हा जातीने रजपूत होता. त्याच्या खालच्या अधिकारश्रेणीत सरंजामशाही जमीनदार (ठिकाणेदार), भूमिचाराधारक (जमीन अमदानीचा एक विशेष प्रकार ज्याविषयी खाली चर्चा केली आहे), भूमिया आणि कश्तकारण रियायती येत. यापैकी प्रत्येक जण जमीनधारकांच्या वेगवेगळ्या श्रेण्यांचा सदस्य होता. त्यांचे समाजातील स्थान वेगवेगळ्या तऱ्हांनी त्यांच्या जमीनहक्काच्या प्रकारावर निर्धारित होत असे. ठिकाणेदारांच्या स्थानांचे या अगोदरच वर्णन केले गेले आहे. इतर श्रेण्यांच्या स्थानांविषयी थोडक्यात माहिती देणे प्राप्त आहे.

भूमिचारा जमीन अमदानी मारवाडच्या मल्लनी प्रांतात अस्तित्वात होती, ज्यात अवघ्या राज्याच्या प्रदेशाचे जवळजवळ एक तृतीयांश भाग व्यापणाऱ्या ५५० गावांचा समावेश होता.[२०] मल्लनीवर मल्लिनाथानी विजय मिळवला जो जोधपूर जिकणाऱ्या जोधा सिंहच्या अनेक पिढ्या आधीचा होता. मल्लिनाथाच्या वंशजांनी मल्लनीच्या जमिनींना अमदानीखाली धारण केले होते ज्याला भूमिचारा म्हणत.[२१] जोधा सिंह यांचे वंशज मारवाडचे शासक बनले.

मल्लनीच्या भूमिचाराधारकांना मारवाडच्या दरबाराचे अधिराज्य पूर्णपणे मान्य नव्हते. त्यांच्या वादाचा मुख्य मुद्दा असा होता की सरंजामशाहीच्या इनामाच्या विपरित, मल्लनी हे काही दरबाराकडून मिळालेले इनाम नव्हते. मल्लनीला त्यांच्या पूर्वजांनी स्वतंत्रपणे जिंकले होते आणि त्यामुळे त्यांना त्यांच्या प्रदेशावर तितकेच मालकी हक्क प्राप्त होते जितके की मारवाडच्या शासकाला त्यांच्या पूर्वजांनी विजय मिळवलेल्या प्रदेशांवर प्राप्त होते. त्यामुळे त्यांचा दावा होता की मारवाड दरबाराप्रतिची त्यांची निष्ठा ही केवळ नाममात्र होती.[२२] प्रस्तुत संदर्भात हे महत्त्वाचे आहे की भूमिचाराचे जमीन इनाम हे सरंजामशाहीमध्ये मिळणाऱ्या इनामापेक्षा वेगळे होते आणि त्यावरचा वाद राज्यातील शासक आणि भूमिचारा धारकांमध्येच नव्हे तर भूमिचारा धारक आणि सरंजामशाहीच्या जमीनदारांमधल्या भांडणाचे स्रोत बनले. त्यामुळेच, मल्लनीचे भूमिचाराधारक आणि मारवाडचे सर्व रजपूत असलेले जमीनदार यांच्यातील परस्परसंबंध अंतर्निहित विरोधाभासाने ग्रस्त होते.

इनाम मिळवलेल्या श्रेण्यांमध्ये भूमिया ही एक वेगळी श्रेणी होती. सर्व भूमिया हे रजपूत जातीचे होते आणि दरबाराकडून मिळालेल्या इनामाच्या रूपात ते त्यांच्या जमिनी धारण करीत होते. भूम इनाम हे मुळात सेवेच्या मोबदल्याचे इनाम होते, म्हणजेच धारण केलेल्या जमिनीच्या मोबदल्यात, भूमियाला सामान्यतः पोलीस किंवा लष्करी खात्यातून दरबाराची सेवा करावी लागे. त्यापैकी काहींना भूमबाब नावाचे भाडे भरावे लागे; तर इतरांना हे इनाम कसलेही भाडे न भरता मिळे.[२३]

इथे हे नमूद करायला हवे की जेम्स टॉडने *ॲनल्स अँड ॲँटिक्विटीज ऑफ राजस्थान* या त्याच्या अतिशय महत्त्वाच्या अभ्यासात भूमियांच्या दर्जाला अनावश्यकपणे अतिशयोक्तीपूर्ण आणि उदात्त बनवले आहे.[२४] भूमिया हे केवळ सेवेच्या बदल्यात इनाम मिळवलेले लोक होते आणि जमीनधारक म्हणून त्यांचा दर्जा हा सरंजामशाहीच्या जमिनी इनाम मिळवलेल्या लोकांच्या (लष्करी सेवेच्या मोबदल्यात मिळवलेले इनाम) तुलनेत बराच खालचा होता.[२५] मारवाडमधील भूमियांमध्ये बहुतांश भूमिया गैर-राठोड कुळाचे होते. राठोडांनी त्यांच्यावर विजय मिळवून त्यांना आपल्या अधीन केले आणि राज्यातील नोकरदार म्हणून कायम केले. भूमियांचे (जे मारवाडच्या शासकाच्या कुळाचे राठोड नव्हते) अजून एक सामाजिक कार्य म्हणजे ते त्यांच्या मुली राठोडांना लग्नात देत.[२६] मात्र, सरंजामशाही जमीनदार-राठोड किंवा

गैर-राठोड भूमियांना कनिष्ठ समजून त्यांना नेहमीच कमी लेखत. जर भूमियांनी धारण केलेली जमीन कुणा ठिकाणेदाराच्या हद्दीत येत असली, तर ती ठिकाणेदार आणि भूमिया यांच्यामधल्या सततच्या संघर्षाचे कारण ठरे.

रजपूत जातीच्या कुळांना कश्तकारण रियायती म्हणत (विशेषाधिकृत किंवा सवलती मिळवलेली कुळं). एक नियम म्हणून, जाट, विष्णोई इत्यादी सारख्या 'प्रमुख शेतकरी जाती' च्या इतर कुळांच्या तुलनेत त्यांना जमीन महसुलाच्या भरण्यातून २५% सवलत मिळे. शिवाय इतर प्रमुख शेतकरी जातींना भरावे लागणारे लाग-बाग (सरंजामशाहीचा उपकर) आणि बिगार (सक्तीचे श्रम) त्यांना भरावे माफ होते. सामान्यतः एखाद्या रजपूत कुळाला देय न भरल्यास हद्दपार केले जात नसे, मात्र इतर शेतकरी जातींना त्याच अपराधासाठी हद्दपारीची वेळ येई.

जमीनदार आणि त्यांच्या रजपूत कुळांचे परस्परसंबंध हे सरळसोट कधीच नव्हते. रजपूत हे उदासीन शेतकरी होते, त्यामुळे त्यांच्या जमिनीवर इतर प्रमुख जातींच्या तुलनेत कमी पीक येई; ज्याचा थेट फटका जमीनदाराला बसे कारण उत्पादनाचा अंश तो आकारणी म्हणून वसूल करत. त्याशिवाय, जमीन महसुलीतली सवलत, इतर सरंजामशाही, खंडणी आणि सक्तीच्या श्रमापासून रजपूत खंडकरी मुक्त असल्यामुळे जमीनदाराच्या तोट्यात अजून भर पडे. रजपूत खंडकरी हे देणी फेडण्याच्या बाबतीत शिस्त बाळगत नव्हते याचे अंशतः कारण असे की त्यांना बऱ्याच प्रकारचे संरक्षण प्राप्त होते जे इतर जातींना व्यर्ज होते. त्यामुळे रजपूत खंडकरी विरुद्ध, इतर प्रमुख शेतकरी जातीच्या कुळांविरुद्ध होणारी दंडात्मक कारवाई, क्वचितच केली जाई. उदाहणार्थ, रजपूत कुळांना जमीनदार किंवा शासकाची वसुली चुकवल्याबद्दल क्वचितच काठीची शिक्षा केली जाई.

अशा रीतीने, एकाच जातीच्या गटाचे असूनही, आर्थिक आणि राजकीय स्वार्थाच्या बाबतीत रजपूत खंडकरी आणि रजपूत जमीनदार यांच्यात तेढ दिसून येई. १८७० च्या दशकापासून ही तेढ अजून ठळक झाली. जेव्हा अनेक घटकांमुळे रजपूत जमीनदार आणि रजपूत खंडकरी यांच्यातली दरी वाढतच गेली. १८८० च्या दशकात राज्याच्या अंतर्गत असलेल्या क्षेत्रांमधील समझोत्याच्या कारवाईत, रजपूत कुळांचे अनेक प्रथेने चालत आलेल्या विशेषाधिकार आणि सवलती काढून घेण्यात आल्या. पाठोपाठ, जमीनदारांच्या बाबतीतही तेच घडले त्यामुळे रजपूत जमीनदार आणि रजपूत खंडकरी यांच्यातील ताणतणाव विकोपाला गेले.

वरील उल्लेखांवरून हे स्पष्ट होतं की जमीनदारांच्या नातेसंबंध आणि जातीच्या रचनांमध्ये अनेक भेगा निर्माण झाल्या ज्या मालमत्तेच्या हक्काच्या भेदभावावर आधारित होत्या. पटावी (सर्वांत वडील भाऊ जो जमीनदार होत असे) आणि त्याचे छूट भाई (कनिष्ठ बंधू ज्यांना प्रतिपाळाचे इनाम मिळे) यांच्यातील भेद जमिनीवरच्या त्यांच्या हक्कांच्या वेगळेपणावर आधारित होते, ज्यामुळे ते एकाच नात्यातल्या गटाचे सदस्य असूनही असमान

होते. त्याचप्रमाणे, वेगवेगळ्या जमीन हक्काच्या धारकांमधली (ठिकाणेदार, भूमिचारा, भूमिया आणि कश्तकारण रियायती) भेद आणि विषमता त्याच स्वरूपाचे होते, कारण ते एकाच जातीचे असून वेगवेगळ्या आर्थिक आणि राजकीय श्रेण्यांमध्ये विभागले गेले होते. या भेदांचा जमीनदारांच्या विद्रोह करणाऱ्या शेतकऱ्यांविरुद्धच्या लढ्यावर दूरगामी परिणाम झाला. मुख्य म्हणजे या भेदांची एक महत्त्वाची निष्पत्ती अशी ठरली की जे जमीनदार त्याच्या नात्यातल्याच आणि जातीच्या गटांच्या मूळसूचक निष्ठेचा गैरवापर करत होते त्यांना शेतकऱ्यांच्या विरोधात आपल्याच लोकांचा पाठिंबा मिळवणे शक्य होत नव्हते.

ही गोष्ट अधिकच उघड होते जेव्हा आपण तीन वेगवेगळ्या संघटनांच्या (रजपुतांच्या) रचनेचे आणि कार्याचे विश्लेषण करतो, जे प्रस्तुत संदर्भात अतिशय महत्त्वाचे आहेत. या संघटना होत्या मारवाड ठिकाणेदार असोसिएशन, भूस्वामी असोसिएशन आणि रजपूत महासभा. मारवाड ठिकाणेदार असोसिएशन ही मारवाडच्या जमीनदारांची (ठिकाणेदार) संस्था होती. तेथील खानदानी लोकांच्या स्वार्थांचे प्रतिनिधित्व करत होती. भूस्वामी असोसिएशन ही संस्था खालच्या दर्जाच्या खानदानी लोकांची होती म्हणजेच भूमिचारा आणि भूमियाच्या तळागाळाशी असलेल्या छुटभाईंची होती. रजपूत महासभा ही जातीवर आधारित संस्था होती जिचा उद्देश आर्थिक-राजकीय अधिकारश्रेणीचे भेद विसरून सर्व रजपुतांचे एकीकरण करण्याचा होता.

इथे हे लक्षात घेणे महत्त्वाचे आहे की या संघटना दीर्घकालीन मुदतीसाठी एक होऊन कार्य करू शकल्या नाहीत. जर एका प्रसंगी ते एकत्र येत तर दुसऱ्या प्रसंगी त्यांच्या दिशा बदलत आणि अखेरीस या सर्व संघटना विरून गेल्या. ठिकाणेदार असोसिएशन जी खानदानी लोकांचे प्रतिनिधित्व करीत होती नेहमीच स्वतःला सर्वश्रेष्ठ समजून छुटभाई, भूमिया आणि रजपूत कुळांना कमी लेखत असे. ही गोष्ट १७ मे १९४० ला उघड झाली जेव्हा बरेच नामांकित जमीनदार जैतरण (मारवाडमधील एक प्रतिष्ठित वतनवाडी) येथे जमले होते. या मुलाखतीत, काही जमीनदारांनी उघडपणे कनिष्ठ दर्जाच्या रजपुतांची मदत घेण्यावर आपली नापसंती जाहीर केली. त्यांचे असेही मत पडले की बरेच रजपूत खंडकरी आणि भूमिया हे शेतकऱ्यांना जमीनदारांचा निषेध करण्यासाठी उकसवत आहेत.[२७] प्रकरण इथेच संपले नाही. काही वतनवाड्यांमध्ये, रजपूत कुळांनी जमीनदारांच्या विरोधात शेतकऱ्यांशी उघडपणे हातमिळवणी केली. जुलै १९४१ मध्ये, बालंदा येथे (अजून एक प्रतिष्ठित वतनवाडी), जमीनदारांच्या माणसांनी रजपूत कुळांवर निर्घृणपणे गोळ्या झाडल्या; ज्यात दोन रजपूत मरण पावले आणि सहा जबर जखमी झाले.[२८]

दुसरीकडे, भूस्वामी असोसिएशन आणि रजपूत महासभा मधील नेतृत्वाला आणि सदस्यांना ठिकाणेदार असोसिएशनच्या हेतूंबद्दल शंका येऊ लागली. मी घेतलेल्या एका

मुलाखतीत मारवाडमधील भूस्वामी असोसिएशनचे एक संस्थापक सदस्य असलेले तान सिंह (आता संसद सदस्य) यांनी सांगितले की ठिकाणेदार असोसिएशन नेहमीच आपले स्थान भक्कम करण्यासाठी खालच्या वर्गाच्या रजपुतांचे (छुटभाई, भूमिया आणि रजपूत खंडकरी) शोषण करण्याचा प्रयत्न करी. या संघटनांमधील विरोधाभास, एक उच्च वर्गीय रजपुतांची कैवारी तर दुसरी खालच्या वर्गाच्या रजपुतांची प्रतिनिधी, ठिकाणेदारी व्यवस्थेच्या उन्मूलनच्या घडीला आणखीनच स्पष्ट झाले, कारण जमीनदारांच्या लक्षात आले की ठिकाणेदारी प्रथेच्या उन्मूलनानंतर त्यांच्या आणि श्रीमंत शेतकऱ्यांच्या बरोबरीने खालच्या वर्गाच्या रजपुतांची गणना होईल. याच घटकेला ठिकाणेदार असोसिएशन, भूस्वामी असोसिएशन आणि रजपूत महासभा यांच्यातील गोडीगुलाबीचे संबंध अस्ताला गेले.[२१]

जमीनदारांच्या तुलनेत, शेतकऱ्यांच्या जाती आणि नातेसंबंधांच्या रचना जास्त एकसंध आणि समान होत्या. मात्र असे म्हणता येणार नाही की शेतकरी वर्ग पूर्णपणे एकसंध होता. त्यांच्यातील काहींकडे मोठ्या प्रमाणावर जमिनी होत्या तर काहींकडे छोटेखानी शेतं होती. त्यांच्यात काही श्रीमंत होते तर काही निर्धन होते. त्यांच्यातल्या चौधरी आणि महातो वर्गाच्या शेतकऱ्यांना इतर वर्गांच्या शेतकऱ्यांच्या तुलनेत काही विशेषाधिकार प्राप्त होते. पण तरीही जमीनदारांच्या तुलनेत जे त्यांच्या चळवळीच्या निशाण्यावर होते, त्यांच्यात समानता आणि एकसंधपणा होता. ह्याचे कारण म्हणजे जमीनदारांचे नातेसंबंध आणि जातीच्या रचनांना विभागणारे संस्थात्मक भेद शेतकऱ्यांच्या बाबतीत नव्हते. मुख्य म्हणजे अग्रजाधिकाराचा नियम इथे लागू नसल्यामुळे जमीनदारांमध्ये अस्तित्वात असलेली वडील भाऊ आणि कनिष्ठ भाऊ यांच्यामधील नातेसंबंधांची दरी शेतकऱ्यांच्या बाबतीत असण्याचा प्रश्नच नव्हता. मग शेतकऱ्यांच्या जातिरचनेमध्ये कोणत्याही प्रकारची दुफळी नव्हती जशी ती रजपुतांमधील जमीनदारांच्या वेगवेगळ्या श्रेण्यांमध्ये अस्तित्वात होती. जमीनदार असले तरी ते सर्व शेतकरी होते आणि शेतकरी म्हणून ते सर्व समान होते कारण त्यांना एकसमान आर्थिक, राजकीय आणि सामाजिक-सांस्कृतिक अभावांचा सामना करावा लागे, ज्यात त्यांच्या शिलकीचा वेचा, सक्तीचे श्रम जमीन अमदानीची अनिश्चितता इत्यादींचा समावेश होता.

सामाजिक आणि सांस्कृतिक क्षेत्रांमध्ये, रजपूत पटावी (वडील बंधू) आणि त्याचे छुटभाई (कनिष्ठ बंधू) किंवा रजपूत जमीनदार आणि रजपूत खंडकरी यांच्यातल्या एकसंधपणाच्या तुलनेत शेतकऱ्यांत जास्त एकसंधपणा आणि समानता दिसून येई. ते सर्व साधे अन्नग्रहण करीत, साधेच वस्त्र परिधान करीत आणि छोटेखानी झोपड्यांमध्ये राहत असत. विवाहसोहळे आणि अंत्ययात्रा यांचा खर्च जवळपास एकसारखाच असे. त्यांना प्राप्त नसलेले अधिकार आणि त्यांच्या व्यथा सारख्याच होत्या आणि त्यांच्या अभावांना, अडचणींना आणि प्रतिबंधांना जबाबदार असलेला पक्ष हा एकच होता, तो म्हणजे जमीनदारांचा

वर्ग. त्यामुळे शेतकऱ्यांमध्ये एकसंधपणा, समानता आणि ऐक्याची भावना प्रबळ झाली, जिने जमीनदारांविरुद्ध त्यांचा लढा सशक्त करण्यासाठी महत्त्वाची भूमिका निभावली.

यासंदर्भात मुख्य शेतकरी जातींच्या चौधरी आणि जातपंचायतींच्या भूमिकेचा उल्लेख करायला हवा. प्रत्येक शेतकरी जातींची स्वतःची जातपंचायत होती. पंचायतीचा प्रमुख त्याच जातीतला एखादा वयोवृद्ध आणि प्रतिष्ठित सदस्य असे. प्रत्येक गावात एक चौधरीदेखील होता. जमीनदार आणि शेतकरी यांच्यातील दुवा बनणे हे त्याचे मुख्य कार्य होते. त्यांची निवड कायम मुख्य शेतकरी जातींमधून केली जाई. बऱ्याचदा चौधरी जातपंचायतीचादेखील प्रमुख असे. चळवळीच्या काळात चौधरी आणि जातपंचायत प्रमुख हे शेतकऱ्यांच्या एकत्रीकरणाचे कर्तेकरविते ठरले. मारवाड किसान परिषद व मारवाड प्रजा मंडळ यासारख्या नव्या राजकीय संघटना आणि सामान्य शेतकरी यांच्यामधील मध्यस्थीदेखील त्यांनीच केली. चौधरी आणि महातो यांची पाळंमुळं गावातच असल्याकारणाने त्यांची संस्कृती इतर शेतकऱ्यांप्रमाणेच होती. त्यांच्या जातीमध्ये त्यांना सन्माननीय स्थान प्राप्त होते. एक रणनीतीच्या दृष्टीने, चौधरी आणि महातो यांना असे स्थान प्राप्त होते जेणेकरून ते चळवळीला उठाव देण्यासाठी त्यांच्या जातीच्या सदस्यांच्या निष्ठेचा उपयोग करू शकत होते. अशा रीतीने समान आर्थिक-राजकीय ध्येयांसाठी लढणाऱ्या शेतकऱ्यांच्या बाबतीत, जात आणि नातेसंबंधांचे ऋणानुबंध जमीनदारांविरुद्धच्या त्यांच्या लढ्यात ऐक्य घडवून आणणारी अतिरिक्त सत्ता ठरले. या भागाचा समारोप करण्यापूर्वी चळवळीच्या दरम्यान रजपूत कुळांच्या पावित्र्यामध्ये उघडपणे दिसणाऱ्या विसंगतीचे स्पष्टीकरण देणे गरजेचे आहे. नातेसंबंध आणि जातीचे ऋणानुबंध पाहता त्यांनी रजपूत जमीनदारांबरोबर एकी साधायला हवी होती, तर दुसरीकडे स्वतः खंडकरी असल्यामुळे त्यांनी बंड पुकारलेल्या गैर-रजपूत कुळांची (शेतकरी) साथ द्यायला हवी होती. मात्र, ते तटस्थ राहिले म्हणजेच न ते त्यांच्याच जातीच्या आणि क्वचित नात्यातल्या जमीनदारांबरोबर राहिले, न ते शेतजमिनीच्या हिताच्या दृष्टीने जवळ असलेल्या शेतकऱ्यांच्या बाजूने गेले.

रजपूत कुळांनी रजपूत जमीनदारांबरोबर हातमिळवणी केली नाही कारण त्यांच्यात धार्मिक संस्काराची एकता असूनही, त्यांचे आर्थिक-राजकीय हेतू एक नव्हते. विवाहसोहळ्यात आणि मृत्यूप्रसंगी ते एकाच पेल्यातून मदिरापान करत आणि एकाच थाळीतून कच्चे व शिजवलेले अन्नग्रहण करीत असत. पण जेव्हा मामला गैर-रजपूत कुळांबरोबर शेतजमिनीच्या हितसंबंधांपायी लढा देण्याचा आला, तेव्हा त्यांच्या वाटा वेगळ्या झाल्या.

दुसऱ्या बाजूला, जरी शेतजमिनीच्या हिताच्या दृष्टीने गैर-रजपूत त्यांना जवळचे होते तरी ते कुळांबरोबरदेखील ऐक्य साधू शकले नाहीत. खरं तर, रजपूत खंडकरी गैर-रजपूत कुळांशी आपसूकपणे हातमिळवणी करतील अशी अपेक्षा ठेवणे, म्हणजे इतिहासाचे बीभत्स भौतिक

आकलन ठरेल. त्यांनी ही हातमिळवणी का केली नाही, याची दोन मुख्य कारणे आहेत. एक म्हणजे, सवलती मिळवलेली कुळे असल्यामुळे, त्यांचे शेतजमिनीचे स्वार्थ तंतोतंत इतर शेतकऱ्यांच्यासारखे नव्हते. दुसरे आणि बहुधा अधिक महत्त्वाचे कारण म्हणजे, रजपूत कुळांच्या जातीविषयक जाणिवा तोडून त्याऐवजी क्रांतिकारी स्वरूपाच्या वर्गीय जाणिवा निर्माण करण्यासाठी एक क्रांतिकारी राजकीय संघटनेची गरज होती. जेणेकरून रजपूत जमीनदारांच्या विरोधात ते गैर-रजपूत कुळांच्या बाजूने होऊ शकले असते. पण ह्या दुसऱ्या पूर्वअटीचा इथे पूर्ण अभाव होता. हे बहुश्रुत आहे की १९३० आणि १९४० च्या मारवाडमध्ये मार्क्सवादी प्रभाव विकसित झाला नव्हता. त्याव्यतिरिक्त, न मारवाड प्रजामंडळ न मारवाड किसान परिषद यांच्यासारख्या स्थानिक राजकीय संघटना ज्या चळवळींचे थेटपणे नेतृत्व करीत नव्हत्या आणि न इंडियन नॅशनल काँग्रेस जिचे चळवळीवर एकूणच पण अप्रत्यक्ष नियंत्रण होते, दोन्ही खऱ्या अर्थाने क्रांतिकारी संघटना नव्हत्या. महात्मा गांधींच्या नेतृत्वाखालच्या काँग्रेस पक्षाचे कथित धोरण वर्गीय संघर्षापासून दूर राहणे आणि क्रांतिकारी स्वरूपाच्या वर्गीय जाणिवा विकसित होऊ न देण्याचा होता, कारण गांधींच्या अहिंसेच्या आदर्शवादात पारंपरिक सामाजिक संस्थांच्या आधारस्तंभांवर, जसं की नातेसंबंध, जात आणि धर्मावर, हल्ला करणे बसत नव्हते.

अशा रीतीने, आर्थिक (आणि राजकीय) स्थानांच्या फरकामुळे रजपूत खंडकरी त्यांच्याच नात्याच्या आणि जातीच्या माणसांपासून म्हणजेच जमीनदारांपासून दुरावले गेले. तर क्रांतिकारी विचारधारेच्या अभावामुळे ते गैर जातीच्या आणि नात्याबाहेरच्या कुळांबरोबर हातमिळवणी करू शकले नाही, जरी त्यांचे वर्गीय स्वार्थ जवळपास सारखेच होते. त्यामुळे ते तटस्थ राहिले. इथे एक समर्पक प्रश्न उभा राहतो. रूढिबद्ध समाजशास्त्राला याचे स्पष्टीकरण देता येईल का की एकाच जातीचे आणि क्वचित नात्यातले असूनही रजपूत खंडकरी गैर रजपूत कुळांच्या संघर्षात जमीनदारांच्या जोडीला का उभे राहिले नाही?

हे स्पष्टच आहे की जमीनदार आणि त्यांच्या नात्यातील आणि जातिगटातील इतर सदस्य म्हणजेच छुटभाई, भूमिया आणि रजपूत खंडकरी यांचे आर्थिक-राजकीय स्वार्थ एकसारखे नव्हते; म्हणून नातेसंबंध आणि जातीचे ऋणानुबंध असूनही त्यांना एकी साधता आली नाही. दुसरीकडे कुळांचे आर्थिक-राजकीय स्वार्थ समान होते. म्हणूनच त्यांच्या बाबतीत नातेसंबंध–जातीचे ऋणानुबंध एकतेची अतिरिक्त सत्ता ठरले. दुसऱ्या शब्दांत सांगायचे झाले तर, शेवटी शेतजमिनीच्या स्वार्थाची एकता किंवा अनेकता नातेसंबंध आणि जातीच्या ऋणानुबंधांची प्रतिक्रिया निर्धारित करत होती.[३०] नातेसंबंध आणि जातीच्या रूढिबद्ध समाजशास्त्राचे अपयश हे नव्हे की त्याला याचे उत्तर शोधता आले नाही, तर हे आहे की त्याने योग्य दृष्टिकोन पत्करून हा महत्त्वाचा सवाल उभादेखील केला नाही.

इथे हा प्रश्न उपस्थित करणे अनुचित ठरणार नाही: जातिव्यवस्थेतील विषमतेचा आधार कोणता? मुख्य प्रवाहाच्या समाजशास्त्राने कायम हेच म्हटले आहे की जातींमधली विषमता आणि जातीतली विषमता दोन्ही एकाच तत्त्वाच्या अभिव्यक्ती आहेत. त्याच्या मते हे तत्त्व कल्पनांमध्ये सापडते (उदाहरणार्थ, 'पवित्र' आणि 'अपवित्र' यांचा विरोध).[३१] इथे एखादी व्यक्ती असा प्रश्न उपस्थित करू शकते की 'पवित्र' आणि 'अपवित्र' यांच्या विरोधाच्या आधारे याचे स्पष्टीकरण देता येईल का किंवा एकाच जातीच्या गटातील किंवा क्वचित नात्यातील असूनही आर्थिक-राजकीय अधिकारश्रेणीत दोन वेगवेगळे पवित्रे बाळगणारी दोन गटांची विषमता का असावी? असे म्हणणे तर्कशुद्ध ठरेल का की जमीनदार असलेला रजपूत हा जमीनदार नसलेल्या रजपुतापेक्षा अधिक 'पवित्र' आहे? 'पवित्र' आणि 'अपवित्र' यांचे शाश्वत तत्त्व नात्यातील पटावी (वडीलबंधू) ज्याला वतनवाडीचा वारसा लाभला आणि त्यांचे छुटभाई (त्याने पुरवलेल्या प्रतिपाळावर निर्वाह करणारे आणि त्याची अधीनता मानणारे कनिष्ठ बंधू) यांच्यातल्या संदिग्ध स्वरूपाच्या भेदाचे स्पष्टीकरण कसे काय देऊ शकेल?

त्याऐवजी असा तर्क लढवला जाऊ शकतो की जातिव्यवस्थेतील आणि परिवारातील विषमतेचा आधार श्रमाच्या आणि त्याच्या परिपाकाच्या म्हणजेच मालमत्तेच्या असमान वितरणात आढळतो. म्हणूनच पटावी (वडील बंधू, जमीनदार) आणि त्याचे छुटभाई (त्याच्या प्रतिपाळावर निर्वाह करणारे कनिष्ठ बंधू) यांच्यामधील विषमता मालमत्तेवरील (जमीन) त्यांच्या वेगवेगळ्या स्वरूपाच्या नियंत्रणावर आधारित आहे आणि ज्यायोगे व्यवस्थेतील त्यांचे कार्य आणि कर्तव्य निर्धारित होते. त्याच तर्काच्या आधारे रजपूत जमीनदार आणि जमीन आमदनीधारकांच्या (छुटभाई, भूमिया आणि सवलती मिळवलेले खंडकरी) इतर श्रेण्या यांच्यातील भेद जमिनीवरच्या त्यांच्या वेगवेगळ्या स्वरूपाच्या नियंत्रणावर आधारित आहे, ज्यामुळे व्यवस्थेतील त्यांचे कार्य आणि कर्तव्य निर्धारित होते.

समारोप करताना असे म्हणता येईल की नातेसंबंध आणि जातीच्या रूढिबद्ध समाजशास्त्राचा मूलभूत दोष, म्हणजे आर्थिक-राजकीय वास्तव वगळून स्वतंत्र अस्तित्व चिकटवून सामाजिक वास्तवाचे कल्पनांच्या आधारे स्पष्टीकरण देण्याचा प्रयत्न हा होय. यामुळे रूढिबद्ध दृष्टिकोन हा निव्वळ सैद्धान्तिक तत्त्वज्ञानाच्या जवळ जातो. रूढीबद्द समाजशास्त्राचा अवघा प्रयत्न अशा रीतीने गूढतेकडे झुकणारी कृती ठरते.[३२]

टिपा

१. या विचारसरणीचे मुख्य रचयिते होते लुई ड्युमॉन्ट आणि डेव्हिड एफ. पोकॉक: फॉर अ सोशिऑलॉजी, नं. १, मुटन, १९५७.

ड्युमॉन्टने *होमो हायरारकिकास* (१९६९) या त्याच्या पुस्तकात हाच तर्क मांडला आहे. ही लक्षणीय गोष्ट आहे की *कॉन्ट्रिब्यूशन्स टू इंडियन सोशीऑलॉजी*, न्यू सीरीजनी प्रायोजित केलेल्या एक

परिसंवादात, काही भारतीय सामाजिक शास्त्रज्ञांनी अर्थातच त्याच्या मूलभूत तौलनिक किंवा सैद्धान्तिक गृहीतकांना आव्हान न देता त्याची टीका केली, पहा. टी. एन. मदन, इत्यादी, 'रीव्हू सिम्पोझियम ऑन लुई ड्युमॉन्टज् *होमो हायरारकिकास*', १९७१, पृ. क्र. १–८१.

२. उदाहरणार्थ, ड्युमॉन्ट (१९६९) अन्यत्र.

३. जागीर फाईल नं. C/३/४, खंड १, RSAB, पृ. क्र. ६५–६७.

४. जागीर फाईल नं. २८, RSAB, पृ. क्र. ६५–६७.

५. वॉल्टर सी. नील, 'लॅन्ड इज टू रुल', *लँड कंट्रोल अँड सोशल स्ट्रक्चर इन इंडियन हिस्टरी,* आर.ई. फ्रायकनबर्ग (ईडी.) मॅडिसन, १९६९, पृ. १५.

६. सरंजामशाहीच्या व्यवस्थेच्या या वैशिष्ट्याची नोंद अनेक इतिहासकारांनी घेतली आहे. उदाहरणार्थ, फ्रान्समधल्या सरंजामशाहीसाठी मार्क ब्लॉच, फ्यूडल सोसायटी, (१९६२) पहा, मध्ययुगीन इंग्लंडसाठी ई. ए. कॉमिन्स्की *स्टडिज इन द अग्रेरीअन हिस्टरी ऑफ इंग्लंड इन द थर्टीन्थ सेन्चुरी* (१९५६) आणि मुघल भारतासाठी मान हबीब, *अग्रेरिअन सिस्टिम ऑफ मुघल इंडिया* (१९६३) पहा.

७. जागीर फाईल नं. C/३/४, खंड १, (RSAB), पृ. ३२.

८. तान सिंह यांची मुलाखत, भूस्वामीज असोसिएशन चे संस्थापक -सदस्य, (पूर्वाश्रमीचे संसद सदस्य).

९. ठिकाणा वकील यांनी उपाध्यक्ष जोधपूर राज्यपरिषद यांच्याकडे, जानेवारी १, १९३० रोजी दाखल केलेली याचिका. RSAB.

१०. जागीर फाईल नं. ८५, ४/३ RSAB, पी ८७, जोधपूर शाखा, पृ. ८७.

११. जागीर फाईल नं. C/४J १०, खंड १ RSAB, पृ. ८७.

१२. सर्व्हे आणि सेटलमेंट रिपोर्ट, राज मारवाड, १८८५. RSAB पृ. १०२

१३. तथैव पृ. १०५.

१४. सर्व्हे अँड सेटलमेंट, हवाला फाईल नं. ४, पॅन १, RSAB, पृ. ७८, ९८.

१५. सर्व्हे आणि सेटलमेंट रिपोर्ट, राज मारवाड, १८८५. RSAB पृ. १०८.

१६. हकूमत उपकर फाईल नं C/१, खंड १, RSAB, पृ. ११२.

१७. आल्फ्रेड लायल, प्रस्तावना, द *रुलिंग प्रिन्सेस, चीफ्स अँड लीडींग पेर्सोनेजेस इन रजपुताना अँड अजमेर*, भारत सरकार, ६ वें संस्करण, कलकत्ता, १९३१, पृ. ६.

१८. एफ. एंजल्स, द *ओरिजिन ऑफ ड फॅमिली, प्रायव्हेट प्रॉपर्टी अँड थे स्टेट,* निवडक संग्रह, खंड ३, प्रोग्रेस पब्लिशर्स, मॉस्को, १९७३, पृ. २३४.

१९. आल्फ्रेड लायल, ग्रंथसूचीमध्ये पहा, पृ. १०४.

२०. मॅलार्ड येथील जनगणना, हरदयाळ सिंह सुपरिटेंडेंट, मल्लनी, १८८१, पृ. ७ (आभार राव बहादूर रावळ अमर सिंहजी, जेसोल).

२१. तथैव, पृ. ८५.

२२. राव बहादूर रावल झोरावर सिंह विरुद्ध राजस्थान राज्य सुप्रीम कोर्ट ऑफ इंडिया, नवी दिल्ली, १९५७ (आभार रावळ अमर सिंह जी).

२३. हवाला, फाईल नं. १६/२–A, भाग १, भूमियांचे हक्क, RSAB, पृ. क्र. १–६०.

२४. जेम्स टॉड, *ॲनल्स अँड ॲंटिक्विटीज ऑफ राजस्थान:* के. एम. एन. पब्लिशर्स, नवी दिल्ली, १९७१, पृ. क्र. १३६–१३८

२५. अभिलेखीय दस्तऐवजांतून खालील कागदोपत्री पुरावे भूमियांचा दर्जा ठिकाणेदारांच्या दर्जापेक्षा खालचा होता, हे सिद्ध करण्यासाठी सहाय्यक ठरते.

(अ) जून १८८३ मध्ये गोदवार येथील भूमियांनी ठिकाणेदारांना प्राप्त असलेला आसवनाचा हक्क मागणाऱ्या याचिकेवर रेव्हेन्यू मिनिस्टरने तो दावा या कारणासाठी धुडकावला की 'अबकारी नियमानुसार खाजगी ऊर्ध्वपातनाचा हक्क ठिकाणेदारांना दिला जातो. भूमिया हे सामान्य जागीरदारदेखील नसल्यामुळे त्यांची ही मागणी कशी काय स्वीकारता येईल' (हवाला फाईल नं. १६/२–A: भूमियाल यांचे हक्क, RSAB, पृ. ४०).

(ब) मारवाडमध्ये त्यांच्या प्रदेशातील वारस नसलेल्या जमिनींचा ताबा मिळवण्याचा हक्क ठिकाणेदारांना प्राप्त होता. पण जेव्हा खिवंडे येथील भूमियांनी याच प्रघाताचे अनुकरण करू पहिले तेव्हा असा निर्णय देण्यात आला: 'त्यांनी(भूमियांनी) वास्तविक ठिकाणेदार असल्याचे भासवले आहे. आता जर त्यांनी वारस नसलेल्या मालमत्तेचा ताबा घेतला तर त्यांच्यावर फौजदारी खटला भरायला हवा',(तथैव., पृ. ४७).

२६. या संदर्भात हे लक्षात ठेवायला हवे की रजपूत जमीनदार भूमियांच्या मुलींना लग्नासाठी मागणी शकत होते, पण कुठल्याही जमीनदाराने आपल्या मुलीचे लग्न भूमियाशी लावून दिले नाही. रजपुताना येथील रजपुतांमधील अनुलोम विवाहांची प्रथा काटेकोरपणे आर्थिक-राजकीय निकषांवर घडत असे म्हणजेच आर्थिक-राजकीय अधिकारश्रेणीत वर असलेले लोक खाली असलेल्या लोकांच्या मुलींबरोबर विवाह करीत असे पण त्यांना आपल्या मुली विवाहात देत नसत. त्यामुळे ज्या अर्थी भूमिया केवळ आपल्या मुलींचा विवाह जमीनदारांशी लावून देत असत पण त्यांच्या मुलींबरोबर लग्न करण्याची संधी त्यांना मिळत नसे, हे सिद्ध होते की भूमियांचा सामाजिक दर्जा हा जमीनदारांच्या तुलनेत खालचा होता.

२७. *वीर अर्जुन,* ऑगस्ट ७, १९४०, वर्तमानपत्राची कात्रणं, जोधपूर राज्य, फाईल नं. C/४, खंड १, RSAB.

२८. जागीर फाईल नं. ८५, जागीरदारांविरुद्ध संकीर्ण तक्रारी, RSAB, पृ. ८५.

२९. तान सिंह यांची मुलाखत.

३०. हमजा अल्वी यांनी यासारखाच निष्कर्ष त्यांच्या 'पीझन्ट क्लास अँड प्रायमॉर्डिअल लॉयल्टीज': द *जर्नल ऑफ पीझन्ट स्टडिज,* खंड १, ऑक्टोबर १९७३, पृ. ५९.

३१. ड्युमॉन्ट, ग्रंथसूचीमध्ये पहा, अन्यत्र.

३२. या संदर्भात मार्क्स आणि एंजल्स हे एकीकडे आणि जर्मन आदर्शवादी आणि यांत्रिक भौतिकवादी हे दुसरीकडे असलेल्या एका तीव्र मतभेदाचा उल्लेख करणे प्राप्त ठरते. मार्क्स आणि एंजल्स आदर्शवाद्यांवर अशी टीका करतात की ते संकल्पनांना, विचारांना, कल्पनांना—खरं तर जाणिवांच्या सर्व परिपाकांना ज्यांना ते स्वतंत्र अस्तित्व चिकटवतात—माणसांभोवतीच्या मानवी समाजाच्या 'खऱ्या बेड्या' मानतात (न्यू हेगेलियन) किंवा 'खरे बंध' मानतात (जुने हेगेलियन).

फुरबाच वरील त्यांच्या प्रबंधांमध्ये, मार्क्स आणि एंजल्स हे अधिक स्पष्ट करतात की संबंधित लोकं त्यांच्या 'संकल्पनांना' एकमेव निर्णायक आणि प्रभावी सत्ता बनवतात जी त्यांच्या प्रघातावर हावी होते, जेव्हा श्रमाच्या विभाजनाचे अपक्व रूप, जे भारतीय आणि इजिप्शियन जातिव्यवस्थेत सापडते, तेव्हा इतिहासकार असे मानतो की जातिव्यवस्था ती सत्ता आहे जिने हे अपक्व सामाजिक स्वरूप रचले (मार्क्स आणि एंजल्स, द *जर्मन आयडियालॉजी,* प्रोग्रेस पब्लिशर्स, मॉस्को, १९७६, पृ. ६३).

६ बदलते जमीनसंबंध आणि जात

एका गावाची वस्तुस्थिती*†

संरचनात्मक घटक एकूण गावातील सामाजिक व्यवस्थेशी निगडित अनेक व्यावहारिक भूमिका बजावणाऱ्या नेत्यांच्या नेमणुकीत निर्णायक भूमिका बजावतात.

गावाच्या पारंपरिक नेतृत्वाचे सातत्य क्षणभंगुर असते. नव्या राजकीय, आर्थिक आणि सांस्कृतिक घटकांच्या संसर्गामुळे, गावातल्या राजकारणामध्ये नवनवीन ताण उद्भवत आहेत आणि प्रतिक्रियेच्या रूपात राजकारण हळूहळू बहुसत्तावादी बनत आहे.

त्याच्या अनुयायांचे उत्तरदायित्व भविष्याच्या नेतृत्वाच्या हाती आहे आणि म्हणूनच त्याला नेतृत्वाच्या स्थानांसाठी एकमेकांशी स्पर्धा करणाऱ्या वेगवेगळ्या गटांचे हित 'कायदेशीरपणे' सांभाळावे लागेल.

जमीनदारी व्यवस्थेचे उन्मूलन आणि सर्व वयस्कांना मताधिकार प्राप्त होणे यांसारख्या अलीकडच्या बदलांमुळे गावातील सर्व जातींच्या नेतृत्वाच्या आकांक्षांचे औपचारीकरण झाले आहे. पारंपरिकरीत्या अधीन असलेल्या गटांच्या नेतृत्वाच्या महत्त्वाकांक्षेचे औपचारीकरण झाल्यामुळे गावच्या राजकीय रचनेवर दूरगामी परिणाम झाले आहेत.

मागील दशकातल्या ग्रामीण भारतातील नेतृत्वाच्या भरमसाठ वाढीतून या परिणामांना उघडपणे वगळले गेले आहे.[१] त्यामुळे पारंपरिक नेतृत्वाच्या सातत्यावर चुकीचा जोर दिला गेला आहे.[२] प्रस्तुत प्रकरणात, पारंपरिक नेतृत्वाच्या प्रत्यक्षात नसलेल्या सातत्याच्या पलीकडे जाऊन पूर्व उत्तर प्रदेशातील एका गावाच्या नेतृत्वाच्या रचनेतील ताणतणावांचे विश्लेषण करण्याचा प्रयत्न केला गेला आहे.

---

* 'स्ट्रेन्स इन लेडरशीप: फ्रॉम स्टेटस ग्रुप्स टू प्लुरलिझम इन ॲन ईस्ट युपी व्हिलेज' वरून रूपांतरित, *इकॉनॉमिक अँड पॉलिटिकल वीकली*, खंड ४, नं. १८, १९६९.

[लखनऊ विद्यापीठातून समाजशास्त्रामध्ये पदव्युत्तर पदवी मिळवल्यानंतर अवघ्या दोन वर्षांनंतर मी हा प्रबंध लिहिला होता. मी जाणीवपूर्वक संकल्पनात्मक चौकटीला (प्रामुख्याने वेबेरिअन, उदाहरणार्थ, 'दर्जा गट' ते 'बहुसत्तावाद') आणि निष्कर्षांना (प्रामुख्याने व्यवहारात्मक आणि पुराणमतवादी, उदाहरणार्थ, रजपुतांचे आणि पूर्वाश्रमीच्या जमीनदारांचे नेतृत्व एकूण गावाच्या 'ऐक्यासाठी' कार्यात्मक स्वरूपाचे होते) जसेच्या तसे प्रामुख्याने दोन कारणासाठी ठेवले आहे. एक, संकल्पनात्मक चौकट आणि सैद्धान्तिक दृष्टिकोन यांची निवडी आपले आकलन आणि निष्कर्ष कसे घडवतात हे दाखवण्यासाठी. दुसरी गोष्ट, संकल्पनात्मक चौकट आणि सैद्धान्तिक दृष्टिकोनाच्या बाबतीत मी माझ्या आरंभबिंदूपासून भरकटलो आहे, हे कबूल करण्यासाठी].

† प्राध्यापक योगेंद्र सिंह यांनी केलेले साहाय्य आणि प्रोत्साहनासाठी लेखक त्यांचे आभारी आहेत.

अभ्यासांतर्गत गावातील नेतृत्वाच्या रचनेमध्ये एक मूलभूत सातत्य सापडते; कारण तिथे एक दर्जा गटाचे[३]–एकेकाळच्या जमीनदार असलेल्या रजपूत जातीचे–शासन होते आणि आहे. या दर्जा गटाला पारंपरिकदृष्ट्या अधीन आणि वंचित गटांच्या नेतृत्वाच्या महत्त्वाकांक्षेच्या अचानकपणे उद्‌भवलेल्या आव्हानाला सामोरे जावे लागले आहे. हे आव्हान चिकाटीचे असल्याकारणाने नेतृत्वाच्या रचनेतील वेगवेगळ्या गटांची केवळ संबंधित स्थानेच नाही तर गावाचा अवघा रंगच बदलेल अशी शक्यता आहे.

निरीक्षणाचे ठिकाण

पूर्वउत्तर प्रदेशातील जौनपूर या जिल्ह्याच्या गावापासून अंदाजे २२ मैल दूर महुवारि नावाचे काहीशा विस्कळीत वस्तीचे गाव आहे. तिन्ही बाजूनी भाताची शेतं आणि चौथ्या बाजूला एक छोट्याश्या ओढ्याने सीमांकित असलेल्या या गावी वाहतुकीची साधनं प्राचीन काळात किंवा अगदी अलीकडच्या काळापर्यंत, विशेषकरून पावसाळ्याच्या दिवसात जवळजवळ नसल्यासारखी होती. (पुरुषांसाठी) हत्ती आणि (स्त्रियांसाठी) पालख्या एवढीच काय ती साधनं उपलब्ध होती.

११२५ लोकसंख्या असल्याकारणाने ते सरासरी ५२७ माणसे असलेल्या एका उत्तर प्रदेशातील गावाच्या तुलनेत मोठे आहे. १४ जाती असलेले हे बहुजातीय गाव आहे जे १५६ परिवारांमध्ये विभागले गेले आहे.

रजपूत, गावातील प्रभुत्वशाली जात

गतकाळात, गावाचे नेतृत्व, औपचारिक तसेच अनौपचारिक, तीन जमीनदार रजपूत परिवारांच्या हातात होते. गावात एक वैधानिक गावपंचायत होती–एक प्रशासकीय आणि न्यायिक मंडळ. या मंडळाच्या प्रमुखाला मुखिया म्हणत असत. मुखियाला न्यायिक आणि प्रशासकीय असे दोन्ही अधिकार होते. न्यायकर्त्याच्या भूमिकेत त्याला गाव पंचायतीच्या अखत्यारित येणाऱ्या क्षुल्लक याचिकांची सुनावणी करावी लागे. असं म्हणतात की गाव पंचायतीकडे येणाऱ्या बहुतेक खटले अनौपचारिकरीत्या निकालात काढले जात. प्रशासकाच्या भूमिकेत, मुखियाला सरकार आणि गावकरी यांच्यामधला मध्यस्थ व्हावे लागे; पण असे प्रसंग मोजके होते. मुखियाचे पद हे आनुवंशिक परंपरेने चालणारे असल्यामुळे ते कायम एकाच रजपूत परिवाराच्या सदस्याकडे सोपवले जाई.

जमीनदाराच्या काळात अनौपचारिक नेतृत्वाची व्याप्ती बऱ्यापैकी मोठी होती, जी ग्रामीण जीवनाच्या सर्व पैलूंना सामावून घेत असे–आर्थिक, राजकीय, सामाजिक आणि सांस्कृतिक. आर. डी. सिंह[४] आणि योगेंद्र सिंह[५] आणि इतरांच्या मते, जमीनदारी जरी एक आर्थिक घटना

असली तरी तिला सर्वव्यापी असे आकृतिबंध प्राप्त झाले होते. गावातील आर्थिक, राजकीय, सामाजिक आणि सांस्कृतिक मंजुऱ्या देण्याचा हक्क जमीनदाराकडे होता. जमीनदारांच्या नेतृत्वाची एकमेकांस जोडलेली दोन वैशिष्ट्ये होती, पारंपरिक अधिकार[६] आणि सर्वव्यापी अनौपचारिक नेतृत्व. रजपूत ही गावातील प्रभुत्वशाली जात होती.

औपचारिक नेतृत्व

स्वातंत्र्यानंतरच्या काळातल्या दोन महत्त्वाच्या बदलांचा उल्लेख करायला हवा. जमीनदारी प्रथेच्या उल्लंघनामुळे पारंपरिक प्रभुत्वशाली गटाचे अधिकृत आर्थिक आणि राजकीय पुढारीपण संपुष्टात आले. दुसरा महत्त्वाचा बदल म्हणजे सर्व वयस्कांना मताधिकार देण्यात आला. त्यानंतर ग्रामपंचायत, अदालत पंचायत समिती आणि जिल्हापरिषद अशा नव्या औपचारिक राजकीय संस्थांचा जन्म झाला.

त्याच वेळी गैर-रजपूत जातींच्या संबंधित आर्थिक आणि शैक्षणिक स्थितीमध्ये काही महत्त्वाचे बदल झाले. त्यांच्या अधिक लोकसंख्येमुळे, शहरातल्या औद्योगिक क्षेत्रांमध्ये नोकरीच्या शोधात निघालेल्या लोंढ्यामध्ये त्यांचे प्रमाण सर्वांत जास्त होते. ज्यायोगे त्यांच्या परिवारांची आर्थिक स्थिती सुधारली. इतर जातींच्या तुलनेत शाळेत जाणाऱ्या रजपूत मुलांचे प्रमाण कमी आहे. शैक्षणिक कर्तृत्वातही रजपूत मुलं बऱ्याच पिछाडीवर आहेत.

नव्या राजकीय संस्थांनी औपचारिक नेतृत्वाची व्याप्ती बरीच वाढवली आहे. ग्रामपंचायत, गावातील सहकारी संस्था आणि शाळांची व्यवस्थापन समिती या गावातील प्रमुख औपचारिक संस्था आहेत. शिवाय, अदालत पंचायत, पंचायत समिती आणि जिल्हापरिषद यामुळे औपचारिक नेतृत्वाची नवी पदे अस्तित्वात आली आहेत.

गावातील नेतृत्वाचे सर्वांत महत्त्वाचे औपचारिक पद हे ग्रामपंचायतीच्या प्रमुखाचे म्हणजेच प्रधानाचे आहे. सुमारे १५ वर्षांपूर्वी जेव्हा ग्रामपंचायतीची स्थापना झाली तेव्हापासून प्रधानाचे पद हे पूर्वाश्रमीच्या जमीनदार परिवारातील एक रजपूत भूषवित असे. ही निवड बिनविरोध होई आणि प्रत्येक वेळी याच परिवारातील रजपूत एकमताने निवडून येई. गावातील सहकारी संस्था ही जणू केवळ रजपुतांसाठीच राखीव अशी संस्था होती. अदालत पंचायत आणि पंचायत समिती यांचे सदस्यत्व प्रामुख्याने रजपूत ठरवत असत. गावातील अनेक जणांना पंचायत समिती किंवा जिल्हा परिषद यांच्या अस्तित्वाचा गंधदेखील नाही. गावातील प्राथमिक शाळा रजपुतांनी सुरू केली आणि सरकारकडून मान्यता आणि अर्थसाहाय्य मिळेपर्यंत रजपुतच शाळेला निधी पुरवीत असत आणि इतर देखरेख करीत असत. आता शाळेला सरकारी इनाम प्राप्त झाले आहे आणि रजपुतांना त्यांच्या आर्थिक जबाबदारीतून मुक्तता लाभली आहे; तरी शाळेच्या संस्थापकीय बाबींमध्ये तसेच व्यवस्थापनात त्यांचा अजूनही सक्रिय सहभाग आहे.

थोडक्यात सांगायचं तर, औपचारिक नेतृत्व अजूनही गावातील माजी शासकांच्याच हाती आहे.

अनौपचारिक नेतृत्व

औपचारिक राजकीय संस्थांना, मात्र, गावातील अनौपचारिक नेतृत्वाच्या लोकप्रियतेपुढे आणि पावित्र्यापुढे नमते घ्यावे लागले आहे. जर आपण दैनंदिन किंवा विशिष्ट प्रश्नांचा विचार केला, तर आपल्याला दिसून येईल की अनौपचारिक नेतृत्वाचे प्रसंग औपचारिक नेतृत्वाच्या तुलनेत बरेच अधिक आहेत. अनौपचारिक नेतृत्वाची कमान पूर्वाश्रमीच्या केवळ तीन जमीनदार परिवारांच्या हातात आहे. या परिवाराचे सदस्य गावातील 'प्रतिष्ठित' मानले जातात; निर्णय घेण्यात ते प्रबळ भूमिका निभावतात आणि जमीनदारी व्यवस्थेच्या उन्मूलनानंतर त्यांची पीछेहाट झाल्यानंतरदेखील ते अजूनही गावातील सर्वांत प्रभावशाली व्यक्ती मानले जातात.

अनौपचारिक नेतृत्वाचा आवाका खूप व्यापक आहे. अनौपचारिक नेते आर्थिक, राजकीय आणि नैतिक बाबींशी निगडित वादविवाद सोडवण्यात महत्त्वाची भूमिका बजावतात. कुटुंबाचे विखंडन होत असताना संयुक्त परिवाराच्या मालमत्तेच्या विभाजनाच्या वेळी आर्थिक बाबी प्रामुख्याने उद्भवतात. हे विखंडन नेहमीच मूलतः अनौपचारिक स्वरूपाचे असले तरीही बऱ्यापैकी बंधनकारक असते. अपहरण, अनैतिक शरीर संबंध आणि फसवणूक यांसारख्या नैतिक बाबी अनौपचारिक नेते सोडवतात. सामाजिक परस्परसंबंधातले विचलन अनौपचारिक नेत्यांच्या निदर्शनास आणून दिले जाते. उदाहरणार्थ, जर एखादा युवक आपल्या पालकांना वाईट वागणूक देत असेल किंवा पत्नी आणि मुलांवर अत्याचार करत असेल, तर अनौपचारिक नेते त्याला वठणीवर आणण्याचा प्रयत्न करतात आणि अनेकदा त्यांना त्या प्रयत्नात यशही मिळते.

रजपूत आणि ब्राह्मण सोडून, गावातील प्रत्येक जातीची अशी वेगळी जात पंचायत आहे. आज अस्तित्वात असलेल्या जात पंचायती जमीनदारी व्यवस्थेच्या काळातील जात पंचायतीप्रमाणेच परिणामकारक रीत्या कार्य करतात. पण त्या पूर्ण गावासाठी कधीच प्रभावी ठरलेल्या नाहीत. अनुलंबाप्रमाणे त्या प्रत्येक जात पंचायतीचे अधिकारक्षेत्र त्या त्या जातीपुरते मर्यादित आहे तर क्षैतिज पातळीवर जातपंचायतीचे अधिकार क्षेत्र गावच्या हद्दीच्या पलीकडेदेखील पसरते. ज्यामुळे गावातील एकक म्हणून तिचा प्रभावीपणा कमी होतो.

तळागाळाचे आव्हान

पारंपरिक नेत्यांचे सध्याचे नेतृत्व गतकाळापासून आजवरचे सातत्य चांगल्या प्रकारे राखण्यात असमर्थ ठरते. १९५० च्या दशकाच्या सुरुवातीस जमीनदारी व्यवस्थेच्या उन्मूलनानंतर

लगेचच रजपुतांच्या दीर्घकाळ अस्तित्वात असलेल्या सत्तेला गैर-रजपुतांनी खऱ्या अर्थाने आव्हान दिले. या संदर्भात दोन घटना प्रस्तुत ठरतात. पैकी पहिल्या उदाहरणात, बचाई अहिर (पूर्वाश्रमीचे खंडकरी आणि मधल्या जातीचा सदस्य ठाकूर क्षत्रपाल सिंह नावाचा जमीनदार रजपुताच्या मालकीच्या शेताच्या एका तुकड्याची मशागत करीत असे आणि त्यावरचा महसूल ठाकूरला दिला जात असे. जमीनदारी व्यवस्थेच्या उन्मूलनानंतर, बचाईने छत्रपाल सिंह यांना महसूल भरण्यास नकार दिला ज्यावर ठाकूरने त्याला शेत सोडून जाण्यास सांगितले. प्रतिक्रिया म्हणून महुवारी आणि आजूबाजूच्या गावांतील[७] सारे अहिर एकत्र आले आणि विवादित जमिनीचा त्यांनी बळजबरीने ताबा घेतला. शिवाय, त्यांनी गावातील सर्वांत वयोवृद्ध आणि प्रतिष्ठित रजपूत असलेल्या ठाकूर बन्स गोपाल सिंह यांच्या नावे एक संदेश पाठवला की त्यांच्या शक्तीची परीक्षा घेण्याची जर रजपुतांची इच्छा असेल तर त्यांनी जरूर मैदानात उतरावे. यामुळे गावातील रजपूत खवळले आणि थोड्याच वेळात महुवारी आणि आसपासच्या गावातील सर्व रजपूत (आणि काही ब्राह्मण) आव्हानाला तोंड देण्यासाठी एकत्र आले. रजपुतांचे लोंढे विवादित स्थळावर येताना दिसताच अहिरांनी तेथून पळ काढला. पाठोपाठ लगेचच छत्रपाल सिंह याने एका ब्राह्मणाच्या नेतृत्वाखाली असलेल्या गावच्या अदालत पंचायतीत याचिका दाखल केली. रजपूत आणि ब्राह्मणांनी हातमिळवणी केली आणि अहिरांवर जबर दंड ठोकण्यात आला.

दुसरी घटना एका वर्षानंतर घडली, जेव्हा पूर्वाश्रमीचे जमीनदार ठाकूर वासुदेव सिंह यांनी त्यांच्या पूर्वाश्रमीच्या पासी जातीच्या कुळाला जो त्यांचा मालकीच्या जमिनीच्या एका तुकड्याची मशागत करीत असे, त्याला जमीन सोडून जाण्यास सांगितले; पण त्यांनी स्पष्ट नकार दिला. एके दिवशी जेव्हा तो विवादित जमीन नांगरत होता, बासुदेव सिंह आणि काही इतर रजपूत तिथे जाऊन त्याला काम थांबवण्यास सांगू लागले; पण तेवढ्यात पासी आणि त्याच गावातील काही अहिरांनी तिन्ही बाजूंनी त्यांना घेरले आणि हल्ला केला. त्या भीषण संघर्षामध्ये दोन्ही पक्षांच्या लोकांना गंभीर दुखापत झाली. दुसऱ्या दिवशी, रजपूत आणि ब्राह्मणांनी त्या कुळाच्या घरावर धाड टाकली; पण आदल्या दिवशी लढलेल्या पासी आणि अहिरांनी घाबरून जाऊन गावातून पळ काढला. रजपूत लोकांनी पासी कुळाची घर जाळले. पासींनी पोलिसांकडे तक्रार केली आणि जिल्हा न्यायालयात रजपुतांविरुद्ध फिर्याद मांडली पण ती फेटाळण्यात आली; कारण पासी काहीच पुरावा देऊ शकले नाहीत. दुसऱ्या बाजूला, बासुदेव सिंह यांनी पासींविरुद्ध अदालत पंचायतीसमोर फिर्याद केली आणि पुन्हा एकदा पंचायतीच्या ब्राह्मण प्रमुखाने रजपूत फिर्यादीची साथ दिली आणि त्याने पासींना जबर दंड ठोठावला.

तक्ता ६.१: *महुवारी गावातील जातींप्रमाणे विभागलेल्या परिवार आणि व्यक्तींची संख्या*

जात	*परिवारांची संख्या*	*एकूण संख्या*
अहिर	५४	४००
चमार (चांभार)	४२	२९४
ब्राह्मण	१९	१३७
पासी	१६	१०५
नाई (नाभिक)	९	५९
ठाकूर	३	३०
तेली	२	२५
कहार	२	१०
लोहार	२	१५
धोबी	२	१४
गरेडिया	२	१४
कुम्हार (कुंभार)	१	१०
गोसैन	१	७
कायस्थ	१	५
एकूण	१५६	१,१२५

संरचनात्मक घटक

या दोन घटनांमुळे रजपुतांचे अधिकार आणि वर्चस्व गावात 'पुनःप्रस्थापित' झाले. शिवाय, जमीनदाराच्या काळातील तीन खुल्या गटांमध्ये विभागलेल्या तिन्ही रजपूत परिवारांना या घटनांनी एकत्र आणले आणि महुवारीच्या रजपुतांना ब्राह्मणांच्या आणि इतर गावांच्या रजपुतांच्या जवळ आणले, कारण त्यांच्या लक्षात आले की जर ते एकजूट असतील तर इतर जातींविरुद्ध आपले संरक्षण चांगल्या प्रकारे करू शकतील. ही नवी एकता आणि रजपुतांच्या गावातील जमिनींचा मोठा हिस्सा हे त्यांच्या गावातील प्रबळ स्थानाची प्रेरक शक्ती ठरले.

आमच्या निष्कर्षानुसार नेत्यांच्या नेमणुकीत संरचनात्मक घटक निर्णायक भूमिका बजावतात. अगदी सुरुवातीपासून गावाच्या नेतृत्वाची कमान रजपुतांच्या हातात होती. एखाद्या व्यक्तीच्या नेतृत्वाच्या स्थानामागे रजपूत जातीचे सदस्यत्व हा सर्वांत मोठा घटक ठरतो. रजपूत आणि गैर-रजपूत वैयक्तिक गुणांमध्ये तुल्यबळ असले तरी कौल मात्र रजपुताच्याच बाजूने दिला जातो. दुसऱ्या शब्दांत सांगायचे तर रजपूत हा नेहमीच गावातील गैर-रजपुतांचा नेता ठरतो. ही परिस्थिती ऑस्कर लुईसने एका उत्तर भारतीय गावाच्या अभ्यासात वर्णन केलेल्या परिस्थितीसारखी आहे, जिथे 'प्रत्येक जाट हा गैर-जाट व्यक्तीचा नेता आहे'.[८]

मात्र, वैयक्तिक गुण महत्त्वाचे ठरतात, जरी ते गटाने ठरवलेल्या सीमांना भेदू शकत नसले तरीही. वैयक्तिक नेते किंवा परिवारांनी पूर्ण करण्याचे काही निकष हे पारंपरिकरीत्या गृहीत धरले जातात. म्हणून, रजपूत परिवारांमध्ये जे परिवार धन, सामाजिक प्रतिष्ठा आणि सामाजिक ओळखीपाळखी या निकषांवर श्रेष्ठ ठरतात त्यांना नेतृत्वाच्या मुद्द्यांवर जास्त अधिकारवाणीने बोलण्याचा हक्क प्राप्त होतो. दुसऱ्या हाताला, प्रामाणिक, सच्च्या, नम्र, स्वामीभक्त, अगत्यशील आणि नैतिक सचोटी दाखवणाऱ्या व्यक्ती या अधिक प्रचलित होतात आणि सहजच नेते म्हणून स्वीकारल्या जातात. त्यामुळेच आम्ही वूल्फच्या[९] मताशी सहमत आहोत की एखाद्या गटाच्या गावातील अधिकार किंवा वर्चस्वाची वैधता ही सर्वस्वी किंवा प्रामुख्याने बळजबरीवर किंवा गावातील जमिनीच्या मोठ्या हिश्श्यामुळे ठरत नाही. उलटपक्षी, ए. के. सिंह[१०] यांनी दाखवून दिल्याप्रमाणे नेत्याच्या भूमिकेची वैधता प्रामुख्याने तो लोकांच्या मनातल्या नेत्याच्या सांस्कृतिक प्रतिमेच्या किती जवळ जातो यावर ठरतं.

गावातील नेत्यांची भूमिका ही विशिष्ट नसून सामान्य प्रकारची असते. नेतृत्व म्हणजे एखादे कार्य करणे किंवा एखाद्या ध्येयाची पूर्ती करणे नसून आर्थिक, राजकीय, सामाजिक, नैतिक आणि सांस्कृतिक क्षेत्रांमधल्या वेगवेगळ्या प्रश्नांचे निवारण करणे होय. ते कुठल्या आणीबाणीच्या स्थितीचे परिपाक नसतात तर दैनंदिन घडामोडींमुळे उद्भवतात. हे प्रश्न जर योग्य रीतीने सोडवले गेले नाही तर त्यामुळे गावातील सामाजिक व्यवस्थेला मोठा धोका पोहोचतो. जितक्या प्रमाणात नेत्यांना हे प्रश्न सोडवण्यात यश येते तितकीच गावाच्या सामाजिक व्यवस्थेच्या प्रतिपाळात भर पडते आणि तेच नेतृत्वाचे कार्य आहे.

नेतृत्वाची कमान गावातील सामाजिक गाभा ठरणाऱ्या व्यक्तींच्या गटाच्या हातात आहे, हे यावरून सिद्ध होते. या व्यक्ती गावच्या समाजासाठी आर्थिक, सामाजिक, राजकीय आणि सांस्कृतिक क्षेत्रामध्ये वेगवेगळ्या व्यावहारिक भूमिका निभावतात. व्यावहारिकदृष्ट्या ते केलर यांच्या 'धोरणी उच्चभ्रूं'[११] शी साधर्म्य राखतात जरी रचनात्मकदृष्ट्या ते दोहोंपैकी दुसऱ्या पक्षाच्या तंतोतंत उलट ठरतात.

सातत्य आणि बदल: भूतकाळ ते भविष्यकाळ

अशा रीतीने गावातील नेतृत्वाच्या बाबतीत भूतकाळापासून ते भविष्यकाळापर्यंत एक उघड असलेले सातत्य दिसून येते, पण हे तेव्हाच खरं ठरतं जेव्हा नेते एकाच जातीचे असतात, म्हणजेच रजपूत आणि नेतृत्वाचे गुणधर्मदेखील एकच असतात, म्हणजेच अधिकार पारंपरिक स्वरूपाचे असतात आणि अनौपचारिक नेतृत्व हे औपचारिक नेतृत्वापेक्षा जास्त व्यापक स्वरूपाचे असते.

इथे आपल्याला एका मूलभूत आणि महत्त्वाच्या प्रश्नाचा सामना करावा लागतो: भविष्यकाळात नेतृत्वाची कमान कुणाच्या हाती असेल? आणि नेतृत्वाचे गुणधर्म काय

असतील? जमीनदारी व्यवस्थेचे उन्मूलन आणि नागरिकत्व आणि त्याचे उपप्रमेय असलेल्या जनसमुदायाच्या नागरीकरणाचा विस्तार या संदर्भात महत्त्वाचे ठरतात. पूर्वी, जमीनदार हा एक वर्ग होता; गैर-जमीनदार खंडकरी हा दुसरा वर्ग होता आणि त्यांच्यात एक खोल विवर होते आणि नेतृत्व हा जमीनदारांचा विशेष हक्क होता. जमीनदार हे आर्थिकदृष्ट्याच नव्हे तर राजकीयदृष्ट्या आणि सांस्कृतिकदृष्ट्या प्रबळ होते. जमीनदारी व्यवस्थेच्या उन्मूलनामुळे जमीनदार आणि कुळांमधले पारंपरिक विवर विरून गेले आहे व त्यामुळे जमीनदारांचे नेतृत्वाचे विशेष अधिकारदेखील संपुष्टात असले आहेत. रक्ताचा पुरातनपणा (पावित्र्य) (रजपुतांच्या शासनाच्या हक्काचे आदर्शवादी स्पष्टीकरण) हे आता कायमचे संपुष्टात आले आहे. नेतृत्व हे आता बहाल केले जाणार नाही तर मिळवावे लागेल, हे आता स्पष्ट झाले आहे.

दुसरीकडे, सार्वत्रिक मताधिकार आणि जनसमुदायाच्या नागरीकरणामुळे आता सर्व जातींच्या सदस्यांना सैद्धान्तिकदृष्ट्या गावातील राजकारणात भाग घेण्याची समसमान संधी प्राप्त झाली आहे. सर्वांत महत्त्वाचे म्हणजे, याचा अर्थ असा होतो की आता गैर-रजपूत जातींना कायदेशीरपणे गावातील नेतृत्वांची पदे मिळवण्याची महत्त्वाकांक्षा बाळगता येई. गतकाळात ही महत्त्वाकांक्षा बेकायदेशीर मानली जात असे. इतर जातींच्या नेतृत्वाच्या महत्त्वाकांक्षेचे औपचारीकरण हा भविष्यातील गावच्या नेतृत्वाच्या संदर्भात सर्वांत महत्त्वाचा घटक ठरतो. जुन्या शासकांच्या शासनाच्या सातत्याचा अर्थ असा होत नाही की त्यांचा कायमस्वरूपी नेता म्हणून स्वीकार केला जाईल आणि जरी ते नेतृत्व राखण्यात यशस्वी ठरले, तरी नेतृत्वाचे गुणधर्म मात्र बदलतील. त्याचे कारण असे की वेगवेगळ्या जाती आता नेतृत्वासाठी एकमेकांशी स्पर्धा करतील ज्यात धन, शिक्षण, वैयक्तिक यशप्राप्ती आणि संख्यात्मक सामर्थ्य निर्णायक भूमिका निभावते. जो गट या निकषांवर इतरांपेक्षा उजवा ठरेल त्याच्याकडे नेतृत्वाची धुरा सोपवली जाण्याची जास्त शक्यता असेल. ज्याअर्थी या साऱ्या संधी सर्वांना समसमान प्राप्त आहेत, त्याअर्थी गावातील राजकारणाला बहुसत्तावादी[१२] स्वरूप येण्याची शक्यता आहे, ज्यात नेत्यांना वेगवेगळ्या स्पर्धा करणाऱ्या गटांचे हित लक्षात घ्यावे लागेल. परिणामस्वरूप निहित हितांची सतत अदलाबदल घडेल, ज्यामुळे नवे गट आणि कंपू निर्माण होतील आणि त्यांना गावातील राजकारणात सामावून घेतले जाई.

बदलत्या आर्थिक, सामाजिक आणि शैक्षणिक परिस्थितीमुळे गावाच्या राजकारणात बहुसत्तावादी प्रवृत्तीचा विकास होण्यासाठी पोषक वातावरण तयार झाले आहे. गावाबाहेरील नोकरीच्या संधींमुळे गैर-रजपूत जातींची आर्थिक स्थिती सुधारली आहे. शिक्षणामुळे ते आता जास्त सजग झाले आहेत. बाहेरील जगाशी वाढत्या संपर्कामुळे त्यांच्या औदासीन्यतेला तडा गेला आहे. प्रौढ मताधिकार प्राप्त झाल्यामुळे, संख्यात्मक सामर्थ्य ही आधीच एक महत्त्वाची राजकीय सत्ता ठरली आहे.

या परिस्थितीत, गावातील नेतृत्वात मूलभूत बदल घडणे हे केवळ सैद्धान्तिकदृष्ट्या वाजवी ठरत नाही. त्याची प्रक्रिया आधीच कार्यान्वित झाली आहे. पूर्वी, रजपूत गैर-रजपुतांकडे आपली प्रजा म्हणून पाहायचे आणि स्वतःला त्यांचे 'स्वाभाविक' मालक समजायचे. आता, उलटपक्षी, ते इतरांना कायदेशीर प्रतिस्पर्धी मानतात आणि राजकारणी 'डावपेच लढवून' जाणीवपूर्वक वर्चस्व शाबूत ठेवण्याचा प्रयत्न करतात. पारंपरिक नेत्यांचा नेतृत्व मिळवण्यासाठी आणि टिकवण्यासाठी केलेला प्रयत्न हा एक महत्त्वाचा शोध ठरतो.[१३]

या प्रकरणात, मी पूर्व उत्तर प्रदेशातील एका गावाच्या नेतृत्वाच्या रचनेचे आणि कार्याचे परीक्षण केले आहे. मी हे दाखवून दिले आहे की नेत्यांच्या नेमणुकीत रचनात्मक घटक निर्णायक भूमिका निभावतात. नेत्यांची भूमिका एका विशिष्ट प्रश्नापुरती किंवा क्षेत्रापुरती मर्यादित नसते. उलटपक्षी, ते अनेकविध भूमिका निभावतात ज्या एकूण गावच्या सामाजिक व्यवस्थेच्या संदर्भात व्यावहारिक स्वरूपाच्या असतात. गावाच्या नेतृत्वाची रचना एक नैसर्गिक ऊर्जेचे सातत्य प्रदर्शित करते. कारण मागील काही शतकांपासून गावाची व्यवस्था पूर्वाश्रमीचे जमीनदार असलेले रजपूत जातीचे दर्जा गट, म्हणजेच लिंडच्या भाषेत[१४] तीन 'राज्य करणारे परिवार' पाहत होते. माझे निरीक्षण मात्र असे सुचवते की हेच सातत्य क्षणभंगुर आहे, ते केवळ गतकाळाचे तग धरून राहणे आहे. नव्या राजकीय, आर्थिक आणि सांस्कृतिक घटकांचा सामना झाल्यामुळे गावातील राजकारणात नवीन ताणतणाव निर्माण होत आहेत; याची प्रतिक्रिया म्हणून राजकारणाला बहुसत्तावादी गुणधर्म प्राप्त होताना दिसत आहे. ज्यात कायदेशीररीत्या एकमेकांशी स्पर्धा करणाऱ्या वेगवेगळ्या गटांचे हित राखले जाणार आहे आणि त्याहून महत्त्वाचे म्हणजे, नेत्यांना त्यांच्या अनुयायांचे उत्तरदायित्व उचलावे लागेल.

[इथे मी हे नमूद करू इच्छितो की या गावातील मागल्या भेटीत (२००५ मध्ये) गावपंचायतीचा प्रधान एक पासी होता (पूर्वाश्रमीची अस्पृश्य जात). रजपुतांना गावातील 'स्वाभाविक' नेते मानण्याची कल्पना आजच्या गावांच्या संदर्भात अतिशय कृत्रिम भासेल].

टिपा

१. पहा. 'लीडरशिप अँड पॉलिटिकल इन्स्टिट्यूशन्स इन इंडिया, आर. पार्क आणि आय. टिंकर (सुधारित आवृत्ती), ऑक्सफर्ड, १९६०; 'इमर्जिंग पॅटर्न्स ऑफ रुरल लीडरशीप इन सदर्न एशिया', 'नॅशनल इन्स्टिटयूट ऑफ कम्युनिटी डेव्हलपमेंट, हैदराबाद, १९६५'; 'रुरल लीडरशीप इन इंडिया', उदय परिक (सुधारित आवृत्ती), नवी दिल्ली, १९६६; 'लीडरशीप इन इंडिया', एल. पी. विद्यार्थी (सुधारित आवृत्ती), एशिया पब्लिशिंग हाऊस, १९६७.

२. पहा. प्रभात चंद्राः 'रुरल लीडरशिप इन इंडिया', द *इस्टर्न अँथ्रोपोलॉजिस्ट,* सप्टेंबर-नोव्हेंबर १९५९; जॉन टी. हिचकॉक; 'लीडरशिप इन अ नॉर्थ इंडियन व्हिलेजः टू केस स्टडिज' इन 'लीडरशिप अँड पॉलिटिकल इन्स्टिट्यूशन्स इन इंडिया', पार्क आणि टिंकर सुधारित आवृत्ती १९६०; ब्रिजराज चौहानः

फेजेस इन व्हिलेज पॉवर स्ट्रक्चर अँड लीडरशिप इन राजस्थान' इन 'लीडरशिप इन इंडिया', एल. पी. विद्यार्थी (सुधारित आवृत्ती), १९६७.

३. दर्जा गटाचा उल्लेख इथे वेबेरिअन अर्थाने केला गेला आहे. वेबरच्या मते, दर्जा गटाची तीन ठळक वैशिष्ट्ये होती: (अ) वैशिष्ट्यपूर्ण जीवनशैली; (ब) आनुवंशिक करिश्मा, ज्याला जन्मतः प्रतिष्ठेच्या पदाचा दाव्यामुळे ठोस स्वरूप प्राप्त होते; (क) राजकीय सामर्थ्याची मक्तेदारी. मॅक्स वेबर: 'द थिअरी ऑफ सोशल अँड इकॉनॉमिक ऑर्गनायजेशन', फ्री प्रेस, १९६४, पृ. ३४२.

४. आर. डी. सिंह: 'सोशल चेंज इन अ यूपीव्हिलेज', *फार इस्टर्न क्वार्टरली,* डिसेंबर १९५६.

५. योगेंद्र सिंह: 'चेंजिंग पॉवर स्ट्रक्चरऑफ व्हिलेज कम्युनिटी: अ केस स्टडी ऑफ सिक्स व्हिलेजेस इन इस्टर्न यूपी' इन 'रुरल सोशिऑलॉजी इन इंडिया', ए. आर. देसाई, बॉम्बे १९६१.

६. मॅक्स वेबर आणि टॅलकॉट पार्सन्स यांनी उल्लेखलेले पारंपरिक अधिकार अशा परिस्थितीशी निगडित आहेत जिथे वैयक्तिक प्रभावाचे क्षेत्र आणि औपचारिक अधिकाराचे क्षेत्र यामधील सीमारेषा सुस्पष्ट नसते.

७. महुवारी भोवती अशा काही गावांचा विळखा आहे जिथे अहिर नुसतेच संख्येने जास्त नसून रजपूत आणि ब्राह्मण या उच्च जातींविरुद्धच्या कुविख्यात घडामोडींसाठी प्रसिद्ध आहे.

८. ऑस्कर लुईस: 'व्हिलेज लाइफ इन नॉर्थन इंडिया', युनिव्हर्सिटी ऑफ इलिनॉय प्रेस, १९५८.

९. ए. डब्ल्यू. वूल्फ: 'कॉन्सेप्ट्स ऑफ अथॉरिटी: ॲन आफ्रिकन स्टडी' इन 'लीडरशिप इन इंडिया', एल. पी. विध्यार्थी, ग्रंथसूची पहा.

१०. ए. के. सिंह: 'अनकॉन्शस इमेज इन इंडियन लीडरशिप' इन 'लीडरशिप इन इंडिया', एल. पी. विद्यार्थी, ग्रंथसूची पहा.

११. केलर यांनी 'धोरणी उच्चभ्रू' या संज्ञेचा केलेला वापर अशा व्यक्तींच्या संदर्भात केला गेला आहे ज्यांची निवड वैयक्तिक प्रेरणा आणि क्षमतेच्या आधारावर केली गेली आहे. संरचनात्मकदृष्ट्या ते वैविध्यपूर्ण आहेत; कारण ते कुठल्याही वर्गातून निवडले जाऊ शकतात व त्यामुळेच ते एकाच जातीतून निवडलेल्या नेत्यांसारखे नसतात, एस केलर: 'बिऑंड द रुलिंग क्लास', न्यूयॉर्क, पृ. क्र. ३०–३५,१९६३ पहा.

१२. बहुसत्तावाद ही संज्ञा विल्डावस्की (१९६४)यांनी वापरलेल्या अर्थानेच वापरली गेली आहे. त्याचे मुख्य वैशिष्ट्य असे की या व्यवस्थेत वर्चव हे मुळात दंडात्मक नसून प्रेरक स्वरूपाचे असते. विल्डावस्की: 'लीडरशिप इन अ स्मॉल टॉऊन', १९६४ पहा.

१३. ओप्लर यांना गावातील समाजाच्या बदलत्या रूपाची पूर्ण जाणीव आहे. आपल्या सेनापूरच्या अभ्यासाचा समारोप ते या विधानाने करतात: 'गावाच्या इतिहासात पहिल्यांदा एक आदरणीय गावातील वरिष्ठ व्यक्तीने प्रतिष्ठा आणि सहकार्य मिळवण्यासाठी स्वतः धडपड केली आहे आणि असे गृहीत धरले नाही की ते त्यांना यथावकाश प्राप्त होतील. याच मनःस्थितीमुळे नवे रक्त सळसळेल आणि गावातील जुन्या प्रशासकीय रचनेपासून ते नव्या रचनेपर्यंतचे संक्रमण होईल'. मॉरिस एडवर्ड ओप्लर: 'फॅक्टर्स ऑफ ट्रॅडिशन अँड चेंज इन अ लोकल इलेक्शन इन रुरल इंडिया' इन 'लीडरशिप अँड पॉलिटिकल इन्स्टिट्यूशन्स इन इंडिया', आर पार्क आणि आय टिंकर, ग्रंथसूची पहा.

१४. रॉबर्ट लिंड: 'पॉवर इन अमेरिकन सोसायटी एज रिसोर्स अँड प्रॉब्लेम' इन 'प्रॉब्लेम्स ऑफ पॉवर इन अमेरिकन डेमोक्रसी', ए कॉनहॉस्सर (सुधारित आवृत्ती), १९५७.

७ वेठबिगारी, धर्म आणि जात

हिंदुत्व आणि जातीविषयीची जुळी मिथकं

भारतीय वेठबिगारी आणि साम्राज्य

१८३४ पासून ते १९३३ पर्यंत, जेव्हा ब्रिटिश राजवटीत गुलामगिरीच्या प्रथेचे उन्मूलन झाले आणि पुढे पहिल्या महायुद्धाच्या शेवटपर्यंतच्या सुमारे ९० वर्षांच्या काळात, १,३३६,०३४ वेठबिगार भारतीयांची रवानगी दक्षिण आफ्रिका, कॅरेबियन आणि फिजी द्वीपसमूहांतील ब्रिटिश वसाहतींमध्ये करण्यात आली (पूल आणि सिंह १९९९: २). भारतीय वेठबिगार मजुरांनी ब्रिटिश राजवटीतल्या या वसाहतींमध्ये ऊस मळ्यांवर श्रम करणाऱ्या गुलामांचे स्थान घेतले. साखरेचे उत्पादन आणि विक्री हा जागतिक स्वरूपाचा आर्थिक व्यवसाय होता आणि ९० वर्षांपर्यंत, राजवटीच्या ऊस लागवडींना प्रामुख्याने भारतातील वेठबिगार मजुरांनी जिवंत ठेवले. ब्रिटिश राजवटीच्या आर्थिक विकास आणि विस्तार यांच्यासाठी भारताचे हे प्रचंड योगदान होते. साम्राज्यवादी अर्थव्यवस्थेसाठी सामान्यतः श्रमिक हे एक बहुमोल साधन होते. बंधमुक्त श्रमिक म्हणून भारतीय वेठबिगार मजूर हे राजवटीच्या ऊस लागवडीच्या गरजांसाठी विशेषकरून उपयुक्त ठरले आणि तरीही भारताच्या वेठबिगार मजुरांच्या कहाणीला भारतातील ब्रिटिश वसाहतींच्या शासनाच्या इतिहासलेखनात उघडपणे दफन करून टाकले गेले आहे. महात्मा गांधींचा राजकारणातला श्रीगणेशा दक्षिण आफ्रिकेतच झाला; जेव्हा तिथला कळीचा मुद्दा वेठबिगार (आणि त्या व्यतिरिक्तच्या) भारतीयांच्या दर्जाचा होता, या गोष्टीची जर आपण नोंद घेतली तर भारतीय वेठबिगार मजुरांविषयी बाळगलेले हे मौन अधिकच वैचित्र्यपूर्ण ठरते. महात्मा गांधी हे राष्ट्रपिता म्हणून नावाजले गेले. मात्र वेठबिगार भारतीयांची कथा, त्यांच्या सुरुवातीच्या राजकीय सामाजीकरणाची मायभूमी होती, जी वसाहतवादाच्या इतिहास लेखनातून पूर्णपणे वगळण्यात आली.

महात्मा गांधींनी दक्षिण आफ्रिकेतील वेठबिगार (आणि त्या व्यतिरिक्तच्या भारतीयांच्या) संघर्षासाठी जे केले आणि त्या संघर्षामुळे त्यांच्या जीवनात काय बदल झाले या साऱ्या व्यतिरिक्त, वेठबिगार भारतीय स्त्री पुरुषांच्या प्राक्तनाविषयीचा लढा भारताच्या स्वातंत्र्य चळवळीत एक संभाव्य शस्त्र म्हणून उदयास आला. दुसरीकडे, परदेशातील वेठबिगार भारतीय मजुरांना दिलेल्या वागणुकीबद्दलच्या भारतातील क्रिया-प्रतिक्रिया यांचा भारतातील वसाहती, लंडनमधील वसाहत कार्यालय आणि वसाहतींतील प्रशासन आणि मळेमालक यांच्यावर गहिरा परिणाम झाला आणि त्यामुळेच भारतीय वेठबिगार मजुरांना त्यांच्या

वसाहतींमधील संघर्षासाठी बहुमोल राजकीय आणि नैतिक आधार गवसला आणि म्हणूनच या दृष्टिकोनातून पाहता हे मोठे आश्चर्यच म्हणावे लागेल की भारतीय वेठबिगारीच्या कहाणीला भारताच्या वसाहतीकरणाच्या आणि वसाहतीकरणाच्या प्रत्यावर्तनाच्या इतिहासातून, तसेच सबाल्टर्न अभ्यासाच्या इतिहास लेखनातूनदेखील, जवळजवळ पूर्णपणे वगळण्यात आले आहे.

सबाल्टर्न अभ्यासाचे उदाहरण हे विशेषकरून कोड्यात पाडणारे आहे. हा अभ्यास कनिष्ठ वर्गाला वाचा फोडण्याचा दावा करतो, अशी वाचा जिला त्याच्या मते उच्चभ्रूंच्या इतिहासलेखनाने, म्हणजेच अनेक उद्दिष्टे एकाच वेळी साधणारी श्रेणी ज्यात पुराणमतवादी, राष्ट्रवादी, उदारमतवादी आणि मार्क्सवादी इतिहासकारांचा समावेश होतो, त्याने दाबून टाकले आहे. वेठबिगार भारतीय मजूर हे कनिष्ठ वर्गातले कनिष्ठ होते. आपल्या समुदायांपासून तोडले गेल्याने, उदरनिर्वाहाच्या साधनांपासून वंचित असलेले, साम्राज्याच्या कष्टाच्या बंधनात कराराने बांधले गेलेले आणि मास्टर सर्व्हंट्स कायद्याच्या (जो गुलामगिरीच्या काळात मालक आणि गुलाम यांच्यातील परस्परसंबंधांचे नियंत्रण करीत होता) अधीन असलेले, असे हे लोक राजवटीच्या लागवडीच्या महायंत्रातील उत्पादनाचे निव्वळ एकक बनले. सबाल्टर्न अभ्यासाच्या मार्गदर्शनाखाली आणि त्याच्याविषयी असलेल्या सहानुभूतीमुळे, वेठबिगारीच्या अभ्यासांनी कमी अधिक प्रमाणात एकतर उच्चभ्रूंच्या हितांचे प्रतिनिधी म्हणून गांधींवर टीका केली किंवा कनिष्ठ वर्गाला वाचा फोडू न दिल्याबद्दल सरकारी दस्तऐवजांचे विखंडन केले. या प्रक्रियेत वेठबिगार भारतीयांचा आणि त्यांच्या वंशजांचा आवाज, त्यांच्यासमोर उभ्या ठेपलेल्या चाचण्या आणि परीक्षा, त्यांचे दैनंदिन संघर्ष आणि प्रतिकार हे सारे हरवून गेले. त्याच्या परस्परविरुद्ध गुलामगिरी, गुलामगिरीचा व्यापार आणि गुलामांच्या प्रतिकारांच्या इतिहासकारांनी गुलामांचा आवाज, त्यांची व्यथा, त्यांचे संघर्ष आणि त्यांची भौतिकता व अध्यात्म या साऱ्यांना प्राधान्य दिले. भारतीय वेठबिगारीच्या इतिहासलेखनाला गुलामगिरी आणि गुलामांच्या प्रतिकाराच्या इतिहासलेखनाकडून बरेच काही शिकण्यासारखे आहे.

विलक्षण प्रवास (डायस्पोरा सुई जेनेरीस)

ह्यूग टिंकर यांच्या 'अ न्यू फॉर्म ऑफ स्लेव्हरी' ('गुलामगिरीचे नवे रूप' नावाच्या पुस्तकाच्या प्रकाशनानंतर (टिंकर १९७४) प्रथम इंग्लंडमधील वेठबिगार प्रथेच्या विरोधात असणाऱ्यांद्वारा आणि पुढे शिक्षण क्षेत्रातील लोकांद्वारा भारतीय वेठबिगारीला अगदी सुरुवातीपासून 'गुलामगिरीचे नवे रूप' असे चुकीचे लेबल चिकटवण्यात आले. भारतीय वेठबिगारी ही गुलामगिरी आणि गोऱ्या लोकांमधील वेठबिगारीपेक्षा सर्वस्वी वेगळी होती. त्याच्या ऐतिहासिक संदर्भात त्याचे वेगळेपण दडले होते. भारतीय वेठबिगारी भारताच्या वसाहतीच्या

प्रक्रियेत साकार झाली आणि वसाहतीकरणाच्या प्रत्यावर्तनाच्या संघर्षाच्या प्रक्रियेत लोप पावली. वसाहतींच्या राजवटीच्या आणि प्रतिकाराच्या मंथनात भारतीय वेठबिगारीचा विशिष्ट ऐतिहासिक संदर्भ सापडतो. स्थलांतरण, वसाहत आणि नागरिकत्व यांच्यावर केंद्रित असलेल्या वेठबिगारीच्या अभ्यासांतून त्या संदर्भातील ऐतिहासिक विशिष्टता गहाळ झाली आहे.

नागरीकरणाच्या उपक्रमातील उपरोध

इंग्लंडमधील वेठबिगार प्रथेच्या विरोधात असणाऱ्यांनी गुलामगिरीला अमानुष ठरवले. वेठबिगारीमुळे ब्रिटनला गुलामगिरीमधून अमानुषता वगळून ब्रिटिश मळेमालकांना राजवटीतील दूरवर पसरलेल्या कानाकोपऱ्यांमध्ये ऊस लागवडीच्या अर्थव्यवस्थेच्या निर्वाहासाठी आणि विस्तारासाठी गरजेचे असलेल्या पगारी श्रमिकांचा ('कराराच्या' नावाखाली दडलेली वसाहतींच्या कायद्याच्या भाषेतली दंतकथा) अमर्यादित पुरवठा करता आला. त्याच्या बदल्यात, ब्रिटिश मळेमालक आणि वसाहतींतील गोऱ्या स्थायिकांनी वेठबिगार भारतीयांना आणि त्यांच्या वंशजांना रानटी लोक म्हणून संबोधले आणि लंडनमधील वसाहतींचे कार्यालय, भारतातील वसाहतींची नोकरशाही आणि त्यांचे इतर वसाहतींचे समकक्ष यांनी वसाहतींमधील वेठबिगार असलेल्या भारतीय मजुरांना दिलेल्या अनुचित वागणुकीकडे कानाडोळा केला. जेव्हा महात्मा गांधींनी १८९० ते १९१० या दशकांमधल्या काळात, 'दक्षिण आफ्रिकेतील भारतीय प्रश्नावर' संघर्ष केला तेव्हा त्यांच्या नजरेतून हा उपरोध सुटला नाही. त्यातून त्यांच्या लक्षात आले की शेवटी दक्षिण आफ्रिकेतील भारतीयांच्या दुर्दैवाची पाळंमुळं भारतामधील ब्रिटिश वसाहतींच्या राजवटीत दडली आहेत. दक्षिण आफ्रिकेतील भारतीय प्रश्नावर संघर्ष करीत असताना गांधींनी स्वराज (स्वंयशासन) लिहिले ज्यात भारतीय वेठबिगार मजुरांचा प्रश्न केंद्रस्थानी होता हा निव्वळ योगायोग नव्हता.

सामान्य समजूत अशी आहे की गुलामगिरीच्या उन्मूलनानंतर घडलेल्या उद्धारामुळे श्रमिकांचा गंभीर स्वरूपाचा तुटवडा निर्माण झाला; ज्यामुळे लागवडीच्या विनाशाचा धोका उत्पन्न झाला. मळेमालक आणि वसाहतीतील आणि लंडनमधील त्यांच्या समर्थकांनी अशी भूमिका स्वीकारली. बंध विमोचनानंतरच्या काळात मळेमालकांचे संपूर्ण लक्ष ब्रिटनमधल्या आमदारांना आणि प्रशासकांना हे पटवण्यात गेले की वसाहतींसमोर उभ्या असलेल्या गंभीर स्वरूपाच्या श्रमिकांच्या तुटवड्याच्या प्रश्नामुळे न केवळ वसाहत तर ब्रिटिश राजवटीचे हित धोक्यात आले आहे–आणि हा एकूण सभ्यतेच्या कार्यालाच बसलेला मोठा फटका आहे (काळे १९९८: ७).

गुलामगिरीच्या उन्मूलनाच्या आधीपासून, मळेमालक आणि त्यांचे समर्थक आपल्या लागवडींचा नफा कायम राखण्यासाठी श्रमाच्या नव्या स्रोतांचा शोध घेण्यासाठी जुंपले होते.

हा शोध पूर्वाश्रमीच्या गुलामांच्या बंधमुक्ततेनंतर आणखी तीव्र झाला, खासकरून उमेदवारीचा काळ संपल्यानंतर (तथैव: १९). मात्र बंधविमोचनानंतरचा श्रमिकांचा तुटवडा हा कहाणीचा अंशमात्र आहे. भारतातून वेठबिगार मजुरांच्या आयातीमागचे प्रमुख कारण श्रमिकांचा तुटवडा नव्हते. भारतीय श्रमिक स्वस्त पडत आणि अधिक भरवशाचे होते (लॉरेन्स १९९४: ४). भारतीय श्रमिक स्वस्त आणि विश्वसनीय असण्याचे कारण म्हणजे भारतातील ब्रिटिश वसाहतवादी राजवट होय.

गुलामगिरीच्या काळात जसे जबरदस्तीने काम करवून घेण्यासाठी गुलाम उपलब्ध असत तसे ते बंधविमोचनानंतर उपलब्ध नव्हते. मळेमालकांच्या मते या मुक्त झालेल्या गुलामांच्या लागवडींवर काम करण्याच्या अनिच्छेची कारणं होती 'आळशी स्वभाव', 'मर्यादित गरजा' आणि 'आर्थिक जाणिवांचा' अभाव. त्यापैकी काही मळेमालकांनी अशीदेखील शंका वर्तवली की मुक्त गुलामांमध्ये सुसंस्कृत माणसाचे सर्वसाधारण गुणधर्म' आहेत तरी की नाही (नॉर्थ-कूम्ब्ज १९८४: ८३). वस्तुस्थिती काहीही असो, हे गुलामांच्या मालकांच्या आणि त्यांच्या समर्थकांच्या उतावीळ मनःस्थितीतेचच लक्षण म्हणावे लागेल की बंधमुक्त गुलामांच्या क्रूर आणि रानटी कामे करण्यास उघडपणे नकार देण्याचे कारण 'सुसंस्कृतपणाचा अभाव' मानावे, कारण त्यांनी गुलामांना दिलेली वागणूक कुठल्याही निकषावर सुसंस्कृत ठरत नाही आणि तरीही बंधमुक्त गुलामांच्या प्रतिकाराला त्यांनी सुसंस्कृतपणाच्या अभावाचे लक्षण मानले. साम्राज्यशाहीच्या काळात दडपशाही करणारा पक्ष आणि जुलूम भोगणारा पक्ष या दोहोंसाठी सुसंस्कृतपणाच्या गुणधर्मांचा अर्थ वेगवेगळा होता.

बंधमुक्त झालेले गुलाम आळशी होते, या वसाहतवादी दाव्याच्या उलट, त्यांच्या प्रतिकाराचे खरे कारण होते गुलामगिरीशी संबंधित असलेले आत्यंतिक भय 'जे त्यांच्या स्मृतीपटलावर बायबलातील दंतकथात्मक लेखणीने कोरले गेले होते आणि ज्याला कितीही मोठा काळ कधीही मिटवू शकणार नाही' (रेव्ह पॅट्रिक बिटन, १८५१–१८५६ या काळातील मॉरिशिसचे रहिवासी, तथैव: ८२). लागवडींमधले श्रम हे कायम मानहानिकारक आणि कष्टप्रद असत. क्वेकर मिशनरी असलेल्या एडवर्ड बेकरच्या यांनी केलेल्या युक्तिवादाप्रमाणे, 'मुक्त झालेल्या गुलामांनी लागवडींपासून आपली सुटका करून घेतली, ते असमंजस होते किंवा मुलखाचे आळशी होते म्हणून नव्हे तर मळेमालकांच्या अटी सांभाळून वतनवाड्यांवर काम करणे त्यांना पसंत नव्हते...' (तथैव: ८३). मळेमालकांच्या अटी ह्या अतिविशिष्ट होत्या; त्यांना स्वस्त पण बंधनात राहणाऱ्या श्रमिकांचा निरंतर पुरवठा हवा होता, या अटी ऐतिहासिक आणि मानसशास्त्रीयदृष्ट्या गुलामगिरीत रुतलेल्या एका विशिष्ट श्रमासंबंधीच्या रणनीतीचा भाग होत्या.

असं सांगण्यात येतं की गुलामगिरीच्या काळात श्रमिकांच्या परिस्थितीत सुधार करण्याच्या साध्या प्रयत्नामुळेदेखील, स्वातंत्र्याची संकल्पना तर दूरच राहिली, मळेमालक उत्तेजित

होऊन 'जवळजवळ बेभान होऊन प्रतिक्रिया देत असत, कारण त्यांच्या लेखी श्रमिक हे केवळ उत्पादनाचे साधन होते, मालमत्तेचा एक प्रकार होते–ज्यांच्याबरोबर वाटाघाटी होऊ शकतील असे मुक्त कामगार नव्हते. मळेमालकांच्या मानसिकतेत 'लाडीगोडीने श्रमिकांचे मन वळवण्याला' स्थान नव्हते. भारतातील ब्रिटिश वसाहतवादी राजवटीमुळे, मळेमालकांना आपल्या मूलभूत अटी पूर्ण करणाऱ्या वेठबिगार भारतीय मजुरांचा वापर करण्याची मुभा मिळाली होती, या अटी म्हणजे नियमित, स्वस्त आणि पगारी श्रमिक. भारतीय वेठबिगार मजुरांचे विशेष महत्त्व असे की त्यांच्या बाबतीत बांधील मजुरांना बंधमुक्त करण्यासाठी लागणाऱ्या मानसशास्त्रीय प्रशिक्षणाच्या गरजेचा ताण नव्हता (तथैव: ८५–८६). वास्तविक भारतीय वेठबिगारीमुळे इतर बरेच काही साध्य झाले.

भारतीय वेठबिगार मजूर आणि साम्राज्यवादी चढाओढ

भारतीय मजुरांची आयात करण्याचा उद्देश गतकाळातील गुलामगिरीच्या परिस्थितीत काम करण्यास नकार देणाऱ्या मुक्त झालेल्या गुलामांवर दबाव आणणे, हा होता (काळे १९९८: १५९–१६०), असे सुचवण्यात आले आहे. ही कल्पना नक्कीच विद्वत्तापूर्ण पण अव्यवहार्य आहे. गुलामगिरी या संज्ञेचा वापर न करता गुलाम मजुरांचे सर्व गुणधर्म असणाऱ्या भारतीय मजुरांच्या वापराच्या मुभेमुळे मुक्त झालेल्या गुलामांना कामावर ठेवण्याची गरजच संपली. याचा अर्थ असा नव्हे की मुक्त गुलाम मळेमालकांच्या अटी मानून काम करण्यास तयार होते. खरं तर, जोवर गुलामगिरीचे लांछन नसलेल्या गुलाम श्रमिकांचे गुणधर्म बाळगणाऱ्या श्रमिकांच्या पुरवठ्याचा पर्यायाची हमी होती, तोवर मळेमालकांना आता मुक्त झालेल्या श्रमिकांना रोजगार देण्याची इच्छा नव्हती.

शिवाय, १९ व्या शतकाच्या मध्यावर, वसाहतवादी-साम्राज्यवादी चढाओढीचे पर्व सुरू झाले. भारतीय वेठबिगारीखाली मजुरांच्या वापराच्या संधीमुळे ग्रेट ब्रिटनला एक असा अद्वितीय फायदा झाला जो इतर कोणत्याही युरोपातील वसाहतवादी-साम्राज्यवादी प्रतिस्पर्ध्याला मिळवणे शक्य नव्हते. युरोपातील इतर प्रतिस्पर्धी किंवा खुद्द इंग्लंडच्या नियंत्रणाखाली इतर कोणतीही स्वतंत्र वसाहत किंवा वसाहतींचा समूह, बांधील पण औपचारिक रित्या मुक्त अशा श्रमिकांचा अमर्यादित पुरवठा करणाऱ्या पर्यायी स्रोत म्हणून उपलब्ध नव्हते, केवळ अस्तित्वात असलेल्या लागवडींची गरज भागवण्यासाठी नव्हे तर पुढील विस्तारासाठीदेखील (भारतीय वेठबिगार मजुरांचा उपयोग करून लागवडींच्या अर्थव्यवस्थेच्या विस्ताराविषयी आधी उल्लेखलेले नॉर्थ कूम्ब्ज पहा). हे भारतीय वेठबिगार मजुरांचे खरे महत्त्व होते. ब्रिटिश राजवटीच्या दिमतीशी असलेली ही एक ऐतिहासिकदृष्ट्या अद्वितीय अशी मालमत्ता होती.

श्रमिक आणि वर्ण

गुलाम श्रमिकांची जागा घेण्यासाठी भारतीय वेठबिगार मजूर अजून एका कारणामुळे योग्य ठरले. अनेक शतकं आफ्रिकेतील गुलामांना कामावर ठेवल्यामुळे लागवडीवरचे श्रमिक म्हणजे काळे, बुद्धीने कमजोर आणि जमिनीवरच्या उत्पादनाच्या एककाव्यतिरिक्त दुसरी कोणतीही ओळख नसलेले अशी घट्ट धारणा आणि दृष्टी झाली होती. श्रमिकांना वर्णभेदावर आधारित एक वस्तू मानणे, हे मळेमालक आणि व्यवस्थापकांच्या सामाजिक, मानसशास्त्रीय आणि लैंगिक प्रतिमेचा भाग झाले होते. भारतीय वेठबिगार मजूर स्वस्त, बांधील आणि मुबलक प्रमाणात उपलब्ध तर होतेच, त्याशिवाय मळेमालक आणि व्यवस्थापकांच्या कृष्णवर्णीय गुलामांच्या वंशभेदावर आधारित सामाजिक मानसिकतेच्या दृष्टिकोनाच्या चौकटीत तंतोतंत बसत होते.

नवा त्रिकोण

गुलामांच्या व्यापाराच्या इतिहासकारांनी आफ्रिका, मध्य अमेरिका आणि युरोपातील त्रिकोणीय संबंधांवर जोर दिला आहे (पहा. विल्यम्स १९६६). भारतीय वेठबिगार मजुरांनी पूर्वाश्रमीच्या गुलामांची जागा घेतल्यामुळे जुन्या त्रिकोणाच्या ऐवजी भारत, भारताबाहेरील ब्रिटिश वसाहती आणि ग्रेट ब्रिटन यांच्यातला एक नवीन त्रिकोण निर्माण झाला. ज्याअर्थी भारतीय वेठबिगारीच्या बहुतांश अभ्यासात भारतीय मजूर आयात करणाऱ्या वसाहतींमध्ये किंवा वसाहतींच्या नियमनाचे मुख्य केंद्र असलेल्या लंडनमध्ये काय चालले आहे, यावर लक्ष केंद्रित केले जाते, त्यामुळे त्रिकोणीय नाट्यातील भारतीय कोन (श्रमिकांच्या नियुक्तीचे प्रमुख ठिकाण) हा तुलनेने तितका दृश्यमान होत नाही. वेठबिगारी आणि राजवटीचा इतिहास पूर्ण करण्यासाठी भारतीय कोनाला समाविष्ट करणे गरजेचे आहे; कारण तो अवघ्या प्रक्रियेचा उगमबिंदू आहे आणि शेवटचा बिंदूदेखील आहे; ज्यात ब्रिटिश राजवटीतील गुलामगिरीच्या उन्मूलनानंतर औपचारिकदृष्ट्या मुक्त पण तरीही बांधील स्वरूपाच्या लागवडीवरच्या श्रमिकांचे नूतनीकरण आणि पुनरुत्पादन घडले.

श्रमातील मुक्त बाजार

भारतातील वेठबिगार मजुरांच्या देशत्यागाचे योग्य असे स्पष्टीकरण देण्यासाठी वसाहतीतील मळेमालक, लंडनमधील वसाहतींचे कार्यालय आणि भारतातील वसाहतवादी राजवटीने असा युक्तिवाद केला की भारतातील [ब्रिटिश] सरकारला श्रमिकांच्या मुक्त हालचालींना थांबवण्याचा किंवा त्याच्या आड येण्याचा मुळीच हक्क नव्हता (काळे १९९८: २५). ज्या वसाहतवादी व्यवस्थेने भारतीय लोकांकडून त्यांच्या स्वदेशातील स्वातंत्र्य हिरावून घेतले तीच

व्यवस्था श्रमाच्या देवाणघेवाणीच्या स्वातंत्र्याच्या नावाखाली स्वतःचे हित साधण्यासाठी भारतीय मजुरांच्या, म्हणजेच बांधील मजुरांची निर्यात न्याय्य ठरवू पाहत होती. या संदर्भात श्रमिकांची मुक्त हालचाल म्हणजे दुसरंतिसरं काही नसून वसाहतीच्या राजवटीची एक चाल होती.

पुढे असा युक्तिवाद करण्यात आला की वेठबिगारांच्या देशत्यागामुळे भारतीय श्रमिकांना परदेशातील बाजार उपलब्ध झाले. जिथे न केवळ त्यांची भौतिक परिस्थिती सुधारली, त्यांना आपल्या मातृभूमीच्या संकुचित वर्तुळाच्या पलीकडे जाऊन आपल्या मनाची कवाडं उघडण्याची संधी मिळाली (काळे १९९८: ३२). असा भौतिक आणि मानसिक विकास साधण्याची संधी त्याच भारतीयांना भारतातील वसाहतवादी राजवटींनी का मिळवून दिली नाही? या उघड (आणि तरीही क्वचित विचारल्या गेलेल्या) प्रश्नाव्यतिरिक्त वैचारिक विकासाची दिलेली खात्री हास्यास्पद ठरली, विशेषकरून जर त्याकडे गुलामगिरीच्या ऐतिहासिक अनुभवाच्या प्रकाशात पाहिले तर गुलामगिरीशी तुलना करणे इथे विशेषकरून प्रस्तुत ठरते कारण वेठबिगार मजुरांनी गुलाम मजुरांची जागा घेतली होती. वास्तविक पाहता, भारतातील वसाहतींची राजवट आणि वसाहतींतील मळेमालकांनी केलेल्या दाव्याच्या उलट, गुलामगिरी आणि वेठबिगारी यांच्यात काही जर समान असले तर ते बौद्धिक विकासासाठी मिळणारी प्रेरणा नसून त्यांच्या पुढचे अडथळे होते. शिवाय, त्यांच्यात (गुलाम आणि वेठबिगार मजूर) अजून एक गोष्ट समान होती ती म्हणजे त्यांना कमी बुद्ध्यांक असलेले समजले जाई आणि म्हणूनच असे गृहीत धरले जाई की आपल्या बौद्धिक सीमा विस्तारण्यास ते स्वभावतःच सज्ज नव्हते. काही झालं तरी ते 'साम्राज्यातील वानर' होते (ब्रेमॅन १९८९).

१९ व्या शतकाच्या मध्यावर वसाहतवाद्यांकडे एकांगी स्वरूपाचा इतिहास सादर करण्याचे सामर्थ्य होते. भारतातील वासाहतिक राजवटीविरुद्धचा प्रतिकार सशक्त झाल्यानंतरच वेठबिगारीच्या कहाणीची भारतीय बाजू प्रकाशात आली. सर्वांत महत्त्वाचे म्हणजे अधिकृत वसाहतींच्या इतिहासलेखनाच्या पवित्र चौकटीतल्या वेठबिगारीविषयीच्या मनोहारी वर्णनाचे पितळ त्यामुळे उघडे पडले. हे लक्षात ठेवायला हवे की वेठबिगारीच्या अभ्यासाने वसाहतींतील वेठबिगारीच्या मजुरांबद्दलचे सुरस वर्णन खोटे ठरवण्यात महत्त्वाचे योगदान दिले आहे. मात्र हे अभ्यास पुष्कळ नंतरच्या काळात केले गेले आणि त्यांचा रोख काही विशिष्ट वसाहतींवरच होता, ज्यातून कहाणीची भारतीय बाजू वगळण्यात आली होती. या कहाणीच्या भारतीय बाजूकडे अथपासून इतिपर्यंत लक्ष दिल्यास, ज्यात राजवटीतील बांधील मजुरांच्या नूतनीकरण आणि पुनरुत्पादनाच्या प्रक्रियेत निर्माण झालेल्या नव्या त्रिकोणाचा समावेश होतो, वेठबिगारीच्या अभ्यासांची विश्वसनीयता वाढेल.

समुदाय–वस्तू–समुदाय परिक्रमा

गुलामगिरीप्रमाणेच वेठबिगारीने आपला देश सोडून परदेशात गेलेल्या मजुरांना मातृभूमीच्या पारंपरिक समुदायांपासून तोडून टाकले आणि लागवडींवरची निव्वळ उत्पादनांची साधने म्हणून त्यांचे वस्तूत रूपांतर केले–स्वगृही त्यांचा सामाजिक दर्जा कोणता का असेना, वेठबिगार भारतीय मजुरांना विनाअपवाद परदेशातील वसाहतींमध्ये एकच दर्जा बहाल केला गेला–कुलीचा म्हणजेच हमालाचा–एक असे अपमानकारक संबोधन जे यजमान वसाहतींमधल्या सामाजिक व्यवस्थेत सर्वांत खालच्या दर्ज्याला उद्देशून वापरण्यात येत असे. मात्र ५ ते १० वर्षानंतर झालेल्या वेठबिगारीच्या शेवटी भारतीयांनी आपल्या समुदायाची पुनर्रचना केली. यालाच मी वेठबिगारीची समुदाय–वस्तू–समुदाय परिक्रमा म्हणतो.

वेठबिगारीदरम्यान आणि नंतरचा समुदाय–वस्तू–समुदाय परिक्रमेचा हा दाखला (धर्म, कुटुंब आणि जातीवर केंद्रित असलेला) मुख्यत्वेकरून दक्षिण आफ्रिकेशी संबंधित होता, जे भारतातून आलेल्या वेठबिगार प्रवासी मजुरांचे एक गंतव्य स्थान होते. महात्मा गांधींच्या दक्षिण आफ्रिकेतील भारतीय प्रश्नावरच्या सहभागामुळे, वेठबिगार भारतीय मजुरांच्या आणि त्यांच्या वंशजांच्या वागणुकीचा मुद्दा ज्याचा एक महत्त्वाचा भाग होता, दक्षिण आफ्रिकेला विशेष महत्त्व प्राप्त झाले. मी दक्षिण आफ्रिकेला १९९३ साली भेट दिली, जे गांधींच्या तेथील आगमनाचे शताब्दीचे वर्ष होते, हा निव्वळ योगायोग म्हणावा लागेल.

दक्षिण आफ्रिकेत मी गोळा केलेल्या साधनसामग्रीत अभिलेखीय माहिती आणि संस्कृतिवर्णनशास्त्रीय क्षेत्र संशोधनाचा समावेश होता. अभिलेखीय सामुग्री मुख्यत्वे डॉक्युमेंटेशन सेन्टर, डरबान विद्यापीठ, वेस्ट विन, नाताळस्टेट आरकाईव्हज्, पीटरमॉरित्झजबर्ग आणि जोहान्सबर्ग येथील वीटवॉटस्रँड विश्वविद्यालयातील ग्रंथालयातून गोळा करण्यात आली. संस्कृतिवर्णनशास्त्रीय क्षेत्र संशोधन हे डरबान, पीटरमॉरित्झबर्ग आणि नाताळ येथील किनाऱ्याच्या मागील बाजूच्या प्रदेशातल्या वेठबिगार भारतीयांच्या वंशजांमध्ये करण्यात आले. नाताळ तो प्रदेश होता जेथे बहुतांश वेठबिगार भारतीयांना लागवडींवर काम करण्यासाठी नेले गेले आणि जिथे ते वेठबिगारीच्या समाप्तीनंतर स्थायिक झाले. भारतीय वेठबिगारीशी निगडित माहितीचे दुय्यम स्रोत म्हणून कॅरेबियन द्वीपसमूह आणि फिजीमधले दाखले गरजेनुसार देण्यात आले आहेत. कॅरेबियन वेठबिगारीच्या वंशावळीतील यॉर्क विश्वविद्यालयातील विद्यार्थ्यांशी सतत घडलेले संवाद, अधूनमधून त्यांच्या मंदिरांना दिलेल्या भेटी आणि त्यांचे टोरोंटो येथील विवाहसोहळे आणि वाढदिवस समारंभांमध्ये लावलेली वर्णी या साऱ्यांच्या आधारे मला या लोकांच्या धर्म (हिंदू धर्म), कुटुंब आणि जात, खरं तर जातिहीनतेचा, अर्थ लावता आला.

वेठबिगारीच्या समुदाय–वस्तू–समुदाय परिक्रमेच्या कथानकाचा एक औत्सुक्यपूर्ण घटक असलेला प्रश्न होता, स्वगृहातल्या समुदायाची कोणती वैशिष्ट्ये किंवा संस्था परदेशात

गेलेल्या भारतीयांनी तिथल्या वसाहतीत कायम राखल्या किंवा पुनरुज्जीवित केल्या आणि कोणत्या ते राखू शकले नाहीत अथवा पुनरुज्जीवित करू शकले नाहीत. इथे असे कुतूहल निर्माण होते की वेठबिगारीदरम्यान आणि नंतर जातीवर काय परिणाम झाला आणि त्या योगे भारतीय जातिव्यवस्थेच्या बाबतीत कोणते निष्कर्ष काढता येतील? एक विलक्षण गोष्ट म्हणजे धर्म आणि कुटुंब हे स्वगृहातले दोन मुख्य घटक वसाहतीतील वेठबिगारीच्या समुदाय–वस्तू–समुदाय परिक्रमेत पुनरुज्जीवित झाले, कायम राखले गेले आणि सशक्त केले गेले, पण जात आणि जातिव्यवस्था विरून गेल्या. जेणेकरून जात आणि जातिव्यवस्थेचे समाजशास्त्रीय अभ्यास नातेसंबंध, जात आणि धर्म, विशेषकरून धर्म आणि जात यांच्या अंतर्निहित जोडणीवर भर देतात, वेठबिगारीच्या विरोधाभास युक्त परिणामांच्या महत्त्वाला–धर्म आणि कुटुंब यांचे पुनरुज्जीवन आणि सशक्तीकरण तसेच जात आणि जातिव्यवस्था यांचे विघटन–यांना कधीच कमी लेखता येणार नाही.

वेठबिगारी आणि कुटुंब

धर्म आणि जातीच्या प्रश्नाकडे वळण्यापूर्वी, मला भारतीय वेठबिगार लोकांमधील (एकपतिपत्नीत्व) कुटुंबाच्या पुनर्निर्माणाविषयी थोडक्यात चर्चा करायची आहे. वेठबिगारी ही मुळीच रमणीय आणि आशादायक घटना नव्हती. गोऱ्या इंग्रज मळेमालकांच्या फायद्यासाठी भारतातील वसाहतींच्या राजवटीच्या मदतीने रचलेली ही योजना मार्क्सने (१९७५) नोंदलेल्या दुसऱ्या टोकाच्या (अजिबात रमणीय नसलेल्या) 'प्राचीन संचयाचे' ठळक उदाहरण ठरली–ज्यात बळजबरी, फसवणूक, हिंसा आणि सामुदायिक विघटन यांचा समावेश होता. वर्ग, वंश, लिंग आणि जाती यांच्याशी निगडित असलेला वेठबिगारीचा अजून एक पैलू म्हणजे स्त्रियांना दिली जाणारी वागणूक. १९१० च्या दशकात भारतीय स्वातंत्र्याच्या चळवळीतील नेत्यांनी या प्रश्नाला इतर मुद्द्यांच्या तुलनेत प्राधान्य देऊन वेठबिगारीच्या उन्मूलनाची मागणी केली.

वेठबिगारीतील स्त्रियांच्या प्रश्नाच्या बऱ्याच बाजू आहेत आणि इथे माझा हेतू त्या सर्वांवर चर्चा करण्याचा नव्हे (या प्रश्नातील काही पैलूंवर दुसऱ्या संदर्भात आम्ही चर्चा केली आहे, पूल आणि सिंह १९९९). या संदर्भात मला स्त्रियांचा प्रश्न या कारणासाठी महत्त्वाचा आणि प्रस्तुत वाटतो ते कारण म्हणजे वेठबिगारीतील (एकपतिपत्नीत्व) कौटुंबिक संस्थेचा नाश आणि वेठबिगारीच्या कालावधीच्या समाप्तीनंतर (५–१० वर्षे) भारतीयांनी कशा रीतीने पुन्हा भारतात प्रचलित असलेल्या एकपतिपत्नीत्वयुक्त कुटुंब व्यवस्थेची त्याच्या अवशेषांतून गुणदोषांसकट पुनर्रचना केली. स्त्रियांचा प्रश्न हा वेठबिगारीच्याही केंद्रस्थानी होता जसा तो वेठबिगारीनंतरच्या कुटुंबाच्या पुनर्रचनेच्या केंद्रस्थानी होता.

३३ टक्क्यांचा (गूढ) नियम

वेठबिगारी आणि स्त्रियांची नियुक्ती यांच्या विलक्षण संदर्भात, स्त्रियांच्या प्रश्नाला आणि एकपतिपत्नीत्वयुक्त कुटुंबाच्या पुनरुज्जीवनाच्या प्रश्नाला विशिष्ट समाजशास्त्रीय महत्त्व प्राप्त होते. भारतातील वेठबिगार मजुरांच्या नियुक्तीसंबंधीच्या नियमाप्रमाणे प्रत्येक जहाजात ३३ टक्के (एक तृतीयांश) भरती स्त्रियांची असावी लागे. या नियमाचा उगम आणि त्यांच्या खऱ्या हेतूभोवती अजूनही गूढतेचे पांघरूण आहे. इंग्लंडमधील वेठबिगारीला विरोध करणारे सुधारक (आम्हाला सांगितलं जातं ज्यांच्या चळवळीमुळे, गुलामगिरी, म्हणजेच भारतीय वेठबिगारीच्या आधीची लागवडींवर श्रमिकांचा पुरवठा मारणारी व्यवस्था लोप पावली, असे आम्हाला सांगितलं जाते) लागवडींवरच्या श्रमिकांमध्ये कुटुंब आणि कौटुंबिक मूल्यांची संस्था पुनर्संचयित करू पाहत होते. आपल्या चळवळीच्या उद्देशाचे समर्थन करण्यासाठी गुलामगिरीतील कुटुंब आणि कौटुंबिक मूल्यांच्या विध्वंसाचा वेठबिगार प्रथेच्या विरोधात असणाऱ्यांनी एक प्रभावी युक्तिवाद म्हणून वापर केला. भारतीय स्त्रियांची लागवडींवर झालेली नियुक्ती ही कौटुंबिक मूल्यांच्या पावित्र्यावर जोर देणाऱ्या जोर देणाऱ्या सुधारकांच्या मोहिमेचा परिणाम होती, असं म्हटलं जातं (पहा. काळे १९९८: १५८–१६०).

हे लक्षात ठेवायला हवे की प्रत्येक जहाजामागे एक तृतीयांश स्त्रियांच्या भरतीच्या सक्तीच्या तरतुदीचा हेतू वसाहतींतील मजूर कुटुंबांच्या नैसर्गिक वृद्धीला प्रोत्साहित करण्याचा नव्हता. हे आधीच स्पष्ट झाले आहे की नियोक्त्यांचा मुख्य हेतू भारतातून वेठबिगार मजुरांची आयात करण्याचा होता, न की वसाहतींतील श्रमिकांच्या कौटुंबिक संस्था आणि नैसर्गिक वृद्धीला उत्तेजन देण्याचा होता: 'आमच्या उसाच्या मळ्यांवर आम्हाला कमीतकमी वेळात सशक्त आणि सुदृढ मजूर मुलांचा वंश वाढवायचा आहे', हे मळेमालकांचे ब्रीदवाक्य होते. मळेमालकांना मशागत करणाऱ्या वंशाचा नियमित आणि त्वरित पुरवठा बाहेरच्या प्रांतातून व्हायला हवा होता (जॉन स्कोबल, *वार्ताहर*, मॉरिशिअस जर्नल, ११ मार्च १८४०, काळे १९९८: १६३). लागवडींवर कुटुंबांची स्थिरता आणि श्रमिकांच्या पुनरुत्पादनाला उत्तेजन देण्याऐवजी मजुरांची आयात करण्याची कल्पना ही गुलामगिरीच्या दिवसातल्या श्रमिकांच्या नूतनीकरणाच्या आणि पुनरुत्पादनाच्या प्रघाताचाच विस्तार होती: कुटुंबाच्या जीर्णोधारातून गुलाम श्रमिकांच्या नैसर्गिक वृद्धीला प्रोत्साहन देण्यापेक्षा गुलामांची आयात करणे, हा अधिक स्वस्त पर्याय होता. ३३ टक्के स्त्रियांच्या सक्तीच्या भरतीचा हेतू कुटुंबाच्या माध्यमातून श्रमिकांची नैसर्गिक वृद्धी हा नव्हता तर मग त्यामागे काय हेतू होता? याचे अजून एक कारण पुढे केले जाते ते म्हणजे वसाहतीतील श्रमिकांना अधिक 'सुखसोई' उपलब्ध व्हाव्यात आणि त्यांचे 'सुयोग्य आचरण' यासाठी असे करण्यात आले (काळे १९५८: ५९). ३३ बायका सत्त्याहत्तर पुरुषांना कोणत्या 'सुखसोई' देऊ शकत होत्या आणि त्यांच्या 'योग्य वर्तणुकीची'

हमी कशी देऊ शकत होत्या, याविषयी कोणीही अंदाज लावावा आणि तरीही हा नियम अबाधित राहिला. दोन तृतीयांश भारतीय वेठबिगार मजुरांच्या सुखसोईंसाठी एक तृतीयांश स्त्रिया हे गणित हा संपूर्ण कहाणीचा केवळ एक अंश आहे. याला जोड होती अनेक मळेमालक, पर्यवेक्षक, व्यवस्थापक असलेले गोरे लोक जे बहुतांश सुटे प्रवासी होते आणि स्त्रियांच्या शोधात होते–कृष्णवर्णीय स्त्रियांच्या–कारण गुलामगिरीच्या पर्वातील प्रथेप्रमाणे त्यांना आपल्या 'सुखसोयीसाठी' आणि 'योग्य वर्तवणुकीसाठी' तसे करण्याचा हक्क प्राप्त होता. बहुतांश गोरे लोक लागवडींवर कुटुंबाविना राहत होते कारण तिथले वातावरण गोऱ्या स्त्रियांसाठी सुरक्षित नव्हते. हा वसाहतींच्या राजवटीच्या सभ्यतेच्या कार्याचा एक विरोधाभास म्हणावा लागेल की त्याच सुखरूप नसलेल्या परिस्थितीत भारतातून निघालेल्या प्रत्येक जहाजामागे वेठबिगारीच्या मजुरांमधले एक तृतीयांश प्रवासी स्त्रिया असण्याचा नियम लागू होता.

वेठबिगार मजुरांच्या कौटुंबिक मूल्यांना आणि निरोगी सामुदायिक प्रगतीला उत्तेजन देण्याच्या नैतिक दाव्याकडे आणि गुलामगिरीच्या काळात कुटुंबपद्धतीच्या विघटनावर शोक व्यक्त करणाऱ्या वेठबिगार प्रथेच्या विरोधात असणाऱ्यांकडे (उन्मूलनातील एक घटक म्हणून) या प्रकाशात पाहावे. गुलामगिरी आणि वेठबिगारी हे मुळीच नैतिक स्वरूपाची अंगीकृत कार्य नव्हती, त्यांचा हेतू केवळ प्राचीन काळाच्या प्रथेप्रमाणे शिल्लक उपसणे आणि पुनरुत्पादनाद्वारे तिचा विस्तार करणे हा होता. मात्र, ३३ टक्के स्त्रियांच्या भरतीचा आदेश जरी असला तरी प्रत्येक सफरीवर ३३ टक्के बायका नेणे शक्य होत नसे (पहा. पूल आणि सिंह १९९९). स्त्री पुरुषांचे गुणोत्तर प्रतिवर्ष आणि एकाच वर्षातील दोन जहाजांच्या बाबतीत वेगवेगळे असे. भान यांच्यानुसार (१९९१: १९–२०), स्त्री आणि पुरुष यांचे गुणोत्तर २८ टक्के स्त्रिया आणि ६५ टक्के पुरुष ते २४ टक्के स्त्रिया आणि ७२ टक्के पुरुष या श्रेणीत बदलत असे आणि सरासरी गुणोत्तर होते ६४ टक्के पुरुष आणि २८ टक्के स्त्रिया. नैतिकता, कौटुंबिक मूल्य आणि नैसर्गिक वाढीद्वारा श्रमाचे नूतनीकरण आणि पुनरुत्पादन यांच्यातील विरोधाभास स्त्री पुरुषांच्या प्रमाणाबाहेरच्या संख्येमुळे विस्तृतपणे अधोरेखित होतो. स्त्रिया (पुरुषांच्या) सुखसोयीची साधने आहेत ही कल्पनाच मुळी नैतिकदृष्ट्या त्रासदायक ठरायला हवी होती. मात्र वसाहतवाद आणि साम्राज्यवादाच्या काळात, कृष्णवर्णीय स्त्रियांना सुखसोयीची साधनंच मानलं जाई.

भारतीय स्त्रियांना वाईट चालीचे ठरवणे

वेठबिगारीमधील स्त्रियांच्या प्रश्नांसंबंधी आजवर अनेक अभ्यास झाले आहेत (पहा. पूल आणि सिंह १९९९; काळे १९९८; केली १९९२; लॉरेन्स १९९४: लाल १९८५a, १९८५b). आधी नमूद केल्याप्रमाणे, भारतीय वेठबिगारीच्या इतिहासकारांनी हा विषय

हाताळण्याच्या बऱ्याच आधी, वसाहतींतील वेठबिगार भारतीय स्त्रियांच्या प्रश्नांना वसाहतविरोधी चळवळींच्या नेत्यांनी वेठबिगारी हा भारतीय संस्कृती पुढचा एक नैतिक धोका आहे, हा विरुद्ध तर्क ठसवण्यासाठी वापर केला. मात्र, हा विरोधाभास म्हणावा लागेल की या मुद्द्यावरील अधिकृत संभाषण आणि त्याचे विरुद्ध मत यांच्यात एका गोष्टीचे साम्य होते ते म्हणजे दोन्ही पक्षांनी भारतीय वेठबिगार स्त्रियांना अशा प्रश्नांसाठी जबाबदार धरले ज्या प्रश्नांचे मुळात त्याच बळी होत्या. दोन्ही प्रकारच्या संभाषणांनी भारतीय स्त्रियांना वाईट चालीचे ठरवले आणि त्यासाठी त्यांच्या हलक्या दर्जाच्या कुळाला (जात आणि वर्ग) व त्यामुळेच अनैतिक संगोपनाला जबाबदार धरले. संभाषणाचा अधिकृत युक्तिवाद असा होता 'त्याच स्त्रिया देशत्याग करण्याचा विचार करतील ज्या शहरांतील मुक्त स्वरूपाच्या 'बाजारांमध्ये' आधीच मलिन झाल्या आहेत, आधीच ज्यांच्याकडे वस्तू म्हणून पहिले जात आहे, ज्या प्रतिष्ठित ग्रामीण भारतीय आणि उपनगरं–कॅन्टोन्मेंट मध्ये राहणाऱ्या युरोपीय लोकांसाठी उपऱ्या आहेत' (सेक्रेटरी ऑफ स्टेट फॉर इंडिया, २४ मार्च १८७५ यांनी पाठवलेले, काळे १९९८: १६५).

वसाहतींमधील मळेमालक आणि व्यवस्थापकांनी असा दावा केला की भारतातील नियोक्ते 'अयोग्य स्त्रिया–मुख्यत्वे वेश्यांची' भरती करीत आहेत (तथैव: १६४). भारतातील नियोक्त्यांनी यासाठी स्थानिक दंडाधिकाऱ्यांना असे म्हणत दोषी धरले की ते 'प्रतिष्ठित' स्त्रियांच्या भरतीला अडथळे आणीत आहेत. दंडाधिकाऱ्यानी मग भारतीय संस्कृती आणि समाजावर तोफ डागत असे म्हटले की या संस्कृती आणि समाजाने 'प्रतिष्ठित' अविवाहित स्त्रियांना अनोळखी ठिकाणी खरं तर त्यांना अपरिचित असलेल्या ठिकाणी स्थलांतरित होण्यास मनाई केली आहे. जर युरोपातील प्रतिष्ठित स्त्रियांना देशत्याग करण्यास किंवा परदेशात जाण्यास मनाई केली जाते तर ते मात्र सामान्य आणि प्रतिष्ठित असे सभ्यतेचे लक्षण मानले जाई. भारतीय स्त्रियांच्या बाबतीत मात्र वेगळीच कहाणी होती. जर भारतीय प्रतिष्ठित स्त्रियांना देशत्याग करण्याची मुभा नव्हती तर ते भारताच्या सांस्कृतिक मागासलेपणाचे लक्षण मानले गेले. वसाहतीकरण करणारे आणि वसाहतींमध्ये रूपांतर झालेले अशा दोन्ही पक्षांमधल्या दरीमुळे दोघांचे सर्वसामान्य प्रमाण आणि प्रतिष्ठेचे निकष वेगवेगळे होते. त्याकाळचे ठरलेले पालुपद असे होते की नियुक्तीमधले 'अडथळे' पाहता, दोन तृतीयांश पुरुषांमागे एक तृतीयांश स्त्रियांच्या नियुक्तीची वैधानिक तरतूद करणे 'मोठ्या प्रमाणावर वेश्या व खालच्या जातींच्या स्त्रिया ज्यांच्यात 'सचोटी आणि सभ्यतेचा' अभाव आहे' अशा स्त्रियांच्या नियुक्तीशिवाय शक्य नाही. अधिकृत संभाषणाप्रमाणे 'कुली वर्गातील' (!)–'अशा वर्गांच्या आणि जातींच्या स्त्रिया ज्या नैतिकतेच्या बाबतीत शिथिल आहेत'–स्त्रियांची मोठ्या प्रमाणावर नियुक्ती करणे तुलनेने सोपे होते (तथैव: १६५). त्यांची जात-वर्गाची पार्श्वभूमी

पाहता भारतीय स्वातंत्रसेनान्यांनी याच कथेला दुजोरा देत उच्च वर्गाच्या आणि जातीच्या स्त्रियांना झुकतं माप दिलं.

गमतीची गोष्ट अशी की 'कुली' ह्या सर्वसमावेशक संबोधनाखाली भारत आणि भारताबाहेरील भारतीयांची वेठबिगार मजूर म्हणून भरती होईपर्यंत, भारतात 'कुलीच' अस्तित्वात नव्हते, 'कुली वर्ग' किंवा 'कुली जाती' तर दूरच राहिले. मात्र, अधिकृत वासाहतिक संभाषणाने न केवळ 'कुली' ह्या संज्ञेचे स्वदेशीकरण केले तर भारतात 'कुली वर्ग' आणि 'कुली जातीही' निर्माण केल्या. या शोधामागचा खरा हेतू वसाहतवादी-साम्राज्यवादी व्यवस्था आणि त्यातील मळेमालकांचे संरक्षण करण्यासाठी बळीलाच दोष देण्याचा होता, कारण याच व्यवस्थेने 'कुली' नावाच्या श्रमिकांना निर्माण केले आणि भारताला 'कुली' मिळवण्याची शिकारीची जागा बनवत असा दावा केला की एका शतकाच्या वर भारतात 'कुली जाती आणि वर्ग' अस्तित्वात आहेत. जर आपण हे लक्षात घेतले की वेठबिगार भारतीय वरपासून खालपर्यंत सर्व जातींचे होते (परिशिष्ट १ पहा: भान १९९१ देखील पहा), तर मग असा निष्कर्ष काढता येतो की वेठबिगारीने संपूर्ण भारतीय समाजात 'कुली जाती आणि वर्गांचा' समाज केला—ज्याचा दक्षिण आफ्रिकेत शोध लावण्यासाठी गांधींनी आटोकाट प्रयत्न केले.

या शेवटच्या विश्लेषणानुसार भारतीय वेठबिगार स्त्रिया या खऱ्या बळी ठरल्या. आधी नमूद केल्याप्रमाणे, यातील उपरोध असा होता की वसाहतींतील मळेमालक आणि त्यांचे समर्थक, भारतातील दंडाधिकारी आणि नियोक्ते आणि भारतीय स्वातंत्रसेनानी आणि त्यांचे विलायतेतील समर्थक या साऱ्यांनी वेठबिगार मजूर स्त्रियांना वसाहतींतील नैतिक अधोगतीसाठी जबाबदार धरले. वसाहतवादी आणि त्यांचे विरोधक असा दोन्ही पक्षांना वर्ग, वंश, जात आणि पितृसत्तेच्या जाणिवांच्या पलीकडे जाऊन या प्रश्नाचा विचार करता आला नाही; यामुळे स्त्रियांविषयीचा त्यांचा दृष्टिकोन त्याच जाणिवांच्या आधारे साकार झाला. फिजीमधील भारतीय वेठबिगार स्त्रियांच्या स्थितीवर भाष्य करताना महात्मा गांधींचे सहकारी आणि वेठबिगार भारतीयांविषयी सहानुभूती बाळगणाऱ्या सी. एफ. अँड्र्यूज यांनी लिहिले आहे की,

> या देशातील हिंदू स्त्री शीड नसलेल्या जहाजासारखी आहे, जिची डोलकाठी दगडांवर आपटून तुटली आहे किंवा ती एका मचव्यासारख्या आहे, जी एका मोठ्या नदीच्या पाण्याच्या प्रवाहामुळे कोणत्याही नियंत्रणाविना चक्राकार गतीने वाहत आहे. ती एका पुरुषाचा संग सोडून सहज दुसऱ्या पुरुषाकडे जाते आणि असं करताना तिच्यात मनात लज्जेचा लवलेश नसतो (*इंडियन ईण्डेन्चर्ड लेबर इन फिजी*, पर्थ: कलर टाईप प्रेस, १९१८, काळे १९९८: १६६).

आधी नमूद केल्याप्रमाणे माझा हेतू वेठबिगार स्त्रियांच्या प्रश्नाला किंवा त्यातील नैतिकतेच्या प्रश्नाला हात घालण्याचा नव्हे. त्याऐवजी माझा हेतू हा युक्तिवाद मांडण्याचा

आहे की या विपरीत परिस्थितीत वसाहतींतील भारतीयांनी पारंपरिक कुटुंबरचनेला अनुसरून एकपतिपत्नीत्व-युक्त कुटुंब संस्था पुनर्जीवित केली आणि असं करताना नैतिक गोंधळ आणि नीतिमत्तेविषयीचे पेच तसेच वसाहतींतील मळेमालक, पर्यवेक्षक, स्थायिक असलेले गोरे लोक, स्थानिक लोक आणि नोकरशाहीतील माणसांनी निर्माण केलेल्या अडथळ्यांवर मात केली. हे अडथळे दक्षिण आफ्रिकेत तुलनेत जास्त घातक होते आणि त्यांच्यावर मात त्याच वेठबिगारीच्या 'शीड नसलेल्या जहाजांच्या' म्हणजेच कनिष्ठ स्त्रियांच्या मदतीने करण्यात आली. कुटुंबाच्या पुनर्रचनेत वेठबिगार भारतीय स्त्रियांनी पुरुषांच्या बरोबरीने योगदान तर दिलेच, दक्षिण आफ्रिकेतील 'भारतीय प्रश्नाच्या' संघर्षातदेखील त्या आघाडीवर होत्या—ज्याविषयी इथे विस्तृत चर्चा करण्याचा माझा मानस नाही.

वेठबिगारी आणि धर्म

दक्षिण आफ्रिकेतील वेठबिगारीची पार्श्वभूमी असलेल्या भारतीयांना भेटल्यानंतर मला असे जाणवले की धर्माचे अस्तित्व सर्वव्यापी आहे आणि सर्व दर्जाच्या लोकांवर—वरच्या, खालच्या, श्रीमंत, निर्धन—धर्माचा पगडा सारखाच आहे. मी भेट दिलेल्या जवळजवळ प्रत्येक घरात एक असा कोपरा होता जिथे देवघर मांडले होते आणि अनेकदा, मला घरगुती धार्मिक समारंभाचे आमंत्रण दिले जाई किंवा जेवणापूर्वी पूजेसाठी सामील होण्यास सांगितले जाई. डरबान आणि त्याच्या किनाऱ्याच्या मागच्या प्रदेशांमध्ये गाडीने किंवा पायी फिरताना तेथील घरांच्या छतावर किंवा अंगणात फडकणारे त्यांच्या कुलदेवतेचे द्योतक असलेले पांढरे किंवा लाल ध्वज हमखास नजरेस पडतात. वेस्टविल येथील डरबान विश्वविद्यालयाच्या मुख्य प्रवेशद्वाराच्या रस्त्याच्या आजूबाजूला डोंगर आहेत आणि एका बाजूच्या डोंगराच्या माथ्यावर मंदिर उभे आहे तर दुसऱ्या डोंगराच्या माथ्यावर मशीद बांधली आहे. माझ्या क्षेत्रीय संशोधनाच्या निमित्ताने मी अनेक तरुण मुलींना त्यांच्या मुलांबरोबरच्या भेटीगाठींविषयीच्या पसंतीबाबत विचारणा केली. त्यांनी मला सांगितले त्याविषयीच्या एका निकषानुसार त्यांनी निवडलेला मुलगा त्यांच्याच मंदिरात दर्शनाला जातो का याची त्या खात्री करत. दक्षिण आफ्रिकेतील चार महिन्यांच्या माझ्या वास्तव्यात मी जितक्या मंदिरांना भेटी दिल्या तितक्या भेटी, भारतातील माझे जन्मस्थान सोडल्यापासून, मी इतर कुठल्याही ठिकाणी दिलेल्या नाहीत.

वेठबिगार भारतीयांच्या वंशजांच्या मुलाखती घेताना मला असे कळले की देशत्याग करणाऱ्या पहिल्या पिढीने त्यांच्यासाठी आणि कुटुंबीयांसाठी घरं बांधण्याअगोदर देवळं उभारली. या गोष्टीचं महत्त्व आपल्याला पटतं जेव्हा आपण हे लक्षात घेतो की बहुतांश उदाहरणात वेठबिगारीच्या १० वर्षांच्या काळात हे लोक बराकींमध्ये राहत होते. ज्यांच्याकडे पुरेशी साधनं होती त्यांनी वेठबिगारीच्या समाप्तीनंतरच आपली घरं बांधली आणि

वेठबिगारीच्या समाप्तीनंतर घर बांधण्यासाठी साधनं जमा करण्यात त्यांना बराच वेळ लागला, हे वेगळे सांगायला नको. देवळं बांधण्याची कहाणी मात्र वेगळी होती. मला सांगितलं गेलं की लागवडीवरील श्रम फारच जाचक स्वरूपाचे होते, ज्यात आठवड्यातले सलग सहा दिवस आणि काही ठिकाणी साडेसहा दिवस अविरत काम करावे लागे. दर आठवड्याला एक दिवस विश्राम करण्यासाठी, ताजंतवानं होण्यासाठी आणि लोकांच्या भेटीगाठी घेण्यासाठी मिळे आणि वेठबिगारीच्या काळात सामाजिक गाठीभेटींचे सर्वांत मोठे रूप धार्मिक सभांचे ठरले. ही सारी मंडळी एकत्र जमून आपल्या सोबत आणलेले किंवा स्थानिक साधनांचा वापर करून तयार केलेले ढोलक (उत्तर भारताच्या गावांतील एक प्रचलित वाद्य) आणि मंजिरा (ढोलकाच्या साथीला असणारे धातूचे वाद्य) वाजवीत, भजनं (धार्मिक गीते) गात किंवा रामायणाचा पाठ अशा व्यक्तीकडून ऐकत ज्याला वाचता आणि सांगता येत असे.

या साप्ताहिक धार्मिक सभा, शारीरिक आणि आध्यात्मिक तजेला देणाऱ्या ठरत असत आणि कामाच्या अपमानकारक आणि कष्टप्रद नित्यक्रमातून थोड्या वेळेसाठी त्यांची सुटका होत असे, असा नित्यक्रम जो घर, नातेवाईक आणि समुदायापासून तुटल्यामुळे अधिक दाहक ठरत असे. या धार्मिक सभांमुळे त्यांच्यातली सामुदायिक भावना जागृत होत असे. कालांतराने, जेव्हा वेठबिगारीसाचा अवधी पूर्ण झाल्यानंतर तेथील भारतीयांनी वसाहतीत आपली घरे बांधली आणि समुदाय स्थापित केला, तेव्हा त्यांनी धर्माचा त्याग केला नाही कारण त्याच धर्माने वेठबिगारीच्या काळात त्याचे अनेक घाव भरून काढले होते आणि त्यानंतरही त्यांच्या संघर्षातल्या खाचखळग्यांचा विसर पडण्यास मदत केली होती. वेठबिगारीचा अवधीपूर्ण झाल्यानंतर त्यांच्या धार्मिक जाणिवा अधिकच घट्ट झाल्या आणि धार्मिक संस्कारांचे प्रमाण वाढले. दक्षिण आफ्रिकेतील भारतीयांची खोलवरची धार्मिकता ही विशिष्ट सामाजिक ऐतिहासिक संदर्भाची परिपाक होती. धर्मामुळे वेठबिगारीच्या काळात त्यांना आपुलकी आणि अशा प्राप्त झाली. धर्मानी त्यांना वेठबिगारीनंतरच्या काळात संघर्ष करण्याची ताकद दिली. मंदिर हे वैयक्तिक, राजकीय, सामाजिक आणि आध्यात्मिक घटकांचे संयोगस्थळ ठरले. आजतागायत मंदिर ही दक्षिण आफ्रिकेतील भारतीय समुदायासाठी एक महत्त्वाची संस्था आहे.

दक्षिण आफ्रिकेतील भारतीय लोकांच्या धार्मिकतेचे उदात्तीकरण करण्याचा माझा हेतू नव्हे. वेठबिगारी दरम्यान आणि नंतर समुदायाला बांधून ठेवण्यात आणि त्याची पुनर्रचना करण्याच्या धर्माच्या योगदानाला महत्त्व देणे जरी आवश्यक असले, तरी मूलतत्त्ववादी विचारधारेकडे झुकण्याच्या संभाव्य धोक्यांविषयीसुद्धा सजग राहायला हवे. दक्षिण आफ्रिकेत मला भेटलेल्या काही व्यक्ती धार्मिक समजुती आणि प्रवृत्तीविषयी खूपच कडक शिस्तीच्या आणि ताठर होत्या. मला अजूनही एका विशिष्ट प्रसंग आठवतो जेव्हा मला दक्षिण

आफ्रिकेतील वेठबिगारीनंतरच्या काळात यशस्वी झालेल्या भारतीय लोकांमधील एका परिवाराकडून भोजनाचे अगत्याचे आमंत्रण मिळाले. जेवणाची तयारी चालू असताना संभाषण एका विषयाकडे वळले ते म्हणजे माझ्यासारखी पार्श्वभूमी असणारे भारतीय गोमांस खाणाऱ्या कॅनडासारख्या देशात कोणते अन्न खातात? सत्य सांगावे अथवा नाही या दुविधेत मी होतो शेवटी माझ्या यजमानाला आमची भेट घडवून आणणाऱ्या सज्जनाने असे सांगून या मोठ्या पेचातून असे सांगून बाहेर काढले की गोमांस खाण्यासाठी त्याची चव विकसित करणे अतिशय कठीण आहे; कारण भारताच्या पूर्व उत्तर प्रदेशातील एका दुर्गम गावातील धार्मिक हिंदू परिवारात लहानचा मोठा झाल्यामुळे मला गोमांसाविषयी अतीव घृणा बाळगण्याची तालीम दिली गेली आहे.

दक्षिण आफ्रिकेतील भारतीयांच्या धार्मिक पुराणमतवादाला फार गंभीर स्वरूपाचे धार्मिक, सांस्कृतिक आणि राजकीय पैलू आहेत. मात्र, या प्रश्नावर मी इथे चर्चा करू इच्छित नाही. धर्माविषयी चर्चा करण्याचा माझा मुख्य हेतू या नित्याच्या कल्पनेचे परीक्षण करण्याचा आहे की जात ही हिंदू धर्माची उत्पत्ती असून हिंदू धर्मासाठी अनिवार्य आहे. याउलट, दक्षिण आफ्रिकेत मला याचा शोध लागला की एकीकडे तिथे धर्म राखण्यात आला, पुनर्जीवित करण्यात आला आणि सशक्त करण्यात आला, तिथे जातीच्या बाबतीत असे काहीच घडले नाही. दक्षिण आफ्रिकेतील वेठबिगारीचे वंशज असलेले भारतीय हे जात हरवून बसलेले हिंदू आहेत.

वेठबिगारी आणि जात

दक्षिण आफ्रिकेत माझा जातीशी झालेला आमना-सामना

दक्षिण आफ्रिकेत पोचल्यावर मी एक आठवड्याचा सुमार जोहान्सबर्गमध्ये कागदपत्रांचा पाठपुरावा करण्यात आणि भारतीय पार्श्वभूमीच्या लोकांबरोबर, मुख्यत्वे करून विट्सवॉटरस्रँड विद्यापीठातील अध्यापक आणि विद्यार्थ्यांबरोबर चर्चा करण्यात घालवला. तत्पश्चात मी नाताळ (वेठबिगार भारतीयांना जिथे नेण्यात आले तो प्रांत) येथील मुख्य नागरी केंद्र असलेल्या डरबानकडे रवाना झालो. डरबानमध्ये मी भारतीयच काय तर इतर कोणत्याही देशांच्या व्यक्तीला ओळखत नव्हतो. मात्र, भारतीय मुळाच्या दक्षिण आफ्रिकी लोकांचा शोध घेणे आणि त्यांच्याशी ओळख वाढवणे माझ्यासाठी फार महत्त्वाचे होते. कारण मला वेठबिगार भारतीयांच्या वंशजांमध्ये राहून संस्कृतिवर्णनशास्त्रीय क्षेत्र-संशोधन करावयाचे होते.

वेस्टविल येथील डरबान विद्यापीठातील डॉक्यूमेंटशन सेंटरमधल्या जहाजांच्या याद्या चाळत असताना मला नाताळमध्ये भारतातून आलेल्या, विशेषकरून मूळच्या उत्तर भारताच्या वेठबिगार लोकांची वेगवेगळ्या जातींची नावे सापडली. मग मी वेगवेगळ्या जातीतील भारतीयांशी संस्कृतिवर्णनशास्त्रीय संशोधनासाठी ओळखी वाढवण्याच्या हेतूने

डरबान दूरध्वनी निर्देशिका उघडली आणि तेव्हा मला धक्काच बसला कारण, जहाजांच्या यादीत नमूद केलेली जातींची सर्व नावे दूरध्वनी निर्देशिकेतून लुप्त झाली होती, याला अपवाद होता एखाद्या सिंह किंवा महाराज या नावांच्या तुरळक उल्लेखांचा. डरबानच्या दूरध्वनी निर्देशिकेमधून जातींची नावे लुप्त होण्याचे गुपित मला नंतर उलगडले. डरबानच्याच नव्हे तर नाताळच्या भारतीय वसाहती असलेल्या इतर प्रदेशांतील दूरध्वनी निर्देशिकेमधून जातींची नावे लुप्त झाली होती; कारण ही नावे ज्यांची प्रतीकं होती अशा जाती आणि जातिव्यवस्था वेठबिगारीच्या प्रक्रियेत केव्हाच विरून गेल्या होत्या.

वेठबिगारी आणि जातीची कहाणी मी दोन भागांमध्ये सांगू इच्छितो. पहिल्या भागात वेठबिगारीदरम्यान आणि त्यानंतर वसाहतींमध्ये स्थायिक होण्याच्या प्रक्रियेमध्ये भारतीय मजुरांच्या जातीवर कोणता परिणाम झाला. भाग दोन ही वेठबिगारीच्या ५ ते १० वर्षांच्या कालावधीच्या अखेरीस 'मायदेशी' परतलेल्या भारतीयांच्या जातीवर काय परिणाम झाला, याची कहाणी सांगतो. भाग एक, जाती आणि जातिव्यवस्थेच्या विघटनाची कहाणी आहे जिच्यामुळे, इतर परिणामांव्यतिरिक्त भारतीयांना परक्या ठिकाणी वंशीय बहिष्कार आणि नागरी भेदाविरुद्ध एकजूट होऊन सशक्तपणे लढा देता आला. भाग दोन, ही मायदेशी परतलेल्या भारतीयांना भेडसावणाऱ्या जाती आणि जातिव्यवस्थेची आणि आपल्याच देशात वाळीत टाकल्या जाण्याची कहाणी आहे. माझा मुख्य हेतू कहाणीच्या दोन्ही भागांचा वापर करून भारतातील जात आणि जातिव्यस्थेच्या पायावर विचारमंथन करण्याचा आहे, विशेषकरून आर्थिक-राजकीय परस्परसंबंध, धर्म (हिंदू धर्म) आणि जातिव्यवस्था यांच्यातील परस्परसंबंधांवर प्रकाश टाकण्याचा आहे.

जात आणि व्यवसाय

हे नमूद करायला हवे की भारतीय वेठबिगारी आणि वसाहतींमधल्या जातींवर पुराव्यादाखल पुरवठ्याचा गंभीर तुटवडा आहे. १९९१ मध्ये नाताळच्या उत्तर किनाऱ्यावर स्थित केनव्हीले येथे गोविंद राम पिल्लई यांनी केलेल्या संशोधनामुळे मला महत्त्वाच्या वाटणाऱ्या प्रश्नाच्या संदर्भात जात आणि जातिव्यवस्थेच्या वेगवेगळ्या पैलूंशी निगडित बहुमोल असा अनुभवाधिष्ठित पुरावा प्राप्त झाला आहे.

भारतातील मूळचा जातीचा दर्जा आणि वेठबिगार व्यवसायामधील ताणतणावांची एक विलक्षण कहाणी ब्राह्मण असल्याचा दावा करणाऱ्या एका परदेशी स्थलांतर केलेल्या व्यक्तीने प्रोटेक्टर ऑफ इमिग्रण्टस यांच्याकडे नोंदवलेल्या एका तक्रारीत सापडते:

> मी सन्नथ संप्रदायाचा ब्राह्मण आहे. मी वसाहतीत एक वर्ष आणि चार महिन्यांपासून राहत आहे. भारतात असताना मला उपजीविकेसाठी काम करण्याची कधीच गरज भासली नाही.

> ब्राह्मण असल्याकारणाने, मी माझे पितळ्याचे भिक्षापात्र घेऊन अनुयायांच्या घरी जात असे आणि ते मला धान्याचे पीठ, डाळी, तांदूळ, तूप, आमटीसाठी लागणारे मसाले, भाज्या आणि रोख रक्कम देत असत. ज्याच्या बदल्यात त्यांच्या कपाळावर चंदनाचा लेप लावून मी त्यांना आशीर्वाद देत असे. जेव्हा माझी नियुक्ती झाली तेव्हा मला गुमास्त्याने सांगितले की ब्राह्मण असल्याकारणाने मला नाताळ येथे आचारी म्हणून नेमण्यात येईल आणि काम पसंत न पडल्यास भारतात परत पाठवले जाईल. मला शेतावर राबणे शक्य नाही म्हणून मला परत मायदेशी पाठवावे (संन्यासी १९३१: १६९).

पिल्लई यांनी केलेल्या संशोधनावरून हे सिद्ध होते की व्यवसायाचा जातीशी कोणताच सहसंबंध नव्हता. वेठबिगारीच्या संदर्भात हे समजण्याजोगे आहे. पहिली गोष्ट म्हणजे, वर नमूद केल्याप्रमाणे वेठबिगारीने व्यवसायांच्या बाबतीत सर्वांना समान पातळीवर आणले: स्वदेशी प्रत्येकाची मूळ जात, व्यवसाय आणि दर्जा कोणता का असेना वसाहतींमध्ये सर्व 'कुली' बनले–'कुली' ही सर्वसमावेशक श्रेणीने लागवडींवरील सर्व वेठबिगार मजुरांना सामावून घेतले होते. वेठबिगारीचा अवधी संपल्यानंतर व्यक्ती आणि कुटुंबांनी व्यवसायाच्या यादृच्छिक निवडी केल्या. ज्यामुळे जात आणि व्यवसाय यामधले सहसंबंध तोडले गेले. ब्राह्मण चांभार झाले, रजपूत मसाल्यांचे व्यापारी झाले, अहिर आणि कुर्मी जातीचे लोक व्यापार करू लागले आणि बनिया जातीची मुले शिक्षण घेऊन अध्यापनाच्या क्षेत्रात गेली. काही ब्राह्मण पौरोहित्याकडे वळले खरे पण त्यांच्या जोडीला अनेक ब्राह्मण नसलेल्या जातींचे लोकंही पुरोहित बनले. यामुळे एका व्यवसायातील लोकांनी त्यांच्या व्यवसायाशी सुतराम संबंध नसलेल्या दुसऱ्या जातीचे नाव लावले आणि काही बाबतीत आपले जातीचे नाव कायमचे पुसून टाकले. खाटीक स्वतःला सिंह म्हणवू लागले (क्षत्रिय/रजपूत यांचे आडनाव), परिचर आणि वाढपी स्वतःला महाराज म्हणवू लागले (ब्राह्मणांना उद्देशून वापरलेली सर्वसमावेशक संज्ञा) इत्यादी. प्रत्येक पिढीगणिक आणि क्वचित प्रसंगी एकाच पिढीत कौटुंबिक आडनावांच्या मंथनाचे, बदलांचे आणि लुप्त होण्याचे वेठबिगारी हे एक विलक्षण संग्रहालय बनले. सर्वांत महत्त्वाचे म्हणजे, कुटुंब किंवा त्यांच्या आडनावांमध्ये जातीच्या अधिकारश्रेणीचा कोणताच गर्भितार्थ दडला नव्हता जसा तो भारतात त्याच्या मायदेशी होता.

जातींच्या जाणिवा आणि अधिकारश्रेणीचे स्खलन

वसाहतींमधील जातींची अधिकारश्रेणी फार पूर्वी लुप्त झाली. बहुतांश हिंदू चातुर्वर्णापासून अनभिज्ञ होते आणि म्हणूनच त्यांना कोणत्याच जातीविषयक जाणिवा नव्हत्या, हे संशोधनाने सिद्ध केले आहे. मात्र, जर काही उरले असेल तर ते उच्च जाती (द्विज) आणि खालच्या जाती मधली एक अस्पष्ट विभाजनाची जाणीव आणि ही विभाजनाची जाणीव बहुतांश आधीच्या

पिढीच्या लोकांमध्ये आणि दक्षिण आफ्रिकेत वेठबिगार मजूर म्हणून न गेलेल्या गुजराथी भारतीयांमध्ये दिसून येते. इथे हे नमूद करायला हवे की वेठबिगार भारतीय वेठबिगारीमुक्त भारतीयांना प्रवासी भारतीय म्हणत—यांच्यातील भेद तितकाच अनन्य होता जितका तो प्राचीन वर्णसंस्थेत द्विज आणि शूद्रांमधला भेद होता किंवा वंशव्यवस्थेत गोरे लोक आणि काळे लोक यांमधला भेद होता.

जातिव्यवस्थेचे सार मानले जाणारे अंतर्विवाह आणि रोटीबेटीव्यवहार यांचे द्विज आणि इतर जातींमध्यल्या उमटलेल्या विभाजनाच्या सामाजिक पडसादांविषयी पिल्लई कोणतीच माहिती पुरवत नाहीत. उदरनिर्वाह आणि इतर गोष्टींच्या बाबतीतल्या उच्च जातींची खालच्या जातींवरील मक्तेदारी आणि नियंत्रणाच्या प्रश्नाचा साधा उल्लेखदेखील केला गेलेला नाही, हा एक असा प्रश्न आहे जो भारतातील जातीच्या अधिकारश्रेणीच्या केंद्रस्थानी आहे. दुसऱ्या शब्दांत सांगायचे झाले तर उच्च आणि निम्न जातीमधल्या जाणिवा जरी अपवादाने काही व्यक्ती आणि भारतीय लोकांमधल्या काही विभागांमध्ये अस्तित्वात असल्या तरी त्या व्यक्ती किंवा गटांसाठी सामाजिकदृष्ट्या परिणामकारक नव्हत्या. जशा त्या स्वदेशी जात आणि जातिव्यवस्थेच्या बाबतीत होत्या. थोडक्यात व्यक्तींमधील उच्च आणि निम्न जातीच्या भेदाच्या जाणिवा या काही जात स्थापित करीत नाही, जातिव्यवस्था तर मुळीच नाही.

जातीसूचक आडनावांचा त्याग

आधी नमूद केल्याप्रमाणे, जहाजांच्या यादीत नोंद झालेल्या विशेषकरून भारतातील वेठबिगार मजुरांची आडनावे जवळजवळ पूर्णपणे लुप्त झाली आहेत. आडनावावरून जातीची ओळख आता बहुतांश उदाहरणांत पूर्णपणे लोप पावली आहे, असे पिल्लई यांच्या संशोधनावरून सिद्ध होते. असे सांगण्यात येते की तामिळभाषिक लोकांमध्ये मुन्ना सामी आणि गोविंद सामी यांसारखी खालच्या जातींची आडनावे आता लुप्त झाली आहेत, तर नायडू आणि पिल्लई ही वरच्या जातींची नावे तुलनेने मोठ्या प्रमाणात तग धरून आहेत. पिल्लई लिहितात की विवाहासाठी जोडीदाराची निवड करताना आडनावे अजूनही महत्त्वाची भूमिका निभावतात, मुख्यत्वे हे ठरवण्यासाठी की एखादी व्यक्ती 'खालच्या जातीची' तर नाही ना (दक्षिण भारतातील जातीच्या अधिकारश्रेणीतील तळागाळातील). वेठबिगारीच्या दिवसांमध्ये (आधी नमूद केल्याप्रमाणे) जेव्हा स्त्री-पुरुष गुणोत्तर विजोड होते, तेव्हा हा निकष किती प्रभावी होता, याविषयी कोणतीच चर्चा केलेली नाही.

दस्तऐवज आणि संस्कृतिवर्णनशास्त्रीय माहितीच्या योगे मला असा शोध लागला की बऱ्याच कुटुंबांनी घरच्या प्रमुखाच्या पहिल्या नावाला आपले आडनाव केले, उदाहरणार्थ, बोडा सिंह, बालगणेश, दुखरण, सीताराम, महादेव, सामरू इत्यादी. ही आडनावे पिढीगणिक

बदलत राहिली. बोडा सिंहचे उदाहरण नमुनादाखल म्हणून विलक्षण ठरते. बोडा सिंह हा भारतातील बिहारमधून आलेला वेठबिगारी खालचा मूळचा वसाहतींवर काम करणारा मजूर होता. वेठबिगारीचा कालावधी संपल्यावर तो एक यशस्वी शेतकरी म्हणून नावारूपास आला. तत्कालीन बोडा सिंह (ज्याची आणि त्याच्या पत्नीची त्याच्या फार्म हाऊस वर मी मुलाखत घेतली) दक्षिण आफ्रिकेतील सर्वांत मोठ्या पारिवारिक शेतजमिनीचा मालक होता. आपल्या शेतावर क्लीन फार्मिंगच्या पद्धती आणि वाजवी कामगार पद्धती राबविल्याबद्दल जागतिक बँकेने त्याचा सत्कार केल्यानंतर तो 'मिस्टर ग्रीन' या नावाने प्रचलित झाला. मूळचा बोडा सिंह बिहारचा एक रजपूत होता, असं मला सांगण्यात आलं. तत्कालीन बोडा सिंह आणि त्याची पत्नी (जीदेखील वेठबिगार प्रवासी मजुराची वंशज होती. जो मूळचा ब्राह्मण होता असे तिने सांगितले) यांचा कुठल्याही प्रकारच्या आणि आकाराच्या जातिव्यवस्थेवर विश्वास नाही. मात्र, दोघेही आपल्या उच्च जातीच्या वंशावळीचा उल्लेख आवर्जून करतात (क्षत्रिय आणि ब्राह्मण).

आडनावे ही जातीच्या दर्जाची ज्ञापके होती (पहा. पांडे २०१०: २५). भूतकाळात, खालच्या आणि वरच्या जातींमधला भेद त्यांच्या आडनावांच्या (आणि पहिल्या नावांच्या) आधारे सहज स्पष्ट होत असे. लगान या चित्रपटात भारतीय संघातील सर्वांत खालच्या जातीच्या खेळाडूचे नाव कचरा आहे. (याचा शब्दशः अर्थ चिखल आहे). एका खालच्या जातीच्या स्त्रीचे नाव अभावानेच गंगा, जमुना, जानकी, सरस्वती किंवा लक्ष्मी ठेवलेले दिसून येई. त्याचप्रमाणे खालच्या जातींच्या पुरुषांची नावे सहसा रामचंद्र, इंद्रदत्त किंवा दिग्विजय ठेवली जात नसत. जहाजांच्या यादीत डोंब, चामर, पासी (परिशिष्टे एक आणि दोन पहा) नावाची आडनावे सापडतात. ज्यांचा जातीच्या दर्जाच्या दृष्टीने नकारात्मक गर्भितार्थ लागतो. ही नावे अचानक लोप पावली. वेठबिगार भारतीयांच्या वंशजांनी दोन्ही गोष्टी केल्या. त्यांच्या आई-वडिलांची जात कोणती का असेना, भारतातील उच्च जातींसाठी राखीव असलेली (मूळची संस्कृत) नावे उचलली आडनावात बदल, म्हणजेच, मूळच्या जातीच्या आडनावांचा (कुळाचे नाव) त्याग करून घरातील प्रमुखाचे (सामान्यतः पुरुष) नाव लावण्याचा त्यांनी पाडलेला प्रघात हा अधिकच मूलगामी होता. या पवित्र्यामुळे जातीच्या दर्जाच्या ज्ञापकास कायमचे लुप्त करण्यात आले. पांडे (तथैव: २५) लिहितात की भारतातील दलित माध्यम वर्गासाठी आडनावांचा प्रश्न हा बऱ्याच वेळापासून वादाचा मुद्दा बनला आहे. जवळजवळ दीड शतकाआधी, वेठबिगार भारतीयांच्या वंशजांनी त्यांच्या आडनावात कोणत्याही वादविवादाशिवाय मूलगामी बदल केले (आणि पहिल्या नावात). मात्र, भारताची आजची परिस्थिती आणि एका शतकाहून जास्त काळापूर्वीची वसाहतींतील वेठबिगार भारतीय मजुरांची परिस्थिती यामध्ये एक मूलभूत फरक आहे. पहिल्या बाबतीत, आडनावांवरचा वाद

हा उच्च जातीचा दर्जा 'उचलण्यावरचा' आहे, तर दुसऱ्या बाबतीतला हेतू एकूण जातीलाच बगल देण्याचा आहे.

रोटीबेटीव्यवहाराचे नियम

पिल्लई यांच्या संशोधनानुसार रोटीबेटीव्यवहाराचे नियम शिथिल झाले आहेत. या शिथिलीकरणाची सुरुवात वेठबिगारीच्या प्रवासासाठी बोटीवर चढण्या अगोदरच झाली होती. नियुक्तीसाठी गाव सोडल्यानंतर, वेगवेगळ्या जातींतील लोकांच्या टोळ्या आगाराच्या दिशेने सोडल्या गेल्या. (हा प्रवास आरंभबिंदू आणि अंतबिंदूवर अवलंबून होता आणि तो कधीकधी अनेक आठवड्यांचा असे). आगारात पोचल्यावर, त्यांना वैद्यकीय परीक्षण आणि जहाजातल्या प्रवेशाअगोदर प्रमाणपत्र मिळवण्याच्या इतर सोपस्कारात अजून काही आठवड्यांचा कालावधी जात असे आणि शेवटी जहाजाचा प्रवासच मुळी गंतव्य स्थानाच्या अंतरानुसार काही आठवड्यांचा किंवा महिन्यांचा असे. या साऱ्या कालावधीत अन्न कोण शिजवत आहे, वाढपी कोण आहे आणि कोण कुणाच्या जवळ बसून अन्नग्रहण करीत आहे यावर प्रवाशांचे कोणतेच नियंत्रण नव्हते. त्यामुळे धर्म संस्कारांचे भेद म्हणजेच कोण कुणाला स्पर्श करू शकतो, कोणत्या व्यक्तीने स्पर्श केलेले अन्न कोण ग्रहण करू शकतो, जे जात आणि जातिव्यवस्थेचा पाया समजले जात ते प्रवासाच्या सुरुवातीच्या टप्प्यातच गळून पडले. हे वास्तव आपल्याला ही शिकवण देते की हे भेद आणि नियम कार्यान्वित राहण्याकरिता आपल्या डोक्यातील कल्पनांच्या परिभ्रमणाव्यतिरिक्त अजून बरेच काही गरजेचे असते.

लागवडींवरचे आणि बराकींमधले जीवनदेखील एकत्र अन्नग्रहण करण्याच्या नियमांना अनुसरून नव्हते. लागवडींवरचे ५ ते १० वर्षांवरील श्रम आणि बराकींमधले जीवन स्पृश्यता आणि अस्पृश्यता यांचे जातीच्या अधिकारश्रेणीतील नियम घुसळून विघटित करणारे अतिप्रचंड मिश्रक ठरले. वेठबिगारीच्या काळानंतर भारतीयांचा आटापिटा तग धरण्याकडे होता; कारण जातिव्यवस्थेतील रोटीबेटी व्यवहारांच्या क्लिष्ट नियमांशी निगडित वहिवाट आणि तक्रारी, उदारणार्थ, कच्चे व शिजवलेले अन्न, तुपात शिजवलेले अन्न किंवा पाण्यात शिजवलेले अन्न यांच्या नियमनाबद्दल त्यांना कोणताच सामुदायिक किंवा संस्थात्मक आधार तर नव्हताच सहानुभूतीदेखील प्राप्त झाली नाही. जरी मला हा दृष्टिकोन मान्य नसला की रोटीबेटी व्यवहारांचे संस्कार जातीच्या अधिकारश्रेणीचे आधार आहेत (वर नमूद केलेला मजकूर वाचा) तरी मी जातिव्यवस्थेतील रोटीबेटीव्यवहारांच्या नियमांचे प्रतीकात्मक महत्त्व कमी करू इच्छित नाही; पण त्याच न्यायाने आपण एकूण जातिव्यवस्थेचे अंतिम विघटन होण्याच्या प्रक्रियेतील रोटीबेटीव्यवहारांच्या नियमांच्या विघटनाच्या महत्त्वास कमी लेखता कामा नये.

अंतर्विवाह

अंतर्विवाहाच्या नियमांच्या बाबतीत काय घडले? (जो जातिव्यवस्थेच्या केंद्रस्थानी समजला जाणारा प्रश्न आहे) वेठबिगारीमुळे अंतर्विवाहांचे विघटन झाले. हे विघटन घडवणारा सर्वांत महत्त्वाचा घटक ठरला तो म्हणजे लैंगिक असमतोलाचा चिरंतन प्रश्न—पुरुषांच्या तुलनेत स्त्रियांची विजोड संख्या (आधी नमूद केल्याप्रमाणे)—काही वेळा दोन पुरुषांमागे एका स्त्रीहून कमी असलेले गुणोत्तर, जे सड्या युरोपीय पुरुषांच्या उपस्थितीमुळे आणखीनच विकट होत असे; कारण त्यांच्या नजरा कायम भारतीय स्त्रियांवर सहजी मिळणाऱ्या अशा दृष्टीने रोखलेल्या असत (या प्रश्नाविषयी सविस्तर चर्चा करणे आवश्यक आहे आणि अनेक अभ्यासांतून याचे लेखी दाखले तयार केले गेले आहेत, (पहा. पूल आणि सिंह १९९९). स्त्रियांच्या संख्यात्मक कमतरतेव्यतिरिक्त, नियुक्तीचे यादृच्छिक स्वरूप आणि अनिश्चितता यांच्यामुळे, विशेषकरून स्त्रियांच्या भरतीच्या बाबतीत, स्त्री सदस्यांची जात ठरवणे जवळजवळ अशक्य होते. ही गोष्ट लक्षणीय आहे की जिथे पुरुष सदस्यांच्या बाबतीत बोटींच्या यादींमध्ये जातीच्या नावांचा दाखला हमखास सापडतो, स्त्री सदस्यांच्या बाबतीत हा दाखला अभावानेच आढळतो.

दुसरी गोष्ट म्हणजे पुरुष आणि स्त्रियांचे प्रमाणाबाहेरचे गुणोत्तर पाहता, एकापेक्षा अधिक पुरुषांशी स्त्रियांचे संबंध हे 'सामान्य' मानले जात. क्षेत्रीय संशोधनातून गोळा केलेल्या अभिलेखीय आणि संस्कृतिवर्णनशास्त्रीय पुराव्यांच्या आधारे माझ्यासमोर हे स्पष्ट झाले की तेथील मजूर भारतीयांच्या डोक्यावर एका स्त्रीची कामना करणाऱ्या एकापेक्षा अधिक पुरुषांमुळे घडणाऱ्या ताणतणावाची टांगती तलवार होती. त्यातून घडणाऱ्या गुंतागुंतींची नोंद, ज्यात खून आणि आत्महत्या यांसारख्या गंभीर गुन्ह्यांचा समावेश होता, प्रोटेक्टर ऑफ इमिग्रंटस यांच्या फाईलींमध्ये सर्रास सापडते. ही डळमळीत परिस्थिती पाहता—जी वेठबिगारीतील अनेक विसंगतींपैकी एक होती—तो अंतर्विवाहच नव्हे तर एकपत्नीपतीव्रत विवाहांच्या कल्पनेलाच पुरुषांच्या तुलनेतल्या स्त्रियांच्या कमतरतेमुळे तडा गेला. मात्र, याची नोंद घेणे महत्त्वाचे आहे की वेठबिगारीच्या कालावधीच्या नंतरच्या सामुदायिक पुनर्रचनेत, एकपत्नीपतीव्रत विवाह पुनर्स्थापित करण्यात आले, अंतर्विवाह नव्हे. जातीच्या विघटनांसोबत अंतर्विवाहाच्या प्रथेचेदेखील विघटन झाले. पिल्लई यांच्या मते, विवाहाच्या बाबतीत जातीपेक्षा धर्म, वंश आणि भाषा हे महत्त्वाच्या निकषांच्या रूपात उदयास आले. त्यांच्या जोडीला पाश्चिमात्य शिक्षण, व्यवसाय आणि धन हे निर्णायक घटक ठरले. भारतीय वेठबिगारीची पार्श्वभूमी असलेल्या दक्षिण आफ्रिकेतील अंदाजे २० परिवारांच्या मुलाखतींमध्ये मला एकही असे उदाहरण सापडले नाही जिथे पिढीगणिक पुरुषांसाठी किंवा स्त्रियांसाठी त्याच जातीतील जोडीदारांचा शोध घेण्यात आला किंवा ते आढळले.

पिल्लई यांच्या मते, एका विशिष्ट वेठबिगार भारतीयांच्या गटात अंतर्विवाह काही प्रमाणात टिकून राहण्याविषयीचा पुरावा सापडतो, उदाहरणार्थ, तेलगू भाषिक वसाहतींतील मजूर. याचे कारण असे की आंध्र प्रांतातील (आताचे आंध्र प्रदेश) एकाच भागातून फार मोठ्या प्रमाणावर तेलगू भाषिक लोक वेठबिगार मजूर म्हणून स्थलांतरित झाले. वेठबिगारीचा अवधी संपल्यानंतर त्यांनी आपल्या छोट्या छोट्या वसाहती निर्माण करून आपल्या जातीचे विशिष्ट सामाजिक आणि सांस्कृतिक प्रघात जतन करून ठेवले. मात्र, एका जातीने किंवा उपजातीने अंतर्विवाह पद्धती कायम राखली याचा अर्थ एकूण जातिव्यवस्था तग धरून राहिली किंवा पुनरुजीवित झाली, असा होत नाही. इथे हे नमूद करणे समर्पक ठरेल की आधुनिक पाश्चिमात्य देशात बहुतकरून कॅथलिक लोकांचे विवाह कॅथलिक लोकांशीच होतात, प्रोटेस्टंट लोकांचे विवाह प्रोटेस्टंट लोकांशीच होतात, कॉप्ट लोकं कॉप्ट लोकांशीच विवाह करतात, सनातनी ज्यू लोक सनातनी ज्यू लोकांबरोबरच विवाह करतात आणि मॉरमॉन्स लोकांच्या बाबतीतदेखील तेच घडते; पण त्यामुळे जात घडत नाही, जातिव्यवस्था तर दूरच राहिली. अंतर्विवाह निर्विवादपणे जातीचे एक प्रमुख वैशिष्ट्य आहे (आणि तुलनेने लवचीक आहे); पण जात आणि जातिव्यवस्था घडवण्यासाठी ते पुरेसे आणि पर्याप्त नाही.

मात्र, दक्षिण आफ्रिकेतील भारतीय लोकांमधला गुजराथी भारतीयांचा असा एक गट आहे ज्यांनी वेठबिगारीखालील स्थलांतरित झालेल्या भारतीय लोकांच्या मागोमाग दक्षिण आफ्रिकेस प्रयाण केले. यांना 'प्रवासी भारतीय' म्हणतात. जे वेठबिगार मजुरांच्या विरुद्ध मुक्त लोकं आहेत आणि मुख्यत्वे व्यापारी आहेत. त्यांची आर्थिक स्थिती आणि व्यवसाय यांच्यामुळे त्यांना परिवार आणि समुदाय स्थापित करताना अधिक स्वातंत्र्य मिळाले. अधिक महत्त्वाची गोष्ट म्हणजे त्यांना आपल्या देशातील समुदायाशी संबंध राखता आले जेणेकरून अंतर्विवाह आणि रोटीबेटीव्यवहार यांसारखे प्रघात अबाधित ठेवता आले. त्यांच्या प्रवासात आणि व्यवसायातील कामात इतर जातींच्या लोकांबरोबर खाण्यापिण्याची वेळ कधीच येत नसे. जात, वर्ग आणि व्यवसायाच्या आंतरिक भेदांना विसरून त्यांना शेतामध्ये राबावे लागत नसे. परिणामस्वरूप, त्यांना मायदेशातील जात, उपजात आणि वर्गांच्या रीतिरिवाजाप्रमाणे विवाहासाठी जोडीदारांची निवड करता येत असे; म्हणूनच गुजराथी व्यापाऱ्यांच्या जाती आणि जातींच्या जाणिवा शाबूत राहिल्या पण वेठबिगार भारतीय आणि त्यांच्या वंशजांच्या बाबतीत तसे घडले नाही. मुक्त असल्यामुळे आणि वेगळ्या स्वरूपाच्या राजकीय अर्थव्यवस्थेचा भाग असल्यामुळे, गुजराथी ब्राह्मणांच्या बाबतीत मायदेशातल्या आर्थिक, राजकीय आणि सांस्कृतिक ऋणानुबंधांमध्ये बेबनाव आला नाही. त्यामुळे मायदेशातील (आर्थिक, राजकीय आणि सांस्कृतिक) ऋणानुबंध बळजबरीने आणि त्वरित तुटलेल्या

वेठबिगार भारतीयांपुढे त्यांचे वेगळेपण उठून दिसले. भौतिक परिस्थिती, जातींच्या जाणिवा आणि जातींचे संस्कार यामधील परस्परसंबंध वेठबिगारीच्या संदर्भातल्या भारतीय लोकांच्या दोन श्रेण्यांमध्ये मूलभूत फरकांमुळे सविस्तरपणे स्पष्ट होतात.

दक्षिण आफ्रिकेतील वेठबिगारीची पार्श्वभूमी असलेले भारतीय आणि प्रवासी भारतीय यांच्यात फारच तुरळक स्वरूपाचे सामाजिक संबंध होते (रोटीबेटी व्यवहार, विवाह). दक्षिण आफ्रिकेतल्या भारतीय लोकांच्या या दोन विभागांमधील सामाजिक अंतरामागे वेठबिगारीचे लांच्छन होते (श्रमाची एक अट) की जातीच्या नियमांचे उल्लंघन होते (अंतर्विवाह आणि एकत्र अन्नग्रहण) असा प्रश्न पडतो. वास्तविक त्याचे कारण या दोन्ही घटकांचे एकत्रीकरण होते. वेठबिगारीचे लांच्छन हे भेदाचे एक अत्यंत प्रभावी ज्ञापक ठरले ज्याच्यापुढे भारतीयत्व किंवा समान धर्माचे महत्त्व विरून गेले. वेठबिगारीच्या प्रक्रियेतील जातीच्या विघटनामुळे वेठबिगार भारतीय आणि प्रवासी भारतीय यांच्यातली दरी वाढतच गेली.

दक्षिण आफ्रिकेतील गुजराथी भारतीयांमधल्या जातीचे संस्कार आणि जातींच्या जाणिवांच्या संदर्भात, हे लक्षात ठेवण्यासारखे आहे की भारतातील परदेशात स्थायिक झालेल्या लोकांच्या एका विभागात जर जातींच्या जाणिवा आणि अंतर्विवाहाच्या प्रघाताचा पुरावा मिळाला त्याचा अर्थ हा होत नाही की त्यामुळे जातिव्यवस्था तग धरून होती. पहिली गोष्ट म्हणजे, या बाबतीत जाती आणि जातींच्या जाणिवांचे अबाधित राहणे भारताच्या जातिव्यवस्थेच्या आधाराने घडले. दुसरी गोष्ट म्हणजे, इथे आपल्याला जातीच्या अस्तित्वाचा शोध लागतो, जातिव्यवस्थेचा नव्हे. हा एक अतिशय महत्त्वाचा बिंदू आहे जो भूतकाळातील आणि वर्तमानकाळातील परदेशी स्थायिक झालेल्या लोकांवर आणि जातींवर फार दूरगामी परिणाम साधतो. अनेकदा हा जातीच्या सोशिकतेचा किंवा लवचीकतेचा पुरावा मानला जातो की आपल्या देशाबाहेर राहणारे भारतीय प्रतिकूल परिस्थितीत कामाच्या लहान-मोठ्या स्तरांवर काम करताना, ज्यात, कमी किंवा जास्त शिक्षणाची आणि प्रशिक्षणाची गरज भासते आपली जात आणि जातींच्या जाणिवा टिकवून ठेवतात, हे खरे आहे. मात्र, अधिक महत्त्वाचा प्रश्न असा आहे की जातींच्या जाणिवांचे आणि वर्तनाचे कोणते पैलू शाबूत ठेवले गेले आहेत, कोणते हरवले आहेत आणि त्यांचा जातिव्यवस्थेवर, खासकरून जातीच्या अधिकारश्रेणीवर कोणता परिणाम झाला आहे? अशा परिस्थितींमध्ये जाती, गुजराथ्यांप्रमाणेच, विभक्त एकक म्हणून तग धरू शकतील, जातिव्यवस्था म्हणून नव्हे. याचे मुख्य कारण म्हणजे वेगवेगळ्या जातींना परस्परावलंबित्व, असमानता, शोषण आणि बळजबरीयुक्त अधिकारश्रेणीच्या व्यवस्थेमध्ये बांधून ठेवणारे आर्थिक, राजकीय, सामाजिक परस्परसंबंध आणि सांस्कृतिक नियम उघडपणे गहाळ झालेले असतात.

बिहारी सिंहची कहाणी (त्रिनिदाद)

७ ऑगस्ट १८६९ रोजी बनारस जिल्ह्यातील (आताचे वाराणसी) गरखारा गावातील रहिवासी असलेला २० वर्षांचा बिहारी सिंह एस. एस. वरुण नावाच्या जहाजावर चढला आणि ८ नोव्हेंबर १८६९ रोजी वेस्ट इंडिज मधील त्रिनिदाद स्थित नेल्सन बेटावर पोचला. जिथे तो वेठबिगार मजूर या नात्याने काम करण्यास गेला होता. गाव सोडल्यानंतर जहाजावर पोहोचेपर्यंत त्याला जवळजवळ दोन महिने लागले. यादरम्यान काय घडले याचे संक्षिप्त वर्णन आपल्याला वेठबिगारीच्या नियुक्तीच्या प्रक्रियेबद्दल बरेच काही सांगून जाते, जो वरकरणी एक स्वेच्छेने केला गेलेला करार होता.

वंशावळीच्या तक्त्यावरून, प्राप्त झालेल्या माहितीनुसार बिहारी सिंह राहत असलेला प्रदेश १८५७ च्या बंडातील सक्रिय भूमिकेसाठी ओळखल्या जाणारा प्रदेश होता. कालांतराने, वेठबिगारीच्या संभाव्य मजुरांना भरतीतून 'हस्तगत' करण्यासाठी या क्षेत्राला 'लक्ष्य' बनवण्यात आले. या भरतीच्या नियोक्त्यांना (ज्यांना स्थानिक भाषेत अर्कात्य म्हणत) आपला भरतीचा ठरावीक हिस्सा भरण्यासाठी कधी वाजवी तर कधी गैर-वाजवी मार्ग अवलंबिण्याची मुभा होती. त्यांच्या योजनेला वर्कर्स कॉम्पनसेशन ॲक्ट (कामगार भरपाई अधिनियम) या कायद्याचे पाठबळ प्राप्त होते, जी भोळ्या-भाबड्या ग्रामीण युवकांना भूल पडून वेठबिगारीकडे नेण्याची एक कायदेशीर युक्ती होती. बिहारी सिंहच्या बाबतीत काय झाले ते थोडक्यात खाली नमूद केले आहे.

जून १८६९ मध्ये बिहारी सिंह आपले गाव सोडून गंगेच्या (हिंदूंच्या वरच्या जातींमध्ये पवित्र मानली जाणारी नदी) किनारी साजऱ्या केल्या जाणाऱ्या गंगा दसरा उत्सवाच्या निमित्ताने वाराणसीकडे (अंदाजे २८ कि.मी. दूर असलेल्या) रवाना झाला. उत्सव संपन्न होता होता रात्र झाली आणि सिंहला परत गावाकडे पायी जाणे जीवावर आले. त्यामुळे त्याने एका स्थानिक गावकऱ्याचे आपल्या घरी राहण्याचे व जेवणखाण्याचे आमंत्रण स्वीकारले. सकाळी जेव्हा सिंह गावाकडे निघण्यास सज्ज झाला, त्या घरच्या यजमानाने (जो वेठबिगारीचा एक नियोक्ता होता) आदल्या रात्रीचा जेवण्याखाण्याचा आणि बिछान्याचा खर्च मागितला (वर्कर्स कॉम्पेनसेशन ॲक्टखाली) जो अर्थातच बिहारी सिंहला फेडणे शक्य नव्हते. त्यानंतर त्याला इतर काही जणांसोबत बोटीत बंदिस्त करून कलकत्त्यास नेण्यात आले, जे वेठबिगार भारतीयांना ब्रिटिश साम्राज्यातील दूरवरच्या वसाहतींमध्ये पोहोचवण्याचे दोहोंपैकी एक बंदर होते. १ ऑगस्ट १८६९ रोजी सिंहला वेठबिगारीचे दस्तऐवज मिळाले, ज्याचा थांगपत्ता गावातील त्याच्या कुटुंबीयांना आणि इतर गावकऱ्यांना नव्हता. वेठबिगारीच्या अटी त्याच्यासाठी सुखावह होत्या असे सांगण्यात येते (दक्षिण आफ्रिकेतील वेठबिगार भारतीयांच्या वंशजांकडून भरतीच्या यासारख्या इतर कहाण्या माझ्या ऐकण्यात आल्या). बिहारी सिंह ३

महिन्याच्या खडतर प्रवासानंतर त्रिनिदादला पोहोचला, यासाठी त्याला काळ्या पाण्याचा समुद्र ओलांडावा लागला (काळ्या पाण्याला कारावासाचे सर्वांत कठोर रूपक मानले जाते. मी लहान असताना माझ्या गावी, बिहारी सिंह जिथे राहत असे त्या सांस्कृतिक प्रदेशाचा भाग होता, माझ्या ऐकण्यात अनेक जणांच्या कथा आल्या ज्यांना ब्रिटिश राजवटीच्या नियमांचा विरोध केल्याबद्दल काळ्या पाण्याची शिक्षा सुनावण्यात आली होती, ही एका अशा लांबच्या द्विपावरची रवानगी होती जिथे नातेवाईक आणि ओळखीच्या लोकांशी संपर्क पूर्णपणे तुटायचा. फाशीच्या शिक्षेपेक्षाही खडतर शिक्षा अशी गावातील काळ्या पाण्याविषयीची प्रचलित समजूत होती).

सिंहने ज्या जहाजातून त्रिनिदादपर्यंत प्रवास केला त्या वरुण नावाच्या बोटीत एकूण २३१ प्रवासी होते (८२ स्त्रिया आणि उरलेले पुरुष). प्रवासात (जो ९३ दिवस चालला), जागेची अडचण असल्यामुळे वर्दळीला फारसा वाव नव्हता; पण गुजगोष्टींसाठी भरपूर वेळ होता आणि सर्व प्रवासी त्यांच्या कुटुंबांबद्दल आणि मागे राहिलेल्या गावाबद्दल सविस्तर गप्पा करीत. महत्त्वाचे असे की, यामुळे वेगवेगळ्या जातींच्या आणि संप्रदायांच्या लोकांमध्ये ऋणानुबंध निर्माण झाले. यातील सर्वांत महत्त्वाचा संबंध होता जहाजी भाई (म्हणजे जहाजाचे/वरील बंधू) आणि जहाजी बहन (म्हणजे जहाजाचे/वरील भगिनी), हा असा बंध होता जो त्या व्यक्तींच्या पश्चात नंतरच्या पिढ्यांमध्येही टिकून राहिला. जहाजी भाई आणि जहाजी बहन हे ऐतिहासिकदृष्ट्या विशिष्ट सामाजिक परस्परसंबंध होते, वेठबिगारीच्या विशिष्ट परिस्थितीचे परिपाक, अशा समानतेने जुळलेले संबंध ज्यात जात आणि वर्गाच्या सीमा पुसल्या गेल्या. हे अशामुळे घडले कारण वेठबिगार मजूर अशीच त्या साऱ्यांची समान ओळख होती. या गोष्टीमुळे आपल्याला एका तथ्याची नव्याने आठवण होते की असमानतेचे परस्परसंबंध (जातीचे धरून) भौतिक परिस्थितीच्या असमान वापराच्या संधीत दडलेले असतात. वेठबिगारीची भौतिक परिस्थिती समान असल्याकारणाने सारे वेठबिगार मजूर एकाच पातळीवर आले. वेठबिगारीनंतरच्या काळात भारतीयांमध्ये असमानता पुन्हा दिसून आली खरी पण ती जातीची असमानता नव्हती जे खाली दिलेल्या बिहारी सिंहच्या कौटुंबिक इतिहासावरून स्पष्ट होते.

त्रिनिदादला पोचल्यावर सिंहच्या सहप्रवाशांना वेगवेगळ्या लागवडीच्या शेतजमिनीवर नेण्यात आले. तर सिंहची रवानगी मॅकोया वतनवाडीला झाली (मॅकोया नदीच्या काठी वसलेल्या). त्याच्या 'जहाजी गाठोड्यात' त्याने शिवलिंग आणि लोटा बाळगला होता. मॅकोयाच्या वतनवाडीला पोहोचताच सिंहने आपल्या बराकीच्या बाजूच्या वृक्षाखाली शिवलिंग स्थापित केले. दररोज सूर्योदयापूर्वी तो लिंगासमोर ताजी फुले आणि लोट्यातून भरून आणलेले पाणी अर्पण करीत असे (सिंहच्या गावी उच्च जातीच्या भक्तांमधला नित्यनेमाचा प्रघात). आठवड्याच्या शेवटी, तो आणि त्याचे जहाजी भाऊबंद झाडाखालच्या

शिवलिंगाभोवती एकत्र जमत आणि वार्तालाप करीत, भजने गात, रामचरितमानस (उत्तर भारतातील सर्वांत प्रचलित हिंदू धर्मग्रंथ) चे पारायण करीत आणि एकमेकांच्या सुखदुःखाच्या कथांची देवाणघेवाण करीत. शिवाय, अधूनमधून पूजाअर्चना करण्यासाठी आणि होळी, दसरा, दिवाळी आणि शिवरात्री सारखे उत्सव साजरा करण्यासाठी जमत. १८७८ साली, सिंह आणि त्याच्या भारतीय बांधवांनी त्रिनिदाद आणि टोबॅगो येथील पहिल्यावाहिल्या मंदिराची कोनशीला ठेवली.

जगाच्या वेगवेगळ्या भागांमधल्या वसाहतींमध्ये हिंदू पार्श्वभूमीच्या वेठबिगार भारतीयांची कहाणी वर नमूद केल्याप्रमाणेच होती. दक्षिण आफ्रिकेतील आसपासच्या भारतीय लोकांकडून त्यांनी वेठबिगारीच्या काळात बांधलेल्या पहिल्या इमारती या मंदिरांच्या होत्या अशा बऱ्याच कथा माझ्या ऐकण्यात आल्या. स्वतःसाठी आणि कुटुंबीयांसाठी घरे बांधण्याआगोदर आपल्या देवी-देवतांसाठी देवळं बांधण्याचा प्रघात अज्ञात प्रांतांमध्ये (आर्थिक, राजकीय, सामाजिक आणि सांस्कृतिकदृष्ट्या) धर्माविषयी त्यांना वाटणाऱ्या महत्त्वाची ग्वाही देतो.

वेठबिगारीचा अवधी संपल्यानंतर (१८७४), सिंहने मॅकोया येथे जमिनीचा एक तुकडा विकत घेतला आणि तिथे एक भाजीचा मळा लावला. कालांतराने त्याने एक दुकान थाटले, फुलबाग फुलवली, घर बांधले, विवाह केला आणि आपले कुटुंब वाढवले. दक्षिण आफ्रिकेतील त्याच्या या प्रदीर्घ वास्तव्यात त्याने सोबत बाळगलेले शिवलिंग हे त्याच्यासाठी प्रेरणेचे चिरंतन स्रोत आणि सवंगडी ठरले. आता त्या शिवलिंगाची स्थापना त्याने पत्नीसह बांधलेल्या घराच्या मागच्या बाजूच्या पिंपळाखाली (पवित्र मानले जाणारे वृक्ष, विशेषकरून शिवभक्तांसाठी) केली होती. शिवलिंग एक धार्मिक प्रतीक तर होतेच, त्याशिवाय भूमीचे प्रतीक होते (धरतीमाता—मातृभूमी), अशी भूमी जिथून त्याला निर्वासित केले गेले होते. मजूर म्हणून काम करणाऱ्या सर्व वसाहतींतील वेठबिगार भारतीयांना कायमस्वरूपी मातृभूमीची ओढ लागली होती. सिंहच्या घरामागच्या पिंपळाखालच्या शिवलिंगाभोवती त्याचे सर्व भारतीय बांधव वेठबिगारीच्या काळानंतरही एकत्रित जमत असत.

यथावकाश, बिहारी सिंहचा विवाह झाला. उत्प्रवासन/देशांतराच्या प्रमाणपत्रावर जातीची नोंद खत्री (क्षत्रिय) अशी आहे; मात्र त्याच्या पत्नीच्या जातीची कोणतीच नोंद नाही. सिंह दांपत्याला सात अपत्ये झाली. ज्यातील एकाचे (पुत्रीचे) नाव जानकी ठेवण्यात आले. तिचा विवाह जगमोहन सिंह याच्याशी झाला. तिने मोठेपणी हिंदू चालीरीतींचेच पालन केले आणि तिच्या घरी नित्यनेमाने प्रार्थना, पूजापाठ, व्रतवैकल्य, मेजवान्या आणि उत्सव समारंभ होत असत. जानकी आणि जगमोहन या वंशजांनीच बिहारी सिंह यांच्या वंशावळीचे संकलन केले आहे. अरुण आणि विजय नारायण सिंह (बिहारी सिंह यांचे खापरपणतू) यांनी आपल्या

वडिलोपार्जित गावी भेट देऊन वाराणसी येथील गंगेच्या काठी असलेल्या दशाश्वमेध घाटावर पिंडदान केले—हा तो घाट होता जिथून बिहारी सिंह कलकत्त्यातील आगाराकडे रवाना झाला होता. जिथून पुढे तो त्रिनिदादच्या निर्णायक सफरीवर निघाला.

थोडक्यात सांगायचं झालं तर, आपल्याला बिहारी सिंहच्या वंशावळीत कुटुंब आणि धर्माच्या सातत्याची कहाणी वाचायला मिळते. जातीचा उल्लेख या कहाणीत अभावानेच होतो, याला अपवाद म्हणजे कलकत्त्याहून जहाजावर चढण्यापूर्वी बिहारी सिंहला दिलेल्या उत्प्रवासन प्रमाणपत्रातील जातीची नोंद. पाच पिढ्या व्यापणाऱ्या या प्रशस्त कौटुंबिक तख्त्यामध्ये सिंह या आडनावाचा तुरळक उल्लेख सापडतो; तर पती किंवा पत्नी म्हणून महाराज या शब्दाची नोंद एखाददुसऱ्या वेळेस नजरेस पडते. सिंह हे जानकीच्या वंशावळीचे आडनाव तिच्या पिढीचे काही जण अजूनही लावताना दिसतात. तर इतरांनी प्रामुख्याने त्यांच्या घरातील कर्त्या पुरुषाचे आपले आडनाव म्हणून स्वीकारले आहे. महत्त्वाचं म्हणजे, अंतर्विवाह किंवा रोटीबेटीव्यवहाराच्या प्रथेचे पालन आता होत नाही. काही कुटुंबातील सदस्यांनी हिंदू नसलेल्या जोडीदाराशी विवाह केला आहे. धर्माच्या बाबतीत मात्र वेगळं चित्र दिसून येतं. वर उल्लेखल्याप्रमाणे, बिहारी सिंह आणि त्याची अपत्ये (उदाहरणार्थ जानकी) हे निस्सीम हिंदू होते. बिहारी सिंह यांचे खापरपणतू गंगेच्या घाटावर पिंडदान करण्याच्या उद्देशाने त्यांच्या वडिलोपार्जित गावाकडे निघाले होते; पण कोणत्याही क्षणी त्यांना आपल्या जातीच्या पाळामुळांचा शोध घेण्याची इच्छा झाली नाही. बिहारी सिंह आणि त्याच्या वंशावळीच्या गोष्टीचे महत्त्व धार्मिक श्रद्धा आणि संस्कारांच्या आजतागायतच्या सातत्यामध्ये आहे. दुसरी गोष्ट म्हणजे, मागे वळून पाहण्यासाठी आणि जुन्या काळाला आपल्या स्मृतीत जतन करून ठेवण्यासाठी कुटुंबामधील एकोप्याची भावना अतिशय तीव्र स्वरूपाची आहे. याउलट, जातीविषयक जाणिवा आणि तिच्या भूतकाळाचा मागोवा घेण्याची आणि जतन करण्याची इच्छा मात्र दिसून येत नाही. धर्म आणि कुटुंब अविरत पुढे चालत राहतात; जात मात्र लोप पावते.

स्वदेश प्रत्यावर्तित भारतीय: जातीने पछाडलेले

वेठबिगारीचा अवधी संपल्यानंतर मायदेशी परतल्यावर (स्वेच्छेने किंवा इतर कारणाने) वेठबिगार भारतीयांना जातीने आणि जातिव्यवस्थेने पछाडून टाकले. प्रसार माध्यमांनी त्यांच्या दुःखदायक अनुभवांच्या कहाण्यांना विशेष प्राधान्य दिले. त्यांपैकी काही कहाण्यांचा दाखला इथे हे दाखवण्यासाठी दिला जात आहे की वेठबिगारीवरचे मजूर म्हणून परदेशी गेलेल्या भारतीयांचे 'एकीकरण' होऊ न देण्यासाठी जातीचा पगडा किती व्यापक स्वरूपाचा होता. एका वर्तमानपत्रानुसार त्यांना त्यांच्या गावात राहणे अशक्य झाले आहे; कारण त्यांच्याच नातेवाइकांनी त्यांच्यावर बहिष्कार घातला आहे. महात्मा गांधीजींनी म्हटल्याप्रमाणे त्यांना 'सामाजिक

कुष्ठरोगी' समजले जाते. भारत त्यांच्यासाठी एक विलायतेचा प्रदेश आहे. अनेक वर्षांनंतर स्वगृही परतल्यामुळे त्यांची भारतीय पाळेमुळे विरून गेली आहेत आणि ते अनोळखी व्यक्तींप्रमाणे झाले आहेत (*अमृत बझार पत्रिका* १५ मे, संन्यासीमधील दाखला १९३१: १२, १४).

त्यांच्यावरचा आरोप असा होता की त्यांच्याठायी भारतीय संस्कृती नव्हती किंवा आपल्या अर्ध-अभारतीय आई-वडिलांकडून उचललेल्या संस्कारांचा अपवाद सोडून वसाहतीत राहिल्यामुळे ते भारतीय संस्कृती गमावून बसले होते. वसाहतींवर जन्माला आलेले भारतीय हे मुख्यत्वे आंतरजातीय विवाहांचे परिपाक असतात आणि भारतातील जातिव्यवस्थेचे प्राबल्य पाहता त्यांना समतुल्य असा सामाजिक दर्जा प्राप्त होत नाही. वसाहती सोडून भारतात परत येणे म्हणजे आगीतून फोफाट्यात जाण्यासारखे आहे, अशी मराठामधील नोंद आहे (पुणे २४ मे १९३१, तथैव पृ. क्र. १९).

वसाहतीतील वंश आग होती तर मायदेशातील जात हा फोफाटा होता. दोन्ही अतिशय भेदभावयुक्त आणि बहिष्कारजन्य होते. परदेशात भारतीयांना वंशभेदाचा फटका बसला मात्र जातीच्या विळख्यातून त्यांची सुटका झाली. स्वगृही परतल्यावर, त्यांची वंशाच्या दंशापासून सुटका झाली पण ते जात आणि जातिव्यवस्थेचे बळी ठरले. वसाहतींमधल्या वंशभेदामुळे भारतीय वाळीत टाकले गेले नाहीत; कारण त्यांनी त्याचा प्रतिकार केला आणि त्याविरुद्ध लढा दिला. मात्र, स्वगृही असलेल्या जात आणि जातिव्यवस्थेच्या जाचाविरुद्ध लढण्यासाठी त्यांना कसलाच आधार नव्हता. वंश आणि जातीमध्ये, जातीचे अडथळे पार करण्यास जास्त जाचक होते.

*लिबर्टी*मधील एका लेखानुसार स्वगृही परतलेले भारतीय दोन मृत्यूच्या सापळ्यांमध्ये अडकले आहेत. हे दोन सापळे म्हणजे त्यांनी परदेशी जाण्यासाठी सोडलेले आपले जन्मगाव आणि वेठबिगारीच्या अवधीनंतर ते जिथे परतले ते गाव. जागोजागी जातीच्या जाचाचे सुरंग त्यांच्या चेहऱ्यावर येत असताना त्यांच्या जन्मगावांना ते आता आपले घर म्हणू शकत नव्हते. आपल्या गावामधील जातीने आणि समुदायाने बहिष्कृत केल्यामुळे बरेच स्वदेश प्रत्यावर्तित भारतीय कलकत्त्यातील मेतीयाबृजला परतले (दक्षिण आफ्रिकेला परत जाण्याच्या व्यर्थ आशेवर) जिथे त्यांना कोणताच भौतिक आधार नव्हता, वैयक्तिक ओळख नव्हती, वर्तमान नव्हते आणि भविष्यदेखील नव्हते (द *लिबर्टी*, कलकत्ता, १८ मे १९३१, संन्यासी १९३१: १९–२०).

एका वर्तमानपत्रानुसार एरवी हिंदू प्रचारक बढाई मारतात की सर्व देशांमध्ये भारताची सामाजिक व्यवस्था अशी आहे की तिने कायम परकीय संस्कृतींना सामावून घेतले आहे; पण जेव्हा वेठबिगार मजूर स्वगृही परतले तेव्हा त्यांना मुळीच सामावून घेतले गेले नाही. जातिव्यवस्थेच्या विळख्यात अडकलेल्या त्यांच्या समुदायांनी त्यांना परत आपलेसे केले नाही. 'जातिव्यवस्था लोप पावली' असं त्या वर्तमानपत्राने जाहीर केले होते (द *पटना टाइम्स*, पटना, १४ जून १९३१, संन्यासी १९३१: २६).

आधी उल्लेख केल्याप्रमाणे, सी एफ. अँड्र्यूज हे दक्षिण आफ्रिका, कॅरेबियन द्वीपसमूह आणि फिजीच्या वेठबिगार भारतीयांच्या घडामोडींच्या बाबतीत सक्रियपणे कार्यरत होते. त्यांनी वसाहतींमधून परतलेल्या भारतीयांचे या शब्दांत वर्णन केले आहे:

> भारतातील प्रचलित पुराणमतवादी परंपरेनुसार, ज्याचे वर्णन विकृत स्वरूपाचा पाशवी क्रूरपणा असे करता येईल–त्यांच्या गावातील बिरादरीने त्यांना आपल्या वर्तुळात सामील केले नाही. तसेच आपल्या मुलांचा किंवा मुलींचा हात विवाहासाठी देण्यास नकार दिला... अहो आश्चर्य! त्याचा सख्खा भाऊ आफ्रिकेतून परत येताच अस्पृश्यासारखा वागवला गेला. एका परत आलेल्या भारतीयाने आपली व्यथा अशी मांडली, 'आम्हाला कुत्र्यासारखे वागवण्यात आले' (संन्यासी १९३१: २७).

भारतातील जातिव्यवस्थेचा पोलादी पगडा व्यक्तींना आणि समुदायांना कसा भरडून काढतो लक्षात आल्यावर अँड्र्यूज यांनी जाहीर केलं: 'यापुढे न उत्प्रवासन न स्वदेश प्रत्यावर्तन' त्यांचा विशेष सल्ला होता, 'वसाहतीत विवाह झालेल्या भारतीयांनी घरी परतू नये' (संन्यासी १९३१: २८, ३०). 'भारत सोडून कुठेही' हा स्वदेश प्रत्यावर्तित भारतीयांचा नारा होता (मॉडर्न रिव्ह्यू, कलकत्ता, ऑगस्ट १९३१).

दक्षिण आफ्रिकेतील एका वर्तमानपत्राने भारतातील जातीच्या कथेचा या शब्दांत पुनरुच्चार केला. एक वयस्क भारतीय आणि त्याच्या नाताळ येथे जन्मलेल्या तीन अपत्यांनी, ज्यात एक कन्या सामील होती, स्वच्छेने भारतात परतल्यानंतर २५०० मैल पार करून दार ए सलाम ते झुलूलँड असा प्रवास केला. त्यांचा हेतू नाताळ येथे पुन्हा स्थायिक होण्याचा होता. अशी कोणती कारणं होती की भारतात परतल्यानंतर परत वसाहतींकडे रवाना होण्याची इच्छा व्हावी? याचे एक महत्त्वाचे कारण असे की खालच्या जातीच्या लोकांचा अपवाद सोडून, समुदायाभोवतीच्या जातिव्यवस्थेच्या विळख्यामुळे स्वदेश प्रत्यावर्तित भारतीयांना, त्यापैकी ३३ टक्के हे वसाहतींवर जन्मलेले होते, भारतीय समुदायात समाविष्ट होऊ शकत नव्हते. 'वसाहतींवर जन्मलेल्या मुलांच्या विवाहाचा प्रश्न अतिशय क्लिष्ट आणि न सोडवता येण्यासारखा होता कारण त्यांच्या आई-वडिलांचा विवाह बहुतांश आंतरजातीय विवाह असे (ज्यामुळे आधी नमूद केल्याप्रमाणे वसाहतींमध्ये जातीचे विघटन घडले), असं त्या वर्तमानपत्राने लिहिलं होतं (द *स्टार*, जोहान्सबर्ग, ३० जून १९३१).

पंडित भवानी दयाळ संन्यासी (वेठबिगार मजुरांच्या वंशातील दक्षिण आफ्रिकेत जन्मलेले एक भारतीय ज्यांनी दक्षिण आफ्रिकेतील भारतीयांच्या संघर्षासाठी स्वतःला वाहून घेतले) यांनी ११ ऑगस्ट १९३१ रोजी पटना येथे दिलेल्या एका भाषणात असे म्हटले की प्रत्यावर्तित भारतीयांना स्वतःचा देश अनोळखी भासू लागला, त्यांच्या कुठल्याच सवयी आणि चालीरीती भारतीय लोकांच्या सवयी आणि चालीरीतींशी मेळ खात नव्हत्या. दक्षिण

आफ्रिकेत असताना हे भारतीय जातपात मानीत नव्हते, भिन्न जातींच्या लोकांबरोबर रोटीबेटीव्यवहार हे नित्यनेमाचे प्रघात होते. भारतात परतल्यानंतर मात्र त्यांना परक्यासारखं वाटू लागलं कारण तेथील समाजाने त्यांना स्वीकारलं नाही किंवा स्वीकार करण्याच्या अशा अटी समोर ठेवल्या ज्या पूर्ण करण्यासारख्या नव्हत्या. प्रायश्चित्तासाठी हिंदू संस्कार करवून घेणे त्यांना परवडण्यासारखे नव्हते (कारण बहिष्कृत केलेल्यांना जातिव्यवस्थेत परत समाविष्ट करण्यासाठी भारतातील ब्राह्मण अव्वाच्यासव्वा पैसे उकळत असे) त्यामुळे संन्यासींच्या मते देशत्याग करणे हा एकच पर्याय त्यांच्या समोर उरला होता. जातीचे पावित्र्य हे विकत घ्यावे लागत होते आणि जातीबाहेर टाकलेल्या निर्धन लोकांना त्याची किंमत चुकवणे शक्य नव्हते. प्रत्यावर्तित भारतीय हे बहिष्कृत होते आणि निर्धनदेखील.

एका वर्तमानपत्राने कुटुंब आणि समुदायाच्या परस्परसंबंधांतील वेठबिगारी आणि बेबनावाच्या कथेविषयी आणि आपल्या परिवारातील सदस्यांबरोबर पुन्हा मिलाफ करण्याच्या मायदेशी राहिलेल्या नातेवाइकांच्या धडपडीविषयीची कहाणी छापली. वर्तमानपत्रानुसार, गेल्या २० वर्षांपासून कॅरेबियन, फिजी आणि दक्षिण आफ्रिकेतल्या ब्रिटिश वसाहतींमधल्या वेठबिगार भारतीय मजुरांच्या भवितव्यासंबंधी अविरत संघर्ष सुरूच आहे. मात्र, अजूनही त्यांच्या व्यथेवर तोडगा सापडलेला नाही. वेठबिगारीचा ५ ते १० वर्षांचा अवधी संपल्यामुळे वसाहतींमध्ये त्यांना स्थान उरले नाही तर दुसरीकडे मायदेशात त्यांना घर उरले नाही. त्यांचे भारतात राहिलेले कुटुंबीय अगतिक झाले आहेत.

वर्तमानपत्राच्या दाखल्याप्रमाणे, एकदा भाऊबीजेला गावातल्या स्त्रियांनी सरदार पटेल (प्रमुख काँग्रेस नेते जे पुढे स्वतंत्र भारताचे पहिले गृहमंत्री झाले) यांना आमंत्रित केले आणि त्यांच्या हातावर राखी बांधून त्यांना प्रत्यावर्तन करणाऱ्या भारतीयांच्या परिस्थितीत बदल करण्याची विनंती केली जेणेकरून कुटुंबीयांना परत एक होणे शक्य होईल. साश्रू नेत्रांनी सरदार पटेल म्हणाले:

> मला त्यांच्या वसाहतीतल्या दैनेची पूर्ण कल्पना आहे तसेच भारतात तुमच्या दशेविषयीदेखील पूर्ण जाणीव आहे; पण मी लाचार आहे मला हे माहीत आहे की ते तिथून तुमची प्रतिष्ठा जपण्यास असमर्थ आहेत; मात्र ते जर 'घरी' परतले, तर त्यांना आपल्या समुदायात परत स्थान मिळवण्यासाठी अनेक प्रकारच्या अडथळ्यांचा सामना करावा लागेल, ज्यात जातीविषयक पूर्वग्रह हे मुख्य विघ्न आहे (सुधा [हिंदी मध्ये], लखनऊ, जुलै १९३१, संन्यासी १९३१: ६८–६९).

यातील उपरोधाची बाब ही होती की या वर्तमानपत्राच्या मते दक्षिण आफ्रिकेतील गोरे लोक भारतीयांना अस्पृश्य समजायचे. त्याच वेळी दक्षिण आफ्रिका आणि इतर वसाहती इथून परतणाऱ्या भारतीयांना त्यांच्याच देशांतील लोक अस्पृश्य (किंवा त्याहूनही वाईट) मानत

होते आणि भारतीय लोक, ज्यात स्वातंत्र्य सैनिकांचा समावेश होता, जरी वसाहतींमधल्या भारतीयांना मिळणाऱ्या वाईट वागणुकीमुळे क्षुब्ध होत होते, घरी परतणाऱ्या भारतीयांच्या मायदेशी परतणाऱ्या अत्याचाराच्या बाबतीत मौन बाळगत होते. वर्तमानपत्रात पुढे असा सल्ला दिला होता की जर स्थलांतरित भारतीयांना त्यांच्या जातीत आणि समुदायात सामील करून घेण्यासाठी लागणाऱ्या धैर्याचा भारतीयांमध्ये अभाव असेल तर वसाहतीतल्या भारतीयांना मायदेशी जाण्यासाठी प्रोत्साहित करता कामा नये (तथैव: ७४).

अजून एका वर्तमानपत्रातील लेखामुळे स्थलांतरण–प्रत्यावर्तन–एकीकरण (किंवा बहिष्कार) या कष्टप्रद गतिमार्गाची कल्पना करता येते. ४० वर्षांपूर्वी, बस्ती जिल्ह्यातल्या धारूहारी गावातील गोपाल चमार त्याच्या पत्नी आणि सहा महिन्याच्या बाळासहित दक्षिण आफ्रिकेतील नाताळ येथे स्थलांतरित झाला. त्या काळात दक्षिण आफ्रिकेतील गोऱ्या मळेमालकांना कसेही करून भारतातील श्रमिकांची गरज होती आणि भारत सरकारने भारतात मजुरांची भरती करण्यासाठी कंत्राटदार नेमले होते. गोपालचा मुलगा गुलजार नाताळ इथेच लहानाचा मोठा झाला व त्याने पाच वर्षांसाठी लागवडीवर वेठबिगारी मजूर म्हणून काम केले. कराराचा अवधी संपल्यावर त्याने १४ एकर जमीन भाडेपट्टीवर घेतली आणि तिथे मका व तंबाखूची शेती केली. यथावकाश त्याचा विवाह झाला आणि त्याला अपत्य झाले. पुढे त्याची मुलं मोठी होऊन त्यांचे विवाह झाले आणि त्यांना मुलं झाली. ४० वर्षांच्या कालावधीत या विस्तारित कुटुंबात १८ सदस्य झाले.

१९२८ मध्ये गोपाल भारतात परतला–४० वर्षांचा अज्ञातवास संपल्यानंतर मातृभूमीतल्या आपल्या घरात स्थायिक होण्यासाठी. स्वेच्छेने भारतात जाण्यास तयार असलेल्या भारतीयांना प्रत्यावर्तित करण्याच्या घाईत दक्षिण आफ्रिकेतील सरकारने गोपाल व त्याच्या परिवाराला भारतात पाठवण्यासाठी ४५७ पौंड खर्च केले. आपल्या परिवाराला कानपूर येथे सोडून गोपाल बस्तीतल्या आपल्या मूळ गावाकडे रवाना झाला. मात्र तिथे आलेल्या अनुभवामुळे तो पार खचून गेला. गावातील कोणीही त्याला व त्याच्या कुटुंबाला आपल्यात सामील करून घेण्यास तयार नव्हते. जड अंतःकरणाने तो आपल्या कुटुंबीयांकडे कानपूरला परतला. परतीच्या दोन आठवड्यातच आजारी पडून तो कालवश झाला. त्यानंतर तीन वर्षातच, त्याच्या परिवारातील सहा जण दगावले. राहिलेले सर्व दक्षिण आफ्रिकेत जन्मल्यामुळे तिथे कायमचे वास्तव्य करण्यास पात्र होते व त्यामुळे परत जाण्यास आतुर होते. मात्र, त्यासाठी त्यांना ३५० पौंड मोजावे लागणार होते जे त्यांच्या आवाक्याच्या बाहेर होते. त्यांच्या प्राक्तनावर तिथेच शिक्कामोर्तब झाले.

वर्तमानपत्रात असे नमूद करण्यात आले होते की गोपाल आणि त्याच्या परिवाराची करुण कहाणी हजारो प्रत्यावर्तित पूर्वाश्रमीच्या दक्षिण आफ्रिका, कॅरेबियन द्वीपसमूह आणि फिजीतील वसाहतींवरच्या वेठबिगार मजुरांची कहाणी आहे (विशाल भारत, कलकत्ता, जुलै १९३१).

महात्मा गांधी, वेठबिगार भारतीय मजूर आणि जातीचा प्रश्न

दक्षिण आफ्रिकेतील वेठबिगार व इतर भारतीयांबरोबर वास्तव्य केलेल्या आणि त्यांच्या संघर्षात भाग घेऊन त्यांचे नेतृत्व केलेल्या महात्मा गांधींनी हे कबूल केले की घरी परतणाऱ्या भारतीयांना जातिव्यवस्थेच्या जाचाचा अतिशय त्रास होत आहे. त्याचवेळी, त्यांनी हे स्पष्ट केले की या लोकांना त्यांच्या समुदायामध्ये परत सामील करून घेणे शक्य नाही. कारण त्यांच्या जातीचा दर्जा दूषित झाला आहे (*हिंदू* १९ मे १९३१, संन्यासी मधला दाखला १९३१: ६–७). दक्षिण आफ्रिकेतील वेठबिगार मजुरांच्या मुलांच्या दर्जाविषयी बोलताना, गांधींनी लिहिले की वसाहतींवर जन्मलेले म्हणून,

> ते न भारतीय ठरतात न वासाहतिक. स्थलांतरित झालेल्या परप्रांतात त्यांच्याकडे भारतीय संस्कृतीचा अभाव दिसून येतो, याला अपवाद म्हणजे आपल्या असांस्कृतिक, अर्धे भारतीयत्व हरवून बसलेल्या आई-वडिलांकडून जे थोडं फार ते ग्रहण करतात. ते वासाहतिक ठरत नाहीत; कारण त्यांना तिथल्या संस्कृतीचे अनुकरण करण्यास मनाई आहे... इथे ते सामाजिक कुष्ठरोगी ठरतात (तथैव: २१).

वसाहतींवर जन्मलेल्या भारतीयांच्या दर्जावरील गांधीजींचे हे मत द *फिजी टाइम्स आणि हेरॉल्ड*, सुवा, ७ जुलै १९३१ (तथैव: २२) मध्ये प्रकाशित झाले.

उपरोध असा की दक्षिण आफ्रिकेतील भारतीयांच्या हक्कांसाठी लढा देताना गांधींनी त्यांना दोन हजार वर्षांच्या भारतीय संस्कृती आणि वारश्याचे वाहक ठरवले होते आणि युरोपीय लोकांच्या तोडीस तोड ठरवून त्यांच्याविरुद्धच्या भेदभावाच्या विरुद्ध आवाज उठवला होता (पहा सिंह २००७अ). मात्र, मायदेशी त्याच भारतीयांना गांधींनी संस्कृती हरवलेले असे म्हणत हिणवले. या बाबतीत त्यांनी सुचवलेला तोडगा असा होता की ज्याअर्थी प्रत्यावर्तित भारतीय आणि त्यांच्या मुलांना भारतीय समुदायांमध्ये सामावून घेणे शक्य नव्हते, त्यांनी वसाहतींकडेच परत फिरावे आणि यासाठी त्यांना वसाहतींच्या राज्याची मदत प्राप्त व्हावी. वसाहतींच्या राज्याने प्रत्यावर्तन करणाऱ्या भारतीयांच्या व्यथेकडे आणि गांधींनी सुचवलेल्या पर्यायाकडे कानाडोळा केला.

इथे हा उल्लेख करणे प्राप्त ठरते की जेव्हा महात्मा गांधींनी अस्पृश्यतेसकट खालच्या जातींच्या प्रश्नांना हात घातला तेव्हादेखील त्यांनी जात आणि जातिव्यवस्थेच्या जाचामुळे होणाऱ्या प्रत्यावर्तन करणाऱ्या भारतीयांच्या प्रत्यवायावर मौन बाळगले. दक्षिण आफ्रिकेतल्या वंशभेदाच्या विरुद्ध आवाज उठवून तेथील भारतीयांच्या एकीकरणासाठी लढा देणाऱ्या गांधींनी घरी परत येणाऱ्या वेठबिगार मजुरांचा प्रश्न उभा करून भारतातील जातिव्यवस्थेविरुद्ध लढा का नाही दिला?

या प्रश्नाच्या उत्तराचा सुगावा दक्षिण आफ्रिकेतून परतल्यानंतर भारतातील वसाहत राजवटीविरुद्धच्या संघर्षाच्या सुरुवातीच्या काळात वर्ण आणि जातीवरील गांधींच्या मतांमध्ये लागतो. ते लिहितात:

> वर्ण आणि आश्रमाच्या नियमांशिवाय हिंदुत्वाला अर्थ नाही हे सर्वांना मान्य होईल. वर्णाश्रम धर्माला प्रामुख्याने वाहिलेले नाही, असे स्मृतिग्रंथ शोधून सापडणार नाहीत. वर्ण आणि आश्रमाच्या या नियमाची पाळंमुळं आपल्या प्राचीन पवित्र ग्रंथांत म्हणजेच वेदांमध्ये सापडतात आणि म्हणूनच स्वतःला हिंदू म्हणवून घेणाऱ्या लोकांनी त्याकडे दुर्लक्ष करू नये (गांधी १९६८: ४७३–४७४).

दक्षिण आफ्रिकेतील वेठबिगार भारतीय वर्ण आणि आश्रमाच्या नियमाचा विसर पडलेले हिंदू होते.

२० जून १९२० रोजी सी एफ. अँड्र्यूज यांना पाठवलेल्या पत्रात गांधी लिहितात:

> माझ्या जातीवरील मतांमुळे मी तुम्हाला तसदी देऊ इच्छित नाही आणि याविषयीच्या माझ्या नैतिक मनोभूमिकेविषयी तुम्हाला काळजी करण्याचे कारण नाही. माझ्या भूमिकेबद्दल तुमचा गैरसमज झालेला दिसतो. किळस वाटून एखाद्या व्यक्तीबरोबर अन्नग्रहण न करणे दुष्कृत्य ठरते; पण आत्मनिग्रहातून त्याच्यासोबत अन्नग्रहण न करणे हा सदाचार ठरतो. आपणांस हे माहीत आहे का की भारतीय माता आपल्या कुटुंबीयांबरोबरदेखील अन्नग्रहण न करण्याचा आत्मनिग्रह स्वतःवर लादून घेतात. पत्नीच्या निवडीबाबतीत निकषांच्या रूपातला अंकुश बाळगणे हा मी सद्‌गुण मानतो... पाप तेव्हा घडते जेव्हा मी सेवेच्या म्हणजेच स्वार्थ त्यागाचे क्षेत्र मर्यादित करतो. आजच्या युगात हिंदू धर्माची किंमत कमी झाली असली तरी मला अनेकदा असे वाटते की आपणांस हिंदू धर्माच्या परिपूर्ण सिद्धान्ताच्या भव्यतेचा अंदाज अजून आलेला नाही (गांधी १९६५: ४९८–५०१).

२५ मे १९२० रोजी सी. एफ. अँड्र्यूज यांना पाठवलेल्या अगोदरच्या पत्रात, ते लिहितात:

> तुम्ही मला [एक] अतिशय भेदक प्रश्न विचारला आहे. मला याची पूर्ण जाणीव आहे की विवाह आणि जातीच्या प्रश्नांविषयी आपल्यात मूलभूत मतभेद आहेत. विवाहासाठी जोडीदाराची निवड करताना मी शिस्तबद्ध संयम बाळगण्याबद्दल आग्रही आहे आणि ज्याप्रमाणे भावाने बहिणीशी विवाह करणे योग्य नाही त्याचप्रमाणे एखाद्या व्यक्तीने त्याच्या किंवा तिच्या समुदायाच्या, ज्याला जात म्हणता येईल, त्याबाहेर विवाह करणे योग्य नाही... मला बेलगाम स्वरूपाचे फाजील स्वातंत्र्य मान्य नाही... म्हणून आपणांस लक्षात येईल की एका ब्राह्मणाने त्याच्या वर्तुळाबाहेरच्या स्त्रीबरोबर विवाह करणे मला मान्य नाही... तसेच जातिसंस्थेच्या बाबतीत... ब्राह्मणांनी नियमांचे उल्लंघन करून इथे तिथे आणि सर्वत्र अन्नग्रहण केलेले मला मान्य नाही... जातीच्या अपावित्र्याला बाजूला केल्यास

आपणांस हिंदू धर्माची सशक्त तटबंदी नजरेस पडेल, एक अशी संस्था जिची पाळंमुळं मानवी स्वभावात खोलवर रुतली आहेत (गांधी १९६५: ५३४–५३५).

जातिव्यवस्थेची पाळंमुळं मुळीच मानवी स्वभावात रुतलेली नाहीत. जात ही नैसर्गिक नसून सामाजिक-ऐतिहासिक स्वरूपाची अपूर्व घटना आहे. जातीची 'मलिनता' ही तिच्या व्यवस्थेचा भाग आहे (आर्थिक, राजकीय, वैचारिक). जातिव्यवस्थेला–तिच्या भौतिक आधाराला आणि विचारांना ज्यामुळे तिचे उत्पादन आणि पुनरुत्पादन होते–उपटून काढल्याशिवाय ही मलिनता दूर होणार नाही. त्याचप्रमाणे हिंदू धर्मात सुधारणा करून किंवा त्याचा त्याग करून जात किंवा जातिव्यवस्थेतील मलिनता दूर होणार नाही. जातीची मलिनता ही धार्मिक स्वरूपाची नसून धर्माचा मुखवटा धारण केलेली धर्मनिरपेक्ष बाब आहे. याउलट, जातिव्यवस्था ही हिंदू धर्माची संरक्षक भिंत नव्हे. जातिव्यवस्था निर्माण करण्यासाठी आणि शाबूत राखण्यासाठी अनिवार्य असलेल्या आर्थिक-राजकीय परिस्थितीच्या अभावामुळे, जात आणि हिंदू धर्म यांचे मार्गक्रमण वेगळे आहेत: जात लोप पावते तर हिंदू धर्माचे नूतनीकरण आणि विस्तार होतो. हाच वेठबिगारी आणि जातीने आपल्याला शिकवलेला धडा आहे.

वर्णाश्रम आणि जातीवरील गांधींच्या मतांमध्ये कालांतराने बदल झाला, इतका की त्यांनी जातीच्या उन्मूलनाची शिफारस केली. या प्रक्रियेत त्यांनी अंतर्विवाह, एकत्र अन्नग्रहण आणि वर्णावरील आपली मनोभूमिका बदलून त्यांना प्रत्येकाचे नैसर्गिक कर्तव्य मानले. मात्र, जात (आणि वर्ण) हे मुळात धार्मिक स्वरूपाचे आहेत हे आपले मत त्यांनी बदलले का हा मुख्य प्रश्न आहे? हा प्रश्न जातीच्या सिद्धान्तासाठी तसेच राजकीय आणि धोरणात्मक बाबींसाठीही महत्त्वाचा ठरतो. जातीचे उन्मूलन करण्यासाठी, तिच्या उत्पत्ती आणि पुनरुत्पादनाच्या मूलभूत परिस्थितींचा अभ्यास करणे अनिवार्य आहे. वेठबिगारीच्या बाबतीत ही परिस्थिती नसल्यामुळे कुठल्याही बाहेरच्या संस्थेच्या हस्तक्षेपाशिवाय जातीचे विघटन झाले. या परिस्थितीचा आणि परिणामस्वरूप घडू शकणाऱ्या जातीच्या उन्मूलनाचा अभ्यास करायचे सोडून, गांधी आणि इतर राजकीय नेते वेठबिगारीतील भारतीयांना वसाहतींकडे परत पाठवण्याचा सल्ला देत होते आणि तसा प्रचार करीत होते. 'आपल्या आयुष्याच्या शेवटच्या काळात' वर्ण आणि आश्रम यांच्या वैधतेवरचा गांधींचा विश्वास बहुदा ढळला होता (देशपांडे २०१३: ५–६) आणि आंबेडकरांना त्याविषयी सुरुवातीपासून आस्था नव्हती. मात्र जात आणि धार्मिक व धर्मनिरपेक्ष विचारधारांमुळे वैध ठरवली गेलेली जातीची आर्थिक-राजकीय पाळंमुळं यांतील पद्धतशीरपणे निर्माण केलेला जोडण्यात आलेला दुवा दोघांपैकी कुणीही तपासून पहिला नाही. त्यांच्यासाठी जात ही मूलतः धार्मिक स्वरूपाचीच राहिली. जातीला मुळात धार्मिक ठरवून तिचे उल्लंघन किंवा तिला नष्ट करण्याचा प्रयत्न करणे म्हणजे ठाव नसलेल्या खळग्यात पाणी ओतण्यासारखे आहे.

वेठबिगार भारतीय आणि त्यांचे वंशज हे वसाहतवादी–साम्राज्यवादी ताकदीच्या त्रिकोणी कचाट्यात (लंडन, दिल्ली आणि दक्षिण आफ्रिका, कॅरेबियन द्वीप आणि फिजी येथील वसाहती) आणि भारतीय स्वातंत्र्यसैनिकांच्या विळख्यात सापडले होते. वसाहतींमध्ये त्यांना वर्ग, वर्ण आणि राष्ट्रीयत्वाच्या आधारावर भेदभाव सहन करावा लागला ज्याचा निषेध भारतातील स्वातंत्र्यसैनिकांनी केला; पण जेव्हा प्रत्यावर्तन घडलेल्या भारतीयांना जातीच्या आधारावर भारतात भेदभाव सहन करावा लागला त्या वेळी त्याच स्वातंत्र्यसैनिकांनी मौन बाळगले. वेठबिगार स्त्रियांसाठी स्वातंत्र्यसैनिकांनी अश्रू ढाळले पण भारतात त्यांचे पुनर्वसन करण्यासाठी लढा दिला नाही. त्याऐवजी त्यांनी या स्त्रियांना वसाहतींकडे परत जाण्याचा सल्ला दिला, अशा वसाहती ज्यांनी त्याच भारतीय स्त्रियांचा आदर न केल्याचा आरोप स्वातंत्र्य सैनिकांनी पूर्वी केला होता.

वसाहतींमध्ये स्थलांतरित झाल्यामुळे जात आणि जातिव्यवस्था मरण पावली. त्याच वेळी, वसाहतींमध्ये जातिव्यवस्था कालवश झाल्यामुळे प्रत्यावर्तित झालेल्या किंवा भारतात परतलेल्या भारतीय मजुरांना सामाजिक मृत्यूचा सामना करावा लागला. भारतीय मजुरांसाठी वसाहती गांधींच्या शब्दांत एक उकळत्या तेलाची कढई होती, मात्र तिथे जातीच्या जाचातून मुक्तता होती. भारतात परतल्यावर जात आणि जातिव्यवस्थेमुळे ते पोळले गेले (संन्यासींच्या शब्दांत) आणि त्यांच्या हाकेला कोणीही धावून आले नाही–महात्मा गांधीदेखील नाही. वेठबिगार भारतीय आणि त्यांच्या वंशजांचा, ते हिंदू असूनही, जातीच्या आधारावर घडलेला परित्याग आणि बहिष्कार जात आणि हिंदू धर्माविषयी विलक्षण प्रश्न उभे करतात.

जात आणि हिंदूधर्मः जुळी मिथकं

जात आणि जातिव्यवस्थेची दोन घट्ट मिथकं म्हणजे: एक, हिंदूधर्म हा जातिव्यवस्थेचा आधार आहे आणि दोन, जातिव्यवस्था ही हिंदूधर्माभोवतीची तटबंदी आहे. मी वर वेठबिगार भारतीय आणि त्यांच्या वंशजांमधले जातीचे आणि धर्माचे (हिंदूधर्म) दोन वेगळे विक्षेप मार्ग नमूद केले आहे: हिंदूधर्माचा निभाव आणि जातिव्यवस्थेचा अंत. मुख्य प्रवाहातील समाजशास्त्रीय सिद्धान्तातल्या हिंदूधर्म आणि जातीमधील परस्परसंबंधांच्या संदर्भात याचा काय अर्थ लागतो, जे प्रचलित जाणिवांमध्ये अस्तित्वात आहेत आणि महात्मा गांधी व बाबासाहेब आंबेडकर यांच्यासारख्या प्रमुख राजकीय नेत्यांनी ज्यांचा पुनरुच्चार केला आहे? जर हिंदू धर्मातल्या धार्मिक कल्पना आणि संस्कार जातिव्यवस्थेला निर्माण करण्यास आणि टिकवून ठेवण्यास पर्याप्त असते, तर वसाहतींमध्ये जातीचे पुनरुज्जीवन आणि निभाव झाला असता, मात्र तसे झालं नाही. वेठबिगारीने एका समतल करणाऱ्या उपकरणाप्रमाणे साऱ्या भारतीयांना श्रमाच्या सर्वांत खालच्या श्रेणीत बसवले. वेठबिगारीचा अवधी संपल्यावर,

त्यांनी धर्मासकट आपल्या कुटुंबांचे आणि समुदायांचे पुनर्निर्मिती केली, जात किंवा जातिव्यवस्थेचे नव्हे. आर्थिक-राजकीय परिस्थिती—एका गटाची आर्थिक-राजकीय सत्तेची मक्तेदारी आणि इतरांचे स्वतःच्या उदरनिर्वाहासाठी त्यांच्यावरचे अवलंबित्व—ज्यामुळे जातिव्यवस्थेचे निर्माण झाले आणि प्रत्येक पिढीगणिक पुनरुत्पादन झाले, वसाहतींमध्ये पुनरुत्पादित होऊ शकले नाही. त्यामुळे जात लोप पावली. इथे जातीतल्या धर्माच्या किंवा धार्मिक कल्पनांच्या भूमिकेला कमी लेखण्याचे उद्देश नव्हे, उलटपक्षी, उद्देश हा तर्क लढवण्याचा आहे की विशिष्ट आर्थिक-राजकीय संरचनेच्या संदर्भात धार्मिक कल्पना त्यांची भूमिका निभावत होते (आणि निभावतात) धार्मिक कल्पनांना आर्थिक-राजकीय संरचनेपासून आणि इतिहासापासून वेगळं केल्यामुळे जात आणि जातिव्यवस्थेचे आपले आकलन धूसर होते.

दुसरं म्हणजे, जर जातिव्यवस्था ही हिंदूधर्माची संरक्षक भिंत असती तर ती लोप पावल्यामुळे हिंदूधर्मदेखील लोप पावला असता. मात्र तसे घडले नाही. दक्षिण आफ्रिका, कॅरेबियन द्वीपसमूह आणि फिजी येथील वेठबिगार भारतीयांनी आणि त्यांच्या वंशजांनी जातीचा परित्याग केला पण हिंदू धर्माला कवटाळून ठेवले. आजच्या कॅनडा, अमेरिका आणि इंग्लंड मध्ये हिंदू धर्म जतन करून ठेवल्याचे दिसून येते. मी त्यांच्या मंदिरांना भेटी दिल्या आहेत व विवाहसमारंभ आणि अंत्ययात्रेला उपस्थति लावली आहे. ते आजही हिंदू कल्पनांवर विश्वास ठेवतात आणि हिंदू चालीरीतींचे पालन करतात; पण कुठेही जातीचा लवलेश नाही. ते जातिविहीन हिंदू आहेत. वेबरच्या मते, जात, तिचे संस्कारविषयक हक्क आणि जबाबदाऱ्या आणि ब्राह्मणाचे स्थान हे हिंदू धर्माच्या संस्थेचा पाया आहेत आणि 'जातीशिवाय हिंदू नाही' (वेबर १९५८बः २९). पौराणिक कथांमधल्या दाव्यांच्या उलट, जात आणि जातिव्यवस्थेची पाळंमुळं हिंदू धर्मात स्थित नाहीत आणि जातीचा अंत हिंदू धर्माचा अंत ठरत नाही. जातिविरहित हिंदू धर्म हा कल्पितादर्श नव्हे.

परिशिष्टे

परिशिष्ट १: जहाजांच्या यादींतील जातींची नावे

जातींची नावे

अहिर (गोआला)
बगाडी
बहालिया
बंगाडी
बनिया
बारही
बावरी
बेलदर
भार
बाहरूप
भाट
भोई
भुजी
भुजियार
भूमिज
भुईया [भोयार]
भिस्ती
बींड
ब्राह्मण
कौंनो
खत्री [क्षत्रिय; रजपूत]
चमार
चांडाळ
दासुदु [दुसाध?]
धानुक
धारकर
धोऊंदो
धोबी
ढोली
डोम
दुईबूथ
फौथे

गसाइन
घांची
घटवाल
गोवारी
गुन्नू
गुरारी
हजाम
हौलोये
जलिया
जाट
कच्ची
कहार
कैथ
कलार
कांडो
कन्नु
कंवर
केवट
खाटीक (खाट्टक)
कोळी [कोळ]
कोरी
कोयबूत्तो
कुम्हार
कुर्मी
लवंता [संतल]
लोढ
लुहार
माझी [माची]
मेहतर
मूची
मुशर [भिल]
मुराव
मुस्लीम
नुनिया
पावसी
पोहूर

राजूर
रेगर
सदगोपे
शौमान्तो
सोनार
तंती
तेली
विझूरुई

स्रोत: डॉक्युमेंटेशन सेंटर, डरबान विद्यापीठ, वेस्टव्हील, दक्षिण आफ्रिका.

परिशिष्ट २: जहाजाच्या यादीचा नमुना: प्रवाशांची जातीनिहाय यादी

बोट लेबल ऐडी
निर्गमनाचे बंदर: कलकत्ता
निर्गमनाची तारीख: ०३/१२/१८६०
आगमनाची तारीख: ०४/०२/१८६१
जहाजातून उतरण्याची तारीख: ०५/०२/१८६१

तक्ता

जातीनिहाय प्रवासी

क्रमांक	*जातीचे नाव*	*संख्या*
१.	नुनिया	७
२.	लुहार	११
३.	तेली	१
४.	बेलदार	४
५.	भुईयां	१
६.	बगाडी	८
७.	घांची	१०
८.	भूमिज	५
९.	कहार	७
१०.	गुरारी	१
११.	मुराव	१
१२.	कोयबूथ	३
१३.	सोनार	१
१४.	डोम:	१
१५.	महुजी	१

(परिशिष्ट २ पुढे चालू...)

(परिशिष्ट २ पुढे चालू...)

क्रमांक	*जातीचे नाव*	*संख्या*
१६.	भंगी	२
१७.	बींड	१
१८.	धानुक	११
१९.	हौलोये	१
२०.	धोऊंदो	१
२१.	छास्सा	१
२२.	रुझोवार	१
२३.	सुंडी	१
२४.	दुसाध	१०
२५.	कुर्मी	१०
२६.	कोरी	८
२७.	हजाम	१
२८.	ब्राह्मण	६
२९.	रजपूत/खत्री	७
३०.	गोआला/अहिर	८
३१.	मुस्लीम	२८
३२.	तंती	२
३३.	चमार	२
३४.	कैथ	२
३५.	फौथी	१
३६.	धोबी	३
३७.	भोई	५
३८.	कोळी	२
३९.	बनिया	२
४०.	संथाल	५
४१.	कंडू	१
४२.	पोहूर	१
४३.	भार	१
४४.	घटवाल	४
४५.	दुईबूथ	२
४६.	कुम्हार	८
४७.	गुंझू	१
४८.	चुन्नु	१
४९.	बावरी	३

स्रोतः डॉक्युमेंटेशन सेंटर, डरबान विद्यापीठ, वेस्टव्हील, दक्षिण आफ्रिका.

परिशिष्ट ३: बिहारी सिंह यांचे स्थलांतरण प्रमाणपत्र (त्रिनिदाद इमिग्रेशन एजंसी, कलकत्ता)

Ship's Name, Varuna

Ship's No. 145 **Trinidad Emigration Agency**

36607 Calcutta, the 1 August 1867

Depot No., 163

Name, Beharee

Caste, Chettree

Father's Name, Bison

Sex, Male

Age, 20

Zillah, Benares

Pergunnah, Kool

Village, Gurkhota

Occupation, Laborer

Name of next of Kin, Dripaul

If married to whom, —

Marks, 57

Certified that I have examined and passed the above named as a fit Subject for Emigration, and that he is free from all bodily and mental disease. – Having been Vaccinated.

Surgeon Superintendent *Depot Surgeon*

I hereby certify that the man above described (whom I have engaged as a laboror on the part of the part of the Government of Trinidad where he has expressed a willingness to proceed to work of hire) has appeared before me and that I have explained to him all matters concerning his duties as an Emigrant, according to Clause 42 of Act XII of 1864.

Protector of Emigrants of Calcutta *Emigration Agent for Trinidad*

स्रोत: बिहारी सिंह यांची वंशावळी (विजय नारायण सिंह आणि इतरांनी संकलित केलेली, २००९).

शब्दार्थसूची

कष्टकारण रियायती	सवलती प्राप्त झालेले खंडकरी
काठी	दोषी खंडकरींना डांबून त्यांचा छळ करण्यासाठी बनलेला लाकडाचा पिंजरा
किसान	शेतकरी/खंडकरी
कोट	किल्ला
खालसा	शासकाच्या मालकीची जमीन
गैर-बापोटी	ताब्याचा हक्क नसलेली जमिनीची मिळकत
चौधरी	शेतकऱ्यांमधला गाव प्रमुख
छुट भाई	जमीनदारांचे कनिष्ठ बंधू
जजमानी	जातिव्यवस्थेतील आश्रयदाता - गिऱ्हाईक परस्परसंबंध (बलुतेदारी)
जमीनदारी	जमीनदारी
जाती पंचायत	जाती परिषद
जुलूम	अत्याचार, छळ
ठिकाना	लष्करी सेवेच्या मोबदल्यातले जमीन इनाम
ठिकानेदार	लष्करी इनाम धारण करणारा जमीनदार
तालुकदार	औधचे जमीनदार
तालुकदारी	औधमधील जमीनदारी व्यवस्था/जमीनदाराची वतनवाडी
दरबार	शासक
पंछीडा	१९२० ते १९३० च्या दशकांतल्या राज्यव्यापी शेतकरी चळवळींच्या काळातले रजपुतानातील शेतकऱ्यांमध्ये प्रचलित असलेले लोकगीत
पटावी	ज्येष्ठ पुत्र
बापोटी	ताब्याचा हक्क असलेली जमिनीची मिळकत
बिगार	सक्तीचे श्रम
बिगोरी	रोखीचे भाडे
भजन	धार्मिक गीते
भूमिचारा	मलानी (मारवाड) येथील जमीनदारांनी धारण केलेली विशेष जमीन अमदानी
भूमिया	वडिलोपार्जीत जागेचा धारक
भोम बाब	भूमियांवर लादलेली आकारणी

यज्ञ	अग्नीमध्ये देण्यात येणारी वैदिक आहुती
लाग-बाग	उपकर
लाठी	बांबूची काठी
वकील	वकील
शिकार	शिकार
सरकारी	सरकारी
साहुकारी	सावकारी
हासील	वस्तूच्या रूपातले भाडे

संदर्भ ग्रंथसूची

Aiyappan, A. *Social Revolution in a Kerala Village*. London: Asia Publishing House, 1965.

Ahmad, Aijaz. *In Theory: Class, Nations, Literatures*. London: Verso, 1994.

Alvares, Claude. 'Steeped in Eurocentrism'. *Economic and Political Weekly* 46 (October, 2011): 77–79.

Alvi, Hamza. 'Peasant Class and Primordial Loyalties'. *The Journal of Peasant Studies* 1 (1973).

Ambedkar, B. R. *Castes in India: Their Mechanism, Genesis and Development*. New Delhi: Dalit Book Trust, 2003/1917.

Amin, Samir. *The Liberal Virus: Permanent War and the Americanization of the World*. Translated by James Membrez. New York: Monthly Review Press, 2004.

Anderson, K. B. *Marx at the Margins: On Nationalism, Ethnicity, and Non-Western Societies*. Chicago: The University of Chicago Press, 2010

Anderson, P. *Lineages of the Absolutist State*. London: Verso, 1974.

Anderson, Perry. *Passages from Antiquity to Feudalism*. London: Verso, 1978.

Appadurai, Arjun. 'Putting Hierarchy in its Place'. *Cultural Anthropology* 3 (1988): 42–43.

———. 'Putting Hierarchy in its Place'. In *Rereading Cultural Anthropology*, edited by George E. Marcus. Durham and London: Duke University Press, 1992.

———. 'Is Homo Hierarchicus'? In *Caste Hierarchy, and Individualism: Indian Critiques of Louis Dumont's Contributions,* edited by R. S. Khare, 174–191. Delhi: Oxford University Press, 2006.

Arnold, David and David Hardiman, eds. *Subaltern Studies: Writings on South Asian History and Society,* Vol. 8. Delhi: Oxford University Press, 1994.

Baden-Powell, B. H. *The Land System of British India*. Oxford: Oxford University Press, 1892.

Bailey, F. G. *Caste and the Economic Frontier: A Village in Highland Orissa*. Manchester: Manchester University Press, 1957.

———. *Politics and Social Change: Orissa in 1959*. Berkeley: University of California Press, 1963.

Ball, Charles C. *The History of Indian Mutiny*, 2 Volumes. London: The London Publishing House, 1858–1859.

Bandyopadhyaya, Sekhar. *Caste, Culture, and Hegemony: Social Domination in Colonial Bengal*. Delhi: SAGE Publications, 2004.

Banerjee-Dube, Ishita, ed. *Caste in History*. New Delhi: Oxford University Press, 2008.

Bayly, C. A. 'Rallying around the subalterns'. *The Journal of Peasant Studies* 16 (1988): 1.

Beidelman, T. O. *A Comparative Analysis of the Jajmani System*. Locust Valley, NY: Monographs of the Association for Asian Studies, 1959.

Berreman, G. D. *Hindus of the Himalayas*. Berkeley: University of California Press, 1963.

———. 'Stratification, Pluralism, and Interaction: A comparative Analysis of Caste'. In *Caste and Race: Comparative Approaches,* edited by Anthony de Reuck and Julie Knight, 45–91. London: J. & A. Churchill Ltd., 1967.

———, ed. *Social Inequality: Comparative and Developmental Approaches*. New York: Academic Press, 1981.

Best, Geoffrey, ed. *The Permanent Revolution: The French Revolution and its Legacy, 1789–1989*. London: Fontana Press, 1988.

Beteille, Andre. *Caste, Class, and Power: Changing Patterns of Stratification in a Tanjore Village*. Berkeley: University of California Press, 1965.

———. 'The Idea of Natural Inequality'. In *Social Inequality: Comparative and Developmental Approaches*, edited by Gerald Berreman. New York: Academic Press, 1981.

———. 'On Individualism and Equality: Reply to Louis Dumont'. In *Caste Hierarchy, and Individualism: Indian Critiques of Louis Dumont's Contributions,* edited by R. S. Khare, 110–119. Delhi: Oxford University Press, 2006.

———. *Marxism and Class Analysis*. Delhi: Oxford University Press, 2008.

———. *The Backward Classes and the New Social Order.* New Delhi: Oxford University Press, 1981.

Bhagavan, Manu and Anne Feldhaus, eds. *Speaking Truth to Power: Religion, Caste, and the Subaltern Question in India*. New Delhi: Oxford University Press, 2008.

Bhana, Surendra. *Indentured Indian Immigrants to Natal 1860–1902: A Study Based on Ships' Lists*. New Delhi: Promilla & Co., Publishers, 1991.

Blackburn, Robin, ed. *Ideology in Social Science: Readings in Critical Social Theory.* London: Fontana, 1972.

Bloch, Marc. *Feudal Society*. London: Routledge, 1961.

Bose, Arun. 'Indo-Hierarchy Theory'. In *Caste Hierarchy, and Individualism: Indian Critiques of Louis Dumont's Contributions,* edited by R. S. Khare, 136–149. Delhi: Oxford University Press, 2006.

———. 'Louis Dumont on Individualism'. In *Caste Hierarchy, and Individualism: Indian Critiques of Louis Dumont's Contributions*. Delhi: Oxford University Press, 2006.

Breman, Jan. *Taming the Coolie Beast: Plantation Society and the Colonial Order in Southeast Asia.* Delhi, New York: Oxford University Press, 1989.

Brodkin, Karen. *How Jews Became White Folks and What That Says About Race in America.* New Brunswick, NJ: Rutgers University Press, 1998.

Brooks, David. *Bobos in Paradise: The New Upper Class and How they Got There*. New York: Touchstone, 2000.

Caute, David. *Frantz Fanon*. New York: The Viking Press, 1970.

Chakrabarty, Dipesh. 'Discussion: Invitation to a Dialogue'. *Social Scientist* 12 (1984).

Chatterjee, Partha. 'Peasants, Politics and Historiography'. *Social Scientist* 120 (1983).

———. 'More on Modes of Power and the Peasantry'. In *Selected Subaltern Studies,* edited by Ranjit Guha and Gayatri Spivak. New York: Oxford University Press, 1988.

———. 'Caste and Subaltern Consciousness'. In *Subaltern Studies, Writings on South Asian History and Society,* edited by Ranjit Guha. Delhi: Oxford University Press, 1982–1989.

———. 'The Manifold Uses of *Jati'.* In *Region, Religion, Caste Gender and Culture in Contemporary India,* edited by T. V. Sathyamurthy. Delhi: Oxford University Press, 1996.

———. 2012. 'After Subaltern Studies'. *Economic and Political Weekly* xlvii (September 2012): 44–49.

Comninel, G. C. *Rethinking the French Revolution: Marxism and the Revisionist Challenge*. London: Verso, 1987.

Cox, O. C. *Caste, Class and Race: A Study in Social Dynamics*. New York: Double Day, 1948.

———. 'Max Weber on Social Stratification'. *ASR* 11 (1950): 223–227.

Dehejia, Vidya. *Royal Patrons and Great Temple Art*. Bombay: Marg Publications, 1988.

DeReuck, Anthony and Julie Knight, eds. *Caste and Race: Comparative Approaches*. London: Churchill, 1987.

Desai, I. P. et al., contributors. *Caste, Caste Conflict and Reservations*. Surat: Ajanta Publications, 1985.

Deshpande, Ashwini. *The Grammar of Caste: Economic Discrimination in Contemporary India*. Delhi: Oxford University Press, 2011.

Deshpande, Satish. 'Caste and Castelessness'. *Economic and Political Weekly* xlviii (13 April 2012): 32–39.

De Vos, George. 'Discussion'. In *Caste and Race: Comparative Approaches,* edited by Anthony de Reuck and Julie Knight. London: J. & A. Churchill Ltd., 1967.

Dirks, N. B. *The Hollow Crown: Ethnohistory of an Indian Kingdom*. Cambridge: Cambridge University Press, 1987.

———. *Castes of Mind: Colonialism and the Making of Modern India.* Princeton, N.J.: Princeton University Press, 2001.

Dixit, Vinod. *Caste, Class and Constitutional Reservations*. Bhopal: National Law Institute University, 2009.

Dobb, Maurice. *Studies in the Development of Capitalism*. New York: International Publishers, 1976.

Dumont. Louis. 'Caste: A Phenomenon of Social Structure or as an Aspect of Indian Culture'. In *Symposium on Caste and Race: Comparative Approaches,* edited by Anthony de Rueck and Julie Knight. London: J and A Churchill, 1967.

———. *Religion/Politics and History in India: Collected Papers in Indian Sociology*. Paris, The Hague: Mouton Publishers, 1970.

———. *Homo Hierarchicus: The Caste System and Its Implications.* Translated into English by Mark Sansbury. Chicago: The University of Chicago Press, 1980.

———. 'Change, Interaction, and Comparison'. In *Caste Hierarchy, and Individualism: Indian Critiques of Louis Dumont's Contributions,* edited by R. S. Khare, 216–224. Delhi: Oxford University Press, 2006a.

———. 'On Individualism and Equality'. In *Caste Hierarchy, and Individualism: Indian Critiques of Louis Dumont's Contributions,* edited by R. S. Khare, 225–230. Delhi: Oxford University Press, 2006b.

———. 'Louis Dumont and the Indian Mirror' (Interviewed by Christian Delacampagne). In *Caste Hierarchy, and Individualism: Indian Critiques of Louis Dumont's Contributions,* edited by R. S. Khare, 231–239. Delhi: Oxford University Press, 2006c.

———. 'A conversation with Louis Dumont' (Interview by Jean-Claude Galey). In *Caste Hierarchy, and Individualism: Indian Critiques of Louis Dumont's Contributions,* edited by R. S. Khare, 240–248. Delhi: Oxford University Press, 2006d.

Engels, F. 'Social Classes—Necessary and Superfluous'. In *On Historical Materialism*, edited by K. Marx, F. Engels and V. I. Lenin. Moscow: Progress Publishers, 1972.

———. *The Origin of the Family, Private Property and the State, Selected Works*. Moscow: Progress Publishers, 1973.

———. *The Peasant War in Germany*. Moscow: Progress Publishers, 1974.

———. *The Peasant War in Germany*. Moscow: Progress Publishers, 1974/1956.

———. 'The Revolt in India'. In *The First Indian War of Independence*, edited by K. Marx and F. Engels, 160–164. Moscow: Progress Publishers, 1978.

Fanon, Frantz. *A Dying Colonialism*. New York: Monthly Review Press, 1965.

———. *A Dying Colonialism*. Translated from the French by Haakon Chevalier, with an introduction by Adolfo Gilly. New York: Grove Press, 1967.

———. *The Wretched of the Earth: The Handbook for the Black Revolution That is Changing the Shape of the World*. New York: Grove Press, Inc, 968.

Frankenberg, Ruth. 1993. 'Growing Up White: Feminism, Racism and the Social Geography of Childhood'. *Feminist Review* 45 (1993): 51–84.

Fuchs, Stephen. *Rebellious prophets: A Study of Messianic Movements in Indian Religions.* Bombay: Asia Publishing House, 1965.

Furet, Francois. *Interpreting the French Revolution.* Translated by Elborg Foster. Cambridge: Cambridge University Press, 1981.

———. *The Passing of an Illusion: The Idea of Communism in the Twentieth Century*. Chicago: University of Chicago Press, 1999.

Gandhi, M. K. *The Collected Works.* Ahmedabad: Navjivan Trust, 1958.

———. *The Collected Works.* Ahmedabad: Navjivan Trust, 1963.

———. *The Selected Works of Mahatma Gandhi*. Ahmedabad: Navjivan Publishing House, 1968.

———. *The Collected Works of Mahatma Gandhi,* Vol. 17. Delhi: The Publications Division, Government of India, 1965.

Ganshof, F. L. *Feudalism*. Translated by Phlip Grierson with a foreword by Sir F. M. Stenton. New York: Harper & Row, 1964.

Gerth, Hans. 'Max Weber vs. Oliver C. Cox'. *ASR* 11 (1950): 557–558.

Gibson, Nigel. *Fanon: The Postcolonial Imagination*. Cambridge: Polity, 2003.

Giddens, Anthony. *Capitalism, Ideology and Modern Social Theory: An Analysis of the Writings of Marx, Durkheim and Max Weber*. Cambridge: Cambridge University Press, 1971.

———. *Politics and Sociology in the Thought of Max Weber*. London, Toronto: Macmillan, 1972.

———. *Durkheim*. Hassocks: Harvester, 1978.

Gilly, Adolfo. 'Introduction'. In *A Dying Colonialism,* edited by Frantz Fanon, 1–10. New York: Monthly Review Press, 1965.

Gough, Kathleen. 'The Hindu Jajmani System'. *Economic Development and Cultural Change* 9 (1960).

———. 'Peasant Uprisings in India'. *Economic and Political Weekly* 9 (1974): 32–34 (Special Issue).

Guha, Ranjit, ed. *Subaltern Studies, Writings on South Asian History and Society*. Delhi: Oxford University Press, 1982–1989.

———. *Elementary Aspects of Peasant insurgency in Colonial India*. Delhi: Oxford University Press, 1983.

Guha, Ranjit and Gayatri Spivak, eds. *Selected Subaltern Studies*. New York: Oxford University Press, 1988.

Gupta, Dipankar. 'Continuous Hierarchies and Discrete Castes'. In *Caste Hierarchy, and Individualism: Indian Critiques of Louis Dumont's Contributions*, 46–48. Delhi: Oxford University Press, 1984.

———. *Interrogating Caste*. New Delhi: Penguin, 2000.

———. 'Continuous Hierarchies and Discrete Castes'. In *Caste Hierarchy and Individualism: Indian Critiques of Louis Dumont's Contribution,* edited by R. S. Khare, 120–130. New Delhi: Oxford University Press, 2006.

Habib, I. *Essays in Indian History: Towards a Marxist Perception*. London: Anthem Press, 2003.

Harlan, Lindsey. *Religion and Rajput Women: The Ethic of Protection in Contemporary Narratives*. Berkeley: University of California Press, 1992.

Hayes, Paul M. 'The Myth of Race'. In *Political Ideologies and Political Philosophies*, edited by H. B. McCullough, 187–192. Toronto: Thompson Educational Publishing, 1995.

Hilton, Rodney. 'Medieval Peasants: Any Lessons'? *The Journal of Peasant Studies* 1 (1974).

Hobsbawm, Eric. 'Karl Marx's Contribution to Historiography'. In *Ideology in Social Science: Readings in Critical Social Theory,* edited by Robin Blackburn, 265–283. London: Fontana, 1972.

———. *On empire: America, War, and Global Supremacy*. New York, Paris: Berghahn Books, 2001.

———. *On empire: America, War, and Global Supremacy*. New York: Pantheon Books, 2008.

Hooks, Bell. *Yearnings*. Boston, MA: South End Press, 1990.

Huberman, Leo. *We, The People*. London: Victor Gollancz Ltd., 1940.

———. *Man's Worldly Goods: The Story of the Wealth of Nations*. New York and London: Monthly Review Press, 1963/1936.

Ilaiah, Kancha. 'Of Land and Dalit Women'. In *Gender and Caste*, edited by Anupama Rao, 325–335. London: Zed Books, 2005.

———. 'Childhood Formations'. In *Caste in History*, edited by Ishita Banerjee-Dube. New Delhi: Oxford University Press, 2010.

———. 'Caste, Corruption and Romanticism'. *The Hindu*, 22 March 2013.

John, M. E. 'Dalit Women in Western Ethnography: A review of Siva and Her Sisters'. In *Gender and Caste*, edited by Anupama Rao, 218–222. London: Zed Books, 2005.

Joshi, P. C. '1857 in Our History'. In *Rebellion of 1857: A Symposium*, edited by P. C. Joshi, 119–221. Delhi: Peoples Publishing House, 1957.

Joshi, Varsha. *Plygamy and Purdha: Women and Society among Rajputs*. Jaipur and New Delhi: Rawat Publications, 1995.

Kale, Madhavi. *Fragments of Empire: Capital, Slavery, and Indian Indentured Labor Migration in the British Caribbean.* Philadelphia: University of Pennsylvania Press, 1998.

Kane, P. V. *History of the Dharmasastra* (Vol. 2, Part 1). Poona: Publication Department: Bhanadarkar Oriental Research Institute, 1941.

Kapadia, Karin. *Siva and Her Sisters: Gender, Caste and Class in Rural South India.* Boulder, Co: Westview Press, 1995.

Kaplan, Steven Laurence. *Farewell Revolution: The Historians' Feud, France 1789/1989.* Ithaca and London: Cornell University Press, 1995.

Kelly, John. *A Politics of Virtue: Hinduism, Sexuality, and Counter Colonial Discourse in Fiji.* Chicago: University of Chicago Press, 1992.

Khaldun, T. 'The Great Rebellion'. In *The Rebellion of 1857: A Symposium*, edited by P. C. Joshi, 1–69. Delhi: Peoples Publishing House, 1957.

Khare, R. S., ed. *Caste Hierarchy, and Individualism: Indian Critiques of Louis Dumont's Contributions.* Delhi: Oxford University Press, 2006.

———. 'Introduction: Value Oppositions and Hierarchy, Indian Discussions of Louis Dumont's Work'. In *Caste Hierarchy, and Individualism: Indian Critiques of Louis Dumont's Contributions*, edited by R. S. Khare, 1–35. Delhi: Oxford University Press, 2006a.

———. 'A Theory of Pure Hierarchy'. In *Caste Hierarchy, and Individualism: Indian Critiques of Louis Dumont's Contributions*, edited by R. S. Khare. Delhi: Oxford University Press, 2006b.

Khare, R. S. 'Dumontian Sociology and Since: Challenges Facing South Asian Anthropology'. In *Caste Hierarchy, and Individualism: Indian Critiques of Louis Dumont's Contributions,* edited by R. S. Khare, 206–212. Delhi: Oxford University Press, 2006c.

Ki Zerbo, Joseph. 'The Mental Route of the Slave: A Few Thoughts Inspired by the Present-day Situation of the Black Peoples'. In *From Chains to Bonds:*

The Slave Trade Revisited, edited by Doudou Diène. New York, Paris: Berghahn Books, 2001.

Kosambi, D. D. *An Introduction to the Study of Indian History.* Bombay: Popular Book Depo, 1956.

Kosminsky, E. A. *Studies in the Agrarian History of England in the Thirteenth Century*. London: Kelley & Millman, (1947)1956.

Krauze, Enrique. 'Chiapas: The Indian Prophet'. *New York Review of Books* 46 (1999): 20.

Kumar, Satendra. *Socio-political Concerns in Dalit Literature: A Critical Survey.* Jaipur: Yking Books, 2012.

Lal, Brij. 'Veil of Dishonor: Sexual Jealousy and Suicide on Fiji Plantations'. *Journal of Pacific History* 20 (1985a): 3–4.

———. 'Kunti's Cry: Indentured Women on Fiji's Plantations'. *Indian Economic and Social History Review* 22 (1985b): 55–72.

Laurence, K. O. *A Question of Labor: Indentured Immigration into Trinidad and British Guiana 1875–1917*. New York: St Martin's Press, 1994.

Leach, Edmond. 'Caste, Class and Slavery: The Taxonomic Problem'. In *Caste and Race: Comparative Approaches*, edited by Anthony de Reuck and Julie Knight, 5–16. London: J. & A. Churchill Ltd.

Leach, E. R., ed. *Aspects of Caste in South India, Ceylon and North—West Pakistan*. Cambridge: Cambridge University Press, 1960.

Lee, Richard B. 'Politics, Sexual and Non-Sexual, in an Egalitarian Society'. In *Social Inequality: Comparative and Developmental Approaches*, edited by Gerald Berreman, 83–102. New York: Academic Press, 1981.

———. *The !Kung San: Men, Women, and Work in a Foraging Society.* Cambridge: Cambridge University Press, 1990.

Lefebvre, Georges. *The Great Fear of 1789: Rural Panic in Revolutionary France*. New York: Schoken Books, 1973.

Lyall, Alfred. Introduction, *The Ruling Princes, Chiefs and Leading Personages in Rajputana and Ajmer,* 6th edition. Calcutta: Government of India, 1931.

———. *Asiatic Studies* (2 Vols). London: Murray, 1899/1849.

Madan, T. N. 'Louis Dumont and the Study of Society in India'. In *Caste Hierarchy and Individualism: Indian Critiques of Louis Dumont's Contributions,* edited by R. S. Khare, 40–58. New Delhi: Oxford University Press, 2006.

Maitland, F. W. *The Constitutional History of England*. Cambridge: Cambridge University Press, 1946.

Malik, Bela. 'Untouchability and Dalit Women's Oppression'. In *Gender and Caste*, edited by Anupama Rao, 102–107. London: Zed Books, 2005.

Marx, K. 'The Secret of Primitive Accumulation'. In *Capital* Vol. I. Moscow: Progress Publishers, 1975.

Marx, K. and Engels, F. *The German Ideology*. Moscow: Progress Publishers, 1976.

———. *On Colonialism*. Moscow: Progress Publishers, 1978.

———. *The First Indian War of Independence, 1857–59*. Moscow: Progress Publishers, 1978.

———. *The Communist Manifesto.* Edited by Jack Wayne. Toronto: Canadian Scholars Press, 1987.

Mayaram, Shail. 'The Sudra Right to Rule: Caste, Clan, Community, and State in Nineteenth-Century Mewat'. In *Caste in History,* edited by Ishita Banerjee-Dube. New Delhi: Oxford University Press, 2008.

Mayer, A. C. 'Discussion'. In *Caste and Race: Comparative Approaches,* edited by Anthony de Reuck and Julie Knight. London: J. & A. Churchill Ltd., 1967.

Mehta, A. *1857: The Great Rebellion*. Bombay: Hind Kitabs Ltd., 1946.

Meillassoux, Claude. 'Are There Castes in India'? *Economy and Society* 2 (1973): 1.

Mencher, Joan. 'The Caste System Upside Down, or the Not-So-Mysterious East'. *Current Anthropology* 15 (1974).

Metcalf, Thomas. *The Aftermath of Revolt: India, 1857–1870.* Princeton, NJ: Princeton University Press, 1964.

Milner, Murray. *Status and Sacredness: A General Theory of Status Relations and an Analysis of Indian Culture*. New York: OUP, 1994.

Moore, Barrington Jr. *Social Origins of Dictatorship and Democracy: Lord and Peasant in the Making of the Modern World.* Boston: Beacon, 1966.

Mukherjee, R. K. *Rise and Fall of the East India Company*. New York and London: Monthly Review Press, 1974.

Neal, W. C. 'Land is To Rule'. In *Land and Social Control in Indian History*, edited by R. E. Frykenberg. Madison: University of Wisconsin Press, 1969.

Noah, Timothy. 2012. *The Great Divergence: America's Growing Inequality Crisis and What We Can Do about It.* New York: Bloomsbury Press.

North-Coombes, M. D. and Kay Saunders. 'From Slavery to Indenture: Forced Labor in the Political Economy of Mauritius, 1834–1867'. In *Indentured Labor in the British Empire*, edited by K. Saunders. London and Canberra: Croom Helm, 1984.

Omvedt, Gail, ed. *Land, Caste and Politics in Indian States*. Delhi: Authors Guild Publication, 1982.

Pandey, Gyanendra. 'Peasant Revolt and Indian Nationalism'. In *Selected Subaltern Studies,* edited by Ranjit Guha and Gayatri Spivak. New York: Oxford University Press, 1988.

———, ed. *Subaltern Citizens and their Histories: Investigations from India and the USA.* London and New York: Routledge, 2010a.

———. 'Can There be a Subaltern Middle Class'? In *Subaltern Citizens and their Histories: Investigations from India and the USA.* London and New York: Routledge, 2010b.

Pandian, M. S. S. 'Writing Ordinary Lives'. In *Subaltern Citizens and their Histories: Investigations from India and the USA,* edited by Gyanendra Pandey, 96–108. London and New York: Routledge, 2010.

Pillay, G. R. 'An Investigation into the Caste Attitudes amongst Hindus in the Durban Metropolitan Area'. Documentation Centre, University of Durban, Westville, 1991.

Pool, Gail and Hira Singh. 'Indentured Indian Women of the Empire: Between Colonial Oppression and the Brahmanical Tradition'. *Plantation Society in the Americas* 6 (1999).

Prakash, Gyan. 'Can the Subaltern Ride: A Reply to O'Hanlon and Washerbrook'. *Comparative Studies in Society and History* 34 (1992).

Quigley, Declan. *The Interpretation of Caste*. Oxford: Clarendon Press, 1993.

Rajshekar, V. T. *Hinduism vs Movement of Untouchables in India*. Bangalore: Dalit Sahitya Akademy, 1983.

Ratnagar, S. 2006. 'Agro-Pastoralism and the Migrations of Indo-Iranians'. In *India: Historical Beginnings and the Concept of the Aryan*, edited by Romila Thapar et al., 157–192. New Delhi: National Book Trust, 2006.

Rao, Anupama. *Gender and Caste*. London: Zed Books, 2005.

Roosa John. 'Passive Revolution Meets Peasant Revolution: Indian revolution and the Telangana Revolt'. *The Journal of Peasant Studies* 28 (2001).

Rousseau, J. J. *Discourse on Inequality.* Translated by F. Philip. Oxford: Oxford University Press, 1994.

Roy, Tirthankar. 'Law and Nationalism'. *Economic and Political Weekly* xlvi (2011): 33–34.

Rude, Georges. *The Great Fear of 1789: Rural Panic in Revolutionary France*, 13. New York: Schoken Books, 1973.

Ryan, Alan. 'Apocalypse Now'? *The New York Review of Books* 41–19 (1994): 7–11.

Sainath, P. 'Unmusical Chairs'. In *Gender and Caste,* edited by Anupama Rao. London: Zed Books, 2005a.

———. 'Head-Loads and Heartbreak'. In *Gender and Caste,* edited by Anupama Rao. London: Zed Books, 2005b.

Sanderson Committee Report, I & II (1909).

Sanyasi, B. D., ed. *Public Opinion on the Assisted Emigration Scheme Under Indo-South African Agreement*. Patna (Bihar): Pravasi Bhavan, 1931.

Sartre, Jean-Paul. 'Preface', *The Wretched of the Earth*: *The Handbook for the Black Revolution That is Changing the Shape of the World.* New York: Groove Press, 1968.

Sathamurthy, T. V., ed. *Region, Religion, Caste Gender and Culture in Contemporary India*. Delhi: Oxford University Press, 1996.

Shah, Ghanshyam. 'Caste in Contemporary India'. In *Caste, Caste Conflict and Reservations,* edited by I. P. Desai. Surat: Ajanta Publications, 1985.

Sharma, R. S. *Aspects of Political Ideas and Institutions in Ancient India*. Delhi: Motilal Banarasidass, 1968.

———. 'How Feudal Was Indian Feudalism'? *The Journal of Peasant studies* 12 (1985): 2–3.

———. *Sudras in Ancient India: A Social History of the Lower Order Down to Circa A D 600*, 3rd revised edition. Delhi: Motilal Banarsi Das, 1990.

———. *Looking for the Aryans*. Delhi: Orient Longman, 1995.

———. *Indian Feudalism*, 3rd revised edition. Delhi: Macmillan, 2005a.

———. *Aspects of Political Ideas and Institutions in Ancient India,* 5th revised edition. Delhi: Motilal Banarasidas, 2005b.

———. *Rethinking India's Past*. Delhi: Oxford University Press, 2009.

Sharma, G. D. *Rajput Polity: A Study of Politics and Administration of the State of Marwar, 1638–1749*. Delhi: Manohar Publishers, 1977.

Shaw, Martin. 'The Coming Crisis of Radical Sociology'. In *Ideology in Social Science: Readings in Critical Social Theory,* edited by Robin Blackburn, 32–44. London: Fontana, 1972.

Singh, H. *Colonial Hegemony and Popular Resistance: Princes, Peasants, and Paramount Power*. Delhi: SAGE Publications, 1998.

———.'Confronting Colonialism and Racism: Fanon and Gandhi'. *Human Architecture: Journal of the Sociology of Self-Knowledge* 5 (2007a).

———. 'Colonial & Postcolonial Discourse and the Princely States: Relations of Power and Rituals of Legitimation'. In *The Other India: Of People, Princes, and Colonialism*, edited by Waltraud Ernst and Biswamoy Pati. London: Routledge, 2007b.

———. 'The Real World of Caste in India'. *The Journal of Peasant Studies* 35 (2008).

Singh, Rajendra. 'Caste, Land and Power in Uttar Pradesh: 1775–1970'. In *Land, Caste and Politics in Indian States*, edited by Gail Omvedt. Delhi: Author's Guild Publishers, 1982.

Sinha, Surajit. 'State Formation and Rajput Myth in Tribal Central India'. *Man in India* 42 (1962).

Slavery and the Making of America (Vols. 1–4). New York: Ambrose Video Publishing, 2004.

Smaje, Chris. *Natural Hierarchies: The Historical Sociology of Race and Caste*. Oxford: Blackwell, 2000.

Sreenivasan, Ramya. The Many Lives of a Rajput Queen: Heroic Pasts in India c. 1500–1900, Seattle: Washington University Press, 2007.

Srinivas, M. N. *Caste in Modern India and Other Essays*. Bombay: Asia Publishing House, 1962.

———. 'Some Reflections on the Nature of Caste Hierarchy'. In *Caste Hierarchy, and Individualism: Indian Critiques of Louis Dumont's Contributions,* edited by R. S. Khare, 93–109. Delhi: Oxford University Press, 2006.

Stuart, Andrea. *Sugar in the Blood: A Family's Story of Slavery and Empire*. New York: Alfred Knopf, 2012.

Tambiah, S. J. 'Discussion'. In *Caste and Race: Comparative Approaches,* edited by Anthony de Reuck and Julie Knight. London: J. & A. Churchill Ltd., 1967.

———. 'From Varna to Caste through Mixed Unions'. In *The Character of Kinship*, edited by Jack Goody. Cambridge: Cambridge University Press, 1973.

Teltumbde, Anand. 'Ambekarites against Ambedkar'. *Economic and Political Weekly* 47 (2012): 10–16.

Thapar, Romila. *Interpreting Early India*. Delhi, New York: Oxford University Press, 1992.

———. *Cultural Pasts: Essays in Early Indian History*. Delhi: Oxford University Press, 2000.

———. 'The Historiography of the Concept of Aryan'. In *India: Historical Beginnings and the Concept of the Aryan,* 1–40. New Delhi: National Book Trust, 2006.

Tharakam, Bojja. 'Laxmipeta: Deadly Combination of Caste and Political Power'. *Economic and Political Weekly* 47 (2012).

Thorat, Sukhadev. 'Caste Identity and Economics', Review of *The Grammar of Caste: Economic Discrimination in Contemporary India* by Ashwini Deshpande. New Delhi: Oxford University Press, 2012.

Tinker, H. *A New Form of Slavery: The Export of Indian Labor Overseas*. London: Oxford University Press, 1974.

Tod, James. *Annals and Antiquities of Rajasthan*. London: Routledge, 1920.

Weber, Max. 'Class, Status, Party'. In *From Max Weber: Essays in Sociology*, edited by Gerth, H. and C. Wright Mills. New York: Oxford University Press, 1958a.

———. *The Religion of India: The Sociology of Hinduism and Buddhism.* Translated by Hans H. Gerth and Don Martindale. New York: The Free Press, 1958b.

———. *The Protestant Ethic and the Spirit of Capitalism*. Translated by Talcott Parsons. New York: Charles Scribner's Sons, 1958c.

———. *The Agrarian Sociology of Ancient Civilizations*. Translated by R. I. Frank. London: New Left Books, 1976.

Westergaard, J. H. 'Sociology: The Myth of Classlessness'. In *Ideology in Social Science: Readings in Critical Social Theory.* London: Fontana, 1972.

Widlok, Thomas. 'Conversation about Social Inequality'. In *Property and Equality: Ritualization, Sharing, Egalitarianism (Vol. I)*, edited by Thomas Widlok and Wolde Gossa Tadesse. United States: Berghahn Books, 2005.

Williams, Eric. *Capitalism and Slavery*. Chapel Hill: The University of North Carolina Press, 1966.

Wilnetz, Amy. 'Masters and Slaves: Sugar in the Blood by Andrea Stuart'. *New York Times*, Sunday Book Review, March 29, 2013.

Wood, E. *The Revolt in Hindustan: 1857–59.* London: Methuen & Co, 1908.

Wood, Gordon. 'Jefferson at Home'. *New York Review of Books*, 13 May, 1993.

Woodburn, James. 'Egalitarian Societies Revisited'. In *Property and Equality: Ritualization, Sharing, Egalitarianism (Vol. I)*, edited by Thomas Widlok and Wolde Gossa Tadesse, 18–31. United States: Berghahn Books, 2005.

Wolf, Eric. *Europe and the People without History*, Berkeley: University of California Press, 1982.

Zelliot, Eleanor. 'Gandhi and Ambedkar—A study in Leadership'. In *The Untouchables in Contemporary India*, edited by J. Michael Mahar. Tucson, Arizona: The University of Arizona Press, 1972.

Zigler, Norman. 'Marwari Historical chronicles: Sources for the Social and Cultural History of Rajasthan'. *Indian Economic and Social History Review* 13 (1976).

Archival Sources

(a) Rajasthan State Archives, Bikaner (RSAB)
Jagir and Thikana Files (General)
Jagir and Thikana Files (Complaints against Jagirdars)
Jagir and Thikana Files (Grievances of Jagirdars)
Jagir and Thikana Files (Revenue Powers of Jagirdars)
Jagir and Thikana Files (Judicial Powers of Jagirdars)
(b) National Archives of India, New Delhi
Overseas Dept
Revenue and Agriculture Department
Emigrant Registers
(c) Nehru Memorial Museum Library, New Delhi
Jainarain Vyas Papers
(d) India Office Library and Records (London)
Indian States (Fortnightly Reports)
Indian States (Protection against Agitation)
(e) Documentation Centre, University of Durban, Westville, South Africa
Ships Lists
Family History project
(f) Natal State Archives, Pietermaritzburg, South Africa
Protector of Immigrants Files
(g) Family Archives, Courtesy Gianella Samaroo

लेखकाविषयी

हीरा सिंह टोरोंटो येथील यॉर्क विद्यापीठात समाजशास्त्राचे प्राध्यापक आहेत. तत्पूर्वी ते दिल्ली विद्यापीठातील दिल्ली स्कूल ऑफ इकॉनॉमिक्स तसेच कॅनडातील विलफ्रिड लॉरियर, व्हिक्टोरिया आणि युनिव्हर्सिटी ऑफ न्यू ब्रून्सविक आणि सेंट थॉमस युनिव्हर्सिटी यांसारख्या अनेक विद्यापीठांमध्ये समाजशास्त्राचे अध्यापन करीत होते. श्रीयुत सिंह जर्नल ऑफ पीझन्ट स्टडीज पुरस्कृत 'फ्यूडॅलिजम इन प्री-कॉलनिअल, नॉन-युरोपिअन सोसायटीज (वसाहत-पूर्व, गैर-युरोपीय समाजांमधील सरंजामशाही') या विषयावरील चर्चासत्रामध्ये सहभागी होते. त्यांच्या या आधीच्या प्रकाशनांमध्ये *कॉलनिअल हेगेमनी अँड पॉप्युलर रेजिस्टन्सः प्रिंसेस, पीझंट्स अँड पॅरामाउंट पॉवर* तसेच प्रमुख शोधपुस्तिकांमधील निबंधाचा समावेश आहे.

SAGE | bhasha
भारतीय भाषा प्रकाशन उपक्रम

आपण सामाजिक शास्त्रे आणि/किंवा व्यवस्थापन व व्यवसाय या क्षेत्रांविषयी लिखाण करता? आपल्याला हे लिखाण प्रकाशित करायचे आहे?

मग सेजच्या साह्याने प्रकाशित करा

- सेजचा जगन्मान्य उत्कृष्ट दर्जा
- भारतीय भाषांमध्ये विद्वत्तापूर्ण शैक्षणिक प्रकाशने
- हस्तलिखितापासून प्रकाशनापर्यंत < 90% प्रक्रिया सेजकडून व्यवस्थापित
- प्रकाशनासाठी कोणतेही शुल्क नाही
- सेजच्या जागतिक विपणन व्यवस्थेत आणि ई-बुक उपक्रमांत थेट अंतर्भाव
- विक्री आणि रॉयल्टीबाबत पूर्ण पारदर्शकता
- सर्व हस्तलिखिते/भाषांतरांचे समीक्षकांच्या पॅनलकडून मूल्यांकन
- भारत आणि जगभरात विस्तृत वितरण

आमची प्रकाशने या विषयांमध्ये आहेत:

- व्यवसाय आणि व्यवस्थापन
- समाजशास्त्र
- मानसशास्त्र
- माध्यमे आणि संचार
- नागरी अभ्यास
- कायदा आणि फौजदारी न्याय
- अर्थशास्त्र आणि विकास
- शिक्षण
- संशोधन पद्धती
- राजकारण आणि आंतरराष्ट्रीय संबंध
- समुपदेशन आणि मानसोपचार
- आरोग्य आणि समाजकार्य

आपले हस्तलिखित पाठवण्यासाठी sagebhasha@sagepub.in वर कळवा.

SAGE | bhasha

भारतीय भाषा प्रकाशन उपक्रम

सन २०१५मध्ये सुरू झालेल्या सेज भाषा उपक्रमातर्फे, वैचारिक आणि शैक्षणिक क्षेत्रातील प्रत्येक थरापर्यंत अत्याधुनिक संशोधनाद्वारे भारतीय भाषांमधून पोहोचण्याचा आमचा निर्धार आहे. याची सुरुवात आम्ही मराठी आणि हिंदीपासून केलेली आहे. वाजवी दरांमध्ये दर्जेदार प्रकाशने उपलब्ध करून देण्याचा हा उपक्रम आम्ही प्रकाशित करत असलेल्या प्रत्येक भारतीय भाषेमध्ये राबवणार आहोत.

सेजचे सहकारी व्हा.

आपण एखाद्या विषयातले तज्ज्ञ आहात का आणि **हस्तलिखितांचे परीक्षण** करू इच्छिता?

भाषांतर क्षेत्रात आपल्याला **भविष्य** घडवायचे आहे का?

जगातल्या अग्रणी शैक्षणिक प्रकाशकाबरोबर एक **वितरक** म्हणून आपल्याला काम करायला आवडेल?

मग **sagebhasha@sagepub.in** वर कळवा.

अद्वितीय संसाधन

2019 • ISBN 978-93-5328-246-2

आमच्या मेलिंग लिस्टमध्ये या आणि विशेष सवलतींचा लाभ घ्या.

marketing@sagepub.in वर कळवा.

आमच्या विविध पुस्तकांसाठी पाहा **www.sagebhasha.com**

इतर संबंधित पुस्तके, ज्यांत आपल्याला रस असू शकतो

2017
ISBN 978-93-859-8536-2

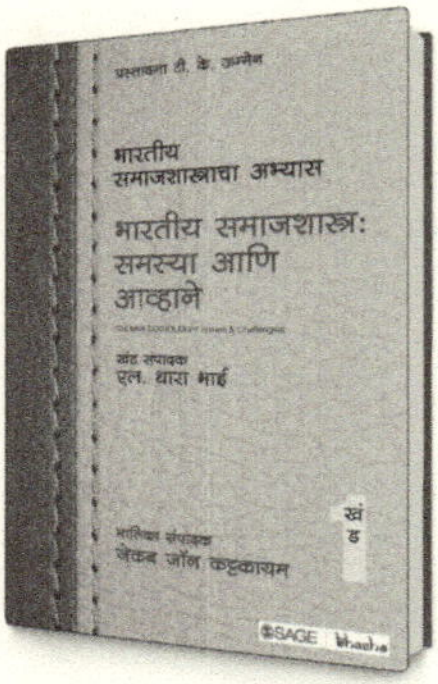

2017
ISBN 978-93-859-8537-9

2017
ISBN 978-93-859-8532-4

2016
ISBN 978-93-515-0713-0

आमच्या मेलिंग लिस्टमध्ये या आणि विशेष सवलतींचा लाभ घ्या.
marketing@sagepub.in वर कळवा.

आमच्या विविध पुस्तकांसाठी पाहा **www.sagebhasha.com**

Made in the USA
Middletown, DE
05 November 2026

36588049R00180